ਸਮਰਪਣ

ਸ੍ਰੀ ਗੁਰੂ ਰਵਿਦਾਸ ਜੀ ਦੀ ਵਿਚਾਰਧਾਰਾ
ਹਿੱਤ ਵਿਸ਼ਵਾਸ਼ ਰੱਖਣ ਵਾਲੇ ਹਰ
ਇਨਸਾਨ ਨੂੰ ਇਹ ਪੁਸਤਕ
ਸਮਰਪਣ ਹੈ ॥
□

ਤਤਕਰਾ

ਨੰ:	ਵਿਸ਼ਾ	ਪੰਨਾ
ੳ	ਸੰਦੇਸ਼	9
ਅ	ਪੁਸਤਕ ਆਧਾਰ	16
ੲ	ਪ੍ਰਕਾਸ਼ਕਾਂ ਵਲੋਂ ਦੋ ਸ਼ਬਦ	20
ਸ	ਸ੍ਰੀ ਗੁਰੂ ਰਵਿਦਾਸ ਜੀ ਦੇ ਸਿਧਾਂਤ	24
ਹ	ਸ੍ਰੀ ਗੁਰੂ ਰਵਿਦਾਸ ਜੀ ਦੇ ਰਾਗ	37
1)	ਸਿਰੀ ਰਾਗੁ	52
1	ਤੋਹੀ ਮੋਹੀ, ਮੋਹੀ ਤੋਹੀ	53
2)	ਰਾਗ ਗਉੜੀ	56
2	ਮੇਰੀ ਸੰਗਤਿ ਪੋਚ	56
3	ਬੇਗਮਪੁਰਾ ਸਹਰ ਕੋ ਨਾਉ	60
4	ਘਟ ਅਵਘਟ ਡੂਗਰ ਘਣਾ	62
5	ਕੂਪੁ ਭਰਿਓ ਜੈਸੇ ਦਾਦਿਰਾ	64
6	ਸਤਿਜੁਗਿ ਸਤੁ ਤ੍ਰੇਤਾ ਜਗੀ	68
3)	ਰਾਗੁ ਆਸਾ	73
7	ਮ੍ਰਿਗ ਮੀਨ ਭ੍ਰਿੰਗ ਪਤੰਗ ਕੁੰਚਰ	74
8	ਸੰਤ ਤੁਝੀ ਤਨੁ,ਸੰਗਤਿ ਪ੍ਰਾਨ	77
9	ਤੁਮ ਚੰਦਨ ਹਮ ਇਰੰਡ ਬਾਪੁਰੇ	79
10	ਕਹਾ ਭਇਓ, ਜਉ ਤਨੁ ਭਇਓ	82
11	ਹਰਿ ਹਰਿ, ਹਰਿ ਹਰਿ, ਹਰਿ ਹਰਿ	84
12	ਮਾਟੀ ਕੋ ਪੁਤਰਾ, ਕੈਸੇ ਨਚਤੁ ਹੈ	86

4)	ਰਾਗੁ ਗੁਜਰੀ	87
13	ਦੂਧੁ ਤ ਬਛਰੈ ਥਨਹੁ ਬਿਟਾਰਿਓ	87
5)	ਰਾਗ ਸੋਰਠਿ	91
14	ਜਬ ਹਮ ਹੋਤੇ,ਤਬ ਤੂ ਨਾਹੀ	93
15	ਜਉ ਹਮ ਬਾਂਧੇ ਮੋਹ ਫਾਸ	95
16	ਦੁਲਭੁ ਜਨਮੁ ਪੁੰਨ ਫਲ ਪਾਇਓ	97
17	ਸੁਖ-ਸਾਗਰੁ ਸੁਰਤਰੁ ਚਿੰਤਾਮਨਿ	99
18	ਜਉ ਤੁਮ ਗਿਰਿਵਰ,ਤਉ ਹਮ ਮੋਰਾ	102
19	ਜਲ ਕੀ ਭੀਤਿ, ਪਵਨ ਕਾ ਥੰਭਾ	104
20	ਚਮਰਟਾ ਗਾਂਠਿ ਨ ਜਨਈ	106
6)	ਰਾਗ ਧਨਾਸਰੀ	107
21	ਹਮ ਸਰਿ ਦੀਨੁ, ਦਇਆਲੁ ਨ ਤੁਮ ਸਰਿ	107
22	ਚਿਤ ਸਿਮਰਨੁ ਕਰਉ, ਨੈਨ ਅਵਿਲੋਕਨੋ	110
23	ਨਾਮੁ ਤੇਰੋ ਆਰਤੀ ਮਜਨ ਮੁਰਾਰੇ	113
7)	ਰਾਗ ਜੈਤਸਰੀ	116
24	ਨਾਥ ਕਛੂਅ ਨ ਜਾਨਉ	116
8)	ਰਾਗੁ ਸੂਹੀ	119
25	ਸਹ ਕੀ ਸਾਰ ਸੁਹਾਗਨਿ ਜਾਨੈ	119
26	ਜੋ ਦਿਨ ਆਵਹਿ, ਸੋ ਦਿਨ ਜਾਹੀ	122
27	ਊਚੇ ਮੰਦਰ ਸਾਲ ਰਸੋਈ	124
9)	ਰਾਗੁ ਬਿਲਾਵਲੁ	126
28	ਦਾਰਿਦੁ ਦੇਖਿ ਸਭੁ ਕੋ ਹਸੈ	127
29	ਜਿਹ ਕੁਲ ਸਾਧੁ ਬੈਸਨੌ ਹੋਇ	129
10)	ਰਾਗ ਗੋਂਡ	132
30	ਮੁਕੰਦ ਮੁਕੰਦ ਜਪਹੁ ਸੰਸਾਰੁ	134
31	ਜੇ ਓਹੁ ਅਠਸਠਿ ਤੀਰਥ ਨ੍ਹਾਵੈ	138

11)	ਰਾਗ ਰਾਮਕਲੀ	142
32	ਪੜੀਐ ਗੁਨੀਐ ਨਾਮੁ ਸਭੁ ਸੁਨੀਐ	144
12)	ਰਾਗ ਮਾਰੂ	147
33	ਐਸੀ ਲਾਲ ਤੁਝ ਬਿਨੁ ਕਉਨੁ ਕਰੈ	148
34	ਸੁਖ ਸਾਗਰੁ ਸੁਰਿਤਰੁ ਚਿੰਤਾਮਨਿ	150
13)	ਰਾਗੁ ਕੇਦਾਰਾ	151
35	ਖਟੁ ਕਰਮ ਕੁਲ ਸੰਜੁਗਤੁ ਹੈ	152
14)	ਰਾਗ ਭੈਰਉ	156
36	ਬਿਨੁ ਦੇਖੇ ਉਪਜੈ ਨਹੀ ਆਸਾ	157
15)	ਰਾਗ ਬਸੰਤੁ	161
37	ਤੁਝਹਿ ਸੁਝੰਤਾ ਕਛੂ ਨਾਹਿ	165
16)	ਰਾਗੁ ਮਲ੍ਹਾਰ	167
38	ਨਾਗਰ ਜਨਾਂ ਮੇਰੀ ਜਾਤਿ ਬਿਖਿਆਤ	169
39	ਹਰਿ ਜਪਤ ਤੇਊ ਜਨਾਂ ਪਦਮ	171
40	ਮਿਲਤ ਪਿਆਰੇ ਪ੍ਰਾਨਨਾਥ ਕਵਨ	173
	ਰੱਬ ਦਾ ਪਸਾਰਾ	175
	ਉਪਸੰਹਾਰ	178

□

ਗੁਰੂਆਂ ਦੇ ਗੁਰੂ
ਸ੍ਰੀ ਗੁਰੂ ਰਵਿਦਾਸ ਜੀ ॥

ਏਸੇ ਕਲਮ ਤੋਂ

1) ਗੋਰੀ ਮਾਂ	ਕਹਾਣੀਆਂ	
2) ਆਟੇ ਦਾ ਬੋਰਾ	ਕਹਾਣੀਆਂ	
3) ਤੱਕ ਵਾਲਾ ਬੂੱਲ	ਕਹਾਣੀਆਂ	
4) ਮੈਤਰੀ ਭਾਵ	ਇਕਾਂਗੀ ਸੰਗ੍ਰਹਿ	
5) ਸੰਦਲੀ ਚਾਨਣ	ਨਾਵਲ	
6) ਕਿਸ ਉੱਦਮ 'ਤੇ ਰਾਜ ਮਿਲੈ	ਨਾਟਕ	
7) ਪੰਜਾਬੀਅਤ	ਨਾਟਕ	
8) ਵਿਧਵਾ	ਕਵਿਤਾਵਾਂ	
9) ਉਦਾਸ ਮਹਿੰਦੀ	ਕਵਿਤਾਵਾਂ	
10) ਸਾਕਾ ਸ਼ਹੀਦ ਖਾਲਸਾ	ਕਵਿਤਾਵਾਂ	ਸੰਪਾਦਨਾ
11) ਬਾਰਿ ਪਰਾਇਐ ਬੈਸਣਾ	ਕਵਿਤਾਵਾਂ	ਸੰਪਾਦਨਾ
12) ਕਚਰਾਇਣ	ਮਿੰਨੀ ਕਹਾਣੀਆਂ	
13) ਮੇਰੇ ਉਲੇਖ ਅਤੇ ਆਲੋਚਨਾ ਪੱਤਰ	ਆਲੋਚਨਾ	ਛਪਣਯੋਗ
14) ਗੀਤਾਂ ਭਰੀ ਕਿਤਾਬ	ਲੋਕ ਗੀਤ	
15) ਕੰਧਾਂ	ਗ਼ਜ਼ਲ ਸੰਗ੍ਰਹਿ	ਛਪਣਯੋਗ

ਗੁਰੂਆਂ ਦੇ ਗੁਰੂ
ਸ੍ਰੀ ਗੁਰੂ ਰਵਿਦਾਸ ਜੀ ॥

ਪ੍ਰਮਾਣਕ ਵਿਸ਼ਲੇਸ਼ਣ

ਰਤਨ ਰੀਹਲ

Guru's Guru ਗੁਰੂਆਂ ਦੇ ਗੁਰੂ

Sri Guru Ravidass ji ਸ੍ਰੀ ਗੁਰੂ ਰਵਿਦਾਸ ਜੀ

(Axiomatic Analysis) (ਪ੍ਰਮਾਣਕ ਵਿਸ਼ਲੇਸ਼ਣ)

BY

Rattan ReehaL ਰਤਨ ਰੀਹਲ

2nd Edition, *Feb.2002*

ਦੂਸਰਾ ਸੰਸਕਰਣ, ਫਰਵਰੀ 2002

1500 COPIES

Art Work *Rattan Reehal*

Composing &
page settings *Rattan Reehal*

This Edition is
Printed & Published By ਛਾਪਕ ਅਤੇ ਪ੍ਰਕਾਸ਼ਕ
Sri Guru Ravidas Dharmik Sabha
181 Dudley Road
Wolverhampton

PRICE: £15.00 (Paper Back)

ISBN 0-9532320-0-X

□

ਸੰਦੇਸ਼

ਅਤੇ

(ਗੁਰੂ ਰਵਿਦਾਸ ਧਾਰਮਕ ਸਭਾ ਦੀਆਂ ਪਰਾਪਤੀਆਂ)

ਸ਼ਬਦਾਵਲੀ ਅਨੁਸਾਰ ਗੁਰੂ ਸ਼ਬਦ ਦੋ ਸ਼ਬਦਾਂ ਦਾ ਮੇਲ ਹੈ, ਗੁ + ਰੂ। ਗੁ ਸ਼ਬਦ ਦਾ ਅਰਥ ਹਨੇਰਾ ਅਤੇ ਰੂ ਸ਼ਬਦ ਦਾ ਭਾਵ ਰੋਸ਼ਨੀ ਹੁੰਦਾ ਹੈ। ਸੋ ਜੋ ਮਨ ਦੇ ਹਨੇਰੇ ਭਾਵ ਝੂਠ ਨੂੰ ਕੱਢ ਕੇ ਇਨਸਾਨ ਨੂੰ ਸੱਚ ਦੇ ਰਾਹੇ ਤੋਰੇ ਉਸ ਤੋਰਨ ਵਾਲੇ ਨੂੰ ਗੁਰੂ ਆਖਿਆ ਜਾਂਦਾ ਹੈ। ਅਧਿਆਤਮਕ ਤੌਰ ਉਪਰ ਇਸਦਾ ਭਾਵ ਸਾਫ਼ ਹੈ ਕਿ ਜਿਹੜਾ ਆਤਮਾ ਨੂੰ ਪਰਮਾਤਮਾ ਨਾਲ ਮਿਲਾਵੇ ਉਸਨੂੰ ਗੁਰੂ ਆਖਿਆ ਜਾਂਦਾ ਹੈ। ਪੰਜਾਬ ਦੀ ਸਾਧੂ-ਸੰਪਰਦਾਇ ਸੁਸਾਇਟੀ ਦੇ ਸਾਰੇ ਮਹਾਤਮਾ, ਸੰਤ ਬੱਲਾਂਵਾਲੇ, ਸੰਤ ਨਗਰ ਵਾਲੇ, ਸੰਤ ਕਾਰੀ ਸਾਰੀ ਵਾਲੇ, ਸੰਤ ਕਾਲੇਵਾਲ ਭਗਤਾਂ, ਸੰਤ ਜੇਜੋਂਵਾਲ, ਸੰਤ ਗੱਜਣ ਮਹਿਦੂਦ, ਡੇਰਾ ਖੋੜ ਅਸ਼ਰਵਾਲ, ਡੇਰਾ ਅਬਾਦਾਨ, ਡੇਰਾ ਜੋੜਾਂ, ਡੇਰਾ ਗੋਬਿੰਦ ਦਾਸ ਫਗਵਾੜਾ, ਡੇਰਾ ਮਾਹਲ ਗਹਿਲਾਂ, ਸੰਤ ਤਾਜ਼ ਪੁਰ, ਸੰਤ ਬੋਹਨ ਵਾਲੇ ਅਤੇ ਬਾਕੀ ਸਭ ਮਹਾਂ ਪੁਰਸ਼ ਗੁਰੂ ਹੀ ਹਨ, ਕਿਉਂਕਿ ਉਨ੍ਹਾਂ ਦੇ ਅਣਗਿਣਤ ਸੇਵਕ ਹਨ। ਉਨ੍ਹਾਂ ਦੀ ਗੁਰ ਗੱਦੀ ਹੈ ਅਤੇ ਉਹ ਕੌਮ ਦੀ ਭਲਾਈ ਦੇ ਕੰਮਾਂ ਦੇ ਨਾਲ ਨਾਲ ਉਹ ਆਤਮਾਵਾਂ ਨੂੰ ਪ੍ਰਮਾਤਮਾ ਨਾਲ ਵੀ ਜੋੜਦੇ ਹਨ। ਭਾਵੇਂ ਇਨ੍ਹਾਂ ਮਹਾਂਪੁਰਸ਼ਾ ਦੀ ਨਾਮ ਦੇਣ ਦੀ ਕਿਰਿਆ 'ਉਦਾਸੀਨਤਾ' ਤੇ ਆਧਾਰਤ ਹੈ ਪਰ ਇਨ੍ਹਾਂ ਦਾ ਇਸ਼ਟ ਗੁਰੂ ਰਵਿਦਾਸ ਜੀ ਹੀ ਹਨ। ਬਹੁਤ ਸਾਰੇ ਲੇਖਕਾਂ ਵਿਦਵਾਨਾਂ ਨੇ ਇਹ ਮੰਨਿਆ ਹੈ ਕਿ ਗੁਰੂ ਰਵਿਦਾਸ ਜੀ ਮਹਾਰਾਜ ਜੀ ਦੀ ਆਪਣੀ ਗੁਰਗੱਦੀ ਸੀ। ਕੌਮ ਦਾ ਅਣਮੁੱਲ ਖਜ਼ਾਨਾ ਜੋ ਗੁਆਚ ਚੁੱਕਾ ਹੈ – ਡਾ: ਭਗਵਤ ਮਿਸ਼ਰਾ ਦਾ **1954** ਦਾ ਪਹਿਲਾ **Ph.D Thesis, 'Sant Ravidass Ji Aur Unka Panth'** ਲਖਨਊ ਯੂਨੀਵਰਸਿਟੀ ਇੰਡੀਆ ਵਿੱਚ ਅੰਕਿਤ ਹੈ ਕਿ ਗੁਰੂ ਰਵਿਦਾਸ ਜੀ ਨੇ 'ਪੀਪਾ ਜੀ' ਨੂੰ ਵੀ ਨਾਮ ਦਿੱਤਾ ਸੀ। ਅਤੇ ਉਹ ਥੀਸਸ ਗੁਰੂ ਰਵਿਦਾਸ ਜੀ ਦੀ ਗੁਰਗੱਦੀ ਬਾਰੇ ਵੀ ਰੋਸ਼ਨੀ ਪਾਉਂਦਾ ਹੈ। ਸੋ ਇਨ੍ਹਾਂ ਨੁਕਤਿਆਂ ਤੋਂ ਸਾਫ ਨਿਰਣਾ ਹੁੰਦਾ ਹੈ ਕਿ ਗੁਰੂ ਰਵਿਦਾਸ ਜੀ ਗੁਰੂਆਂ ਦੇ ਗੁਰੂ ਹਨ।

ਗੁਰੂ ਰਵਿਦਾਸ ਧਾਰਮਕ ਸਭਾ ਵੁਲਵਰਹੈਂਪਟਨ 30 ਸਾਲਾਂ ਤੋਂ ਕੌਮ ਦੀ ਸੇਵਾ ਵਿੱਚ ਜੁੜੀ ਹੋਈ ਹੈ। ਸਭਾ ਦੇ ਇਤਹਾਸ ਉਪਰ ਇੱਕ ਵੱਖਰੀ ਪੁਸਤਕ ਲਿਖੀ ਜਾ ਸਕਦੀ ਹੈ। ਮਰਦ ਔਰਤਾਂ ਅਤੇ ਬੱਚੇ ਬੱਚੀਆਂ ਇਸ ਸਭਾ-ਮੰਚ ਤੋਂ ਕੌਮ ਦੀ ਸਮਾਜਕ ਮਾਨਵ-ਵਿਗਿਆਨੀ ਲੋੜਾਂ ਨੂੰ ਬੜੇ ਸੁਚੱਜੇ ਢੰਗ ਮੁਹਈਆ ਕਰ ਰਹੇ ਹਨ। ਗੁਰੂ ਰਵਿਦਾਸ ਟੈਕਨੀਕੱਲ ਇੰਸਟੀਚਿਊਟ ਫਗਵਾੜਾ ਵਾਸਤੇ ਕਮੇਟੀ

ਵਲੋਂ ਕਰੋੜਾਂ ਰੁਪਇਆਂ ਦਾ ਵਡਮੁੱਲਾ ਯੋਗਦਾਨ ਜਾ ਚੁੱਕਾ ਹੈ । ਇਸਦਾ ਸਿਹਰਾ ਕਮੇਟੀ ਦੇ ਸਮੂੰਹ ਸੇਵਾਦਾਰਾਂ ਦੇ ਸਿਰ ਉਪਰ ਹੀ ਸੱਜਦਾ ਹੈ । ਹਰ ਦੋ ਸਾਲ ਬਾਅਦ ਨਵੇਂ ਸੇਵਾਦਾਰ ਸੇਵਾ ਕਰਦੇ ਹਨ । ਜੂਨ **1996** ਤੋਂ ਜੂਨ **1998** ਦੀ ਸੇਵਾਦਾਰ ਕਮੇਟੀ ਵਲੋਂ ਜੋ ਸੇਵਾ ਹੋ ਸਕੀ ਉਹ ਇਸ ਪ੍ਰਕਾਰ ਹੈ:-

1) ਪੰਜਾਬ ਵਿੱਚ ਗੁਰੂ ਮਹਾਰਾਜ ਜੀ ਦੇ ਨਾਮ ਉਪਰ ਬਣ ਰਹੇ ਮੰਦਰਾਂ ਲਈ ਦਾਨ, ਅਪਾਹਜ ਹਸਪਤਾਲ, ਅਤੇ ਨਿਊ ਕਰਾਸ ਹਸਪਤਾਲ ਦੀ ਡਾਈਬੀਟੀਜ਼ ਯੂਨਿਟ ਵਾਸਤੇ ਦਾਨ, ਸੰਤ ਬੱਲਾਂ ਵਾਲਿਆਂ ਦੇ ਡੇਰੇ ਵਾਸਤੇ ਦਾਨ, ਬੀਕਨ ਸਿੰਟਰ ਫਾਰ ਬਲਾਈਡਜ਼ ਵਾਸਤੇ ਦਾਨ, ਸੇਂਟ ਲੂਕਸ ਸਕੂਲ ਦੇ ਪੀੜਤ ਬੱਚਿਆਂ ਦੀ ਭਲਾਈ ਵਾਸਤੇ ਦਾਨ, ਮੇਅਰਜ਼-ਫੰਡ, ਗੁਰੂ ਰਵਿਦਾਸ ਸਭਾ ਪੈਰਿਸ ਫਰਾਂਸ ਵਾਸਤੇ ਦਾਨ ਅਤੇ ਹੋਰ ਜਰੂਰਤ ਮੰਦ ਗਰੀਬ ਬੱਚਿਆਂ ਦੀ ਮੱਦਦ ਵਾਸਤੇ ਸਭਾ ਵਲੋਂ ਕੁੱਲ **£8764** ਦਾਨ ਕੀਤੇ ਗਏ ਹਨ ।

2) ਸਾਧ ਸੰਗਤ ਦੀਆਂ ਸਮਾਜਕ ਲੋੜਾਂ, ਉਨ੍ਹਾਂ ਦੇ ਆਰਾਮ ਅਤੇ ਮੰਨੋਰੰਜਨ ਵਾਸਤੇ ਸੰਭਵ ਯਤਨ ਜਿਵੇਂ ਸਮੁੰਦਰ ਦੇ ਕਿਨਾਰਿਆਂ ਦੀ ਸੈਰ ਵਾਸਤੇ ਰਿੱਲ, ਆਈਲ ਆਫ ਵਾਈਟ, ਅਤੇ ਬਲੈਕਪੂਲ ਕੋਚਾਂ ਦਾ ਪ੍ਰਬੰਧ ਕਰਕੇ ਲਿਜਾਇਆ ਗਿਆ ਹੈ ।

3) ਐਨਡਿਰੂ ਸਾਈਕ ਬਿਲਡਿੰਗ ਸੰਬੰਧਤ ਹੋਣ ਵਾਲੀ ਬਹੁਤ ਜਰੂਰੀ ਮੁਰੰਮਤ, ਕਮੇਟੀ ਦੇ ਨਵੇਂ ਅਹੁਦੇਦਾਰ-ਸੇਵਕਾਂ ਨੇ ਰੱਬੋਂ ਰੱਬੀ ਕੀਤੀ ਹੈ ਜਿਵੇਂ ਡੱਬਲ ਗਲੇਜਿੰਗ, ਟਾਇਲਾਂ ਅਤੇ ਰੇਲਿੰਗਜ਼ ਵਗੈਰਾ ਫਿੱਟ ਕੀਤੀਆਂ ਹਨ । ਬਿੱਲਡਿੰਗ ਵਾਸਤੇ ਕੌਂਸਲ ਵਲੋਂ ਪਲੈਨਿੰਗ ਇਜ਼ਾਜਤ ਲੈਣ ਦਾ ਜੋ ਬਹੁਤ ਹੀ ਜਰੂਰੀ ਕੰਮ ਸੀ ,ਉਸਦੀ ਸੇਵਾ ਵੀ ਨਿਭਾਈ ਹੈ ।

4) U.K. ਦੇ ਇੰਮੀਗਰੇਸ਼ਨ ਅਤੇ ਨੈਸ਼ਨਿਲਟੀ ਵਿਭਾਗ ਲਿਵਰਪੂਲ, ਪੀਟਰਬਰੋ ਅਤੇ ਲੰਡਨ ਵਾਸਤੇ ਸੰਗਤ ਦੇ ਪਾਸਪੋਰਟ ਤਸਦੀਕ ਕਰਨ ਦੀ ਇਜ਼ਾਜਤ ਲੈ ਕੇ ਗੁਰੂ ਘਰ ਵਿੱਚ ਇਸ ਸੇਵਾ ਨੂੰ ਉਪਲਬੱਧ ਕਰਨ ਵਾਸਤੇ ਮਨਜ਼ੂਰੀ ਲਈ ਗਈ ਹੈ।

5) ਐਨਡਿਰੂ ਸਾਈਕ ਬਿਲਡਿੰਗ ਵਿੱਚੋਂ ਪਾਰਟੀਸ਼ਨ ਕੱਢ ਕੇ ,ਉਥੇ ਬਿਜਲੀ ਦਾ ਸਾਰਾ ਕੰਮ ਕੀਤਾ ਗਿਆ ਹੈ । ਛੱਤ ਦਾ ਕੰਮ ਪੂਰਾ ਕੀਤਾ ਗਿਆ ਹੈ ।
ਏਅਰ ਕੰਨਡੀਸ਼ਨ ਅਤੇ ਹੀਟਿੰਗ ਦਾ ਪੂਰਾ ਪ੍ਰਬੰਧ ਕੀਤਾ ਹੈ। ਲਕੜੀ ਲੋਹੇ ਅਤੇ ਹੋਰ ਮਿੱਟੀ ਘੱਟੇ ਵਾਲਾ ਕੰਮ ਪੇਡ ਅਤੇ ਅੱਨਪੇਡ ਕਰਵਾਇਆ ਗਿਆ ਹੈ । ਇਸ ਕੰਮ ਨੂੰ ਸ਼ੁਰੂ ਕੀਤਿਆ ਜਨਵਰੀ **1998** ਵਿੱਚ ਪੂਰੇ ਦੱਸ ਮਹੀਨੇ ਹੋ

ਗਏ ਹਨ । ਹੁਣ ਉਪਰਲਾ ਹਾਲ ਤਿਆਰ ਹੈ । ਹੇਠਲਾ ਹਾਲ ਵੀ ਲੱਗ ਪੱਗ ਤਿਆਰ ਹੀ ਹੈ । ਇਸ ਹਾਲ ਦੀ ਹਾਲਤ ਨੂੰ ਬਹੁਤ ਵਧੀਆ ਵੇਖ ਕੇ ਇਹ ਹਾਲ ਪੱਕੀ ਵਾਰ ਕਿਰਾਏ ਵਾਸਤੇ ਚੜ੍ਹ ਗਿਆ ਹੈ । ਇਸ ਤਰ੍ਹਾਂ ਸਭਾ ਨੂੰ ਕਿਰਾਏ ਦੀ ਕੋਈ ਬਾਰਾਂ ਹਜ਼ਾਰ ਪੌਂਡ ਦੀ ਆਮਦਨ ਹੋਈ ਹੈ । ਇਸ ਕੰਮ ਨੂੰ ਸਿਰੇ ਚਾੜ੍ਹਨ ਵਾਸਤੇ ਮੌਜੂਦਾ ਕਮੇਟੀ ਮੈਂਬਰਾਂ ਨੇ ਬਹੁਤ ਸਹਿਯੋਗ ਦਿੱਤਾ ਹੈ । ਸਵੇਰੇ ਅੱਠ ਵਜੇ ਤੋਂ ਲੈ ਕੇ ਰਾਤ ਦੇ ਇੱਕ ਇੱਕ ਵਜੇ ਤੱਕ ਗੁਰੂ ਮਹਾਰਾਜ ਜੀ ਦੇ ਮਿਸ਼ਨ ਨੂੰ ਉੱਚਾ ਚੁੱਕਣ ਵਾਸਤੇ ਗੁਰੂ ਘਰ ਦੀ ਇਸ ਬਿਲਡਿੰਗ ਨੂੰ ਤਿਆਰ ਕਰਨ ਵਾਸਤੇ ਸਾਰੇ ਕੰਮ ਮੁੱਫਤ ਆਪਣੀ ਸੇਵਾ ਭਾਵ ਨਾਲ ਕੀਤੇ ਹਨ । ਜਿਨ੍ਹਾਂ ਮੈਂਬਰਾਂ ਨੇ ਇਹ ਸੇਵਾ ਨਿਭਾਈ ਹੈ ਉਨ੍ਹਾਂ ਦੇ ਨਾਮ ਅੱਗੇ ਦਰਜ ਹਨ । ਸ੍ਰੀ ਸਵੱਰਨਾ ਰਾਮ ਡੁਮੇਲੀ, ਡਾ: ਬਲਵੰਤ ਭਾਰਤੀ, ਸ੍ਰ: ਸੁਰਿੰਦਰ ਸਿੰਘ ਢੰਡਾ, ਰਾਮ ਲਾਲ, ਸ਼ਿੰਗਾਰਾ ਰਾਮ, ਸੰਸਾਰ ਚੰਦ, ਬਾਬੂ ਭਜਨ ਰਾਮ ਕੈਲੇ, ਪਿਆਰੇ ਲਾਲ ਕੈਂਥ, ਸੱਤਪਾਲ ਮੱਲ, ਹਰਬੰਸ ਮਹੇ, ਮੀਤੂ ਰਾਮ, ਲੈਂਬਰ ਰਾਮ, ਮੰਗੂ ਮੱਲ, ਗਿਆਨ ਚੰਦ, ਦੇਸ ਰਾਜ ਚੌਹਾਨ, ਧਰਮ ਚੰਦ ਬੰਗਾ, ਗੁਰਨਾਮ ਬਧਨ, ਅਮਰ ਚੰਦ ਮਹੇ, ਮੇਜਰ ਸਿੰਘ, ਕੇਸਰ ਰਾਏ, ਕਰਮ ਚੰਦ ਜੱਸਲ, ਗਿ: ਮੁਹਿੰਦਰ ਸਿੰਘ, ਗਿ: ਪ੍ਰਕਾਸ਼ ਸਿੰਘ ਰਤਨ, ਦੁਰਗਾ ਰਾਮ, ਜੁਗਿੰਦਰ ਮੱਲ ਸਹੋਤਾ, ਬੂਟਾ ਸਿੰਘ, ਲੁਭਾਇਆ ਰਾਮ, ਕੌਂਸਲਰ ਤਰਸੇਮ ਸਿੰਘ, ਦਰਸ਼ਨ ਬੰਗਾ, ਹੁਸਨ ਲਾਲ, ਸੁੱਚਾ ਸਿੰਘ, ਪਾਖਰ ਰਾਮ ਕੈਂਥ, ਲਾਲ ਚੰਦ, ਨਿਰਮਲ ਬਧਨ, ਸੁਰਜੀਤ ਜੱਸੀ, ਜਗਤ ਰਾਮ, ਪ੍ਰੇਮ ਲਾਲ ਅਤੇ ਹੋਰ ਅਣਗਿਣਤ ਸੇਵਾਦਾਰ ਜੋ ਆਪਣੇ ਨਾਮ ਨੂੰ ਗੁੱਪਤ ਹੀ ਰੱਖਣਾ ਚਹੁੰਦੇ ਹਨ।

6) ਬਜ਼ੁਰਗਾਂ ਵਾਸਤੇ ਡੇ ਸੈਂਟਰ ਵਾਸਤੇ **£7000/=** ਦੀ ਗਰਾਂਟ ਮਨਜ਼ੂਰ ਕਰਵਾਈ ਗਈ ਹੈ । ਇਸ ਸੈਂਟਰ ਨੂੰ ਬੜੀ ਸ਼ਾਨੋਸ਼ੌਕਤ ਨਾਲ **1.2.98** ਨੂੰ ਖੋਲ੍ਹਿਆ ਜਾਵੇਗਾ .

7) ਇੰਡੀਆ ਤੋ ਆਏ ਵਿਦਵਾਨਾਂ ਦਾ ਸੁਚੱਜੇ ਢੰਗਾਂ ਨਾਲ ਸੁਅਗਤ ਕੀਤਾ ਗਿਆ ਹੈ । ਜਿਵੇਂ **Dr.B.C.Dass, Princapal Of Garh Shanker College, Prof: Surinder Ajnat, Mr. Mahey of Boota Mandi, Master Gurbanta Singh Ji'S P.A. ,Mrs Meera Kumar M.P.,** ਚੋਧਰੀ ਜਗਜੀਤ ਸਿੰਘ **M.L.A**। ਸਹਿਬਾਨ ਦੇ ਵਿਚਾਰਾਂ ਨੂੰ ਸਾਧ ਸੰਗਤ ਤੱਕ ਪਹੁੰਚਾਉਣ ਦੇ ਉਪਰਾਲੇ ਕੀਤੇ ਗਏ ਹਨ ।

8) ਵੁਲਵਰਹੈਂਪਟਨ ਅਤੇ ਸਟਾਫਰਡਸ਼ਾਇਰ ਦੇ ਸਕੂਲਾਂ ਦੇ ਬੱਚਿਆਂ ਨੇ ਗੁਰੂ ਘਰ ਵਿਚ ਆਣ ਕੇ ਸਤਿਗੁਰ ਮਹਾਰਾਜ ਜੀ ਦੇ ਜੀਵਨ ਬਾਰੇ ਵਾਕਫੀਅਤ ਹਾਸਲ

ਕੀਤੀ ਹੈ ।

9) ਬਿਨ੍ਹਾਂ ਵਿਆਜ ਲਿਆ ਹੋਇਆ £14000/= ਦਾ ਕਰਜਾ ਪਹਿਲਾ ਮੋੜਿਆ ਗਿਆ ਹੈ ਅਤੇ ਫਿਰ ਬਿਨ੍ਹਾਂ ਵਿਆਜ £5500/= ਕਰਜਾ ਹੋਰ ਲਿਆ ਗਿਆ ਅਤੇ ਉਹ ਵੀ ਵਾਪਸ ਕਰ ਦਿੱਤਾ ਗਿਆ ਹੈ ।

10) ਗੁਰੂ ਮਹਾਰਾਜ ਜੀ ਦੇ ਜੀਵਨ ਅਤੇ ਮਿਸ਼ਨ ਦਾ ਪ੍ਰਚਾਰ ਪੰਜਾਬੀ ਅਖਬਾਰਾਂ ਰਾਹੀ ਕੀਤਾ ਗਿਆ ਅਤੇ ਰੇਡੀਓ ਐਕਸ ਐਲ (Radio XL) ਰਾਹੀ ਵੀ ਪਰਸਾਰਤ ਕਰਵਾਇਆ ਗਿਆ । ਤਿੰਨ ਘੰਟੇ ਦੀ ਇੱਕ ਫਿਲਮ ਕੇਬਲ ਟੀ ਵੀ ਵਾਸਤੇ ਵੀ ਫਿਲਮਾਉਂਣ ਦੇ ਉਪਰਾਲੇ ਕੀਤੇ ਗਏ।

11) ਪਰਮ ਸੰਤਾਂ ਮਹਾਤਮਾਂ ਦੇ ਹਫਤੇ ਹਫਤੇ ਦੇ ਦਿਵਾਨ ਸਜਾਏ ਗਏ ਅਤੇ ਸੰਗਤਾਂ ਨੂੰ ਗੁਰੂ ਜੀ ਦੇ ਅਤੇ ਪ੍ਰਮਾਤਮਾ ਦੇ ਲੜ੍ਹ ਲਾਇਆ ਗਿਆ।

12) ਗੁਰੂ ਘਰ ਦੇ ਸਾਰੇ ਹਾਲਾਂ ਨੂੰ ਰੰਗਰੋਗਨ ਕਰਾਇਆ ਗਿਆ ਤੇ ਅੰਦਰੋ ਬਾਹਰੋ ਬਹੁਤ ਹੀ ਪ੍ਰੀਤਾਂ ਨਾਲ ਸਜਾਇਆ ਗਿਆ। ਭਾਂਡਿਆਂ ਵਾਲੇ ਕਮਰੇ, ਰਸੋਈ ਨਾਲ ਲੱਗਦੇ ਸਟੋਰ,ਉਪਰਲੀ ਰਸੋਈ ਅਤੇ ਨਾਲ ਦੇ ਕਮਰਿਆਂ ਦੀ ਬੜੇ ਸੁਚੱਜੇ ਢੰਗਾਂ ਨਾਲ ਮੁਰੰਮਤ ਕਰਵਾਈ ਗਈ ਹੈ ਜਿਹੜੀ ਸਿਹਤ ਦੇ ਪੱਖ ਵਾਸਤੇ ਕਰਨੀ ਬਹੁਤ ਜਰੂਰੀ ਵੀ ਸੀ। ਰਸੋਈ ਦੀ ਸਫਾਈ ਵਾਸਤੇ ਜਿਨਾਂ ਆਦਿ-ਧਰਮੀ ਵੀਰਾਂ ਨੇ ਸੇਵਾ ਕੀਤੀ ਹੈ ਉਹ ਹਨ ਨਿਰਮਲ ਮਹੇ, ਜਨਕ ਰਾਜ ਭਾਟੀਆ ਹਰਬੰਸ ਸਿੰਘ ਹੀਰਾ, ਅਤੇ ਮੁਹਿੰਦਰ ਰੰਧਾਵਾ ਜੀ । ਅਸੀਂ ਇਨ੍ਹਾਂ ਵੀਰਾਂ ਦਾ ਤਹਿ ਦਿਲੋਂ ਧੰਨਵਾਦੀ ਹੈ ।

13) ਗੁਰੂਘਰ ਦੇ ਕਿਊਮਿਨਟੀ ਸੈਂਟਰ ਵਾਸਤੇ 67 ਮੇਜ, 355 ਕੁਰਸੀਆਂ ਅਤੇ 80 ਫੌਜੀ-ਨੁਮਾ ਕੁਰਸੀਆਂ ਸੱਸਤੇ ਮੁੱਲ ਖਰੀਦੀਆਂ ਗਈਆਂ ਹਨ ਇਸ ਵਾਸਤੇ ਅਜੀਤ ਕੁਮਾਰ ਕੰਵਲ ਜੀ ਧੰਨਵਾਦ ਦੇ ਪਾਤਰ ਹਨ ।

14) ਸੰਗਤ ਵਾਸਤੇ ਸਮੇਂ ਸਮੇਂ ਪਾਸਪੋਰਟ, ਫੋਟੂਆਂ, ਅਤੇ ਫਾਰਮ ਗੁਰੂ ਘਰ ਵਿੱਚ ਹੀ ਤਸਦੀਕ ਕੀਤੇ ਜਾਂਦੇ ਹਨ ।

15) ਗੁਰੂ ਘਰ ਵਿੱਚ ਸਿਰਫ ਐਤਵਾਰ ਹੀ ਨਹੀਂ ਸਗੋਂ ਸੱਤੇ ਦਿਨ ਹੁੰਮ ਹੁਮਾ ਕੇ ਹਾਜ਼ਰੀਆਂ ਭਰੀਆਂ ਗਈਆਂ ਅਤੇ ਲੋੜ ਪੈਣ ਉਪਰ ਮੁਰੰਮਤ ਦਾ ਕੰਮ, ਫੋਟੋ ਕਾਪੀਆਂ ਕਰਨ ਦਾ ਕੰਮ, ਵਿਜ਼ੀਟਰ ਅਫਸਰਾਂ ਨਾਲ ਮੀਟਿੰਗਾਂ ਕਰਨ ਦਾ ਕੰਮ

ਅਤੇ ਹੋਰ ਸੰਗਤ ਵਾਸਤੇ ਜਰੂਰੀ ਪੇਪਰ ਵਰਕ ਦੀ ਨਿਸ਼ਕਾਮ ਸੇਵਾ ਨਿਭਾਈ ਗਈ ਹੈ । ਅਸੀਂ ਸ੍ਰੀ ਹਰਬੰਸ ਮਹੇ ਜੀ ਦੇ ਧੰਨਵਾਦੀ ਹਾਂ, ਜਿਨ੍ਹਾਂ ਨੇ ਵੀਕਐਂਡਾਂ ਨੂੰ ਸਵੇਰ ਤੋਂ ਲੈ ਕੇ ਸਾਰਾ ਸਾਰਾ ਦਿਨ ਸਟੇਜ ਦੀ ਕਾਰਵਾਈ ਨਿਭਾਈ ਹੈ ਨਾਲ ਹੀ ਗੁਰੂ ਘਰ ਦੇ ਜਥੇ ਦੇ ਸ੍ਰੀ ਸੋਹਨ ਲਾਲ, ਬਖਸ਼ੀ ਰਾਮ ਭੱਟੀ ਜੀ, ਸਾਲਗ ਰਾਮ ਅਤੇ ਬਜ਼ੁਰਗਾਂ ਵਿਚੋਂ ਸ੍ਰੀ ਚਰਨ ਸਿੰਘ, ਮਹਿੰਗਾ ਰਾਮ, ਦਰਸ਼ਨ ਚੰਦੜ, ਚਾਨਣ ਰਾਮ, ਪਾਖਰ ਕੈਂਥ, ਬਾਬਾ ਭਗਤ ਰਾਮ, ਦਾਸ ਰਾਮ, ਪ੍ਰੀਤਮ ਮਹੇ, ਬਖਸ਼ੀ ਸਿੰਘ, ਅਮਰ ਚੰਦ ਨੌਜੁਆਨ ਰਮੇਸ਼ ਰੱਤੂ ਜੀ ਦੇ ਵੀ ਧੰਨਵਾਦੀ ਹਾਂ ।

16) ਗੁਰੂ ਰਵਿਦਾਸ ਟੈਕਨੀਕੱਲ ਇੰਨਸਟੀਚਿਊਟ ਹੁਸ਼ਿਆਰਪੁਰ ਰੋਡ ਫਗਵਾੜਾ ਵਾਸਤੇ 13 ਲੱਖ ਰੁਪਏਆਂ ਦੀ ਰਕਮ ਕਮੇਟੀ ਵਲੋਂ ਦਾਨ ਕਰਨ ਵਾਸਤੇ ਮਨਜ਼ੂਰ ਕੀਤੀ ਗਈ ਹੈ ।

17) ਗੁਰੂ ਰਵਿਦਾਸ ਧਾਰਮਕ ਸਭਾ ਨੇ ਅਸਟਰੇਲੀਆ ਦੇ ਗੁਰੂ ਘਰ ਵਾਸਤੇ £501 ਭੇਜੇ ਹਨ ।

18) ਗੁਰੂਘਰ ਵਿਖੇ ਬੱਚਿਆਂ ਨੂੰ ਪੜ੍ਹਾਉਣ ਵਾਸਤੇ ਕਲਾਸਾਂ ਲਾਈਆਂ ਗਈਆਂ ਹਨ।

19) U.K. ਸਭਾ ਦੇ ਸਾਰੇ ਸੈਮੀਨਰਾਂ ਵਿੱਚ ਹਾਜ਼ਰੀਆਂ ਭਰੀਆਂ ਹਨ.

20) ਭਾਰਤ ਵਿੱਚ ਕੌਮ ਉਪਰ ਕੀਤੇ ਜਾਂਦੇ ਤਸ਼ੱਦਦ ਵਿਰੁੱਧ ਲੰਡਨ ਵਿਖੇ ਰੋਸ ਮੁਜ਼ਾਹਰੇ ਕੀਤੇ ਗਏ ਹਨ ।

21) ਮਿਸਜ਼ ਰਾਜ ਪੱਟਲਾ ਡਰਸਸ ਵਲੋਂ ਗੁਰੂ ਘਰ ਅੰਦਰ ਸਰਜਰੀਆਂ ਲੁਆਈਆਂ ਗਈਆਂ ਹਨ ।

22) £360,000 ਦੀ ਗਰਾਂਟ ਡੇ ਸਿੰਟਰ ਵਾਸਤੇ ਮਨਜੂਰ ਕਰਾਉਣ ਦੇ ਉਪਰਾਲੇ ਕੀਤੇ ਗਏ ਹਨ ।

23) **OPPS Volunteering** ਵਾਸਤੇ **£30,000** ਦੀ ਗਰਾਂਟ ਵਾਸਤੇ ਅਰਜੀ ਦਿੱਤੀ ਗਈ ਹੈ ।

ਦਾਸ ਇੱਕ ਵਾਰ ਫਿਰ ਸਟੋਰ ਕੀਪਰ, ਮੈਰਿਜ ਰਜਿੱਸਟਰਾਰ, **Utensil Incharge, Building Supervisors, Two Preists, All Trustees, Consti. Committee, Exec. Committee, All deligates,** ਇਸਤਰੀ ਸੱਤਸੰਗ ਅਤੇ ਸਮੂੰਹ ਸਾਧ ਸੰਗਤ ਦੇ ਧੰਨਵਾਦੀ ਹਨ ਕਿਉਂਕਿ ਆਪ ਆਦਮੀ ਤਾਂ ਕੁੱਝ ਕਰਨ ਜੋਗਾ ਨਹੀਂ ਹੈ । ਉਹ ਅਕਾਲ ਪੁਰਖ ਪ੍ਰਮਾਤਮਾ ਆਪ ਹੀ ਸਭ ਕੁੱਝ ਕਰਨ ਕਰਾਉਣ ਵਾਲਾ ਹੈ । ਕਮੇਟੀ ਵਲੋਂ ਕੰਮ ਕਰਦਿਆਂ ਕਈ ਤਰੁਟੀਆਂ ਰਹਿ ਗਈਆਂ ਹੋਣਗੀਆਂ ਪਰ ਫਿਰ ਵੀ ਦਾਸਾਂ ਨੂੰ ਪੂਰੀ ਉਮੀਦ ਹੈ ਕਿ ਸਾਧ

ਸੰਗਤ ਉਨ੍ਹਾਂ ਤਰੁੱਟੀਆਂ ਨੂੰ ਸੇਵਾਦਾਰਾਂ ਨਾਲ ਰਲ ਕੇ ਪੂਰੀਆਂ ਕਰਨ ਦੀ ਕੋਸ਼ਿਸ਼ ਕਰੇਗੀ ਅਤੇ ਸੇਵਾਦਾਰਾਂ ਦੀਆਂ ਭੁੱਲਾਂ ਨੂੰ ਮੁਆਫ ਕਰੇਗੀ ਅਤੇ ਅੱਗੇ ਹੋਣ ਵਾਲੇ ਲੋਕ ਭਲਾਈ ਦੇ ਕੰਮਾਂ ਨੂੰ ਕਰਨ ਵਾਸਤੇ ਕਮੇਟੀ ਨੂੰ ਉਤਸ਼ਾਹ ਬਖਸ਼ੇਗੀ।

ਗੁਰੂ ਰਵਿਦਾਸ ਮਹਾਰਾਜ ਜੀ ਦੇ ਫਲਸਫੇ ਨੂੰ ਅੰਤਰ-ਰਾਸ਼ਟਰੀ ਪੱਧਰ ਉਪਰ ਫੈਲਾਉਣ ਅਤੇ ਗੁਰੂ ਜੀ ਦੇ ਮਿਸ਼ਨ ਪ੍ਰਥਾਇ ਲਿਖੇ ਲਿਟਰੇਚਰ ਨੂੰ ਪ੍ਰੋਤਸਾਹਿਤ ਕਰਨ ਵਾਸਤੇ ਇਸ ਪੁਸਤਕ ਨੂੰ ਛਪਵਾਉਣ ਦਾ ਸਾਡਾ ਮੁਖ ਮੰਤਵ ਹੈ । ਕਮੇਟੀ ਸ੍ਵ ਸ੍ਰੀ ਰਤਨ ਰੀਹਲ ਜੀ ਦੀ ਤਹਿ ਦਿਲੋਂ ਧੰਨਵਾਦੀ ਹੈ ਜਿਨ੍ਹਾਂ ਨੇ ਸਖਤ ਮਿਹਨਤ ਨਾਲ ਇਹ ਇੱਕ ਅਤਿ ਉਤਮ ਖੋਜ ਭਰਪੂਰ ਕਾਰਜ ਕੀਤਾ ਹੈ । ਗਿ: ਰਤਨ ਰੀਹਲ ਜੀ ਇੱਕ ਅਹਿਮ ਵਿਚਾਰਵਾਨ ਲੇਖਕ ਹਨ । ਇਸ ਪੁਸਤਕ ਨਾਲ ਉਨ੍ਹਾਂ ਦੀਆਂ ਕੁੱਲ ਸੋਲਾਂ ਪੁਸਤਕਾ ਛੱਪੀਆਂ ਅਣਛੱਪੀਆ ਹਨ । ਉਹ ਕਵਿਤਾਵਾਂ ਵੀ ਲਿਖਦੇ ਹਨਾ ਨਾਵਲ, ਕਹਾਣੀਆਂ, ਨਾਟਕ, ਇਕਾਂਗੀ ਵੀ ਲਿਖਦੇ ਹਨਾ ਪੰਜਾਬੀ ਸਾਹਿਤ ਦੇ ਆਲੋਚਕਾਂ ਅੰਦਰ ਉਨ੍ਹਾਂ ਦਾ ਨਾਮ ਪ੍ਰਮੁੱਖ ਆਲੋਚਕਾਂ ਵਿੱਚ ਗਿਣਿਆ ਜਾਂਦਾ ਹੈ । ਗਿ: ਰਤਨ ਰੀਹਲ ਜੀ ਬੜੀ ਲਗਨ ਨਾਲ ਪੰਜਾਬੀ ਸਾਹਿਤ ਦਾ ਖਜ਼ਾਨਾ ਭਰਪੂਰ ਕਰ ਰਹੇ ਹਨ । ਉਨ੍ਹਾਂ ਦੀ ਲਿਖਤ ਇਹ ਹੱਥਲੀ ਪੁਸਤਕ ਵਿਦਵਾਨਾਂ ਅਤੇ ਪਾਠਕਾਂ ਵਾਸਤੇ ਇੱਕ ਅਮੁੱਲਾ ਤੋਹਫਾ ਹੈ । ਗੁਰੂ ਰਵਿਦਾਸ ਧਾਰਮਕ ਸਭਾ ਇਹ ਉਮੀਦ ਕਰਦੀ ਹੈ ਕਿ ਸੰਗਤ ਇਹ ਪੁਸਤਕ ਬੜੀ ਨੀਝ ਅਤੇ ਵਿਚਾਰ ਨਾਲ ਪੜ੍ਹਨ ਦੇ ਨਾਲ ਨਾਲ ਇਸ ਪੁਸਤਕ ਦਾ ਆਪਣੇ ਤਹਿ ਦਿਲੋਂ ਸੁਆਗਤ ਕਰੇਗੀ ।

ਧੰਨਵਾਦ ਸਹਿਤ ਸੰਗਤਾਂ ਦੇ ਦਾਸ

ਸਵੱਰਨਾ ਰਾਮ ਭੁਮੇਲੀ	ਡਾ:ਬਲਵੰਤ ਭਾਰਤੀ	ਭਜਨ ਰਾਮ ਕੈਲੇ
(ਪ੍ਰਧਾਨ)	(ਜਨਰਲ ਸਕੱਤਰ)	(ਖਜ਼ਾਨਚੀ)

ਸ੍ਰੀ ਗੁਰੂ ਰਵਿਦਾਸ ਧਾਰਮਕ ਸਭਾ
181 Dudley Road,
Wolverhampton. U.K.
January, 1998

□

ਮੌਜੂਦਾ ਕਮੇਟੀ ਮੈਂਬਰਜ਼ (June,1996 TO June 1998

President:- Swarna Ram Domeli

Senior Vice President:- Gurnam Singh Badhan
Vice President:- Sohan Lal Pal, Mitu Ram, Mangoo Mal

General Secretary:- Dr. Balwant Bharti

Cashier:- Bhajan Ram Kailey
Assistant Cashier:- Joginder Pal Sahota

Chief Organiser Surinder Singh Dhanda

Assistant Secretary:- Satpal Mal
Stage Secretary:- Harbans Lal Mahay
Education Sec./Librarian: Harmesh Rattu
Auditor:- Pritam Dass Mahay
Chairman Consti. Committee :- Mr. Raghbir Singh
Members Consti. Commattee:- Boota Singh,Lamber Ram, Piara Ram Kainth, Nirmal Dass Chander, Sansar Chand, Nirmal Ram Badhan.
Registrars:- Resham Lal Clair, Ajit Kumar kanwal
Store Keepers:- Bakhshi Singh, Amar Chand Jhumat
Kitchen Incharge:- Bakhshi Ram Bhatti, Karma Ram
Utensal Incharge: Darshan Lal Chander,Sucha Ram Sund
Building Supervisors:- Ram Lal Parbagga, Durga Dass, Charan Dass Rattu, Lal Chand, Shangara Ram Summan,
Trustees:-1) Dharm Chand Banga, 2)Karam Chand Jassal, 3) Gian Singh Bhatia, 4) Major Singh .

□

ਪੁਸਤਕ ਆਧਾਰ

ਪਾਠਕਾਂ ਅੱਗੇ ਨਿਮਰਤਾ ਸਹਿਤ ਬੇਨਤੀ ਹੈ ਕਿ ਪੁਸਤਕ ਪੂਰੀ ਤਰ੍ਹਾਂ ਪੜ੍ਹਕੇ ਹੀ ਇਸ ਪੁਸਤਕ ਦੇ ਸਿਰਲੇਖ ਬਾਰੇ ਆਪਣੇ ਮਨ ਵਿੱਚ ਕੋਈ ਸੰਕਲਪ ਬਣਾਇਆ ਜਾਵੇ ।

ਜਦੋਂ ਤੋਂ ਮੈ ਸੁਰਤ ਸੰਭਾਲੀ ਹੈ ਅਤੇ ਸ੍ਰੀ ਗੁਰੂ ਗਰੰਥ ਸਾਹਿਬ ਜੀ ਦੇ ਪਾਠ ਕਰਨ ਦੇ ਸਮਰੱਥ ਹੋਇਆ ਸੀ,ਉਸ ਸਮੇਂ ਤੋਂ ਹੀ ਮੇਰੇ ਮਨ ਵਿੱਚ ਅਜੇਹੀ ਪੁਸਤਕ ਲਿਖਣ ਦਾ ਇਰਾਦਾ ਬਣ ਰਿਹਾ ਸੀ। 1949 ਤੇ ਲੈਕੇ 1959 ਤੱਕ ਗੁਰਬਾਣੀ ਦੇ ਪਾਠ ਦਾ ਮੱਸ ਪ੍ਰਬੱਲ ਹੋ ਗਿਆ ਅਤੇ ਸੰਪਟ ਪਾਠ ਕਰਨ ਵਾਲੇ ਪਾਠੀਆਂ ਵਾਲੀ ਸ਼ੁਹਰਤ ਦਾ ਵੀ ਸੁਭਾਗ ਪਰਾਪਤ ਹੋਇਆ ਇਸ ਸਮੇਂ ਦੁਰਾਨ ਸੰਪਰਦਾਇਕ ਟੀਕਾਕਾਰਾਂ ਦੀ ਸੰਗਤ ਕਰਨ ਕਾਰਨ, ਗੁਰਬਾਣੀ ਨੇ ਮੇਰੀ ਵਿਚਾਰਧਾਰਾ ਉੱਪਰ ਡੂੰਘਾ ਅਸਰ ਕੀਤਾ ਅਤੇ ਜਦ ਮੈਂ ਅਧੁਨਿਕ ਵਿਦਵਾਨਾਂ ਦੀ ਸੰਗਤ ਵਿੱਚ ਆਇਆ ਤਾਂ ਇਸ ਪੁਸਤਕ ਲਿਖਣ ਦਾ ਆਸ਼ਾ ਹੋਰ ਨਿਖਰ ਆਇਆ। ਮੇਰੇ ਮਨ ਵਿੱਚ ਮੇਰੇ ਇਸ ਆਸ਼ੇ ਦਾ ਭਵਿਖ ਕਈ ਹਨੇਰੇ ਅਤੇ ਕਈ ਸੂਰਜ ਹੰਢਾਉਦਾ ਹੋਇਆ ਆਖਿਰ 1990 ਵਿੱਚ ਆਪਣਾ ਰੂਪ ਸੁਆਰਨ ਲੱਗ ਪਿਆ। ਇਸ ਪੁਸਤਕ ਨੂੰ ਲਿਖਣ ਦਾ ਮੇਰਾ ਮੰਤਵ ਆਪਣੀ ਸੂਝ ਅਨੁਸਾਰ ਸਿਰਫ ਸਚਾਈ ਨੂੰ ਪ੍ਰਗਟ ਕਰਨਾ ਹੀ ਹੈ। ਮਾਇਕ ਸਥਿੱਤੀ ਮਸਤਾਨੀ ਹੋਣ ਕਰਕੇ ਦਸੰਬਰ 1993 ਵਿੱਚ ਮੈਂ ਇਸ ਪੁਸਤਕ ਦਾ ਖਰੜਾ ਤਿਆਰ ਕਰਕੇ ਸ੍ਰੀ ਗੁਰੂ ਰਵਿਦਾਸ ਧਾਰਮਕ ਸਭਾ,ਡੱਡਲੀ ਰੋਡ,ਵੁਲਵਰਹੈਂਪਟਨ ਦੇ ਸਕੱਤ੍ਰ ਬਾਬੂ ਰਾਮ ਪ੍ਰਕਾਸ਼ ਹੀਰਾ ਜੀ ਦੇ ਸਪੁਰਦ ਇਸ ਕਰਕੇ ਕੀਤਾ ਕਿ ਇਸ ਪੁਸਤਕ ਵਿੱਚ ਦਰਜ ਵਿਚਾਰਾਂ ਦਾ ਮੁਲਾਂਕਣ ਕਰਕੇ ਉਹ ਇਸ ਪੁਸਤਕ ਦੀ ਛਪਾਈ ਦਾ ਪ੍ਰਬੰਧ ਕਰ ਸਕਣ। ਮੈਂ ਸ੍ਰੀ ਗੁਰੂ ਰਵਿਦਾਸ ਧਾਰਮਕ ਸਭਾ, ਵੁਲਵਰਹੈਂਪਟਨ ਅਤੇ ਉੱਥੋਂ ਦੀ ਸਾਧ ਸੰਗਤ ਦਾ ਧੰਨਵਾਦੀ ਹਾਂ ਜਿਨ੍ਹਾਂ ਨੇ ਇਸ ਪੁਸਤਕ ਦੀ ਛਪਾਈ ਵਾਸਤੇ ਦਸਾਂ ਨੌਹਾਂ ਦੀ ਕਿਰਤ ਨਾਲ ਕਮਾਇਆ ਆਪਣਾ ਧਨ ਖਰਚਿਆ ਹੈ। ਇਸ ਸੰਸਕਰਨ ਦੀ ਵਿੱਕਰੀ ਵਿੱਚੋਂ ਹੋਇਆ ਲਾਭ ਵੀ ਸਾਰਾ ਸ੍ਰੀ ਗੁਰੂ ਰਵਿਦਾਸ ਧਾਰਮਕ ਸਭਾ ਨੂੰ ਹੀ ਜਾਣਾ ਹੈ। ਸ੍ਰੀ ਗੁਰੂ ਰਵਿਦਾਸ ਜੀ ਦੀ ਜੋ ਬਾਣੀ ਸ੍ਰੀ ਗੁਰੂ ਗ੍ਰੰਥ ਸਾਹਿਬ ਜੀ ਅੰਦਰ ਅੰਕਿਤ ਹੈ। ਭਾਰਤ ਵਿੱਚ ਉਸ ਬਾਣੀ ਦਾ ਪ੍ਰਚਾਰ ਸਭ ਤੋਂ ਪਹਿਲਾਂ ਸੰਨ 1924/25 ਸਮੇਂ ਸਤਿਕਾਰ ਯੋਗ ਬਾਬੂ ਮੰਗੂ ਰਾਮ ਜੀ ਅਤੇ ਉਨ੍ਹਾਂ ਨਾਲ ਸੇਠ ਲੱਭੂ ਰਾਮ ਜੀ ਸੁੱਚੀ ਪਿੰਡ ਵਾਲਿਆਂ ਨੇ ਸ਼ੁਰੂ ਕੀਤਾ ਸੀ ਅਤੇ ਹੁਣ ਇਹ ਪ੍ਰਚਾਰ ਸ੍ਰੀ ਗੁਰੂ ਰਵਿਦਾਸ ਧਾਰਮਕ ਸਭਾ ਵੁਲਵਰਹੈਂਪਟਨ ਬੜੇ ਉਤਸ਼ਾਹ ਨਾਲ ਕਰ ਰਹੀ ਹੈ। ਜਿਸਦੇ ਮੌਜੂਦਾ ਪ੍ਰਧਾਨ ਬਾਬੂ ਸਵੱਰਨਾ ਰਾਮ

ਝੁਮੇਲੀ ਜੀ ਹਨ ਅਤੇ ਸਕੱਤਰ ਡਾ: ਬਲਵੰਤ ਭਾਰਤੀ ਜੀ ਹਨ। ਉਨ੍ਹਾਂ ਨਾਲ ਗੁਰੂ ਘਰ ਦੇ ਅਣਥੱਕ ਸੇਵਕ ਸ੍: ਸੁਰਿੰਦਰ ਸਿੰਘ ਢੰਡਾ,ਹਰਭਜਨ ਰਾਮ ਕੈਲੇ,ਸਤਪਾਲ ਮੱਲ ਹਰਬੰਸ ਲਾਲ ਮਰੇ ਜੀ ਹਨ। ਹੋਰ ਸਾਰੀ ਸੰਗਤ ਗੁਰੂ ਘਰ ਦੀ ਸੇਵਾ ਵੱਧ ਚੜ੍ਹਕੇ ਕਰਨ ਦੇ ਨਾਲ ਨਾਲ ਉਪ੍ਰੋਕਤ ਵਿਅਕਤੀਆਂ ਦਾ ਬੜਾ ਮਾਣ ਸਤਿਕਾਰ ਕਰਦੀ ਹੋਈ ਪ੍ਰਭ ਅਨੂਪ ਗੁਰੂ ਜੀ ਦੀ ਉਸਤਤ ਅਤੇ ਪ੍ਰਚਾਰ ਕਰਨ ਹਿੱਤ ਆਪਣਾ ਪੂਰਾ ਸਾਥ ਨਿਭਾਉਂਦੀ ਹੈ।

ਸੰਨ **1984** ਵਿੱਚ ਮੈਂ **ISYF** ਵਾਸਤੇ ਇੱਕ ਨਾਟਕ 'ਕਿਸ ਉੱਦਮ 'ਤੇ ਰਾਜ ਮਿਲੈ' ਲਿਖਿਆ ਸੀ ਜਿਸ ਨਾਟਕ ਨੂੰ ਖੇਡਣ ਵਾਸਤੇ ਸਾਰੇ ਇੰਤਜ਼ਾਮ **ISYF** ਨੇ ਹੀ ਕੀਤੇ ਸਨ ਤੇ ਇੰਗਲੈਂਡ ਦੇ ਵੱਡਿਆਂ ਸ਼ਹਿਰਾਂ ਦੀਆਂ ਸਟੇਜਾਂ ਉੱਪਰ ਇਹ ਨਾਟਕ ਖੇਡਿਆ ਗਿਆ ਸੀ। ਜੂਨ **1984** ਤੋਂ ਉਪ੍ਰੰਤ ਅੱਜ ਤੱਕ ਪੰਜਾਬ ਵਿੱਚ ਜੋ ਵੀ ਸਿੱਖੀ ਸੰਘਰਸ਼ ਹੋਇਆ ਹੈ,ਉਹ ਸਾਰਾ ਹੀ ਉਸ ਮੇਰੇ ਨਾਟਕ ਅਨੁਸਾਰ ਹੀ ਵਾਪਰਿਆ ਹੈ।

ਸ੍ਰੀ ਗੁਰੂ ਗੋਬਿੰਦ ਸਿੰਘ ਜੀ ਦੇ **52** ਦਰਬਾਰੀ ਕਵੀ ਸਨ, ਜਿਨ੍ਹਾਂ ਦਾ ਪਹਿਨਣ-ਖਾਣ, ਰਹਿਣ-ਸਹਿਣ ਅਤੇ ਉਨ੍ਹਾਂ ਦੀਆਂ ਹੋਰ ਪਰਵਾਰਿਕ ਲੋੜਾਂ ਨੂੰ ਗੁਰੂ ਜੀ ਦੇ ਖਜ਼ਾਨੇ ਵਿੱਚੋਂ ਹੀ ਪੂਰਿਆਂ ਕੀਤਾ ਜਾਂਦਾ ਸੀ । ਅੱਜ ਕੱਲ੍ਹ ਸਿੱਖੀ ਅਦਾਰਿਆਂ ਵਿੱਚ ਆਪੋ-ਧਾਪ ਮਚੀ ਹੋਈ ਹੈ। ਕਿਸੇ ਵੀ ਸਿੱਖੀ ਅਦਾਰੇ ਨੇ ਲੇਖਕ ਦੀ ਕਿਸੇ ਪਖੋਂ ਕੋਈ ਵੀ ਮੱਦਦ ਨਹੀਂ ਕੀਤੀ। ਇਥੋਂ ਤੱਕ ਕਿ ਅੱਜ ਕੱਲ੍ਹ ਸਿੱਖੀ ਸੰਘਰਸ਼ ਦੇ ਹਿੱਤਾਂ ਨੂੰ ਪ੍ਰਗਟਾਉਣ ਵਾਲੇ ਪ੍ਰਤਿਨਿਧ ਮੈਗਜ਼ੀਨ ਮੇਰਾ ਨਾਮ ਛਾਪਣ ਵਲੋਂ ਵੀ ਕੰਨੀ ਕਤਰਾਉਂਦੇ ਹਨ। ਸਿੱਖੀ ਅਦਾਰਿਆਂ ਨੂੰ ਚਾਹੀਦਾ ਹੈ ਕਿ ਉਹ ਆਪਣੀਆ ਗੋਲਕਾਂ ਵੀ ਭਰਨ ਅਤੇ ਜੋ ਲੇਖਕ ਸਿੱਖੀ ਦੀ ਚੜ੍ਹਦੀ ਕਲਾ ਵਾਸਤੇ ਲਿਖਦੇ ਹਨ, ਉਨ੍ਹਾਂ ਲੇਖਕਾਂ ਦਾ ਮਾਣ ਸਤਿਕਾਰ ਵੀ ਚੰਗੇ ਢੰਗਾਂ ਨਾਲ ਕਰਨ ।

ਸ੍ਰੀ ਗੁਰੂ ਗ੍ਰੰਥ ਸਾਹਿਬ ਜੀ ਅੰਦਰ ਸੁਸ਼ੋਭਤ ਗੁਰਬਾਣੀ ਦੇ ਸ਼ਬਦ ਜੋ ਇਸ ਪੁਸਤਕ ਦੇ ਆਧਾਰ ਵਾਸਤੇ ਚੁਣੇ ਗਏ ਹਨ, ਉਨ੍ਹਾਂ ਸ਼ਬਦਾਂ ਦੀ ਵਿਆਖਿਆ, ਮੈਂ ਸੰਪਰਦਾਇਕ ਟੀਕਾਕਾਰਾਂ ਦੇ ਵਿਚਾਰਾਂ ਨੂੰ ਮੁੱਖ ਰੱਖਕੇ ਹੀ ਕੀਤੀ ਹੈ। ਇਸ ਪੁਸਤਕ ਵਿੱਚ ਅੰਕਿਤ ਕਿਸੇ ਸ਼ਬਦ ਦੇ ਭਾਵ-ਅਰਥਾਂ ਨੂੰ ਆਪਣੇ ਵਿਚਾਰਾਂ ਦੇ ਸੁਆਰਥ ਵਾਸਤੇ ਬਦਲਿਆ ਨਹੀਂ ਗਿਆ ਹੈ। ਇਸ ਪੁਸਤਕ ਨੂੰ ਲਿਖਣ ਲੱਗਿਆਂ ਮੈਂ ਕਿਸੇ ਵਿਚਾਰਧਾਰਾ ਪ੍ਰਤਿ ਆਪਣੀ ਸ਼ਰਧਾ ਨਹੀਂ ਵਿਖਾਈ ਅਤੇ ਨਾ ਹੀ ਕਿਸੇ ਧਰਮ ਉੱਪਰ ਆਪਣੇ ਵਿਚਾਰਾਂ ਅਨੁਸਾਰ ਕੋਈ ਕਿੰਤੂ ਕੀਤਾ ਹੈ। ਜੋ ਵੀ ਵਿਚਾਰ ਇਸ ਪੁਸਤਕ ਵਿੱਚ ਦਰਜ ਕੀਤੇ ਹਨ। ਮੇਰੇ ਖਿਆਲ ਅਨੁਸਾਰ ਉਨ੍ਹਾਂ ਵਿਚਾਰਾਂ ਵਿੱਚ ਅਟੱਲ ਸਚਾਈ ਹੈ।

ਇਸ ਪੁਸਤਕ ਦੇ ਪ੍ਰਚਾਰ ਨਾਲ ਸਦੀਆਂ ਤੋਂ ਦਬਾਈ ਜਾਂਦੀ ਰਹੀ ਵਿਚਾਰਧਾਰਾ

ਦਾ ਗੌਰਵ ਹੋਰ ਉੱਚਾ ਹੋਵੇਗਾ ਅਤੇ ਉਹ ਵਿਚਾਰਧਾਰਾ ਜਿਸਨੇ ਸਿੱਖੀ ਇਸ਼ਟ ਨੂੰ ਸਭ ਗੁਰੂਆਂ ਤੋਂ ਪਹਿਲਾਂ ਪ੍ਰਗਟ ਕੀਤਾ ਸੀ,ਆਪਣੇ ਰਹੱਸਵਾਦੀ ਮੂਲ ਨੂੰ ਪਛਾਣ ਕੇ ਬੜੀ ਸ਼ਰਧਾ ਨਾਲ ਆਪਣੇ ਹੀ ਉਚਾਰੇ ਹੋਏ ਸਿੱਖੀ ਇਸ਼ਟ ਦੀ ਚੜ੍ਹਦੀ ਕਲਾ ਵਾਸਤੇ ਪ੍ਰਭੂ ਅੱਗੇ ਵੱਧ ਚੜ੍ਹ ਕੇ ਅਰਦਾਸਾਂ ਕਰਨਗੇ।

ਬਾਬੂ ਹਰਚਰਨ ਦਾਸ ਬਿਰਦੀ ਜੀ,ਬਾਬੂ ਰਾਮ ਪ੍ਰਕਾਸ਼ ਹੀਰਾ ਜੀ ਅਤੇ ਬਾਬੂ ਸਵੱਰਨ ਚੰਦ ਭੈਰੋਂ ਜੀ ਦਾ ਮੈਂ ਤਹਿ ਦਿਲੋਂ ਧੰਨਵਾਦੀ ਜਿਨ੍ਹਾਂ ਨੇ ਇਸ ਪੁਸਤਕ ਵਿੱਚ ਅੰਕਿਤ ਗੁਰਬਾਣੀ ਅਤੇ ਬਾਣੀ ਦੇ ਸ਼ਬਦ-ਜੋੜਾਂ ਨੂੰ ਬੜੀ ਸ਼ਰਧਾ ਅਤੇ ਮਿਹਨਤ ਨਾਲ ਪੜ੍ਹਕੇ ਸਹੀ ਕੀਤਾ ਹੈ। ਸ੍ਰੀ ਗੁਰੂ ਗਰੰਥ ਸਾਹਿਬ ਜੀ ਅੰਦਰ ਦਰਜ ਗੁਰਬਾਣੀ ਅਨੁਸਾਰ ਸ਼ਬਦ-ਜੋੜਾਂ ਦਾ ਧਿਆਨ ਰੱਖਿਆ ਗਿਆ ਹੈ ਅਤੇ ਵਰਣ-ਵਿਨਿਆਸ 99% ਸਹੀ ਹੋਣ ਦਾ ਦਾਅਵਾ ਕੀਤਾ ਜਾ ਸਕਦਾ ਹੈ ।

ਹਰੇਕ ਇਨਸਾਨ ਇਸ ਦੁਨੀਆ ਉਪਰ ਕਿਸੇ ਕਾਰਨ ਕਰਕੇ ਹੀ ਆਉਂਦਾ ਹੈ। ਇਸ 'ਕਾਰਨ' ਸ਼ਬਦ ਦੇ ਉਹਲੇ ਹੀ ਪ੍ਰਮਾਤਮਾ ਆਪ ਹੈ। ਦੁੱਖ ਅਤੇ ਸੁੱਖ ਦਾ ਕਾਰਨ ਨਫ਼ੇ ਅਤੇ ਨੁਕਸਾਨ ਦਾ ਕਾਰਨ ਕ੍ਰੋਧ ਅਤੇ ਹੰਕਾਰ ਦਾ ਕਾਰਨ ਲੋਭ ਅਤੇ ਮੋਹ ਦਾ ਕਾਰਨ ਜਤ-ਸਤ ਅਤੇ ਕਾਮ ਦਾ ਕਾਰਨ ਜੀਵਨ ਅਤੇ ਮੌਤ ਦਾ ਕਾਰਨ ਰੱਬ ਇਨਸਾਨ ਨੂੰ ਇਸੇ ਕਾਰਨ ਦੇ ਭੁਲੇਖੇ ਵਿੱਚ ਪਾ ਕੇ ਹਰ ਗੱਲ ਦੇ ਦੋਸ਼ ਵਲੋਂ ਆਪ ਮੁਕਤ ਹੋ ਜਾਂਦਾ ਹੈ। ਕਈ ਇਨਸਾਨ ਆਪਣੇ ਪ੍ਰਵਾਰ ਕਾਰਨ ਹੀ ਜੀਉਂਦੇ ਹਨ ਅਤੇ ਉਨ੍ਹਾਂ ਇਨਸਾਨਾਂ ਦਾ ਪ੍ਰਵਾਰ ਉਨ੍ਹਾਂ ਨੂੰ ਸਦਾ ਯਾਦ ਰੱਖਦਾ ਹੈ। ਕਈ ਇਨਸਾਨ ਆਪਣੀ ਕੌਮ ਕਾਰਨ ਹੀ ਜੀਉਂਦੇ ਹਨ ਅਤੇ ਉਨ੍ਹਾਂ ਇਨਸਾਨਾਂ ਨੂੰ ਸਾਰੀ ਕੌਮ ਸਦਾ ਯਾਦ ਰੱਖਦੀ ਹੈ। ਕਈ ਇਨਸਾਨ ਇਸ ਸ੍ਰਿਸ਼ਟੀ ਕਾਰਨ ਹੀ ਜੀਉਂਦੇ ਹਨ ਅਤੇ ਉਨ੍ਹਾਂ ਨੂੰ ਸਾਰੀ ਸ੍ਰਿਸ਼ਟੀ ਯਾਦ ਰੱਖਦੀ ਹੈ। ਜਿਸ ਕਾਰਨ ਮੈਂ ਇਸ ਦੁਨੀਆ ਉਪਰ ਆਇਆ ਹਾਂ ਮੈਂ ਵੀ ਇਸ ਪੁਸਤਕ ਨਾਲ ਹੁਣ ਆਪਣਾ ਉਹ ਕਾਰਨ ਪੂਰਾ ਕਰ ਲਿਆ ਹੈ ਪਰ ਮੈਂ ਰੱਬ ਨੂੰ ਇਸ ਕਾਰਨ ਉਹਲੇ ਕਦੇ ਨਹੀਂ ਲੁਕਣ ਦਿੱਤਾਮੇਰੀ ਸਮਝ ਅਨੁਸਾਰ ਕਰਨ ਕਰਾਉਣ ਵਾਲਾ ਉਹ ਪ੍ਰਮਾਤਮਾ ਹੀ ਹੈ।

ਲੇਖ ਲਿਖਾਇਆ ਲਿਖਿਆ,ਜੋ ਲਿਖਿਆ ਬਹੁਤ ਪਸੰਦ ।

ਸਫ਼ਲ ਰਤਨ ਦਾ ਜੀਵਣਾ ,ਹੁਣ ਮਰਨੇ ਵਿੱਚ ਅਨੰਦ ।

ਸੋਲਾਂ ਰਾਗਾਂ ਵਿੱਚ ਉਚਾਰੀ ਹੋਈ ਬਾਣੀ ਵਾਲੇ ਚਾਲੀ ਸ਼ਬਦਾਂ ਤੋਂ ਇਲਾਵਾ ਸ੍ਰੀ ਗੁਰੂ ਰਵਿਦਾਸ ਜੀ ਦਾ ਇੱਕ ਸਲੋਕ ਵੀ ਸ੍ਰੀ ਗੁਰੂ ਗ੍ਰੰਥ ਸਾਹਿਬ ਜੀ ਅੰਦਰ "ਸਲੋਕ ਭਗਤ ਕਬੀਰ ਜੀਉ ਕੇ" ਦੇ ਸਿਰਲੇਖ ਨਾਲ ਪੰਨਾ ਨੰਬਰ 1377 ਉੱਪਰ ਹੇਠ ਲਿਖੇ ਦੀ ਤਰ੍ਹਾਂ ਦਰਜ ਹੈ। ਕਈ ਵਿਦਵਾਨਾਂ ਦਾ ਵਿਚਾਰ ਹੈ ਕਿ ਇਹ ਸਲੋਕ ਸ੍ਰੀ ਕਬੀਰ ਜੀ ਦਾ ਹੀ ਹੈ ਪਰ ਉਹ ਵਿਚਾਰ ਹੇਠ ਲਿਖੇ ਕਾਰਨਾ ਕਾਰਨ

ਠੀਕ ਨਹੀਂ ਹੈ।

ਹਰਿ ਸੋ ਹੀਰਾ ਛਾਡਿਕੇ ਕਰਹਿ ਆਨ ਕੀ ਆਸ ॥
ਤੇ ਨਰ ਦੋਜਕ ਜਾਹਿੰਗੇ ਸਤਿ ਭਾਖੈ ਰਵਿਦਾਸ ॥

ਸਲੋਕ ਦੇ ਅੰਤ ਉੱਪਰ ਸ੍ਰੀ ਗੁਰੂ ਰਵਿਦਾਸ ਜੀ ਦਾ ਨਾਮ ਅੰਕਿਤ ਹੈ,ਇਸ ਤੋਂ ਇੱਕ ਆਸ ਬੱਝਦੀ ਹੈ ਕਿ ਸ੍ਰੀ ਗੁਰੂ ਰਵਿਦਾਸ ਜੀ ਨੇ ਹੋਰ ਵੀ ਸਲੋਕ ਉਚਾਰੇ ਹੋਣਗੇ ਜਿਹੜੇ ਉਨ੍ਹਾਂ ਦੀ ਹੋਰ ਬਾਣੀ ਵਾਂਗ ਸ੍ਰੀ ਗੁਰੂ ਗ੍ਰੰਥ ਸਾਹਿਬ ਜੀ ਦੀ ਸੰਪਾਦਨਾ ਉਪ੍ਰੰਤ ਸੰਭਾਲੇ ਨਹੀਂ ਜਾ ਸਕੇ ।

ਇਸ ਸਚਾਈ ਦਾ ਸਬੂਤ ਇਹ ਵੀ ਹੈ ਕਿ ਇਸ ਸਲੋਕ ਤੋਂ ਪਹਿਲਾਂ ਇੱਕ ਸਲੋਕ ਸ੍ਰੀ ਨਾਮਦੇਵ ਜੀ ਦਾ ਵੀ ਹੇਠ ਲਿਖੇ ਦੀ ਤਰ੍ਹਾਂ ਦਰਜ ਹੈ ।

ਢੂੰਢਤ ਡੋਲਹਿ ਅੰਧ ਗਤਿ ਅਰੁ ਚੀਨਤ ਨਾਹੀ ਸੰਤ ॥
ਕਹਿ ਨਾਮਾ ਕਿਉ ਪਾਈਐ ਬਿਨੁ ਭਗਤਹੁ ਭਗਵੰਤ ॥

ਸ੍ਰੀ ਗੁਰੂ ਅਰਜਨ ਦੇਵ ਜੀ ਦੀ ਅਲੌਕਿਕ ਸੰਪਾਦਨਾ ਵਿਧੀ ਸਿਰਫ ਸਲੋਕ ਨਾਲ ਹੀ ਪੁਨਰਾਵ੍ਰਿਤ ਹੁੰਦੀ ਹੈ,ਸ੍ਰੀ ਕਬੀਰ ਜੀ ਦੇ ਨਾਮ ਨਾਲ ਨਹੀਂ ਹੈ।

ਇਸੇ ਤਰ੍ਹਾਂ ਸ੍ਰੀ ਫਰੀਦ ਜੀ ਦੇ ਸਲੋਕਾਂ ਨਾਲ ਸ੍ਰੀ ਗੁਰੂ ਅਰਜਨ ਦੇਵ ਜੀ ਦੇ ਆਪਣੇ ਸਲੋਕ ਅਤੇ ਸ੍ਰੀ ਗੁਰੂ ਅਮਰਦਾਸ ਜੀ ਦੇ ਵੀ ਸਲੋਕ ਅੰਕਿਤ ਹਨ। ਸ੍ਰੀ ਗੁਰੂ ਅਰਜਨ ਦੇਵ ਜੀ ਦੀ ਇਹ ਦੈਵੀ ਅਤੇ ਧਰਮਾਤਮਾ ਸੰਪਾਦਨਾ ਵਿਧੀ ਇਸ ਗੱਲ ਦਾ ਪੱਕਾ ਸਬੂਤ ਹੈ ਕਿ 'ਸਤਿ ਭਾਖੈ ਰਵਿਦਾਸ' ਵਾਲਾ ਸਲੋਕ ਸ੍ਰੀ ਗੁਰੂ ਰਵਿਦਾਸ ਜੀ ਨੇ ਹੀ ਉਚਾਰਿਆ ਹੈ ।

ਅੰਤ ਵਿੱਚ ਮੈਂ ਪਾਠਕਾਂ ਅਗੇ ਬੇਨਤੀ ਕਰਦਾ ਹਾਂ ਕਿ ਇਸ ਪੁਸਤਕ ਵਿੱਚ ਅੰਕਿਤ ਵਿਚਾਰਾਂ ਬਾਰੇ ਉਹ ਆਪਣੇ ਦੁਰਲਭ ਵਿਚਾਰ ਹੇਠ ਲਿਖੇ ਮੇਰੇ ਪਤੇ ਉੱਪਰ ਘੱਲ ਕੇ ਕ੍ਰਿਤਾਰਥ ਕਰਨ ਦੀ ਕ੍ਰਿਪਾਲਤਾ ਕਰਨ । ਦਲੀਲਾਂ ਸਹਿਤ ਮਿਲੇ ਵਿਚਾਰਾਂ ਨੂੰ ਲੇਖਕ ਦੇ ਨਾਮ ਸਮੇਤ ਇਸ ਪੁਸਤਕ ਦੇ ਦੂਸਰੇ ਸੰਸਕਰਨ ਵਿੱਚ ਬੜੇ ਸਤਿਕਾਰ ਨਾਲ ਅੰਕਿਤ ਕਰਾਂਗਾ ।

ਰਤਨ ਰੀਹਲ
P.O.Box 172,
Wolverhampton, WV4 5AE U.K.
1st. Feb., 1998
www.punjabielm.co.uk
e-mail:ratree@punjabielm.co.uk

□

ਪ੍ਰਕਾਸ਼ਕਾਂ ਵਲੋਂ ਦੋ ਸ਼ਬਦ

ਤਕਰੀਬਨ ਸਾਰੀਆਂ ਹੀ ਸ੍ਰੀ ਗੁਰੂ ਰਵਿਦਾਸ ਜੀ ਮਹਾਂਰਾਜ ਦੇ ਪਵਿੱਤਰ ਨਾਮ ਤੇ ਸੰਗਠਤ ਹੋਈਆਂ ਧਾਰਮਿਕ ਸੰਸਥਾਵਾਂ ਇਸ ਵਿਚਾਰ ਨਾਲ ਤਾਂ ਸਦਾ ਹੀ ਸਹਿਮਤ ਰਹੀਆਂ ਕਿ ਸਤਿਗੁਰੂ ਰਵਿਦਾਸ ਜੀ ਮਹਾਂਰਾਜ ਦੀ ਪਵਿੱਤਰ ਬਾਣੀ ਤੇ ਜੀਵਨ ਫ਼ਿਲਾਸਫੀ ਬਾਰੇ ਇਤਹਾਸਕ ਖੋਜ ਕਰਵਾ ਕੇ ਉਸ ਨੂੰ ਪ੍ਰਕਾਸ਼ਤ ਕੀਤਾ ਜਾਵੇ ਪਰੰਤੂ ਇਸ ਗੱਲ ਨੂੰ ਕੁੱਝ ਕਾਰਨਾ ਕਰਕੇ ਅਮਲੀ ਜਾਮਾਂ ਨਹੀਂ ਪਹਿਨਾਇਆ ਜਾ ਸਕਿਆ। ਅੰਤ ਜਿੱਥੇ ਸੱਭ ਤੋਂ ਪੁਰਾਣੀ ਤੇ ਪਹਿਲੀ ਸੰਸਥਾਂ ਜੋ **1963** ਵਿੱਚ ਵੂਲਵਰਹੈਂਪਟਨ **UK** ਵਿਖੇ ਸ੍ਰੀ ਗੁਰੂ ਰਵਿਦਾਸ ਜੀ ਦੀਆਂ ਸ਼ਰਧਾਲੂ ਸੰਗਤਾਂ ਵਲੋਂ ਸਥਾਪਤ ਕੀਤੀ ਗਈ ਤੇ ਉਸੇ ਦਿਨ ਤੋਂ ਹੀ ਕੋਮੀ ਉਸਾਰੀ ਦੇ ਪ੍ਰੋਗਰਾਮ ਜੋ ਮੋਢੀ ਮੈਂਬਰਾਂ ਵਲੋਂ ਉਲੀਕੇ ਗਏ ਸਨ, ਉਨ੍ਹਾਂ ਮੁਤਾਬਿਕ ਕੋਮੀ ਏਕਤਾ, ਧਰਮ ਪ੍ਰਚਾਰ, ਕੋਮੀ ਉਸਾਰੀ ਤੇ ਦੇਸ ਵਸਦੇ ਆਪਣੇ ਵੀਰਾਂ ਵਾਸਤੇ ਟੈਕਨੀਕੱਲ ਵਿਦਿਆ ਪਰਦਾਨ ਕਰਨਾ ਆਦਿ, ਤੇ ਵੂਲਵਰਹੈਂਪਟਨ ਵਿਖੇ ਵਸਦੀ ਰਵਿਦਾਸੀਆ ਕਮਿਉਨਿਟੀ ਲਈ ਲੜੀਦੀਆਂ ਸਹੂਲਤਾਂ ਪਰਦਾਨ ਕਰਨ ਲਈ ਉਪਰਾਲਾ ਕੀਤਾ, ਜਿਸ ਅਨੁਸਾਰ **181 Dudley Road, Wolverhampton UK** ਵਿਖੇ ਗੁਰੂ ਰਵਿਦਾਸ ਟੈਂਪਲ ਦੀ ਪੁਰਾਣੇ ਚਰਚ ਨੂੰ ਢਾਹ ਕੇ ਨਵੀਂ ਆਲੀਸ਼ਾਨ ਬਿਲਡਿੰਗ ਉਸਾਰ ਕੇ ਸਥਾਪਨਾ **1985** ਵਿੱਚ ਕੀਤੀ, ਅਤੇ ਕੌਂਸਲ ਕੋਲੋਂ ਜਗ੍ਹਾ ਖਰੀਦਣ ਮਗਰੋਂ ਹੌਲੀ ਹੌਲੀ ਗੁਰੂ ਘਰ ਨਾਲ ਲੱਗਦੀ ਐਂਡਰੂਸਾਈਕ ਵਾਲੀ ਜਗ੍ਹਾ ਅਤੇ ਉਨਾਂ ਕੋਲੋਂ ਹੀ ਸਾਹਮਣੇ ਵਾਲੀ ਵਿਸ਼ਾਲ ਫੈਕਟਰੀ ਵਾਲੀ ਜਗ੍ਹਾ ਕਮਿਉਨਿਟੀ ਸੈਂਟਰ ਵਾਸਤੇ ਖਰੀਦ ਲਈ ਸੀ। ਜਿਸਦਾ ਸਿਹਰਾ ਪੁਰਾਣੇ ਮੈਂਬਰਾਂ ਦੀ ਉਸਾਰੂ ਸੋਚ, ਦੂਰਦ੍ਰਿਸ਼ਟੀ ਤੇ ਮਿਹਨਤ ਦੇ ਸਿਰ ਹੀ ਬੱਝਦਾ ਹੈ। ਏਸ ਸਭਾ ਨੇ ਵਿਦਿਆ ਪਰਦਾਨ ਕਰਨ ਖਾਤਰ ਫਗਵਾੜਾ ਵਿਖੇ **35** ਕਨਾਲ **7** ਮਰਲੇ ਜ਼ਮੀਨ ਖਰੀਦ ਕੇ ਸ੍ਰੀ ਗੁਰੂ ਰਵਿਦਾਸ ਟੈਕਨੀਕੱਲ ਕਾਲਜ ਦਾ ਨੀਂਹ ਪੱਥਰ ਵੀ **1971** ਵਿੱਚ ਹੀ ਰੱਖ ਦਿੱਤਾ ਸੀ ਅਤੇ ਕੋਮੀ ਏਕਤਾ ਨੂੰ ਮੁੱਖ ਰਖਦਿਆਂ ਮਗਰੋਂ ਭਾਵੇਂ ਇਸਦਾ ਪ੍ਰਬੰਧ ਸ੍ਰੀ ਗੁਰੂ ਰਵਿਦਾਸ ਸਭਾ **UK** ਦੀ ਦੇਖ ਭਾਲ ਵਿੱਚ ਕਰ ਦਿੱਤਾ ਸੀ ਪਰ ਸੰਤ ਸਰਵਣ ਦਾਸ ਟੀਚਿੰਗ ਬਲਾਕਾਂ ਦੀ ਉਸਾਰੀ ਫਿਰ ਵੀ ਇਸ ਸਭਾ ਨੂੰ ਹੀ ਕਰਾਉਣੀ ਪਈ । ਏਥੇ ਹੀ ਬਸ ਨਹੀਂ ਜਿਥੋਂ ਵੀ ਕਦੇ ਮਾਇਕ ਸਹਾਇਤਾ ਦੀ ਮੰਗ ਆਈ ਸੰਗਤਾਂ ਨੇ ਕਮੇਟੀ ਦਾ ਵੱਧ ਚੜ੍ਹ ਕੇ ਸਾਥ ਦਿੱਤਾ ਅਤੇ ਕੋਮੀ ਉਸਾਰੀ ਜਿਵੇਂ ਗੁਰੂ ਰਵਿਦਾਸ ਜਨਮ ਅਸਥਾਨ ਕਾਂਸ਼ੀ, ਸ੍ਰੀ ਗੁਰੂ ਰਵਿਦਾਸ ਮੰਦਰ, ਖੁਰਾਲਗੜ੍ਹ, ਦਿੱਲੀ, ਚੰਡੀਗੜ੍ਹ, ਲੁਧਿਆਣਾ, ਅਮਰੀਕਾ, ਕਨੇਡਾ, ਪੈਰਸ, ਹੋਲੈਂਡ ਤੇ ਹੋਰ ਅਨੇਕਾਂ ਹੀ ਅਸਥਾਨਾ ਦੀ ਮਾਲੀ ਸਹਾਇਤਾ ਕਰਕੇ ਸੰਗਤਾਂ ਨੇ ਪ੍ਰਬੰਧਕਾਂ ਦਾ ਸਾਥ ਦਿੱਤਾ ਹੈ।

ਅਸੀਂ ਕੋਟਨ ਕੋਟ ਧੰਨਵਾਦ ਕਰਦੇ ਹਾਂ ਇਸ ਗੁਰੂ ਘਰ ਦੀਆਂ ਸ਼ਰਧਾਲੂ ਸੰਗਤਾਂ ਦਾ ਜਿਹਨਾਂ ਲੋੜ ਪੈਣ ਤੇ ਕੌਮ ਦੀ ਆਨ ਸ਼ਾਨ ਨੂੰ ਬਰਕਰਾਰ ਰਖਣ ਲਈ ਮਾਇਆ ਤਾਂ ਕੀ ਸੋਨੇ ਦਾ ਵੀ ਮੀਂਹ ਵਰਸਾ ਦਿੱਤਾ।

ਇਤਹਾਸ ਦੇ ਪ੍ਰਕਾਸ਼ਤ ਕਰਨ ਦੇ ਕਾਰਜ ਨੂੰ ਪਿੱਛੇ ਪੈ ਗਿਆ ਜਾਣ ਕਰਕੇ ਇਹ ਸੇਵਾ ਵੀ ਸ੍ਰੀ ਗੁਰੂ ਰਵਿਦਾਸ ਧਾਰਮਿਕ ਸਭਾ ਵੁਲਵਰਹੈਂਪਟਨ ਦੇ ਹਿੱਸੇ ਹੀ ਆਈ । ਮਹਾਂਰਾਜ ਜੀ ਦੀ ਅਪਾਰ ਕਿਰਪਾ ਦੁਆਰਾ, ਤੇ ਸਾਡੀ ਸਭਾ ਦੇ ਸੂਝਵਾਨ ਮੈਂਬਰਾਂ ਨੇ ਉਸ ਕ੍ਰਾਂਤੀਕਾਰੀ ਤੇ ਰੂਹਾਨੀ ਰਹਿਬਰ ਦੇ ਮੁਖਾਰਬਿੰਦ ਤੋਂ ਉਚਾਰਨ ਕੀਤੀ ਹੋਈ ਪਾਵਨ ਤੇ ਰੱਬੀ ਬਾਣੀ ਵਿੱਚੋਂ ਚਾਲੀ ਸ਼ਬਦ ਤੇ ਇੱਕ ਸਲੋਕ ਜੋ ਗੁਰੂ ਗ੍ਰੰਥ ਸਾਹਿਬ ਜੀ ਅੰਦਰ ਸੁਸ਼ੋਬਤ ਹਨ, ਤੇ ਉਹਨਾਂ ਦੀ ਜੀਵਨ ਫ਼ਿਲਸਾਫ਼ੀ ਦਾ ਉਹ ਪੱਖ ਜੋ ਸਦੀਆਂ ਤੋਂ ਅੰਧੇਰੇ ਵਿੱਚ ਹੀ ਸੀ, ਜਾਂ ਏਦਾਂ ਕਹਿ ਲਓ ਕਿ ਸਤਿਗੁਰ ਰਵਿਦਾਸ ਜੀ ਮਹਾਂਰਾਜ ਦੀ ਸਰਵ ਉਚਤਾ ਦੇ ਕਾਰਨ ਸਮੇਂ ਦੇ ਸਾਹਿਤਕਾਰਾਂ ਨੇ ਸਤਿਗੁਰਾਂ ਦੇ ਇਤਹਾਸ ਨੂੰ ਸੱਚੇ ਦਿਲ ਨਾਲ ਖੋਜਣ ਦਾ ਹੀਆ ਹੀ ਨਹੀਂ ਕੀਤਾ, ਆਪੋ ਆਪਣੇ ਧਰਮ ਦੀ ਸਰੇਸ਼ਟਤਾ ਨੂੰ ਕਾਇਮ ਰੱਖਣ ਖਾਤਰ ।ਅਸੀਂ ਧੰਨਵਾਦੀ ਹਾਂ ਸਤਿਕਾਰ ਯੋਗ ਰਤਨ ਰੀਹਲ ਜੀ ਦੇ, ਜੋ ਅੱਜ ਦੇ ਯੁੱਗ ਦੇ ਨਿਰਪੱਖ ਵਿਚਾਰਧਾਰਾ ਵਾਲੇ ਉਚਕੋਟੀ ਦੇ ਵਿਦਵਾਨ, ਖੋਜਾਰਥੀ, ਸਮਰੱਥ ਹਿਰਦੇਮਈ ਅਤੇ ਪੰਜਾਬੀ ਸਾਹਿਤ ਸੰਸਾਰ ਵਿੱਚ ਇੱਕ ਸਥਾਪਤ ਸਾਹਿਤਕਾਰ ਹਨ, ਜਿਹਨਾਂ ਆਪਣੀਆਂ ਰਚਨਾਤਮਿਕ ਗਤੀ ਵਿਧੀਆਂ ਵਿੱਚ ਸਮਕਾਲੀ ਸਾਹਿਤਕਾਰਾਂ ਤੋਂ ਵਿਸ਼ੇਗਤਿ ਵਿਲੱਖਣਤਾ ਅਪਨਾਉਂਦਿਆਂ ਹੋਇਆਂ ਰਵਿਦਾਸੀਆ ਕੌਮ ਦੇ ਗੌਰਵ ਨੂੰ ਬੁਲੰਦ ਕਰਨ ਦੇ ਆਸ਼ੇ ਨਾਲ ਸਚਾਈ ਨੂੰ ਪ੍ਰਗਤੀਸ਼ੀਲ ਕਿਰਿਆ ਰਾਹੀਂ ਕਲਮਬੰਦ ਕਰਦਿਆਂ "ਗੁਰੂਆਂ ਦੇ ਗੁਰੂ ਸ੍ਰੀ ਗੁਰੂ ਰਵਿਦਾਸ ਜੀ" ਪੁਸਤਕ ਦਾ ਖਰੜਾ ਬੜੀ ਮਿਹਨਤ ਅਤੇ ਨਿਰਪੱਖ ਖੋਜ ਨਾਲ ਤਿਆਰ ਕਰਕੇ ਸ੍ਰੀ ਗੁਰੂ ਰਵਿਦਾਸ ਧਾਰਮਿਕ ਸਭਾ ਨੂੰ ਭੇਂਟ ਕੀਤਾ। ਇਸ ਪੱਥ-ਪਰਦਰਸ਼ਕ ਅਨਮੋਲ ਖਜ਼ਾਨੇ ਦਾ ਬੜੀ ਮਿਹਨਤ ਤੇ ਸ਼ਰਧਾ ਨਾਲ ਸੰਕਲਨ ਕਰਕੇ ਪੁਸਤਕ ਦਾ ਰੂਪ ਦੇਣ ਲਈ ਜੋ ਉਹਨਾਂ ਉਪਰਾਲਾ ਕੀਤਾ, ਉਸ ਲਈ ਸਭਾ ਅਤੇ ਰਵਿਦਾਸੀਆ ਕਮਿਊਨਿਟੀ ਸਦਾ ਹੀ ਉਹਨਾਂ ਦਾ ਧੰਨਵਾਦ ਕਰਦੀ ਰਹੇਗੀ। ਅਸੀਂ ਧੰਨਵਾਦੀ ਹਾਂ ਪਿਛਲੀ ਕਮੇਟੀ ਦੇ ਸੂਝਵਾਨ ਮੈਂਬਰਾਂ ਦੇ ਜਿਨਾਂ ਇਹਨਾਂ ਅਨਮੋਲ ਮੋਤੀਆਂ ਨੂੰ ਛਪਵਾ ਕੇ ਜਨਵਰੀ 1999 ਵਿੱਚ ਸ੍ਰੀ ਗੁਰੂ ਰਵਿਦਾਸ ਜੀ ਮਹਾਂਰਾਜ ਦੇ ਪਵਿੱਤਰ ਪ੍ਰਕਾਸ਼ ਉਤਸਵ ਤੇ ਸੰਗਤਾਂ ਨੂੰ ਭੇਂਟ ਕੀਤਾ।

ਅੱਜ ਫਿਰ ਸਮੇਂ ਦੀ ਲੋੜ ਤੇ ਸੰਗਤਾਂ ਦੀ ਮੰਗ ਨੂੰ ਮੁੱਖ ਰਖਦਿਆਂ ਹੋਇਆਂ ਮੌਜੂਦਾ ਸਭਾ ਦੇ ਮੈਂਬਰਾਂ ਨੇ ਇਹ ਸ਼ਲਾਘਾਯੋਗ ਫੈਸਲਾ ਕੀਤਾ ਹੈ ਕਿ "ਗੁਰੂਆਂ ਦੇ ਗੁਰੂ ਸ੍ਰੀ ਗੁਰੂ ਰਵਿਦਾਸ ਜੀ" ਨਾਮੀ ਪਵਿੱਤਰ ਪੁਸਤਕ ਦਾ ਦੂਸਰਾ

ਐਡੀਸ਼ਨ ਛਪਵਾ ਕੇ 16 ਫਰਵਰੀ 2003 ਨੂੰ ਸ੍ਰੀ ਗੁਰੂ ਰਵਿਦਾਸ ਜੀ ਮਹਾਰਾਜ ਦੇ 626ਵੇਂ ਪ੍ਰਕਾਸ਼ ਉਤਸਵ ਉਤੇ ਸੰਗਤਾਂ ਨੂੰ ਭੇਂਟ ਕੀਤਾ ਜਾਵੇ।

ਸਾਨੂੰ ਪੂਰਨ ਆਸ ਹੈ ਕਿ ਸਤਿਗੁਰੂ ਰਵਿਦਾਸ ਜੀ ਮਹਾਰਾਜ ਦੀਆਂ ਸ਼ਰਧਾਲੂ ਸੰਗਤਾਂ "ਗੁਰੂਆਂ ਦੇ ਗੁਰੂ ਸ੍ਰੀ ਗੁਰੂ ਰਵਿਦਾਸ ਜੀ" ਨਾਮੀ ਪੁਸਤਕ ਦਾ ਸ਼ਰਧਾ ਸਹਿਤ ਪਾਠ ਕਰਕੇ ਉਸ ਕ੍ਰਾਂਤੀਕਾਰੀ, ਰੂਹਾਨੀ ਤੇ ਨੂਰਾਨੀ ਰਹਿਬਰ ਦੀ ਉਚਾਰਨ ਕੀਤੀ ਹੋਈ ਰੱਬੀ ਬਾਣੀ ਤੇ ਉਸ ਅੰਦਰੋਂ ਝਲਕਾਂ ਮਾਰਦੀ ਰੂਹਾਨੀਅਤ ਤੇ ਇਨਸਾਨੀਅਤ ਅਤੇ ਗੁਰੂ ਜੀ ਦੀ ਜੀਵਨ ਫ਼ਿਲਾਸਫੀ ਦੇ ਗਿਆਨ ਦੇ ਆਤਮਿਕ ਬੱਲ ਦੀ ਸਹਾਇਤਾ ਨਾਲ ਆਪਣਾ ਜੀਵਨ ਪੰਧ ਉਜਾਲਾ ਕਰ ਸਕਣਗੇ।

ਧੰਨਵਾਦ ਸਹਿਤ ਸੰਗਤਾਂ ਦੇ ਦਾਸ:-

ਸੰਸਾਰ ਚੰਦ ਟੂਰਾ	ਰਾਮ ਪ੍ਰਕਾਸ਼ ਹੀਰਾ	ਹੰਸਰਾਜ ਜੱਖੂ
ਪਰਧਾਨ	ਜਨਰਲ ਸਕੱਤਰ	ਖ਼ਜ਼ਾਨਚੀ

□

Present Committee

(January 2000 TO January 2002)

Executive Committee

1. **President:** **Sansar Chand Toora**
2. **Senior Vice President:** **Sudarshan Dass**

3. **Vice Presidents:**
   - **i) Lal Chand**
   - **ii) Dharm Chand**
   - **iii) Boota Singh**

4. **Chief Organiser:** **Sat Pal Mal**
5. **General Secretary:** **Ram Parkash Hira**

6. **Assistant Secretary:** **Dogar Sandhu**
7. **Cultural Secretary:** **Jawahar Lal Ahir**
8. **Cashier:** **Hans Raj Jakhu**
9. **Assistant Cashier:** **Joginder Paul Sahota**
10. **Education Sec./Labrarian:** **Mohinder Paul**

11. **Store-Keepers:**
    - i) **Sarwan Ram**
    - ii) **Sant Ram**

12. **Kitchen Incharge:** **Bakhshi Ram Bhatti**
13. **Utensil Incharge:** **Tarsem Lal Mal**
14. **Auditor:** **John Chander**
15. **Registrars:**
    - i) **Jagan Nath Birdi**
    - ii) **Bhajan Ram Kailey**

16. **Building Supervisors:**
    - i) **Surinder Nath**
    - ii) **Raj Kumar**
    - iii) **Jivan Lal Madhar**
    - iv) **Kesar Rai**

17. **Constituent Committee Members:**
    - i) **Guljar Ram (Chairman)**
    - ii) **Swarana Ram Domeli**
    - iii) **Shangara Ram Summan**
    - iv) **Darshan Ram Chander**
    - v) **Amar Chand Sund**
    - vi) **Harbans Lal Mahay**
    - vii) **Hardial Gaddu**

□

ਸ੍ਰੀ ਗੁਰੂ ਰਵਿਦਾਸ ਜੀ ਦੇ ਸਿਧਾਂਤ

ਸ੍ਰੀ ਗੁਰੂ ਗਰੰਥ ਸਾਹਿਬ ਜੀ ਵਿੱਚ ਜੋ ਧੁਰੋਂ ਆਈ ਗੁਰਬਾਣੀ ਅਤੇ ਬਾਣੀ ਅੰਕਿਤ ਕੀਤੀ ਗਈ ਹੈ, ਉਸ ਵਿੱਚ ਸ੍ਰੀ ਗੁਰੂ ਰਵਿਦਾਸ ਜੀ ਦੀ ਬਾਣੀ ਨੂੰ ਭਗਤ-ਬਾਣੀ ਦੇ ਸਿਰਲੇਖ ਹੇਠ ਉਚਾਰਿਆ ਗਿਆ ਹੈ । ਚੋਧਵੀਂ ਸਦੀ ਅੰਦਰ ਭਗਤੀ ਲਹਿਰ ਸਿਖਰਾਂ ਨੂੰ ਛੂਹ ਗਈ ਸੀ । ਉਸ ਸਦੀ ਵਿੱਚ 1423 ਬਿਕਰਮੀ ਨੂੰ ਰਾਮਾਨੰਦ ਨੇ ਅਵਤਾਰ ਧਾਰਿਆ, ੧੪੫੫ ਬਿਕਰਮੀ ਨੂੰ ਸ੍ਰੀ ਕਬੀਰ ਜੀ ਨੇ, 1456 (ਵਿਦਵਾਨਾਂ ਦੇ ਕਈ ਮਤ ਹਨ) ਬਿਕਰਮੀ ਨੂੰ ਸ੍ਰੀ ਗੁਰੂ ਰਵਿਦਾਸ ਜੀ ਨੇ, ੧੪੬੯ ਈ: ਨੂੰ ਸ੍ਰੀ ਗੁਰੁ ਨਾਨਕ ਦੇਵ ਜੀ ਨੇ ਅਵਤਾਰ ਧਾਰਿਆ ਅਤੇ ੧੪੭੦ ਵਿੱਚ ਸ੍ਰੀ ਧੰਨਾਂ ਜੀ ਨੇ । ਸ੍ਰੀ ਗੁਰੂ ਅਰਜਨ ਦੇਵ ਜੀ ਨੇ ਸ੍ਰੀ ਗੁਰੂ ਗਰੰਥ ਸਾਹਿਬ ਜੀ ਦੀ ਸੰਪਾਦਨਾ ਸਮੇਂ ਸ੍ਰੀ ਗੋਇੰਦਵਾਲ ਪੁੱਜ ਕੇ ਬਾਬਾ ਮੋਹਨ ਜੀ ਪਾਸੋਂ ਗੁਰਬਾਣੀ ਦੀਆਂ ਪੋਥੀਆਂ ਪਰਾਪਤ ਕੀਤੀਆਂ ਅਤੇ ਸਭ ਭਗਤਾਂ ਦੀ ਬਾਣੀ ਸ੍ਰੀ ਗੁਰੂ ਨਾਨਕ ਦੇਵ ਜੀ ਦੇ ਘਰ ਤੋਂ ਸੰਭਾਲੀ ਚਲੀ ਆਉਦੀ ਉਨ੍ਹਾਂ ਕੋਲ ਉਪਲਬਧ ਸੀ । ਕਈ ਹੋਰ ਅਜੇਹੇ ਆਧਿਆਤਮਕ ਵਿਅਕਤੀਆਂ ਦੀ ਬਾਣੀ ਨੂੰ ਇਕੱਤਰ ਕਰਕੇ ਸ੍ਰੀ ਗੁਰੂ ਗਰੰਥ ਸਾਹਿਬ ਜੀ ਵਿੱਚ ਅੰਕਿਤ ਕੀਤਾ । ਜਿਵੇਂ ਤੁਸੀਂ ਅਗੇ ਜਾਕੇ ਪੜ੍ਹੋਗੇ ਕਿ ਸ੍ਰੀ ਗੁਰੂ ਗਰੰਥ ਸਾਹਿਬ ਜੀ ਦੀ ਸੰਪਾਦਨਾ ਬਾਰੇ ਕੋਈ ਹੋਰ ਦੂਜਾ ਮਤ ਠੀਕ ਨਹੀਂ ਹੈ । ਸਾਰੀ ਗੁਰਬਾਣੀ ਅਤੇ ਬਾਣੀ ਦਾ ਸਿਧਾਂਤ ਨਿਮਰਤਾ, ਆਸਤਕਤਾ, ਸ਼ਰਧਾ, ਪ੍ਰਭੂ-ਭਗਤੀ, ਸੇਵਾ-ਭਾਵ, ਪਰਮਾਤਮਾ ਇੱਕ ਹੈ, ਸਦਾ ਸੱਚ ਬੋਲਣਾ, ਕਹਿਣੀ ਕਰਨੀ ਦਾ ਪੂਰਾ ਹੋਣਾ ਅਤੇ ਗ੍ਰਹਿਸਥ ਵਿੱਚ ਰਹਿ ਕੇ ਪ੍ਰਭੂ ਨੂੰ ਪਾਉਣਾ ਆਦਿ ਹੈ ਪਰ ਸਿਖ ਮਰਿਯਾਦਾ ਅਨੁਸਾਰ ਉਨ੍ਹਾਂ ਮਹਾਨ ਆਧਿਆਤਮਕ ਵਿਅਕਤੀਆਂ ਦਾ ਗੁਰੂ ਘਰ ਨਾਲ ਦੂਰ ਨੇੜੇ ਦਾ ਵੀ ਸੰਬੰਧ ਨਹੀਂ ਸੀ । ਉਨ੍ਹਾਂ ਨੇ ਮਨੁੱਖਤਾ ਦੀ ਭਲਾਈ ਅਤੇ ਪ੍ਰਭੂ ਦੀ ਭਗਤੀ ਵਾਸਤੇ ਹੀ ਆਪਣਾ ਸਾਰਾ ਜੀਵਨ ਅਰਪਤ ਕੀਤਾ । ਉਨ੍ਹਾਂ ਰਹੱਸਵਾਦੀ ਸ਼ਖਸ਼ੀਅਤਾਂ ਵਿੱਚੋਂ ਸਰਬ-ਸ਼ਕਤੀਮਾਨ ਸ੍ਰੀ ਗੁਰੂ ਰਵਿਦਾਸ ਜੀ ਵੀ ਅਜੇਹੀ ਬਾਣੀ ਉਚਾਰਨ ਵਾਸਤੇ ਸਮਰੱਥ ਹੋਏ ਹਨ। ਭਾਈ ਗੁਰਦਾਸ ਜੀ, ਜਿਨ੍ਹਾਂ ਨੇ ਸ੍ਰੀ ਗੁਰੂ ਗਰੰਥ ਸਾਹਿਬ ਜੀ ਦੀ ਸਭ ਤੋਂ ਪਹਿਲਾਂ ਲਿਖਵਾਈ ਕੀਤੀ ਸੀ, ਉਨ੍ਹਾਂ ਨੇ ਸ੍ਰੀ ਗੁਰੂ ਰਵਿਦਾਸ ਜੀ ਬਾਰੇ ਆਪਣੀਆ ਵਾਰਾਂ ਅੰਦਰ ਹੇਠ ਲਿਖੇ ਅਨੁਸਾਰ ਉਚਾਰਿਆ ਹੈ ।

ਭਗਤ ਭਗਤ ਜਗ ਵੱਜਿਆ, ਚਹੁੰ ਚੱਕਾਂ ਦੇ ਵਿਚ ਚਮਰੇਟਾ॥

ਪਾਣਾ ਗੰਢੇ ਰਾਹ ਵਿਚ ਕੁਲਾ ਧਰਮ ਢੋਇ ਢੋਰ ਸਮੇਟਾ॥ ਜਿਉ ਕਰ ਮੈਲੇ ਚੀਥੜੇ ਹੀਰਾ ਲਾਲ ਅਮੋਲ ਪਲੇਟਾ॥ ਚਹੁੰ ਵਰਨਾ ਉਪਦੇਸ਼ਦਾ ਗਯਾਨ ਧਯਾਨ ਕਰ ਭਗਤ ਸਹੇਟਾ॥ ਨ੍ਹਾਵਣ ਆਇਆ ਸੰਗ ਮਿਲ ਬਨਾਰਸ ਕਰ ਗੰਗਾ ਥੇਟਾ॥ਕਢ ਕਸੀਰਾ ਸਉਪਿਆ ਰਵਿਦਾਸੈ ਗੰਗਾ ਦੀ ਭੇਟਾ॥ ਲਗਾ ਪੁਰਬ ਅਭੀਚ ਦਾ ਡਿਠਾ ਚਲਿਤ ਅਚਰਜ ਅਮੇਟਾ॥ ਲਇਆ ਕਸੀਰਾ ਹੱਥ ਕਢ ਸੂਤ ਇਕ ਜਿਉਂ ਤਾਣਾ ਪੇਟਾ॥ਭਗਤ ਜਨਾਂ ਹਰਿ ਮਾਂ ਪਿਉ ਬੇਟਾ॥ (ਵਾਰ ਦੱਸਵੀਂ ਪਉੜੀ 17)

ਭਾਈ ਗੁਰਦਾਸ ਜੀ ਦੀ ਉਪ੍ਰੋਕਤ ਵਾਰ 'ਚ ਦੱਸਿਆ ਗਿਆ ਕਿ ਸ੍ਰੀ ਗੁਰੂ ਰਵਿਦਾਸ ਜੀ ਦੇ ਅਪਾਰ ਕੌਤਕਾਂ ਕਾਰਨ ਅਤੇ ਉਸਦਾ ਪ੍ਰਭੂ ਭਗਤੀ ਵਿੱਚ ਸਦਾ ਲੀਨ ਰਹਿਣ ਕਰਕੇ, ਸਾਰਾ ਜਹਾਨ ਉਨ੍ਹਾਂ ਦੀ ਜੈ ਜੈ ਕਾਰ ਭਗਤ ਕਰਕੇ ਕਰਦਾ ਸੀ ਅਤੇ ਸ੍ਰੀ ਗੁਰੂ ਗਰੰਥ ਸਾਹਿਬ ਜੀ ਵਿੱਚ ਵੀ ਉਨ੍ਹਾਂ ਦੀ ਬਾਣੀ ਨੂੰ ਭਗਤਾਂ ਦੀ ਬਾਣੀ ਦੇ ਸਿਰਲੇਖ ਹੇਠ ਦਰਜ ਕੀਤਾ ਗਿਆ ਹੈ। ਇਸ ਤਰ੍ਹਾਂ ਕਿਉਂ ਸੀ ਕਿ ਭਗਤੀ ਅੰਦੋਲਨ ਦੇ ਪ੍ਰਭਾਵ ਕਾਰਨ ਸ੍ਰੀ ਗੁਰੂ ਨਾਨਕ ਦੇਵ ਜੀ ਨੂੰ ਵੀ ਉਸ ਸਮੇਂ ਇੱਕ ਭਗਤ ਜਾਂ ਬਾਬਾ ਕਰਕੇ ਹੀ ਸੁਲਾਹਿਆ ਜਾਂਦਾ ਸੀ। ਜੇਕਰ ਗੁਰੂ ਸ਼ਬਦ ਦੇ ਮੂਲ ਨੂੰ ਵਿਚਾਰੀਏ ਤਾਂ ਸਾਨੂੰ ਪਤਾ ਲਗਦਾ ਹੈ ਕਿ ਗੁਰੂ ਸ਼ਬਦ ਫਾਰਸੀ ਭਾਸ਼ਾ ਦਾ ਸ਼ਬਦ ਹੈ ਜਿਸਦਾ ਭਾਵ ਅਰਥ 'ਚਾਨਣ ਕਰਨ ਵਾਲਾ' ਮਹਾਂ ਪੁਰਖ ਹੈ। ਸ੍ਰੀ ਗੁਰੂ ਨਾਨਕ ਦੇਵ ਜੀ ਨੇ ਦੇਸਾਂ ਪ੍ਰਦੇਸਾਂ ਵਿੱਚ ਜਾਕੇ ਥਾਂ ਥਾਂ ਲੋਕਾਂ ਨੂੰ ਇੱਕ ਉਸ ਪ੍ਰਮਾਤਮਾ ਦੇ ਭੇਦਾਂ ਨੂੰ ਸਮਝਾਇਆ ਤਾਂ ਉਸ ਸਮੇਂ ਦੇ ਸੱਤਾਧਾਰੀ ਅਤੇ ਜਨ-ਸਾਧਾਰਨ ਲੋਕ ਉਨ੍ਹਾਂ ਤੋਂ ਏਨੇ ਪ੍ਰਭਾਵਤ ਹੋਏ ਕਿ ਉਹ ਵੀ ਮਨੁੱਖਤਾ ਦੀ ਭਲਾਈ ਵਿੱਚ ਜੁੱਟ ਪਏ। ਸ੍ਰੀ ਗੁਰੂ ਨਾਨਕ ਦੇਵ ਜੀ ਦੀ ਅਗਵਾਈ ਵਿੱਚ ਲੋਕਾਂ ਦੇ ਸੁਧਾਰ ਵਾਸਤੇ ਕਈ ਪ੍ਰੋਗਰਾਮ ਉਲੀਕ ਕੇ ਸਿਰੇ ਚੜ੍ਹਾਏ ਗਏ। ਜਿਨ੍ਹਾਂ ਦੇ ਫਲ ਸਰੂਪ ਸ੍ਰੀ ਗੁਰੂ ਨਾਨਕ ਦੇਵ ਜੀ ਦੇ ਨਾਮਲੇਵਾ ਪਾਸ ਕਈ ਸਥਾਨ ਹੋਗਏ। ਉਨ੍ਹਾਂ ਸਥਾਨਾਂ ਦੀ ਸਾਭ ਸੰਭਾਲ ਵਾਸਤੇ ਯੋਗ ਪ੍ਰਬੰਧਕਾਂ ਦਾ ਵੀ ਹੋਣਾ ਲਾਜਮੀ ਹੋ ਗਿਆ। ਸ੍ਰੀ ਗੁਰੂ ਨਾਨਕ ਦੇਵ ਜੀ ਨੇ ਭਾਈ ਲਹਿਣਾ ਜੀ ਨੂੰ ਆਪਣੇ ਇਸ਼ਟ ਨੂੰ ਇਸ ਦੁਨੀਆ ਅੰਦਰ ਫੈਲਾਉਣ ਦੇ ਯੋਗ ਸਮਝਕੇ ਜੋਤੀਜੋਤ ਸਮਾਉਣ ਤੋਂ ਪਹਿਲਾਂ ਭਾਈ ਲਹਿਣਾ ਜੀ ਨੂੰ ਆਪਣੀ ਗੱਦੀ ਸੌਂਪੀ ਤੇ ਭਾਈ ਲਹਿਣਾ ਜੀ ਦਾ ਨਾਮ ਸ੍ਰੀ ਗੁਰੂ ਅੰਗਦ ਦੇਵ ਜੀ ਰੱਖਿਆ ਕਿਉਂਕਿ ਉਹ ਹਮੇਸ਼ਾ ਸ੍ਰੀ ਗੁਰੂ ਨਾਨਕ

ਦੇਵ ਜੀ ਦੇ ਅੰਗ ਸੰਗ ਹੀ ਰਹਿੰਦੇ ਸਨ। ਸ੍ਰੀ ਗੁਰੂ ਨਾਨਕ ਦੇਵ ਜੀ ਦੇ ਜੋਤੀ ਜੋਤ ਸਮਾਉਣ ਮਗਰੋਂ ਸ੍ਰੀ ਗੁਰੂ ਅੰਗਦ ਦੇਵ ਜੀ ਨੇ ਸ੍ਰੀ ਗੁਰੂ ਨਾਨਕ ਦੇਵ ਜੀ ਨੂੰ ਆਪਣਾ ਅਤੇ ਕੁਲ ਲੋਕਾਈ ਦਾ ਗੁਰੂ ਸਮਝਦਿਆਂ ਹੋਇਆ ਉਨ੍ਹਾਂ ਦਾ ਉਪਦੇਸ਼ ਲੋਕਾਂ ਨੂੰ ਸਮਝਾਇਆ ਅਤੇ ਆਪ ਜੀ ਨੇ ਉਨ੍ਹਾਂ ਦੇ ਇਸ਼ਟ ਪ੍ਰਥਾਇ ਹੋਰ ਗੁਰਬਾਣੀ ਵੀ ਉਚਾਰੀ ਕਿਉਂਕਿ ਸ੍ਰੀ ਗੁਰੂ ਰਵਿਦਾਸ ਜੀ ਸ੍ਰੀ ਗੁਰੂ ਨਾਨਕ ਦੇਵ ਜੀ ਤੋਂ ਪਹਿਲਾਂ ਜੋਤੀ ਜੋਤ ਸਮਾ ਗਏ ਸਨ। ਇਸ ਕਰਕੇ ਸ੍ਰੀ ਗੁਰੂ ਨਾਨਕ ਦੇਵ ਜੀ ਵਲੋਂ ਅਰੰਭ ਕੀਤੀ ਹੋਈ ਸਿਖੀ ਦੇ ਜਾਨਸ਼ੀਨ ਨਹੀਂ ਬਣ ਸਕੇ ਪਰ ਇਤਿਹਾਸ ਗਵਾਹ ਹੈ ਕਿ ਸ੍ਰੀ ਗੁਰੂ ਰਵਿਦਾਸ ਜੀ ਨੂੰ ਉਸ ਸਮੇਂ ਵਿੱਚ ਰਾਜੇ,ਮਹਾਰਾਜੇ,ਰਾਣੀਆਂ,ਮਹਾਰਾਣੀਆਂ,ਪਟਰਾਣੀਆਂ ਅਤੇ ਜਨਸਾਧਾਰਨ ਨੇ ਆਪਣਾ ਗੁਰੂ ਕਰਕੇ ਹੀ ਪਰਵਾਨ ਕੀਤਾ ਸੀ।ਸ੍ਰੀ ਗੁਰੂ ਰਵਿਦਾਸ ਜੀ ਨੂੰ ਗੁਰੂ ਮੰਨਕੇ ਕਿਉਂ ਸਨਮਾਨਿਆ ਜਾਂਦਾ ਹੈ ਅਗੇ ਜਾਕੇ ਕਈ ਹੋਰ ਕਾਰਨਾ ਨੂੰ ਵੀ ਵਿਚਾਰਿਆ ਜਾਵੇਗਾ। ਅਗਲਿਆਂ ਪੰਨਿਆਂ ਵਿੱਚ ਪੜ੍ਹਨ ਤੋਂ ਪਤਾ ਚਲੇਗਾ ਕਿ ਇਸ ਗੱਲ ਵਿੱਚ ਕੋਈ ਸ਼ੱਕ ਦੀ ਗੁੰਜਾਇਸ਼ ਨਹੀਂ ਹੈ ਕਿ ਸ੍ਰੀ ਗੁਰੂ ਰਵਿਦਾਸ ਜੀ ਆਪਣੀ ਬਾਣੀ ਰਾਹੀ ਸਿਖੀ ਸਿਧਾਂਤ ਨੂੰ ਸੰਪੂਰਣ ਕਰ ਗਏ ਸਨ। ਜਿਵੇਂ ਇਤਿਹਾਸ ਵਿੱਚ ਲਿਖਿਆ ਪੜ੍ਹੀਦਾ ਹੈ ਕਿ ਸ੍ਰੀ ਗੁਰੂ ਨਾਨਕ ਦੇਵ ਜੀ ਸ੍ਰੀ ਗੁਰੂ ਰਵਿਦਾਸ ਜੀ ਨੂੰ ਉਨ੍ਹਾਂ ਦੀ ਵਡੇਰੀ ਉਮਰ ਵਿੱਚ ਜਾ ਕੇ ਮਿਲੇ ਅਤੇ ਸ੍ਰੀ ਗੁਰੂ ਰਵਿਦਾਸ ਜੀ ਨੇ ਆਪਣੀ ਬਾਣੀ ਨੂੰ ਸ੍ਰੀ ਗੁਰੂ ਨਾਨਕ ਦੇਵ ਜੀ ਨੂੰ ਬੜੇ ਸਤਿਕਾਰ ਨਾਲ ਭੇਟ ਕੀਤਾ ਸੀ ਜਿਹੜੀ ਬਾਣੀ ਗੁਰੂ ਗਰੰਥ ਜੀ ਵਿੱਚ ਦਰਜ ਹੈ। ਉਸ ਬਾਣੀ ਵਿੱਚ ਮੌਜੂਦਾ ਸਿਖੀ ਸਰੂਪ ਕਾਇਮ ਹੋ ਚੁੱਕਾ ਸੀ ।

ਪਰਸਿੱਧ ਵਿਦਵਾਨ ਪੰਡਿਤ ਤਾਰਾ ਸਿੰਘ ਜੀ ਅਤੇ ਉਸ ਤੋਂ ਉਪ੍ਰੰਤ ਕਈ ਹੋਰ ਸਿਖ ਸ਼ਰਧਾਵਾਨ ਵਿਦਵਾਨਾਂ ਨੇ ਲਿਖਿਆ ਹੈ ਕਿ ਭਗਤਾਂ ਦੀ ਸਾਰੀ ਬਾਣੀ ਸ੍ਰੀ ਗੁਰੂ ਅਰਜਨ ਦੇਵ ਜੀ ਨੇ ਆਪ ਉਚਾਰ ਕੇ ਭਗਤਾਂ ਦੇ ਨਾਮ ਹੇਠ ਸ੍ਰੀ ਗੁਰੂ ਗਰੰਥ ਸਾਹਿਬ ਜੀ ਵਿੱਚ ਦਰਜ ਕੀਤੀ ਸੀ। ਅਜੇਹੀ ਲਿਖਤ ਸ੍ਰੀ ਗੁਰੂ ਅਰਜਨ ਦੇਵ ਜੀ ਦੀ ਸ਼ਖਸ਼ੀਅਤ ਉੱਪਰ ਇੱਕ ਵੱਡਾ ਕਲੰਕ ਲਾਉਂਦੀ ਹੈ। ਇਸ ਗੱਲ ਨੂੰ ਤਾਂ ਸਾਧਾਰਨ ਲੇਖਕ ਵੀ ਜਾਣਦਾ ਹੈ ਕਿ ਅਜੇਹਾ ਕਰਨਾ ਇੱਕ ਇਖਲਾਕੀ ਪਾਪ ਹੈ। ਇਹ ਗੱਲ ਇਸ ਕਰਕੇ ਵੀ ਮੰਨੀ ਨਹੀਂ ਜਾ ਸਕਦੀ ਕਿਉਂਕਿ ਸ੍ਰੀ ਗੁਰੂ ਨਾਨਕ ਦੇਵ ਜੀ ਦੇ ਸਮੇਂ ਤੋਂ ਲੈਕੇ ਸ੍ਰੀ ਗੁਰੂ ਰਵਿਦਾਸ ਜੀ ਦੀ ਬਾਣੀ ਗੁਰੂ ਘਰ ਵਿੱਚ ਮੌਜੂਦ ਸੀ। ਜਿਸਦੇ ਗੁਰਬਾਣੀ ਵਿੱਚ ਤੀਸਰੀ ਪਾਤਸ਼ਾਹੀ ਸ੍ਰੀ ਗੁਰੂ ਅਮਰਦਾਸ ਜੀ ਨੇ ਢੁਕਵੇਂ ਪ੍ਰਮਾਣ ਵੀ ਦਿਤੇ ਹਨ ਪਰ ਉਪ੍ਰੋਕਤ ਵਿਦਵਾਨਾਂ ਦੀ ਲਿਖਤ ਦਾ ਸ਼ਰਧਾਵਾਨ ਸਿਖਾਂ ਉੱਪਰ ਬੜਾ ਅਸਰ ਪਿਆ । ਹੌਲੀ ਹੌਲੀ ਇਹ ਅਸਰ ਖੁਲ੍ਹਮ-ਖੁਲ੍ਹਾ ਹੋਣ ਲਗ ਪਿਆ । ਸ਼ਰਧਾਵਾਨ ਸਿਖ ਇਹ ਸੋਚਣ ਲਗ ਪਏ ਕਿ ਸ੍ਰੀ

ਗੁਰੂ ਗਰੰਥ ਸਾਹਿਬ ਜੀ ਨੂੰ ਗੁਰੂ ਮੰਨਣ ਨਾਲ ਉਹ ਭਗਤਾਂ ਨੂੰ ਵੀ ਗੁਰੂ ਮੰਨ ਰਹੇ ਹਨ । ਉਨ੍ਹਾਂ ਦੇ ਦਿਲਾਂ ਵਿੱਚ ਇਸ ਸ਼ੰਕਾਂ ਨੇ ਘਰ ਕਰ ਲਿਆ ਪਰ ਇਸ ਗੱਲ ਵਿੱਚ ਕੋਈ ਝੂਠ ਨਹੀਂ ਹੈ ਕਿ ਅਜੇਹੀ ਬਾਣੀ ਹੋਰ ਗੁਰਬਾਣੀ ਵਾਂਗ ਇਨਸਾਨ ਦੇ ਜੀਵਨ ਲਈ ਇੱਕ ਚਾਨਣ ਮੁਨਾਰੇ ਦਾ ਕੰਮ ਕਰਦੀ ਹੈ । ਏਥੇ ਸ੍ਰੀ ਗੁਰੂ ਗਰੰਥ ਸਾਹਿਬ ਜੀ ਦੀ ਸੰਪਾਦਨਾ ਵਿਧੀ ਬਾਰੇ ਸਪੱਸ਼ਟੀਕਰਣ ਹੋਣਾ ਜਰੂਰੀ ਹੈ ।

ਇਹ ਗੱਲ ਸੋਚਣ ਵਾਲੀ ਹੈ ਕਿ ਸ੍ਰੀ ਗੁਰੂ ਰਵਿਦਾਸ ਜੀ ਤੋਂ ਉਪ੍ਰੰਤ ਸ੍ਰੀ ਗੁਰੂ ਗਰੰਥ ਸਾਹਿਬ ਜੀ ਵਿੱਚ ਭਗਤ-ਬਾਣੀ ਕਿਸ ਨੇ ਅੰਕਿਤ ਕੀਤੀ? ਪੰਡਿਤ ਤਾਰਾ ਸਿੰਘ ਦਾ ਅਤੇ ਹੋਰ ਕਈ ਵਿਦਵਾਨਾਂ ਦਾ ਖਿਆਲ ਹੈ ਕਿ ਇਹ ਬਾਣੀ ਪ੍ਰਿਥੀ ਚੰਦ ਨੇ ਉਦੋਂ ਅੰਕਿਤ ਕੀਤੀ ਜਦ ਉਸਨੇ ਬਾਦਸ਼ਾਹ ਜਹਾਂਗੀਰ ਨਾਲ ਮਿਲ ਕੇ ਸਿਖੀ ਦੀ ਗਿਰਾਵਟ ਵਾਸਤੇ ਪਹਿਲਾਂ ਸ੍ਰੀ ਗੁਰੂ ਗਰੰਥ ਸਾਹਿਬ ਜੀ ਨੂੰ ਜ਼ਬਤ ਕਰਵਾਇਆ ਅਤੇ ਫਿਰ ਸ੍ਰੀ ਗੁਰੂ ਅਰਜਨ ਦੇਵ ਜੀ ਦੀ ਸ਼ਹੀਦੀ ਮਗਰੋਂ ਸ੍ਰੀ ਗੁਰੂ ਗਰੰਥ ਸਾਹਿਬ ਜੀ ਨੂੰ ਆਜ਼ਾਦ ਕਰਵਾ ਕੇ ਹੀ ਭਗਤ-ਬਾਣੀ ਨੂੰ ਅੰਕਿਤ ਕੀਤਾ ਸੀ । ਇਸ ਪ੍ਰਮਾਣ ਨੂੰ ਹੇਠ ਲਿਖੇ ਕਾਰਨਾਂ ਕਰਕੇ ਮੰਨਿਆ ਨਹੀਂ ਜਾ ਸਕਦਾ ।

ਪ੍ਰਿਥੀ ਚੰਦ ਸ੍ਰੀ ਗੁਰੂ ਅਰਜਨ ਦੇਵ ਜੀ ਦੀ ਸ਼ਹੀਦੀ ਤੋਂ ਇੱਕ ਸਾਲ ਪਹਿਲਾਂ ਹੀ ਇਸ ਫਾਨੀ ਦੁਨੀਆਂ ਨੂੰ ਛੱਡ ਜਾਂਦੇ ਹਨ । ਬਾਬਾ ਬੁੱਢਾ ਜੀ ਨਿਰੰਤਰ ਸ੍ਰੀ ਅੰਮ੍ਰਿਤਸਰ ਹਰਿਮੰਦਰ ਸਾਹਿਬ ਵਿਖੇ ਸ੍ਰੀ ਗੁਰੂ ਗਰੰਥ ਸਾਹਿਬ ਜੀ ਦਾ ਪਾਠ ਕਰਦੇ ਹੁੰਦੇ ਸਨ ਅਤੇ ਹੋਰ ਲੋਕਾਂ ਨੂੰ ਬੀੜ ਸਾਹਿਬ ਜੀ ਦੇ ਦੋ ਵੇਲੇ ਦਰਸ਼ਨ ਕਰਵਾਉਂਦੇ ਹੁੰਦੇ ਸਨ । ਕੀ ਬਾਬਾ ਬੂੱਢਾ ਜੀ ਨੂੰ ਪਾਠ ਕਰਦਿਆਂ ਇਹ ਵੀ ਨਹੀਂ ਪਤਾ ਲੱਗਿਆ ਕਿ ਸ੍ਰੀ ਗੁਰੂ ਗਰੰਥ ਸਾਹਿਬ ਜੀ ਵਿੱਚ ਵਾਧੂ ਬਾਣੀ ਸੰਪਾਦਤ ਕੀਤੀ ਹੋਈ ਹੈ? ਆਦਿ ਬੀੜ ਵਿੱਚ ਕਿਸੇ ਪੰਨੇ ਉੱਪਰ ਵੀ ਕੋਈ ਕੱਟ ਵੱਢ ਦੇਖਣ ਵਿੱਚ ਨਹੀਂ ਆਉਂਦੀ । ਪ੍ਰਸ਼ਨ ਉੱਠਦਾ ਹੈ ਕਿ ਸ੍ਰੀ ਗੁਰੂ ਗਰੰਥ ਸਾਹਿਬ ਜੀ ਦੀ ਮੁੜ ਲਿਖਵਾਈ ਫਿਰ ਕਿਸਨੇ ਕੀਤੀ ਹੋਵੇਗੀ ? ਸ੍ਰੀ ਗੁਰੂ ਅਰਜਨ ਦੇਵ ਜੀ ਦੇ ਸਮੇਂ ਕਈ ਹੋਰ ਹੱਥ ਲਿਖਤ ਬੀੜਾਂ ਤਿਆਰ ਕਰਵਾਈਆਂ ਗਈਆਂ ਸਨ, ਜਿਹੜੀਆਂ ਦੂਰ ਦੁਰਾਡੇ ਸਥਾਪਤ ਸਿੱਖ ਅਸਥਾਨਾਂ ਉੱਪਰ ਸੁਸ਼ੋਬਤ ਸਨ, ਕੀ ਪ੍ਰਿਥੀ ਚੰਦ ਨੇ ਉਨ੍ਹਾਂ ਬੀੜਾਂ ਵਿੱਚ ਵੀ ਤਬਦੀਲੀ ਕਰ ਦਿਤੀ ਸੀ ? ਤਬਦੀਲੀ ਵਾਲੀਆਂ ਬੀੜਾਂ ਹੁਣ ਕਿਥੇ ਹਨ? ਇਹ ਇਸ ਕਰਕੇ ਕਦਾਚਿਤ ਨਹੀਂ ਹੋ ਸਕਦਾ ਕਿ ਸ੍ਰੀ ਗੁਰੂ ਗਰੰਥ ਸਾਹਿਬ ਜੀ ਦੀ ਸੰਪਾਦਨਾਂ ਦਾ ਢੰਗ ਦਸਦਾ ਹੈ ਕਿ ਗੁਰਬਾਣੀ ਤੋਂ ਬਿਨ੍ਹਾਂ ਹੋਰ ਬਾਣੀ ਸ੍ਰੀ ਗੁਰੂ ਅਰਜਨ ਦੇਵ ਜੀ ਨੇ ਹੀ ਥਾਂ ਪੁਰ ਥਾਂ ਸੁਸ਼ੋਬਤ ਕੀਤੀ ਸੀ । ਜਿਵੇਂ ਸ੍ਰੀ ਗੁਰੂ ਗਰੰਥ ਸਾਹਿਬ ਜੀ ਦੇ ਪੰਨਾਂ ਨੰਬਰ ੧੧੩੬ ਉੱਪਰ 'ਮਹੱਲਾ 5 ਘਰੁ' ਦੇ ਹੇਠ ਤੀਸਰਾ ਸ਼ਬਦ ਧਿਆਨਣ ਯੋਗ ਹੈ । ਜਿਸਦਾ ਸਿਰਲੇਖ ਵੀ

'ਮਹੱਲਾ ਪ'ਹੈ ਪਰ ਉਸ ਸ਼ਬਦ ਦਾ ਅੰਤਲਾ ਪਦ ਇਉਂ ਜਾਹਰ ਕਰਦਾ ਹੈ।

'ਕਹੁ ਕਬੀਰ ਇਹੁ ਕੀਆ ਵਖਾਨਾ ॥
ਗੁਰ ਪੀਰ ਮਿਲਿ ਖੁਦਿ ਖਸਮੁ ਪਛਾਨਾ ॥'

ਇਸ ਸੰਪਾਦਤ ਵਿਧੀ ਤੋਂ ਪਤਾ ਚਲਦਾ ਹੈ ਕਿ ਸ੍ਰੀ ਗੁਰੂ ਅਰਜਨ ਦੇਵ ਜੀ ਨੇ ਸ੍ਰੀ ਕਬੀਰ ਜੀ ਦੀ ਬਾਣੀ ਨੂੰ ਪ੍ਰਮਾਨ ਕੀਤਾ ਹੋਇਆ ਸੀ। ਸ੍ਰੀ ਗੁਰੂ ਗਰੰਥ ਸਾਹਿਬ ਜੀ ਵਿੱਚ ਬਾਈ ਵਾਰਾਂ ਅੰਕਿਤ ਹਨ। ਜਿਨ੍ਹਾਂ ਵਿਚੋਂ ਦੋ ਵਾਰਾਂ ਨਾਲ ਕੋਈ ਸਲੋਕ ਦਰਜ ਨਹੀਂ ਹੈ। ਬਾਕੀ ਦੀਆਂ ਬੀਹ ਵਾਰਾਂ ਦੀ ਹਰੇਕ ਪਉੜੀ ਦੇ ਨਾਲ ਦੋ ਸਲੋਕ ਦਰਜ ਹਨ। ਕਿਸੇ ਵਾਰ ਵਿੱਚ ਵੀ ਇਹ ਵਾਦਿਕ ਅਤੇ ਕਾਵਿਕ ਵਿਧੀ ਨੂੰ ਭੰਗ ਨਹੀਂ ਕੀਤਾ ਗਿਆ। ਚੌਥੀ ਪਉੜੀ ਨਾਲ ਪਹਿਲਾ ਸਲੋਕ ਕਬੀਰ ਜੀ ਦਾ ਹੈ ਅਤੇ ਦੂਸਰਾ ਸਲੋਕ ਸ੍ਰੀ ਗੁਰੂ ਅਮਰਦਾਸ ਜੀ ਦਾ ਹੈ। ਇਸੇ ਤਰ੍ਹਾਂ ਬਿਹਾਗੜੇ ਦੀ ਵਾਰ ਮਹੱਲਾ 4 ਦੀ ਸਤਾਰਵੀਂ ਪਉੜੀ ਦੇ ਨਾਲ ਪਹਿਲਾਂ ਸਲੋਕ ਕਬੀਰ ਜੀ ਦਾ ਹੈ ਅਤੇ ਰਾਮਕਲੀ ਵਾਰ ਮਹੱਲਾ 3 ਦੀ ਦੂਸਰੀ ਪਉੜੀ ਦੇ ਨਾਲ ਵੀ ਪਹਿਲਾ ਸਲੋਕ ਸ੍ਰੀ ਕਬੀਰ ਜੀ ਦਾ ਹੈ। ਪਉੜੀਆਂ ਦੇ ਵਾਦਿਕ ਅਤੇ ਕਾਵਿਕ ਵਿਧਾਨ ਨੂੰ ਇੱਕ ਸੁਰ ਰੱਖਣ ਕਰਕੇ ਅਤੇ ਇਸੇ ਤਰ੍ਹਾਂ ਹੋਰ ਗੁਰਬਾਣੀ ਵਿੱਚ ਬਾਣੀ ਦੀ ਸੰਪਾਦਨਾ ਦੇ ਢੰਗ ਤੋਂ ਇਸ ਗੱਲ ਦਾ ਪਤਾ ਲਗਦਾ ਹੈ ਕਿ ਸਾਰੀ ਗੁਰਬਾਣੀ ਅਤੇ ਬਾਣੀ ਸ੍ਰੀ ਗੁਰੂ ਅਰਜਨ ਦੇਵ ਜੀ ਨੇ ਆਪ ਹੀ ਅੰਕਿਤ ਕੀਤੀ ਸੀ। ਜੇਕਰ ਪ੍ਰਿਥੀ ਚੰਦ ਨੇ ਇਹ ਬਾਣੀ ਅੰਕਿਤ ਕੀਤੀ ਹੁੰਦੀ ਤਾਂ ਉਸਨੇ ਇਹ ਇਕਸਾਰ ਤਰਤੀਬ ਨਹੀਂ ਸੀ ਰੱਖਣੀ। ਸ੍ਰੀ ਗੁਰੂ ਰਵਿਦਾਸ ਜੀ ਦੀ ਬਹੁਤ ਸਾਰੀ ਬਾਣੀ ਸ੍ਰੀ ਗੁਰੂ ਗਰੰਥ ਸਾਹਿਬ ਜੀ ਦੇ ਪਹਿਲੇ ਪੰਜ ਸੌ ਪੰਨਿਆਂ ਉੱਪਰ ਦਰਜ ਨਹੀਂ ਸੀ ਕਰਨੀ। ਪੰਡਿਤ ਤਾਰਾ ਸਿੰਘ ਅਨੁਸਾਰ ਪ੍ਰਿਥੀ ਚੰਦ ਦਾ ਬਾਦਸ਼ਾਹ ਜਹਾਂਗੀਰ ਨਾਲ ਇਹ ਸਮਝੌਤਾ ਸੀ ਕਿ ਉਹ ਸ੍ਰੀ ਗੁਰੂ ਗਰੰਥ ਸਾਹਿਬ ਜੀ ਵਿੱਚ ਐਸੀ ਬਾਣੀ ਅੰਕਿਤ ਕਰੇਗਾ ਜਿਸ ਨਾਲ ਇਸਲਾਮ ਦੀ ਪ੍ਰਸੰਸਾ ਹੋਵੇ। ਸਗੋਂ ਸ੍ਰੀ ਗੁਰੂ ਗਰੰਥ ਸਾਹਿਬ ਜੀ ਵਿੱਚ ਦਰਜ ਸਾਰੀ ਗੁਰਬਾਣੀ ਅਤੇ ਬਾਣੀ ਦਾ ਕੋਈ ਵੀ ਸ਼ਬਦ ਅਵਤਾਰ ਪੂਜਾ,ਜੋਗਅਭਿਆਸ, ਪ੍ਰਾਣਾਯਾਮ ਤੇ ਮੂਰਤੀ ਪੂਜਾ ਦੇ ਹੱਕ ਚ ਨਹੀਂ ਹੈ,ਅਤੇ ਨਾ ਕੋਈ ਸ਼ਬਦ ਇਸਲਾਮ ਧਰਮ ਨੂੰ ਗ੍ਰਹਿਣ ਕਰਨ ਲਈ ਪ੍ਰੇਰਤ ਕਰਦਾ ਹੈ। ਇਸ ਦੇ ਉਲਟ ਸ੍ਰੀ ਗੁਰੂ ਗਰੰਥ ਸਾਹਿਬ ਜੀ ਵਿੱਚ ਦਰਜ ਬਾਣੀ ਅਤੇ ਗੁਰਬਾਣੀ ਮਨੁਖਾਂ ਦੇ ਜੀਵਨ ਲਈ ਚਾਨਣ ਮੁਨਾਰਾ ਹੈ। ਇਸ ਕਰਕੇ ਵੀ ਸ੍ਰੀ ਗੁਰੂ ਗਰੰਥ ਸਾਹਿਬ ਜੀ ਨੂੰ ਗੁਰੂ ਮੰਨਣਾ ਅਤੇ ਬਾਣੀ ਅਤੇ ਗੁਰਬਾਣੀ ਦੇ

ਉਚਾਰਨ ਹਾਰਿਆ ਨੂੰ ਵੀ ਗੁਰੂ ਦੀ ਪਦਵੀ ਨਾਲ ਸਤਿਕਾਰਨਾਂ ਹਰ ਸਿੱਖ ਦਾ ਇਸ਼ਟ ਹੋਣਾ ਚਾਹੀਦਾ ਹੈ। ਹਰੇਕ ਸਿੱਖ ਇਹੋ ਹੀ ਆਖੇਗਾ ਕਿ ਸ੍ਰੀ ਗੁਰੂ ਗਰੰਥ ਸਾਹਿਬ ਜੀ ਵਿੱਚ ਦਰਜ ਸਾਰੀ ਬਾਣੀ, ਗੁਰਬਾਣੀ ਹੀ ਹੈ ਅਤੇ ਉਹ ਕਦੇ ਵੀ ਬਾਣੀ ਅਤੇ ਗੁਰਬਾਣੀ ਵਿੱਚ ਕੋਈ ਮਤਭੇਦ ਨਹੀਂ ਸਮਝੇਗਾ ਕਈ ਵਿਦਵਾਨਾਂ ਦਾ ਵਿਚਾਰ ਹੈ ਕਿ ਸ੍ਰੀ ਗੁਰੂ ਰਵਿਦਾਸ ਜੀ ਸਾਰੀ ਉਮਰ ਕਾਂਸ਼ੀ ਵਿੱਚ ਰਹੇ ਹੋਣ ਕਰਕੇ ਉਨ੍ਹਾਂ ਨੇ ਆਪਣੀ ਬਾਣੀ ਸੰਸਕ੍ਰਿਤ ਵਿੱਚ ਰਚੀ ਸੀ ਅਤੇ ਸ੍ਰੀ ਗੁਰੂ ਅਰਜਨ ਦੇਵ ਜੀ ਨੇ ਉਨ੍ਹਾਂ ਦੀ ਬਾਣੀ ਦਾ ਪੰਜਾਬੀ ਰੂਪ ਕਰਕੇ ਸ੍ਰੀ ਗੁਰੂ ਗਰੰਥ ਸਾਹਿਬ ਜੀ ਵਿੱਚ ਸੰਪਾਦਨ ਕੀਤਾ ਇਸ ਗੱਲ ਨੂੰ ਵੀ ਨਹੀਂ ਮੰਨਿਆ ਜਾ ਸਕਦਾ ਇੱਕ ਤਾਂ ਇਸ ਗੱਲ ਦਾ ਗੁਰਬਾਣੀ ਵਿੱਚੋਂ ਕੋਈ ਸਬੂਤ ਨਹੀਂ ਮਿਲਦਾ ਜਦ ਸ੍ਰੀ ਗੁਰੂ ਅਰਜਨ ਦੇਵ ਜੀ ਸ੍ਰੀ ਗੁਰੂ ਗਰੰਥ ਸਾਹਿਬ ਜੀ ਦੇ ਪੰਨਾ ਨੰਬਰ **1208** ਉੱਪਰ ਮਹੱਲਾ **5** ਵਾਲੇ ਸ਼ਬਦ ਵਿੱਚ (ਜੋ ਅਗਲੇ ਪੰਨੇ ਉੱਪਰ ਅੰਕਿਤ ਹੈ) ਸੰਤਾਂ ਅਤੇ ਭਗਤਾਂ ਦੀ ਬਾਣੀ ਦੀ ਪ੍ਰਸੰਸਾਂ ਕਰਦੇ ਹਨ ਤਦ ਉਨ੍ਹਾਂ ਨੇ ਕੀਤੇ ਪੰਜਾਬੀ ਰੂਪ ਬਾਰੇ ਵੀ ਉਚਾਰ ਜਾਣਾ ਸੀ। ਦੂਜੀ ਗੱਲ ਸ੍ਰੀ ਗੁਰੂ ਰਵਿਦਾਸ ਜੀ ਦੀ ਬਾਣੀ ਵਿੱਚ ਕੋਈ ਸ਼ਬਦ ਅਜੇਹਾ ਨਹੀਂ ਪੜ੍ਹਨ ਵਿੱਚ ਆਉਂਦਾ ਜਿਸਦਾ ਮੂਲ ਸੰਸਕ੍ਰਿਤ ਹੋਵੇ ਅਤੇ ਹੋਰ ਗੁਰੂਆਂ ਦੀ ਗੁਰਬਾਣੀ ਵਿੱਚ ਨਾ ਵਰਤਿਆ ਗਿਆ ਹੋਵੇ। ਸ੍ਰੀ ਗੁਰੂ ਰਵਿਦਾਸ ਜੀ ਦੀਆਂ ਹੋਰ ਰਚਿਤ ਬਾਣੀਆਂ ਜਿਵੇਂ ਧਰਮ-ਸੰਘਤਾ,ਵੇਦਾਂਤ-ਸਾਰ,ਗੀਤਾ ਭਾਸ਼,ਵੇਦ-ਸੰਗ੍ਰਹਿ ਆਦਿ ਵਿੱਚ ਵੀ ਸੰਸਕ੍ਰਿਤ ਭਾਸ਼ਾ ਨਹੀਂ ਹੈ। ਉਪ੍ਰੋਕਤ ਤੱਥਾਂ ਨੂੰ ਮੁੱਖ ਰੱਖਕੇ ਅਸੀਂ ਆਖ ਸਕਦੇ ਹਾਂ ਕਿ ਮਾਨਵਤਾ ਦੇ ਸਵਰੂਪ ਨੂੰ ਪੁਨਰਤਾ ਦੇਣ ਦੇ ਸੰਦਰਭ ਵਿੱਚ ਸ੍ਰੀ ਗੁਰੂ ਰਵਿਦਾਸ ਜੀ ਨੂੰ ਗੁਰੂ ਸ਼ਬਦ ਨਾਲ ਹੀ ਸੰਬੋਧਨ ਕਰਨਾ ਚਾਹੀਦਾ ਹੈ। ਇਸ ਤਰ੍ਹਾਂ ਕਰਨ ਨਾਲ ਸ੍ਰੀ ਗੁਰੂ ਗਰੰਥ ਸਾਹਿਬ ਜੀ ਦੀ ਵੀ ਮਹਾਨਤਾ ਹੈ ਅਤੇ ਜਗਤ ਉਨ੍ਹਾਂ ਦੇ ਅਧਿਆਤਮਕ ਕਾਰਜਾਂ ਕਾਰਨ ਮਾਨਵ ਉੱਪਰ ਉਨ੍ਹਾਂ ਦੇ ਕੀਤੇ ਪਰਉਪਕਾਰਾਂ ਨੂੰ ਸਤਿਕਾਰਤ ਕਰਨ ਦੇ ਵੀ ਸਮਰੱਥ ਹੋਵੇਗਾ ਬੀਬੀ ਭਾਨੀ ਨੇ ਆਪਣੇ ਪਿਤਾ ਗੁਰੂ ਕੋਲੋਂ ਬਚਨ ਲਿਆ ਸੀ ਕਿ ਗੁਰ ਗੱਦੀ ਘਰ ਵਿੱਚ ਹੀ ਰਹਿਣੀ ਚਾਹੀਦੀ ਹੈ। ਏਸੇ ਕਾਰਨ ਹੀ ਪੰਜਵੀਂ ਪਾਤਸ਼ਾਹੀ ਤੋਂ ਉਪ੍ਰੰਤ ਇਹ ਗੁਰਗੱਦੀ ਸੋਢੀ ਬੰਸ ਕੋਲ ਹੀ ਰਹੀ, ਭਾਵੇਂ ਛੇਵੀਂ ਸੱਤਵੀਂ ਅਤੇ ਅੱਠਵੀਂ ਪਾਤਸ਼ਾਹੀ ਨੇ ਕੋਈ ਬਾਣੀ ਨਹੀਂ ਉਚਾਰੀ ਸੀ ਅਤੇ ਨਾ ਹੀ ਉਨ੍ਹਾਂ ਦੀ ਗੁਰਬਾਣੀ ਗੁਰੂ ਗਰੰਥ ਸਾਹਿਬ ਜੀ ਵਿੱਚ ਦਰਜ ਹੈ ਅਸੀਂ ਨਿੱਤ ਅਰਦਾਸ ਕਰਨ ਸਮੇਂ ਇਹੋ ਆਖਦੇ ਹਾਂ ਕਿ 'ਗੁਰੂ ਮਾਨਿਓ ਗ੍ਰੰਥ 'ਤੇ ਗੁਰਬਾਣੀ ਰਾਹੀਂ ਗੁਰੂਆਂ ਦਾ ਵੀ ਫੁਰਮਾਨ ਹੈ।

"ਬਾਣੀ ਗੁਰੂ ਗੁਰੂ ਹੈ ਬਾਣੀ, ਵਿੱਚ ਬਾਣੀ ਅੰਮ੍ਰਿਤ ਸਾਰੇ ॥
ਬਾਣੀ ਕਹੈ ਸੇਵਕ ਜਨ ਮਾਨੈ ਪ੍ਰਤਖ ਗੁਰੂ ਨਿਸਤਾਰੇ ॥'

(ਨਟ ਮਹਲਾ 4 ਪੰਨਾ 982)

ਜੇਕਰ ਗੁਰੂ ਗਰੰਥ ਸਾਹਿਬ ਜੀ ਵਿੱਚ ਦਰਜ ਬਾਣੀ ਹੀ ਗੁਰੂ ਅਖਵਾਉਂਦੀ ਹੈ ਤਾਂ ਉਨ੍ਹਾਂ ਬਾਣੀਆਂ ਦੇ ਉਚਾਰਨਹਾਰ ਵੀ ਗੁਰੂ ਅਖਵਾਉਣ ਦੇ ਹੱਕਦਾਰ ਬਣਦੇ ਹਨ ਭਾਵੇਂ ਉਨ੍ਹਾਂ ਨੂੰ ਗੁਰ-ਗੱਦੀ ਦੇ ਜਾਨਸ਼ੀਨ ਬਣਨ ਦਾ ਸੁਭਾਗ ਪ੍ਰਾਪਤ ਨਹੀਂ ਹੋਇਆ ਹੁੰਦਾ ਵੀ ਕਿਵੇਂ ? ਪੰਜਵੀ ਪਾਤਸ਼ਾਹੀ ਜੀ ਦੇ ਵੱਡੇ ਭਾਈ ਪ੍ਰਿਥੀ ਚੰਦ ਨੇ ਇਸ ਗੱਦੀ ਨੂੰ ਪਰਾਪਤ ਕਰਨ ਲਈ ਲੱਖਾਂ ਪਾਪੜ ਵੇਲੇ ਸਨ ਪਰ ਬੀਬੀ ਭਾਨੀ ਜੀ ਦੀ ਸੇਵਾ ਅਤੇ ਗੁਰੂ ਅਰਜਨ ਦੇਵ ਜੀ ਦੀ ਪੂਰਵ ਦੀ ਭਗਤੀ ਅਤੇ ਅਧਿਆਤਮਕ ਗਿਆਨ ਪ੍ਰਬੋਧ ਜਿਉਂ ਪ੍ਰਬੱਲ ਸੀ। ਪਾਠਕ ਜੀ ਆਉ ਹੁਣ ਸ੍ਰੀ ਗੁਰੂ ਅਰਜਨ ਦੇਵ ਜੀ ਦੇ ਹੇਠ ਲਿਖੇ ਸ਼ਬਦ ਦੇ ਵਿਚਾਰਾਂ ਨੂੰ ਆਪਣੇ ਮਨ ਵਿੱਚ ਵਸਾਉਣਾ ਕਰੀਏ ।

ਸਾਰੰਗ ਮਹਲਾ 5 ॥

ਉਆ ਅਉਸਰ ਕੈ ਹਉ ਬਲਿ ਜਾਈ॥ ਆਠ ਪਹਿਰ ਅਪਨਾ ਪ੍ਰਭ ਸਿਮਰਨੁ ਵਡਭਾਗੀ ਹਰਿ ਪਾਈ॥੧॥ਰਹਾਉ॥ ਭਲੋ ਕਬੀਰੁ ਦਾਸੁ ਦਾਸਨ ਕੋ ਊਤਮੁ ਸੈਨੁ ਜਨੁ ਨਾਈ॥ ਊਚ ਤੇ ਊਚ ਨਾਮਦੇਉ ਸਮਦਰਸੀ ਰਵਿਦਾਸ ਠਾਕੁਰ ਬਣਿ ਆਈ॥੨॥ਜੀਉ ਪਿੰਡੁ ਤਨੁ ਧਨੁ ਸਾਧਨ ਕਾ ਇਹੁ ਮਨੁ ਸੰਤ ਰੇਨਾਈ ॥ ਸੰਤ ਪ੍ਰਤਾਪ ਭਰਮ ਸਭਿ ਨਾਸੈ ਨਾਨਕ ਮਿਲੈ ਗੁਸਾਈ ॥੨॥੪॥ (ਸ੍ਰੀ ਗੁਰੂ ਗਰੰਥ ਸਾਹਿਬ ਜੀ ਪੰਨਾ ਨੰਬਰ ੧੨੦੮)

ਇਸ ਸ਼ਬਦ ਰਾਹੀਂ ਸ੍ਰੀ ਗੁਰੂ ਅਰਜਨ ਦੇਵ ਜੀ ਇਸ ਦੁਨੀਆਂ ਨੂੰ ਸਮਝਾਉਂਦੇ ਹਨ ਕਿ ਮੈਂ ਉਸ ਵੇਲੇ ਤੋਂ ਕੁਰਬਾਨ ਹਾਂ, ਜਿਸ ਵੇਲੇ ਮੈਨੂੰ ਇਸ ਗੱਲ ਦਾ ਪਤਾ ਲੱਗਾ ਕਿ ਜੇਕਰ ਮੈਂ ਅੱਠੋ ਪਹਿਰ ਆਪਣੇ ਪ੍ਰਭੂ ਦਾ ਸਿਮਰਨ ਕਰਾਂ ਤਾਂ ਫਿਰ ਮੈਂ ਵੱਡੇ ਭਾਗਾਂ ਵਾਲਾ ਹੋ ਕੇ ਉਸ ਪ੍ਰਭੂ ਨੂੰ ਮਿਲ ਸਕਦਾ ਹਾਂ । ਭਲਾ ਹੋਵੇ ਸ੍ਰੀ ਕਬੀਰ ਜੀ ਦਾ ਅਤੇ ਸਭ ਤੋਂ ਉਤਮ ਸ੍ਰੀ ਸੈਨ ਨਾਈ ਜੀ ਦਾ ਜਿਨ੍ਹਾਂ ਦੀ ਬਾਣੀ ਤੋਂ ਮੈਨੂੰ ਪਤਾ ਲੱਗਾ ਕਿ ਉਸ ਪ੍ਰਭੂ ਦੇ ਦਾਸਾਂ ਦਾ ਦਾਸ ਬਣ ਕੇ ਉਸ ਪ੍ਰਭੂ ਨੂੰ ਮਿਲ ਸਕੀਦਾ ਹੈ । ਸ੍ਰੀ ਨਾਮਦੇਵ ਜੀ ਜੋ ਸਾਰਿਆਂ ਨੂੰ ਇੱਕੋ ਜਿਹਾ ਹੀ ਸਮਝਦੇ ਸਨ ਅਤੇ ਸ੍ਰੀ ਰਵਿਦਾਸ ਜੀ ਜੋ ਉਸ ਪ੍ਰਭੂ ਨੂੰ ਮਿਲ ਚੁੱਕੇ ਸਨ ਜਾਂ ਇਸ ਤਰ੍ਹਾਂ ਵਿਚਾਰ ਲਈਏ ਕਿ ਉਹ ਉਸ ਪ੍ਰਮਾਤਮਾ ਦਾ ਰੂਪ ਧਾਰ ਕੇ ਇਸ ਦੁਨੀਆ ਵਿੱਚ ਆਏ ਸਨ । ਸ੍ਰੀ ਗੁਰੂ ਅਰਜਨ ਦੇਵ ਜੀ ਆਪਣੇ ਇੱਕ ਹੋਰ ਸ਼ਬਦ ਵਿੱਚ ਇਸੇ ਵਿਚਾਰ ਨੂੰ ਹੋਰ ਸਪੱਸ਼ਟ ਕਰਦੇ ਹਨ।

ਰਵਿਦਾਸ ਧਿਆਏ ਪ੍ਰਭ ਅਨੂਪ॥ਗੁਰੂ ਨਾਨਕ ਦੇਵ ਗੋਵਿੰਦ ਰੂਪ॥

ਪਹਿਲੇ ਸ਼ਬਦ ਵਿੱਚ ਅੱਗੇ ਉਚਾਰਦੇ ਹਨ ਕਿ ਮੇਰਾ ਇਹ ਸਰੀਰ, ਧਨ ਉਨ੍ਹਾਂ ਹੀ ਸਾਧੂ ਲੋਕਾਂ ਦਾ ਹੈ ਅਤੇ ਮੇਰਾ ਇਹ ਮਨ ਉਨ੍ਹਾਂ ਸਾਧੂ ਲੋਕਾਂ ਦੇ ਚਰਨਾਂ ਦੀ ਧੂੜ ਹੈ। ਇਨ੍ਹਾਂ ਸੰਤਾਂ ਦੀ ਮਿਹਰ ਸਦਕਾ ਹੀ ਮੇਰੇ ਦਿਲ ਦੇ ਸਾਰੇ ਭਰਮ ਦੂਰ ਹੋਏ ਹਨ। ਹੇ ਨਾਨਕ ਉਨ੍ਹਾਂ ਸੰਤਾਂ ਦੀ ਬਾਣੀ ਮੈਨੂੰ ਗੁਰੂ ਰੂਪ ਹੋ ਕੇ ਪਰਾਪਤ ਹੋਈ ਹੈ । ਉਪ੍ਰੋਕਤ ਸ਼ਬਦ ਦੇ ਵਿਚਾਰਾਂ ਨੂੰ ਪੜ੍ਹ ਕੇ ਪਾਠਕ ਜੀ ਹੁਣ ਤੁਸੀਂ ਇਸ ਗੱਲ ਨੂੰ ਵਿਚਾਰਨਾ ਹੈ ਕਿ ਜੋ ਸ੍ਰੀ ਗੁਰੂ ਅਰਜਨ ਦੇਵ ਜੀ ਭਗਤਾਂ ਨੂੰ ਆਪਣਾ ਗੁਰੂ ਉਚਾਰ ਗਏ ਹਨ। ਤੁਸੀਂ ਉਨ੍ਹਾਂ ਵਾਂਗ ਸ੍ਰੀ ਗੁਰੂ ਰਵਿਦਾਸ ਜੀ ਨੂੰ ਗੁਰੂ ਮੰਨਣਾ ਹੈ ਜਾਂ ਭਾਈ ਗੁਰਦਾਸ ਜੀ ਅਤੇ ਇਸ ਫਾਨੀ ਦੁਨੀਆ ਦਾ ਕਹਿਣਾ ਮੰਨ ਕੇ ਸ੍ਰੀ ਗੁਰੂ ਰਵਿਦਾਸ ਜੀ ਨੂੰ ਭਗਤ ਹੀ ਆਖਣਾ ਹੈ। ਇਹ ਫੈਸਲਾ ਤੁਹਾਡੇ ਮਨ ਨੇ ਆਪ ਕਰਨਾ ਹੈ। ਇੱਕ ਇਹ ਵੀ ਗੱਲ ਹੈ ਕਿ ਸ੍ਰੀ ਗੁਰੂ ਰਵਿਦਾਸ ਜੀ ਦਾ ਪਰਚਾਰ ਪੰਜਾਬ ਤੋਂ ਬਾਹਰ ਕਾਂਸ਼ੀ ਵਲ ਸੀ ਤੇ ਸ੍ਰੀ ਗੁਰੂ ਨਾਨਕ ਦੇਵ ਜੀ ਤੋਂ ਉਮਰ ਵਿੱਚ ਉਹ ਕਾਫੀ ਵੱਡੇ ਸਨ। ਐਸੀ ਹਾਲਤ ਨੂੰ ਮੁੱਖ ਰੱਖਦਿਆਂ ਸ੍ਰੀ ਗੁਰੂ ਰਵਿਦਾਸ ਜੀ ਨੂੰ ਸਿਖੀ ਰਹਿਤਾਂ ਦੇ ਅਨੁਸਾਰ ਗੁਰੂ ਆਖਣਾ ਵਰਜਿਤ ਹੈ ਭਾਵੇਂ ਉਨ੍ਹਾਂ ਦੀ ਬਾਣੀ, ਗੁਰਬਾਣੀ ਦੇ ਸੁਮੇਲ ਹੈ ਪਰ ਜਿਸ ਦੁਨੀਆਂ ਦਾ ਸ੍ਰੀ ਗੁਰੂ ਰਵਿਦਾਸ ਜੀ ਨੇ ਕਲਿਆਣ ਕੀਤਾ ਹੈ,ਉਸ ਦੁਨੀਆਂ ਦੇ ਉਹ ਗੁਰੂ ਹੀ ਅਖਵਾਉਣਗੇ ਕਿਉਂਕਿ ਆਪ ਜੀ ਦੀਆਂ ਹੋਰ ਰਚਿਤ ਬਾਣੀਆਂ ਵਿੱਚ ਰਸ, ਪ੍ਰੇਮਾ-ਭਗਤੀ, ਵੈਰਾਗ ਅਤੇ ਗਿਆਨ ਉਪਦੇਸ਼ ਠੀਕ ਉਸੇ ਤਰ੍ਹਾਂ ਹੈ ਜਿਵੇਂ ਗੁਰੂ ਗਰੰਥ ਸਾਹਿਬ ਵਿੱਚ ਉਨ੍ਹਾਂ ਦੇ ਦਰਜ ਚਾਲੀ ਸ਼ਬਦਾਂ ਵਿੱਚੋਂ ਉਤਪੰਨ ਹੁੰਦਾ ਹੈ। ਇਹ ਵੀ ਹੋ ਸਕਦਾ ਹੈ ਕਿ ਸ੍ਰੀ ਗੁਰੂ ਗਰੰਥ ਸਾਹਿਬ ਜੀ ਦੀ ਸੰਪਾਦਨਾ ਸਮੇਂ ਸ੍ਰੀ ਗੁਰੂ ਰਵਿਦਾਸ ਜੀ ਦੀ ਉਹ ਬਾਣੀ ਸੁਲੱਭ ਨਾ ਹੋਵੇ ਜਿਵੇਂ ਸ੍ਰੀ ਗੁਰੂ ਨਾਨਕ ਦੇਵ ਜੀ ਦੇ ਦਰ-ਘਰ ਦੇ ਪ੍ਰੇਮੀਆਂ ਨੇ ਗੁਰਬਾਣੀ ਦੀਆਂ ਪੋਥੀਆਂ ਨੂੰ ਸਤਿਕਾਰ ਨਾਲ ਸੰਭਾਲ ਕੇ ਰੱਖਿਆ ਹੋਇਆ ਸੀ । ਇੱਕ ਇਹ ਵੀ ਕਾਰਨ ਹੋ ਸਕਦਾ ਹੈ ਕਿ ਸ੍ਰੀ ਗੁਰੂ ਗਰੰਥ ਸਾਹਿਬ ਜੀ ਦੀ ਸੰਪਾਦਨਾ ਸਮੇਂ ਸਿਖੀ ਦਾ ਗੜ੍ਹ ਪੰਜਾਬ ਸੀ ਅਤੇ ਸ੍ਰੀ ਗੁਰੂ ਰਵਿਦਾਸ ਜੀ ਦੀ ਵਿਚਾਰਧਾਰਾ ਦਾ ਪਰਚਾਰ ਬਹੁਤਾ ਕਰਕੇ ਹਿੰਦੂਆ ਦੇ ਧਾਰਮਕ ਗੜ੍ਹ ਕਾਂਸ਼ੀ ਵਿੱਚ ਸੀ ਪਰ ਸਿਖੀ ਦਾ ਮੁੱਢ ਸ੍ਰੀ ਗੁਰੂ ਰਵਿਦਾਸ ਜੀ ਦੀ ਬਾਣੀ ਤੋਂ ਹੀ ਬੱਝਦਾ ਹੈ । ਅੱਗੇ ਦਲੀਲਾਂ ਸਹਿਤ ਇਹ ਵੀ ਲਿਖਿਆ ਜਾਵੇਗਾ ਕਿ ਸਭ ਗੁਰੂਆਂ ਨੇ ਸ੍ਰੀ ਗੁਰੂ ਰਵਿਦਾਸ ਜੀ ਦੀ ਬਾਣੀ ਨੂੰ ਆਪਣਾ ਇਸ਼ਟ ਮੰਨਕੇ ਆਪਣੀ ਗੁਰਬਾਣੀ ਉਚਾਰੀ ਹੈ । ਸ੍ਰੀ ਗੁਰੂ ਰਵਿਦਾਸ ਜੀ ਦੀ ਬਾਣੀ ਵਿੱਚੋਂ ਨਿਮਨ ਲਿਖਤ ਸਿਧਾਂਤਾ ਦੇ ਦਰਸ਼ਨ ਹੁੰਦੇ ਹਨ ।

ਨਿਮਰਤਾਃ-ਨਾਗਰ ਜਨਾਂ ਮੇਰੀ ਜਾਤਿ ਬਿਖਿਆਤ ਚੰਮਾਰੰ ॥

ਰਿਦੈ ਰਾਮ ਗੋਬਿੰਦ ਗੁਨ ਸਾਰੰ ॥ (ਰਾਗ ਮਲਾਰ ਪੰਨਾ 1293)

ਮੇਰੀ ਜਾਤਿ ਕੁਟਬਾਂਢਲਾ ਢੋਰ ਢੁਵੰਤਾ ਨਿਤਹਿ ਬਾਨਾਰਸੀ ਆਸ ਪਾਸਾ॥ ਅਬ ਬਿਪ੍ਰ ਪਰਧਾਨ ਤਿਹਿ ਕਰਹਿ ਡੰਡਉਤਿ ਤੇਰੇ ਨਾਮ ਸਰਣਾਇ ਰਵਿਦਾਸੁ ਦਾਸਾ ॥੩॥੧॥

ਅਤੇ ਇਹੋ ਸ਼ਬਦ ਅਗੇ ਲਿਖੇ ਦੀ ਤਰ੍ਹਾਂ ਵੀ ਉਚਾਰਿਆ ਗਿਆ ਹੈ ।

ਜਾਕੇ ਕੁਟੰਬ ਕੇ ਢੇਢ ਸਭ ਢੋਰ ਢੋਵੰਤ, ਫਿਰਹਿ ਅਜਹੂ ਬਨਾਰਸੀ ਆਸ ਪਾਸਾ॥ਆਚਾਰ ਸਹਿਤ ਬਿਪ੍ਰ ਕਰਹਿ, ਡੰਡਉਤਿ ਤਿਨ ਤਨੈ ਰਵਿਦਾਸ ਦਾਸਾਨ ਦਾਸਾ॥੩॥੧॥

(ਪੰਨਾਂ 1293)

ਵੈਰਾਗ:-ਊਚੇ ਮੰਦਰ ਸਾਲ ਰਸੋਈ॥ਏਕ ਘਰੀ ਫੁਨਿ ਰਹਨੁ ਨ ਹੋਈ ॥੧॥ਇਹੁ ਤਨੁ ਐਸਾ ਜੈਸੇ ਘਾਸ ਕੀ ਟਾਟੀ॥ ਜਲਿ ਗਇਓ ਘਾਸੁ ਰਲਿ ਗਇਓ ਮਾਟੀ॥ਰਹਾਉ॥ਭਾਈ ਬੰਧ ਕੁਟੰਬ ਸਹੇਰਾ॥ਓਇ ਭੀ ਲਾਗੇ ਕਾਢੁ ਸਵੇਰਾ॥੨॥ਘਰ ਕੀ ਨਾਰਿ ਉਰਹਿ ਤਨ ਲਾਗੀ ਉਹ ਤਉ ਭੂਤੁ ਭੂਤੁ ਕਰਿ ਭਾਗੀ॥੩॥ਕਹਿ ਰਵਿਦਾਸ ਸਭੈ ਜਗੁ ਲੁਟਿਆ ॥ ਹਮ ਤਉ ਏਕ ਰਾਮ ਕਹਿ ਛੂਟਿਆ ॥੪॥੩॥

(ਰਾਗ ਸੂਹੀ ਪੰਨਾਂ 794)

ਬੇਨਤੀ:-ਤੁਮ ਚੰਦਨ ਹਮ ਇਰੰਡ ਬਾਪੁਰੇ ਸੰਗਿ ਤੁਮਾਰੇ ਬਾਸਾ॥ ਨੀਚ ਰੂਖ ਤੇ ਊਚ ਭਏ ਹੈ ਗੰਧ ਸੁਗੰਧ ਨਿਵਾਸਾ ॥੧॥ ਮਾਧਉ ਸਤ ਸੰਗਤਿ ਸਰਨਿ ਤੁਮਾਰੀ ॥ ਹਮ ਅਉਗਨ ਤੁਮ ਉਪਕਾਰੀ ॥੧॥ਰਹਾਉ॥ (ਰਾਗ ਆਸਾ ਪੰਨਾਂ 486)

ਹਮਸਰਿ ਦੀਨੁ ਦਇਆਲੁ ਨ ਤੁਮ ਸਰਿ ਅਬ ਪਤੀਆਰੁ ਕਿਅ ਕੀਜੈ ॥ ਬਚਨੀ ਤੋਰ ਮੋਰ ਮਨੁ ਮਾਨੈ ਜਨ ਕਉ ਪੂਰਨੁ ਦੀਜੈ॥

(ਰਾਗ ਧਨਾਸਰੀ ਪੰਨਾਂ 694)

ਕੂਪੁ ਭਰਿਓ ਜੈਸੇ ਦਾਦਿਰਾ ਕਛੁ ਦੇਸੁ ਬਿਦੇਸ ਨ ਬੂਝ ॥ ਐਸੇ ਮੇਰਾ ਮਨੁ ਬਿਖਿਆ ਬਿਮੋਹਿਆ ਕਛੁ ਆਰਾ ਪਾਰੁ ਨ ਸੂਝ ॥੧॥ (ਰਾਗ ਗਉੜੀ ਪੰਨਾਂ 346)

ਨਾਥ ਕਛੂਅਾ ਨ ਜਾਨਉ ॥ ਮਨੁ ਮਾਇਆ ਕੈ ਹਾਥਿ ਬਿਕਾਨਉ ॥੧॥ਰਹਾਉ॥ ਤੁਮ ਕਹੀਅਤ ਹੋ ਜਗਤ ਗੁਰ ਸੁਆਮੀ ॥ ਹਮ ਕਹੀਅਤ ਕਲਿਜੁਗ ਕੇ ਕਾਮੀ ॥੧॥ ਇਨ ਪੰਚਨ ਮੇਰੋ ਮਨੁ ਜੁ ਬਿਗਾਰਿਓ ॥ ਪਲੁ ਪਲੁ ਹਰਿ ਜੀ ਤੇ ਅੰਤਰੁ ਪਾਰਿਓ ॥੨॥ (ਰਾਗ ਜੈਤਸਰੀ ਪੰਨਾਂ 710)

ਪ੍ਰੇਮ

ਮੇਰੀ ਸੰਗਤਿ ਪੋਚ ਸੋਚ ਦਿਨੁ ਰਾਤੀ ॥ ਮੇਰਾ ਕਰਮੁ ਕੁਟਿਲਤਾ ਜਨਮੁ ਕੁਭਾਂਤੀ ॥੧॥ ਰਾਮ ਗੁਸਈਆ ਜੀਅ ਕੇ ਜੀਵਨਾ ॥ ਮੋਹਿ ਨਾ ਬਿਸਾਰਹੁ ਮੈ ਜਨੁ ਤੇਰਾ ॥੧॥ (ਰਾਗ ਗਉੜੀ ਪੰਨਾਂ 345)

ਚਿਤੁ ਸਿਮਰਨੁ ਕਰਉ ਨੈਨ ਅਵਿਲੋਕਨੋ ਸ੍ਰਵਨ ਬਾਨੀ ਸੁਜਸੁ ਪੂਰਿ ਰਾਖਉ ॥ ਮਨੁ ਸੁ ਮਧੁਕਰੁ ਕਰਉ ਚਰਨ ਹਿਰਦੈ ਧਰਉ ਰਸਨ ਅੰਮ੍ਰਿਤ ਰਾਮਨਾਮ ਭਾਖਉ ॥੧॥ ਮੇਰੀ ਪ੍ਰੀਤਿ ਗੋਬਿੰਦ ਸਿਉ ਜਿਨਿ ਘਟੈ ॥ ਮੈ ਤਉ ਮੋਲਿ ਮਹਗੀ ਲਈ ਜੀਅ ਸਟੈ ॥੧॥ਰਹਾਉ॥ (ਰਾਗ ਧਨਾਸਰੀ ਪੰਨਾਂ 694)

ਪ੍ਰੇਮ ਭਗਤਿ ਕੈ ਕਾਰਣੈ ਕਹੁ ਰਵਿਦਾਸ ਚਮਾਰ ॥੩॥੧॥ (ਰਾਗ ਗਉੜੀ ਪੰਨਾਂ 346)

ਸ੍ਰੀ ਗੁਰੂ ਰਵਿਦਾਸ ਜੀ ਨੇ ਉਚਾਰਿਆ ਹੈ ਕਿ ਪਰਮਾਤਮਾ ਵੀ ਪ੍ਰੇਮਾ–ਭਗਤੀ ਨਾਲ ਭਗਤਾਂ ਦੇ ਵਸ ਵਿੱਚ ਹੁੰਦਾ ਹੈ ।

ਜਉ ਹਮ ਬਾਂਧੇ ਮੋਹ ਫਾਸ ਹਮ ਪ੍ਰੇਮ ਬਧਨਿ ਤੁਮ ਬਾਧੇ॥
ਅਪਨੇ ਛੂਟਨ ਕੋ ਜਤਨੁ ਕਰਹੁ ਹਮ ਛੂਟੇ ਤੁਮ ਆਰਾਧੇ ॥
(ਰਾਗ ਸੋਰਠਿ ਪੰਨਾਂ 658)

ਤੋਹੀ ਮੋਹੀ ਮੋਹੀ ਤੋਹੀ ਅੰਤਰੁ ਕੈਸਾ॥ਕਨਕ ਕਟਿਕ ਜਲ ਤਰੰਗ ਜੈਸਾ ॥ (ਸ੍ਰੀ ਰਾਗ ਪੰਨਾ 93)

ਮੂਰਤੀ ਪੂਜਾ ਦਾ ਸ੍ਰੀ ਗੁਰੂ ਰਵਿਦਾਸ ਜੀ ਨੇ ਖੰਡਨ ਕੀਤਾ ਹੈ । ਇਸੇ ਸਿਧਾਂਤ ਨੂੰ ਸਿਖ ਮਰਿਯਾਦਾ ਨੇ ਵੀ ਆਪਨਾਇਆ ਹੈ ।

ਦੂਧੁ ਤ ਬਛਰੈ ਥਨਹੁ ਬਿਟਾਰਿਓ ॥ ਫੂਲੁ ਭਵਰਿ ਜਲੁ ਮੀਨਿ ਬਿਗਾਰਿਓ ॥੧॥ ਮਾਈ ਗੋਬਿੰਦ ਪੂਜਾ ਕਹਾ ਲੈ ਚਰਾਵਉ॥ ਅਵਰੁ ਨ ਫੂਲੁ ਅਨੂਪੁ ਨ ਪਾਵਉ ॥੧॥ਰਹਾਉ॥
(ਰਾਗ ਗੂਜਰੀ ਪੰਨਾ 525)

ਫਲ ਕਾਰਨ ਫੂਲੀ ਬਨਰਾਇ॥ ਫਲੁ ਲਾਗਾ ਤਬ ਫੂਲੁ ਬਿਲਾਇ॥ ਗਿਆਨੈ ਕਾਰਨ ਕਰਮ ਅਭਿਆਸੁ॥ ਗਿਆਨੁ ਭਇਆ ਤਹ ਕਰਮਹ ਨਾਸ ॥ (ਰਾਗ ਭੈਰਉ ਪੰਨਾ 1167)

ਸ੍ਰੀ ਗੁਰੂ ਰਵਿਦਾਸ ਜੀ ਗਿਆਨ ਹੋ ਜਾਣ ਵਾਲੀ ਅਵੱਸਥਾ ਬਾਰੇ ਉਚਾਰਦੇ ਹਨ।

ਬੇਗਮ ਪੁਰਾ ਸਹਰ ਕੋ ਨਾਉ ॥ ਦੂਖੁ ਅੰਦੋਹੁ ਨਹੀ ਤਿਹਿ ਠਾਉ ॥ ਨਾ ਤਸਵੀਸ ਖਿਰਾਜੁ ਨ ਮਾਲੁ ॥ ਖਉਫੁ ਨ ਖਤਾ ਨ ਤਰਸੁ ਜਵਾਲੁ ॥੧॥ ਅਬ ਮੋਹਿ ਖੂਬ ਵਤਨ ਗਹ ਪਾਈ ॥ ਊਹਾਂ ਖੈਰਿ ਸਦਾ ਮੇਰੇ ਭਾਈ ॥੧॥ਰਹਾਉ॥(ਰਾਗ ਗਉੜੀ ਪੰਨਾ 345)

ਜੀਵਾਂ ਦੀ ਪ੍ਰਮਾਦਤਾ ਬਾਰੇ ਆਪ ਜੀ ਨੇ ਉਚਾਰਿਆ ਹੈ ।

ਮ੍ਰਿਗ ਮੀਨ ਭ੍ਰਿੰਗ ਪਤੰਗ ਕੁੰਚਰ,ਏਕ ਦੋਖ ਬਿਨਾਸ ॥ ਪੰਚ ਦੋਖ ਅਸਾਧ ਜਾਮਹਿ ਤਾਕੀ ਕੇਤਕ ਆਸ ॥੧॥ ਮਾਧੋ ਅਬਿਦਿਆ ਹਿਤ ਕੀਨ॥ ਬਿਬੇਕ ਦੀਪ ਮਲੀਨ ॥੧॥ਰਹਾਉ॥
(ਰਾਗ ਆਸਾ 486)

ਪੜੀਐ ਗੁਨੀਐ ਨਾਮੁ ਸਭੁ ਸੁਨੀਐ ਅਨਭਉ ਭਾਉ ਨ ਦਰਸੈ ॥ ਲੋਹਾ ਕੰਚਨ ਹਿਰਨ ਹੋਇ ਕੈਸੇ ਜਉ ਪਾਰਸਹਿ ਨ ਪਰਸੈ ॥੧॥ (ਰਾਗ ਰਾਮਕਲੀ ਪੰਨਾ 973)

ਹਰਿ ਸੋ ਹੀਰਾ ਛਾਡਿ ਕੈ ਕਰਹਿ ਆਨ ਕੀ ਆਸ ॥ ਤੇ ਨਰ ਦੋਜਕ ਜਾਹਿਗੇ ਸਤਿ ਭਾਖੈ ਰਵਿਦਾਸ ॥

(ਸਲੋਕ ੨੪੨ ਕਬੀਰ ਜੀ ਪੰਨਾਂ 1377)

ਸ੍ਰੀ ਗੁਰੂ ਰਵਿਦਾਸ ਜੀ ਪ੍ਰਮਾਤਮਾ ਦੇ ਨਾਮ ਵਿਹੂਣੇ ਦੀ ਦਸ਼ਾ ਬਾਰੇ ਆਪਣੀ ਬਾਣੀ ਵਿੱਚ ਉਚਾਰਦੇ ਹਨ ।

ਖਟੁ ਕਰਮ ਕੁਲ ਸੰਜੁਗਤ ਹੈ ਹਰਿ ਭਗਤਿ ਹਿਰਦੈ ਨਾਹਿ॥ ਚਰਨਾਰ ਬਿੰਦ ਨ ਕਥਾ ਭਾਵੈ ਸੁਪਚ ਤੁਲਿ ਸਮਾਨਿ ॥

(ਰਾਗ ਕੇਦਾਰਾ ਪੰਨਾ 1124)

ਨਾਮ ਦੀ ਮਹਿਮਾ ਬਾਰੇ ਉਚਾਰਦੇ ਹਨ ।

ਜਿਹ ਕੁਲ ਸਾਧੁ ਬੈਸਨੌ ਹੋਇ॥ਬਰਨ ਅਬਰਨ ਰੰਕੁ ਨਹੀ ਈਸੁਰੁ ਬਿਮਲ ਬਾਸੁ ਜਾਨੀਐ ਜਗ ਸੋਇ॥੧॥ਰਹਾਉ॥ਬ੍ਰਹਮਨ ਬੈਸ ਸੂਦ ਅਰੁ ਖਤ੍ਰੀ ਡੋਮ ਚੰਡਾਰਿ ਮਲੇਛ ਮਨ ਸੋਇ॥ਹੋਇ ਪੁਨੀਤ ਭਗਵੰਤ ਭਜਨ ਤੇ ਆਪੁ ਤਾਰਿ ਤਾਰੇ ਕੁਲ ਦੋਇ॥੧॥ਧੰਨਿ ਸੁ ਗਾਉ ਧੰਨਿ ਸੋ ਠਾਉ ਧੰਨਿ ਪੁਨੀਤ ਕੁਟੰਬ ਸਭ ਲੋਇ॥੨॥ਜਿਨਿ ਪੀਆ ਸਾਰ ਰਸੁ ਤਜੇ ਆਨ ਰਸ ਹੋਇ ਰਸ ਮਗਨ ਡਾਰੇ ਬਿਖੁ ਖੋਇ॥ ਪੰਡਿਤ ਸੂਰ ਛਤ੍ਰਪਤਿ ਰਾਜਾ ਭਗਤ ਬਰਾਬਰਿ ਅਉਰ ਨ ਕੋਇ॥ ਜੈਸੇ ਪੁਰੈਨ ਪਾਤ ਰਹੈ ਜਲ ਸਮੀਪ ਭਨਿ ਰਵਿਦਾਸ ਜਨਮੇ ਜਗਿ ਓਇ॥੩॥(ਪੰਨਾਂ 858)

ਸ੍ਰੀ ਗੁਰੂ ਰਵਿਦਾਸ ਜੀ ਨੂੰ ਪ੍ਰਮਾਤਮਾ ਦੀ ਭਗਤੀ ਵਿੱਚ ਪੱਕਾ ਨਿਸਚਾ ਸੀ ਕਿਉਂਕਿ ਆਪ ਜੀ ਰੱਬੀ ਨੂਰ ਵੀ ਆਪ ਹੀ ਸਨ । ਪ੍ਰਮੇਸ਼ਰ ਨਾਲ ਉਨ੍ਹਾਂ ਦਾ ਸੰਪਰਕ ਆਮ ਹੁੰਦਾ ਸੀ । ਇਸ ਗੱਲ ਦਾ ਪਤਾ ਉਨ੍ਹਾਂ ਦੀ ਬਾਣੀ ਪੜ੍ਹਨ ਤੋਂ ਲਗਦਾ ਹੈ । ਤਾਂਹੀਓ ਤਾਂ ਆਪ ਜੀ ਨੇ ਉਚਾਰਿਆ ਹੈ ।

ਅਜਾਮਲੁ ਪਿੰਗੁਲਾ ਲੁਭਤੁ ਕੁੰਚਰੁ ਗਏ ਹਰਿ ਕੈ ਪਾਸ ॥
ਐਸੇ ਦੁਰਮਿਤ ਨਿਸਤਰੇ ਤੂ ਕਿਉਂ ਨ ਤਰਹਿ ਰਵਿਦਾਸ ॥

(ਰਾਗ ਕੇਦਾਰਾ ਪੰਨਾਂ 1124)

ਸ੍ਰੀ ਗੁਰੂ ਰਵਿਦਾਸ ਜੀ ਦੀ ਉਚਾਰੀ ਹੋਈ ਸਾਰੀ ਬਾਣੀ ਉਸ ਸਰਬ ਸ਼ਕਤੀਮਾਨ

ਪ੍ਰਮਾਤਮਾ ਦੀ ਸਿਫਤ ਪ੍ਰਥਾਇ ਹੀ ਹੈ ਅਤੇ ਉਸ ਬਾਣੀ ਦੇ ਪੜ੍ਹਨ ਅਤੇ ਵਿਚਾਰਨ ਨਾਲ ਇਸ ਪੰਜ ਤੱਤ ਦੇ ਪੁਤਲੇ ਦਾ ਸੁਧਾਰ ਹੁੰਦਾ ਹੈ । ਉੱਪਰ ਦੱਸੇ ਦੀ ਤਰ੍ਹਾਂ ਸ੍ਰੀ ਗੁਰੂ ਰਵਿਦਾਸ ਜੀ ਦੀ ਬਾਣੀ ਵਿੱਚ ਉਹ ਹਰ ਸਿੱਖੀ ਸਿਧਾਂਤ ਅਭਿਵਿਅੱਕਤ ਹੋਇਆ ਹੈ ਜਿਹੜਾ ਮਗਰੋਂ ਸਿੱਖਾਂ ਦੀਆਂ ਦਸਾਂ ਪਾਤਿਸ਼ਾਹੀਆਂ ਨੇ ਮਾਨਵਤਾ ਵਾਸਤੇ ਮੁਕਤੀ ਦਾ ਰਾਹ ਉਚਾਰਿਆ ਹੈ। ਸਿੱਖੀ ਸਿਧਾਂਤ ਅਨੁਸਾਰ ਪ੍ਰਮਾਤਮਾ ਇੱਕ ਹੈ । ਏਸੇ ਕਰਕੇ ਸ੍ਰੀ ਗੁਰੂ ਰਵਿਦਾਸ ਜੀ ਦੀ ਬਾਣੀ ਵੀ ਧੁਰੋਂ ਆਈ ਬਾਣੀ ਨਾਲ ਮੇਲ ਖਾਂਦੀ ਹੈ ਕਿਉਂਕਿ ਉਨ੍ਹਾਂ ਦੀ ਬਾਣੀ ਵਿੱਚੋਂ ਵੀ ਮਾਨਵ ਨੂੰ ਮੁਕਤੀ ਦਾ ਰਾਹ ਦਿਸਦਾ ਹੈ । ਸ੍ਰੀ ਗੁਰੂ ਰਵਿਦਾਸ ਜੀ ਦੀ ਬਾਣੀ ਅਤੇ ਗੁਰਬਾਣੀ ਵਿੱਚ ਕੋਈ ਭਿੰਨ ਭੇਦ ਨਹੀਂ ਹੈ।

ਇਸ ਕਰਕੇ ਵੀ ਸਾਨੂੰ ਸ੍ਰੀ ਗੁਰੂ ਰਵਿਦਾਸ ਜੀ ਨੂੰ ਗੁਰੂਆਂ ਵਾਲਾ ਸਨਮਾਨ ਦੇਣਾ ਚਾਹੀਦਾ ਹੈ । ਗੁਸਾਂਈ ਤੁਲਸੀ ਦਾਸ ਜੀ ਦੇ ਕਥਨ ਅਨੁਸਾਰ ਆਪ ਜੀ ਨੇ ਉਸ ਸਮੇਂ (ਜਿਸ ਜਾਤ ਨੂੰ ਨੀਚ ਜਾਤ ਆਖਿਆ ਜਾਂਦਾ ਸੀ) ਚਮਾਰਾਂ ਦੇ ਘਰ ਜਨਮ ਧਾਰਨ ਕਰਕੇ ਸਾਰੇ ਭਾਰਤ ਨੂੰ ਚਾਨਣ ਮੁਨਾਰਾ ਬਣ ਕੇ ਰੋਸ਼ਨੀ ਦਿਤੀ । ਗੁਰੂ ਸ਼ਬਦ ਦੇ ਅਰਥਾਂ ਅਨੁਸਾਰ ਲੋਕਾਈ ਦੇ ਜੀਵਨ ਨੂੰ ਚਾਨਣ ਪ੍ਰਦਾਨ ਕਰਨ ਵਾਲੇ ਨੂੰ ਹੀ ਗੁਰੂ ਆਖਿਆ ਜਾਂਦਾ ਹੈ ।

ਉਤਮ ਔਰ ਚੰਡਾਲ ਘਰੁ ਇਕ ਦੀਪਕ ਉਜਿਆਰ ॥

ਤੁਲਸੀ ਮਥੇ ਪਤੰਗ ਕੋ ਸਭੀ ਜੋਤ ਇਕ ਸਾਰ ॥

(ਗੁਸਾਂਈ ਤੁਲਸੀ ਦਾਸ)

□

ਸ੍ਰੀ ਗੁਰੂ ਰਵਿਦਾਸ ਜੀ ਦੇ ਰਾਗ

ਕਾਂਸ਼ੀ ਸ਼ਹਿਰ ਹਿੰਦੂ ਧਰਮ ਦੇ ਪਰਚਾਰ ਦਾ ਗੜ੍ਹ ਮੰਨਿਆ ਜਾਂਦਾ ਹੈ। ਸ੍ਰੀ ਗੁਰੂ ਰਵਿਦਾਸ ਜੀ ਨੇ ਦਸਾਂ ਨੌਹਾਂ ਦੀ ਕਿਰਤ ਕਰਦਿਆਂ, ਪ੍ਰਭੂ ਦਾ ਸਿਮਰਨ ਕਰਦਿਆਂ ਅਤੇ ਕਰੋੜਾਂ ਲੋਕਾਂ ਨੂੰ ਜਿਨ੍ਹਾਂ ਵਿੱਚ ਰਾਜੇ, ਮਹਾਰਾਜੇ, ਰਾਣੀਆਂ, ਮਹਾਰਾਣੀਆਂ ਅਤੇ ਪਟਰਾਣੀਆਂ ਵੀ ਆਉਂਦੀਆਂ ਹਨ,ਉਹਨਾਂ ਸਭਨਾਂ ਨੂੰ ਆਪਣੇ ਪ੍ਰਭੂ ਦੇ ਲੜ ਲਾਇਆ ਅਤੇ ਉਹਨਾਂ ਸਭਨਾਂ ਨੇ ਹੀ ਸ੍ਰੀ ਗੁਰੂ ਰਵਿਦਾਸ ਜੀ ਨੂੰ ਆਪਣਾ ਗੁਰੂ ਮੰਨਿਆ ਸੀ। ਉਨ੍ਹਾਂ ਨੇ ਜਗਤ ਨੂੰ ਪ੍ਰਭੂ ਦੇ ਗੁਣ ਗਾਉਣ ਲਈ ਪ੍ਰਭਾਵਤ ਕਰਨ ਵਿੱਚ ਆਪਣਾ ਬਹੁਤਾ ਜੀਵਨ ਕਾਂਸ਼ੀ ਵਿੱਚ ਹੀ ਬਤੀਤ ਕੀਤਾ। ਸ੍ਰੀ ਗੁਰੂ ਰਵਿਦਾਸ ਜੀ ਦੀ ਰੱਬੀ ਸ਼ਕਤੀ ਵਿਦਵਤਾ ਅਤੇ ਸੱਚੀ ਕਿਰਤ ਅਗੇ ਜਦ ਪੰਡਤਾਂ ਦਾ ਜੋਰ ਨਾ ਚੱਲਿਆ ਤਦ ਉਨ੍ਹਾਂ ਨੇ ਸ੍ਰੀ ਗੁਰੂ ਰਵਿਦਾਸ ਜੀ ਦਾ ਪੂਰਵ ਦੇ ਜਨਮ ਦਾ ਸੰਬੰਧ ਕਈ ਮਨਘੜਤ ਮਿਥਿਹਾਸਕ ਕਹਾਣੀਆਂ ਨਾਲ ਹਿੰਦੂਆ, ਬ੍ਰਾਹਮਣਾਂ ਪ੍ਰਤੀ ਜੋੜਿਆ । ਇਹ ਵਿਸ਼ਾ ਇੱਕ ਭਰਪੂਰ ਖੋਜ ਮੰਗਦਾ ਹੈ। ਸ੍ਰੀ ਗੁਰੂ ਰਵਿਦਾਸ ਜੀ ਤ੍ਰੈਕਾਲ ਸੋਝੀ ਰੱਖਦੇ ਸਨ । ਜੇਕਰ ਉਹ ਆਪਣੇ ਪਿਛਲੇ ਜਨਮ ਵਿੱਚ ਇੱਕ ਬ੍ਰਾਹਮਣ ਸਨ ਤਾਂ ਉਨ੍ਹਾਂ ਨੇ ਇਹ ਗੱਲ ਆਪਣੀ ਬਾਣੀ ਵਿੱਚ ਸਪੱਸ਼ਟ ਕਰ ਦੇਣੀ ਸੀ । ਉਨ੍ਹਾਂ ਨੇ ਆਪਣੀ ਸਾਰੀ ਬਾਣੀ ਵਿੱਚ ਆਪਣੇ ਆਪ ਨੂੰ ਇੱਕ ਚਮਾਰ ਜਾਤੀ ਨਾਲ ਹੀ ਸੰਬੰਧਤ ਉਚਾਰਿਆ ਹੈ । ਕਿਸੇ ਵੀ ਸ਼ਬਦ ਤੋਂ ਇਹ ਪਰਤੀਤ ਨਹੀਂ ਹੁੰਦਾ ਕਿ ਉਹ ਕਿਸੇ ਜਨਮ ਵਿੱਚ ਬ੍ਰਾਹਮਣ ਵੀ ਸਨ । ਜਿਵੇਂ ਉਨ੍ਹਾਂ ਨੇ ਆਪ ਉਚਾਰਿਆ ਹੈ ।

ਨਾਗਰ ਜਨਾ ਮੇਰੀ ਜਾਤਿ ਬਿਖਿਆਤ ਚੰਮਾਰੰ ॥

ਇਹ ਗੱਲ ਸਪੱਸ਼ਟ ਕਰਦੀ ਹੈ ਕਿ ਰਾਮਾ ਨੰਦ ਵਾਲੀ ਕਹਾਣੀ ਹਿੰਦੂਆ ਨੇ ਸ੍ਰੀ ਗੁਰੂ ਰਵਿਦਾਸ ਜੀ ਦੇ ਚੜ੍ਹਦੇ ਪਰਤਾਪ ਨੂੰ ਆਪਣੇ ਵਸੀਕਾਰ ਕਰਨ ਵਾਸਤੇ ਹੀ ਘੜੀ ਹੋਈ ਸੀ । ਇਹ ਬ੍ਰਹਮਚਾਰੀ ਚੇਲੇ ਵਾਲੀ ਕਹਾਣੀ ਬਿਲਕੁਲ ਮਨਘੜਤ ਹੈ। ਕਾਂਸ਼ੀ ਵਿੱਚ ਰਹਿ ਕੇ ਸ੍ਰੀ ਗੁਰੂ ਰਵਿਦਾਸ ਜੀ ਨੇ ਹਿੰਦੂ ਧਰਮ ਵਿੱਚ ਪ੍ਰਚਲਤ ਕਈ ਕੁਰੀਤੀਆ, ਗਲਤ ਰੀਤਾਂ ਰਸਮਾਂ ਅਤੇ ਰਵਾਜ਼ਾਂ ਨੂੰ ਸਭ ਸਿੱਖ ਗੁਰੂਆਂ ਤੋਂ ਪਹਿਲਾਂ ਸਮਝਿਆ ਅਤੇ ਉਨ੍ਹਾਂ ਦੇ ਇਲਾਜ ਲਈ ਧੁਰੋਂ ਆਈ ਬਾਣੀ ਨੂੰ ਉਚਾਰਿਆ । ਆਪ ਜੀ ਦੀ ਬਾਣੀ ਨੂੰ ਪੜ੍ਹ ਸੁਣ ਕੇ ਸਥਾਨਕ ਪੰਡਤਾਂ ਅਤੇ ਵਿਦਵਾਨਾਂ ਨੂੰ ਘੁਮੰਡ ਹੋ ਗਿਆ ਪਰ ਉਨ੍ਹਾਂ ਦਾ ਘੁਮੰਡ ਰੱਬੀ ਬਾਣੀ ਨੇ ਬਿਲਕੁਲ ਸ਼ਾਂਤ ਕਰ ਦਿਤਾ ।

ਆਪ ਜੀ ਦੀ ਬਾਣੀ ਦਾ ਪਾਠ ਕਰਦਿਆਂ ਪਤਾ ਚਲਦਾ ਹੈ ਕਿ ਆਪ ਜੀ ਨੇ ਬਾਣੀ ਕਈ ਰਾਗਾਂ ਵਿੱਚ ਉਚਾਰੀ ਹੈ। ਇਸ ਗੱਲ ਤੋਂ ਸਿੱਧ ਹੁੰਦਾ ਹੈ ਕਿ ਸ੍ਰੀ ਗੁਰੂ ਰਵਿਦਾਸ ਜੀ ਸੰਗੀਤ ਵਿਦਿਆ ਦੇ ਵੀ ਮਹਾਨ ਵਿਦਵਾਨ ਸਨ। ਕਿਹੜਾ ਸਾਜ਼ ਉਨ੍ਹਾਂ ਦੇ ਸੰਗੀਤ ਦਾ ਮਾਧਿਅਮ ਸੀ ਇਸ ਗੱਲ ਦੀ ਵੀ ਪੁਸ਼ਟੀ ਹੋਣੀ ਜ਼ਰੂਰੀ ਹੈ ਕਿਉਂਕਿ ਜਿੰਨੇ ਰਾਗਾਂ ਵਿੱਚ ਆਪ ਜੀ ਨੇ ਬਾਣੀ ਉਚਾਰੀ ਹੈ, ਉਹ ਸਾਰੇ ਰਾਗ ਰਬਾਬ ਨਾਲ ਬੜੀ ਆਸਾਨੀ ਨਾਲ ਵਜਾਏ ਅਤੇ ਗਾਏ ਜਾ ਸਕਦੇ ਹਨ। ਇਸ ਰਬਾਬ ਦੀ ਉਤਪਤੀ ਸ੍ਰੀ ਗੁਰੂ ਰਵਿਦਾਸ ਜੀ ਤੋਂ ਦੋ ਸੌ ਵਰ੍ਹੇ ਪਹਿਲਾਂ 1253 ਬਿਕਰਮੀ ਨੂੰ ਹਜ਼ਰਤ ਅਮੀਰ ਖੁਸਰੋ ਨੇ ਕੀਤੀ ਸੀ, ਜੋ ਅਲਾਉਦੀਨ ਖਿਲਜੀ ਦੇ ਦਰਬਾਰ ਵਿੱਚ ਇੱਕ ਪ੍ਰਸਿਧ ਸੰਗੀਤਕ ਵਿਦਵਾਨ, ਕਵੀ ਅਤੇ ਉਸਦਾ ਰਾਜ ਮੰਤਰੀ ਸੀ। ਸ੍ਰੀ ਗੁਰੂ ਰਵਿਦਾਸ ਜੀ ਦੀ ਬਾਣੀ ਕਿਉਂਕਿ ਰਾਗਾਂ ਵਿੱਚ ਉਚਾਰੀ ਗਈ ਸੀ ਇਸ ਕਰਕੇ ਸਭ ਤੋਂ ਪਹਿਲਾਂ ਏਥੇ ਸ੍ਰੀ ਗੁਰੂ ਰਵਿਦਾਸ ਜੀ ਤੋਂ ਪਹਿਲਾਂ ਪ੍ਰਚਲਤ ਸੰਗੀਤ ਬਾਰੇ ਲਿਖਣਾ ਜ਼ਰੂਰੀ ਬਣਦਾ ਹੈ। ਸਿੱਖ ਸ਼ਰਧਾਲੂ ਕਈ ਰਾਗਾਂ ਦੀ ਅਵਿਸ਼ਕਾਰ ਸਿੱਖ ਗੁਰੂਆਂ ਵਲੋਂ ਕੀਤੀ ਗਈ ਹੀ ਮੰਨਦੇ ਹਨ, ਪਰ ਸਿੱਖ ਗੁਰੂਆਂ ਤੋ ਪਹਿਲਾਂ ਸ੍ਰੀ ਗੁਰੂ ਰਵਿਦਾਸ ਜੀ ਨੇ ਧੁਰੋਂ ਆਈ ਬਾਣੀ ਨੂੰ ਰਾਗਾਂ ਵਿੱਚ ਉਚਾਰਿਆ ਹੈ ।

ਡੇਰਾ ਸੰਤ ਸੁੰਦਰ ਦਾਸ ਜੀ (ਹਰਦੁਆਰ) ਵਿਖੇ ਉਨ੍ਹਾਂ ਦੀ ਗਿਆਰਵੀਂ ਪੀੜ੍ਹੀ ਦੇ ਬਾਬਾ ਜੁਗਰਾਜ ਜੀ (ਦਸੰਬਰ 1982 ਸਮੇਂ ਜਿਨ੍ਹਾਂ ਦੀ ਉਮਰ ਪੂਰੇ 59 ਸਾਲ ਸੀ) ਨੇ ਮੈਨੂੰ ਸ੍ਰੀ ਗੁਰੂ ਰਵਿਦਾਸ ਜੀ ਦੀ ਪੋਥੀ 'ਧਰਮ-ਸੰਘਤਾ' ਦੇ ਦਰਸ਼ਨ ਕਰਵਾਏ। ਪੋਥੀ 'ਧਰਮ-ਸੰਘਤਾ' ਦਾ ਸਰਵਰਕ ਗਾਇਬ ਸੀ । ਪੋਥੀ ਦੇ ਪਹਿਲੇ ਪੰਨੇ ਉੱਪਰ 'ਧਰਮ-ਸੰਘਤਾ' ਸਿਰਲੇਖ ਤੋਂ ਉਪ੍ਰੰਤ ਪੋਥੀ ਸਿਰੀ ਰਾਗ ਦੇ ਸ਼ਬਦ 'ਤੋਹੀ ਮੋਹੀ ਮੋਹੀ ਤੋਹੀ' ਨਾਲ ਸ਼ੁਰੂ ਹੁੰਦੀ ਹੈ ਅਤੇ ਸ੍ਰੀ ਗੁਰੂ ਗਰੰਥ ਸਾਹਿਬ ਜੀ ਵਿੱਚ ਅੰਕਿਤ ਚਾਲੀ ਸ਼ਬਦਾਂ ਵਿੱਚੋਂ ਹੋਰ ਕੋਈ ਸ਼ਬਦ ਅੰਕਿਤ ਨਹੀਂ ਹੈ । ਮੈਨੂੰ ਪੋਥੀ ਦੀ ਜਿਲਦ ਸੱਠ ਸੱਤਰ ਸਾਲ ਪੁਰਾਣੀ ਲਗਦੀ ਸੀ ਜਿਸ ਉੱਪਰ ਤਿੰਨ ਚਾਰ ਕਾਗਜ ਚੜ੍ਹਾਏ ਹੋਏ ਸਨ । ਬਾਬਾ ਜੀ ਨੇ ਮੈਨੂੰ ਦੱਸਿਆ ਕਿ ਇਹ ਪੋਥੀ ਬੜੇ ਮਾਣ ਸਤਿਕਾਰ ਨਾਲ ਪੀੜ੍ਹੀਓ-ਪੀੜ੍ਹੀ ਸਾਡੇ ਪਰਵਾਰ ਕੋਲੋਂ ਸਤਿਕਾਰ ਲੈਂਦੀ ਹੈ । ਕਈ ਵਿਦਵਾਨ ਸਾਡੇ ਕੋਲੋਂ ਇਹ ਪੋਥੀ ਪਰਾਪਤ ਕਰਨ ਵਾਸਤੇ ਆਏ ਪਰ ਸਾਡੇ ਪਰਵਾਰ ਦੇ ਮੁੱਖੀ ਸੰਤ ਸੁੰਦਰ ਦਾਸ ਜੀ ਦਾ ਸਾਡੇ ਪਰਵਾਰ ਨੂੰ ਇਹ ਵਰ ਹੈ ਕਿ ਪਰਵਾਰ ਦਾ ਜਿਹੜਾ ਜੀਅ ਇਸ ਪੋਥੀ ਨੂੰ ਜ਼ਬਾਨੀ ਯਾਦ ਕਰੇਗਾ, ਉਹੀ ਬਚੇਗਾ । ਇਸ ਤਰ੍ਹਾਂ ਸੰਤ ਸੁੰਦਰ ਦਾਸ ਜੀ ਦੇ ਸਮੇਂ ਤੋਂ ਲੈਕੇ ਹੁਣ ਤੱਕ ਸਾਡੇ ਹਰ ਪਰਵਾਰ ਵਿੱਚ ਸਿਰਫ ਦੋ ਬੱਚੇ ਹੀ ਜਨਮ ਲੈਂਦੇ ਹਨ । ਜਿਹੜਾ ਬੱਚਾ ਇਸ ਪੋਥੀ ਨੂੰ

ਜ਼ਬਾਨੀ ਯਾਦ ਕਰ ਲੈਂਦਾ ਹੈ,ਉਹੀ ਬਚ ਪਾਉਂਦਾ ਹੈ। ਇਸ ਕਰਕੇ ਅਸੀਂ ਇਹ ਪੋਥੀ ਕਿਸੇ ਨੂੰ ਵੀ ਦਿੰਦੇ ਨਹੀਂ ਹਾਂ । ਉਨ੍ਹਾਂ ਕੋਲੋਂ ਮੇਰਾ ਇਹ ਪੁੱਛਣ ਉੱਪਰ ਕਿ ਅੱਗੇ ਤੁਹਾਡੀ ਔਲਾਦ ਕੀ ਹੈ? ਉਨ੍ਹਾਂ ਦੱਸਿਆ ਕਿ ਉਨ੍ਹਾਂ ਦੀ ਇੱਕ ਧੀ ਬਾਲ ਬੱਚਿਆਂ ਵਾਲੀ ਹੈ ਜਿਸਨੂੰ ਇਹ ਪੋਥੀ ਜ਼ਬਾਨੀ ਯਾਦ ਹੈ ਅਤੇ ਇੱਕ ਪੁੱਤਰ ਜੋ ਇਸ ਪੋਥੀ ਦਾ ਬੜੀ ਸ਼ਰਧਾ ਨਾਲ ਨਿੱਤ ਪਾਠ ਕਰਦਾ ਹੈ ਪਰ ਉਸ ਨੂੰ ਹਾਲੀ ਇਹ ਪੋਥੀ ਪੂਰੀ ਤਰ੍ਹਾਂ ਕੰਠ ਨਹੀਂ ਹੋਈ ਹੈ । ਉਨ੍ਹਾਂ ਦੱਸਿਆ ਕਿ ਉਨ੍ਹਾਂ ਦੇ ਪਰਵਾਰ ਦੇ ਨਾਮ, ਉਨ੍ਹਾਂ ਦੇ ਕਾਰਨਾਮਿਆਂ ਸਮੇਤ ਹਰਦੁਆਰ ਦੇ ਪੰਡਤਾਂ ਤੋਂ ਪਰਾਪਤ ਕੀਤੇ ਜਾ ਸਕਦੇ ਹਨ । ਪੋਥੀ 'ਧਰਮ-ਸੰਘਤਾ' ਦੇ ਪੰਨਾ ਨੰਬਰ 17 ਉੱਪਰ ਸ੍ਰੀ ਗੁਰੂ ਰਵਿਦਾਸ ਜੀ ਦਾ ਇੱਕ ਸ਼ਬਦ ਹੇਠ ਲਿਖੇ ਦੀ ਤਰ੍ਹਾਂ ਅੰਕਿਤ ਹੈ । ਪੋਥੀ 'ਧਰਮ-ਸੰਘਤਾ' ਦੇ ਕੁੱਲ ਪੰਨੇ ੬੧ ਹਨ । ਇਸ ਸ਼ਬਦ ਨੂੰ ਮੈਂ ਬਾਬਾ ਜੀ ਦੀ ਨਿਗਰਾਨੀ ਹੇਠ ਨੋਟ ਕੀਤਾ ਸੀ ।

"ਕਰੀ ਸੇਵ ਨ ਹਮਰੀ ਨ ਹਮਰਾ ਯਹਿ ਸੰਸਾਰੁ ॥ ਜੋ ਮਿਲਹਿ ਵਡਭਾਗੀਆ ਨਾਮ ਏਕਹੁ ਓਅੰਕਾਰੁ ॥੧॥ ਨਿਤਿ ਸੰਗਤ ਮੰਗਲ ਗਾਵਨਾ ਘਰਿ ਆਇ ਕਰਤਾਰ ॥ ਸੁਣਿ ਧੁਨ ਰਬਾਬ ਕੀ ਨਾਨਕ ਮਨੁ ਮਲ੍ਹਾਰ ॥੧॥੧॥ਰਹਾਉ॥ ਫੁਨਿ ਰਾਗੁ ਅਲਾਪਨਾ ਬਿਸਰਹਿ ਬਾਦ ਬਿਬਾਦੁ ॥ ਧਰੁਪਦੁ ਤਾਲ ਬਜਾਇਨੁ ਗਾਇਨ ਗੁਰੁ ਪ੍ਰਸਾਦਿ ॥੨॥੧॥ ਪ੍ਰਭੁ ਕਾ ਨਾਮੁ ਅਰਾਧੀਐ ਕਲਜੁਗਿ ਹੋਇ ਉਧਾਰੁ ॥ ਭੇਂਟ ਰਬਾਬ ਰਵਿਦਾਸ ਜਨੁ ਦੀਓ ਸਤਿ ਬੀਚਾਰੁ ॥੩॥੧॥੧॥"

ਪੋਥੀ 'ਧਰਮ-ਸੰਘਤਾ' ਦੇ ਉਪ੍ਰੋਕਤ ਸ਼ਬਦ ਤੋਂ ਪਤਾ ਚਲਦਾ ਹੈ ਕਿ ਸ੍ਰੀ ਗੁਰੂ ਨਾਨਕ ਦੇਵ ਜੀ ਸ੍ਰੀ ਗੁਰੂ ਰਵਿਦਾਸ ਜੀ ਨੂੰ ਮਿਲੇ ਸਨ ਅਤੇ ਜਦ ਸ੍ਰੀ ਗੁਰੂ ਨਾਨਕ ਦੇਵ ਜੀ ਉਨ੍ਹਾਂ ਨੂੰ ਮਿਲਣ ਗਏ ਤਾਂ ਸ੍ਰੀ ਗੁਰੂ ਰਵਿਦਾਸ ਜੀ ਦੇ ਰਚੇ ਕਈ ਰਾਗਾਂ ਤੋਂ ਪ੍ਰਭਾਵਤ ਹੋਏ । ਸ੍ਰੀ ਗੁਰੂ ਨਾਨਕ ਦੇਵ ਜੀ ਨੇ ਕਈ ਦਿਨ ਉਨ੍ਹਾਂ ਕੋਲ ਰਹਿ ਕੇ ਉਨ੍ਹਾਂ ਰਾਗਾਂ ਦਾ ਅਭਿਆਸ ਕੀਤਾ । ਫਿਰ ਸ੍ਰੀ ਗੁਰੂ ਰਵਿਦਾਸ ਜੀ ਨੇ ਉਨ੍ਹਾਂ ਨੂੰ ਆਪਣੀ ਬਾਣੀ ਅਤੇ ਰਬਾਬ ਇਸ ਕਰਕੇ ਭੇਂਟ ਕੀਤੀ ਕਿ ਉਹ ਪੰਜਾਬ ਵਿੱਚ ਜਾਕੇ ਇਸ ਬਾਣੀ ਨਾਲ ਪੰਜਾਬ ਦੇ ਲੋਕਾਂ ਦਾ ਕਲਿਆਣ ਕਰਨ । ਅਗਲੀਆਂ ਸਤਰਾਂ ਵਿੱਚ ਮੈਂ ਭਾਰਤੀ ਸੰਗੀਤ ਪੱਧਤੀ ਉੱਪਰ ਆਪ ਜੀ ਦੀ ਇੱਕ ਪੰਛੀ ਝਾਤ ਪੁਆਉਂਦਾ ਹਾਂ । ਭਾਰਤ ਵਿੱਚ ਸੰਗੀਤ ਦਾ ਇਤਹਾਸ ਬਹੁਤ

ਪੁਰਾਣਾ ਹੈ। ਜਿਥੋਂ ਤੱਕ ਖੋਜੀਆਂ ਨੇ ਖੋਜਾਂ ਕਰਕੇ ਅਤੇ ਦਲੀਲਾਂ ਰਾਹੀਂ ਭਾਰਤੀ ਸੰਗੀਤ ਦੇ ਸਮੇਂ ਨੂੰ ਸਥਾਪਤ ਕੀਤਾ ਹੈ, ਉਹ ਸਮਾਂ **3200 B.C.** ਦਾ ਬਣਦਾ ਹੈ । ਕਈ ਇਤਿਹਾਸਕਾਰਾਂ ਦਾ ਕਹਿਣਾ ਹੈ ਕਿ ਸੰਗੀਤ ਅੱਠ ਹਜ਼ਾਰ ਬਾਗ ਤੋਂ ਭਾਰਤ ਵਿੱਚ ਪ੍ਰਚਲਤ ਸੀ ਪਰ ਇਸ ਕਥਨ ਵਾਸਤੇ ਕੋਈ ਠੋਸ ਸਬੂਤ ਪਰਾਪਤ ਨਹੀਂ ਹੁੰਦਾ । ਸੰਗੀਤ ਬਾਰੇ ਏਥੇ ਜਾਣਕਾਰੀ ਦੇਣ ਦਾ ਮੇਰਾ ਮੰਤਵ ਇਹ ਹੈ ਕਿ ਕਈ ਸ਼ਰਧਾਵਾਨ ਸਿਖ ਖੋਜੀਆਂ ਦਾ ਵਿਚਾਰ ਹੈ ਕਿ ਸ੍ਰੀ ਗੁਰੂ ਗਰੰਥ ਸਾਹਿਬ ਜੀ ਵਿੱਚ ਜਿਹੜੇ ਰਾਗ ਤੇ ਰਾਗਨੀਆਂ ਦੀਆਂ ਧਾਰਨਾ ਉੱਪਰ ਸ਼ਬਦ ਉਚਾਰੇ ਗਏ ਹਨ, ਉਨ੍ਹਾਂ ਰਾਗਾਂ ਅਤੇ ਰਾਗਨੀਆਂ ਦੀ ਅਵਿਸ਼ਕਾਰ ਗੁਰੂਆਂ ਨੇ ਆਪ ਕੀਤੀ ਸੀ । ਸੰਗੀਤ ਦਾ ਇਤਿਹਾਸ ਪੜ੍ਹਿਆ ਇਸ ਗੱਲ ਦਾ ਨਿਰਣਾ ਹੁੰਦਾ ਹੈ ਕਿ ਰਾਗ ਗੁਰੂ ਸਾਹਿਬਾਨਾਂ ਦੇ ਕਾਲ ਤੋਂ ਬਹੁਤ ਚਿਰ ਪਹਿਲਾਂ ਲੋਕਾਂ ਵਿੱਚ ਪ੍ਰਚੱਲਤ ਸਨ । ਏਥੇ ਸੰਗੀਤ ਦੇ ਇਤਿਹਾਸ ਦਾ ਸਰਵੇਖਣ ਸਿਰਫ ਸਿੱਖ-ਗੁਰੂ ਕਾਲ ਤੱਕ ਹੀ ਕਰਾਂਗਾ । ਸੰਗੀਤ ਸ਼ਾਸ਼ਤਰੀਆਂ ਨੇ ਸੰਗੀਤ ਦੀ ਉਤਪਤੀ ਦੇ ਹੇਠ ਲਿਖੇ ਕਾਲ ਮਿਥੇ ਹਨ । 1) ਵੈਦਿਕ-ਕਾਲ 2) ਹਿੰਦੂ-ਕਾਲ 3) ਮੁਸਲਿਮ-ਕਾਲ 4) ਸਿੱਖ-ਕਾਲ 5) ਬ੍ਰਿਟਿਸ਼-ਕਾਲ ਅਤੇ 6) ਅਧੁਨਿਕ-ਕਾਲ ਆਦਿ । ਸੰਗੀਤ ਦੀ ਉਤਪਤੀ ਲਈ ਦੁਨੀਆਂ ਭਰ ਵਿੱਚ ਕਈ ਮਿਥਿਹਾਸਕ ਕਥਾਵਾਂ ਵੀ ਪ੍ਰਚਲਤ ਹਨ । ਇਸ ਮੰਤਵ ਵਾਸਤੇ ਮੈਂ ਦੁਨੀਆਂ ਭਰ ਦੇ ਵਖੋ ਵਖਰੇ ਖੋਜੀਆਂ ਦੀਆਂ ਸਿਰਫ ਰਾਵਾਂ ਹੀ ਲਿਖਣੀਆਂ ਹਨ । ਇਨ੍ਹਾਂ ਰਾਵਾਂ ਨੂੰ ਮੰਨਣਾ ਜਾਂ ਨਾ ਮੰਨਣਾ ਮੈਂ ਪਾਠਕਾਂ ਉੱਪਰ ਛੱਡ ਦਿੰਦਾ ਹਾਂ ।

ਕਈਆਂ ਦਾ ਵਿਚਾਰ ਹੈ ਕਿ ਬ੍ਰਹਮਾਂ ਨੇ ਆਪ ਸੰਗੀਤ ਦੀ ਸਿਰਜਨਾਂ ਕਰਕੇ ਸ਼ਿਵ ਜੀ ਨੂੰ ਪ੍ਰਦਾਨ ਕੀਤੀ ਅਤੇ ਅੱਗੇ ਸ਼ਿਵ ਜੀ ਨੇ ਸਰਸਵਤੀ ਨੂੰ ਸਿਖਾਇਆ । ਫਿਰ ਸਰਸਵਤੀ ਨੇ ਸੰਗੀਤ ਵਿਦਿਆ ਨਾਰਦ ਮੁਨੀ ਨੂੰ ਪੜ੍ਹਾਈ । ਨਾਰਦ ਮੁਨੀ ਨੇ ਇਹ ਸੰਗੀਤ ਵਿਦਿਆ ਸਾਰੇ ਸਵੱਰਗ ਲੋਕ ਨੂੰ ਪੜ੍ਹਾ ਕੇ ਆਪ ਹਨੂੰਮਾਨ ਨਾਲ ਇਸ ਧਰਤੀ ਉੱਪਰ ਆਇਆ । ਇਸ ਧਰਤੀ ਉੱਪਰ ਪਹਿਲਾ ਸੰਗੀਤਕਾਰ ਭਰਤ ਨੂੰ ਮੰਨਿਆ ਜਾਂਦਾ ਹੈ । ਆਖਿਆ ਜਾਂਦਾ ਹੈ ਕਿ ਵੀਣਾਂ ਸਰਸਵਤੀ ਨੇ ਬਣਾਈ ਸੀ । ਸ਼ਿਵ ਜੀ ਨੇ ਰੁਦਰ ਵੀਣਾਂ ਦੇ ਬਣਾਉਣ ਦੇ ਨਾਲ ਨਾਲ ਪੰਜ ਹੋਰ ਰਾਗਾਂ ਦੀ ਵੀ ਸਿਰਜਨਾਂ ਕੀਤੀ ਜਿਵੇਂ ਭੈਰਵ, ਹਿੰਡੋਲ, ਮੇਘ, ਦੀਪਕ ਅਤੇ ਸ੍ਰੀ ਰਾਗ ਆਦਿ । ਪਾਰਬਤੀ ਨੇ ਛੇਵਾਂ ਕੌਸ਼ਿਕ ਰਾਗ ਦੀ ਅਵਿਸ਼ਕਾਰ ਕੀਤੀ ਸੀ । ਕਈ ਕਹਿੰਦੇ ਹਨ ਕਿ ਸੰਗੀਤ ਦਾ ਜਨਮ 'ਓਮ' ਸ਼ਬਦ ਤੋਂ ਹੋਇਆ ਹੈ, ਜਿਹੜਾ ਬ੍ਰਹਮਾਂ, ਬਿਸ਼ਨੂੰ ਅਤੇ ਮਹੇਸ਼ ਦਾ ਸੰਯੁਕਤ ਪ੍ਰਤੀਕ ਹੈ । ਵੇਦਾਂ ਦਾ ਬੀਜ ਮੰਤਰ ਵੀ 'ਓਮ' ਹੀ ਹੈ।

ਹਿੰਦੂ ਮਤ ਅਨੁਸਾਰ 'ਓਮ' ਦਾ ਉਚਾਰਨ ਹੀ ਇੱਕ ਸੰਗੀਤ ਹੈ । ਇੱਕ ਵਿਦਵਾਨ ਦਮੋਦਰ ਪੰਡਿਤ ਨੇ ਮੰਨਿਆ ਹੈ ਕਿ ਸੰਗੀਤ ਦੇ ਸੱਤਾਂ ਸੁਰਾਂ ਦੀ ਉਤਪਤੀ ਪੰਛੀਆਂ ਦੀ ਬੋਲ-ਚਾਲ ਰਾਹੀਂ ਹੋਈ ਹੈ। ਮੋਰ ਤੋਂ ਸ਼ੜਜ, ਚਾਤ੍ਰਿਕ ਤੋਂ ਰਿਸ਼ਭ, ਬਕਰੇ ਤੋਂ ਗਾਂਧਾਰ, ਕਾਂ ਤੋਂ ਮਧਿਅਮ, ਕੋਇਲ ਤੋਂ ਪੰਚਮ, ਮੈਂਡਕ (ਡੱਡੂ) ਤੋਂ ਧੈਵਤ ਅਤੇ ਹਾਥੀ ਤੋਂ ਨਿਸ਼ਾਦ ਸੁਰਾਂ ਨਾਲ ਸਪਤਕ ਪੂਰਾ ਹੋਇਆ ਹੈ । ਸੰਗੀਤ ਦੇ ਵਿਕਾਸ਼ ਦੀ ਕਹਾਣੀ ਨੂੰ ਪੁਸਤਕ 'ਕਾਹਿਮੋਲਾਮੋ' ਵਿਚ ਲਿਖਿਆ ਹੈ ਕਿ ਸੰਗੀਤ ਦਾ ਜਨਮ 'ਨਾਰੀ ਸੌਂਦਰਯ' ਤੋਂ ਹੋਇਆ ਹੈ । ਜਦ ਕਰਤਾ ਨੇ ਨਾਰੀ ਨੂੰ ਪ੍ਰਿਥਵੀ ਉੱਤੇ ਭੇਜਿਆ ਤਾਂ ਉਸਨੂੰ ਸੰਗੀਤ ਦੀ ਦੇਣ ਦੇਣਾ ਉੱਕ ਗਿਆ । (ਇਹ ਗੱਲ ਇਸ ਕਰਕੇ ਮੰਨਣ ਵਿੱਚ ਨਹੀਂ ਆਉਂਦੀ ਕਿ ਰੱਬ ਕਦੇ ਵੀ ਕਿਸੇ ਗੱਲੋਂ ਉੱਕ ਨਹੀਂ ਸਕਦਾ) ਰੱਬ ਦੀ ਇਸ ਭੁੱਲ ਕਾਰਨ ਨਾਰੀ ਪੁਰਸ਼ ਨੂੰ ਕੋਈ ਖਿੱਚ ਨਾ ਪਾ ਸਕੀ । ਫਿਰ ਕਰਤਾ ਨੇ ਨਾਰੀ ਨੂੰ ਵਾਪਸ ਆਪਣੇ ਕੋਲ ਬੁਲਾਇਆ ਅਤੇ ਉਸਨੂੰ ਸੰਗੀਤ ਨਾਲ ਅਲੰਕ੍ਰਿਤ ਕਰਕੇ ਫਿਰ ਇਸ ਧਰਤੀ ਉੱਪਰ ਭੇਜਿਆ ਤਾਂ ਨਾਰੀ ਸੌਂਦਰਯ ਤੋਂ ਸੱਤ ਸੁਰ ਉਪਜੇ ਸਨ । 'ਹਲਟਰਿਸ ਆਈਵੋ' ਅਨੁਸਾਰ ਵੀ ਸੰਗੀਤ ਦਾ ਜਨਮ ਇਸ ਜਗਤ ਦੀ ਪਹਿਲੀ ਨਾਰੀ ਦੇ ਪਹਿਲੇ ਬੋਲ (ਸੁਰ) ਵਿੱਚੋਂ ਹੋਇਆ ਹੈ । ਮਲਾਇਆ ਵਿੱਚ ਦੇਵਦੱਤ ਜੀਵਾਂ ਦੇ ਵਿਚਾਰ ਅਨੁਸਾਰ ਨਾਰੀ ਪੁਰਸ਼ ਦਾ ਮਿਲਾਪ ਹੀ ਇੱਕ ਸੰਗੀਤ ਕਰਕੇ ਹੋਇਆ ਹੈ । ਸੰਗੀਤਕਾਰ 'ਰਿੰਸੀਬਲੋਸ' ਕਹਿੰਦਾ ਹੈ ਕਿ ਉਹ ਇੱਕ ਵਾਰ ਅਚਾਨਕ ਪਾਣੀ ਦੀ ਆਬਸ਼ਰ ਕੋਲ ਗਿਆ । ਪਾਣੀ ਦਾ ਵਖੋ ਵਖਰੇ ਥਾਵਾਂ ਉੱਪਰ ਜੋਰ ਜਾਂ ਹੌਲੀ ਨਾਲ ਡਿਗਣ ਕਾਰਨ ਜੋ ਆਵਾਜ਼ਾਂ ਸੁਣਦੀਆਂ ਸਨ ਉਹੀ ਸੰਗੀਤ ਦੀਆਂ ਧੁਨੀਆਂ ਬਣੀਆਂ ਹਨ । ਅਰਬ ਦੇਸ਼ਾਂ ਵਿੱਚ ਸੰਗੀਤਕ ਵਿਦਵਾਨ ਸਮਝਦੇ ਹਨ ਕਿ ਆਦਮੀ ਨੇ ਸੰਗੀਤ ਬੁੱਲਬੁੱਲ ਕੋਲੋਂ ਸਿਖਿਆ ਹੈ । ਮਿਸਰ ਦੇ ਪ੍ਰਸਿਧ ਵਿਦਵਾਨ 'ਗਵਾਸਾ' ਨੇ ਕਿਹਾ ਹੈ ਕਿ ਪ੍ਰਕ੍ਰਿਤੀ ਦਾ ਵਾਤਾਵਰਣ ਮੁੱਢ-ਕਦੀਮ ਤੋਂ ਹੀ ਈਸ਼ਵਰ ਨੇ ਸੰਗੀਤਮਈ ਬਣਾਇਆ ਹੈ । ਸਾਗਰ ਦੀਆਂ ਛੱਲਾਂ, ਪੱਥਰਾਂ ਦੀ ਕੜਕੜਾਹਟ, ਹਵਾਵਾਂ ਦੀ ਸ਼ੂਕ ਅਤੇ ਬੱਦਲ ਗਰਜਾਂ ਆਦਿ ਸਭ ਸੁਰ ਪਰਦਾਨ ਕਰਦੇ ਹਨ । ਮਨੋਵਿਗਿਆਨੀ ਵਿਦਵਾਨ 'ਫਰਾਇਡ' ਅਨੁਸਾਰ ਸੰਗੀਤ ਦਾ ਜਨਮ ਮਨੋਵਿਗਿਆਨਕ ਢੰਗ ਨਾਲ ਹੋਇਆ ਹੈ ਜਿਵੇਂ ਆਦਮੀ ਰੋਣਾਂ, ਹੱਸਣਾ ਅਤੇ ਚੀਕਣਾ ਆਪਣੇ ਆਪ ਸਿੱਖ ਲੈਂਦਾ ਹੈ, ਏਸੇ ਤਰ੍ਹਾਂ ਆਦਮੀ ਨੇ ਸੰਗੀਤ ਦੀਆਂ ਧੁਨਾਂ ਨੂੰ ਵੀ ਸਿਰਜ ਲਿਆ ਹੈ । ਈਸਾਈ ਲੋਕ ਸੰਗੀਤ ਦਾ ਜਨਮ ਦਾਤਾ ਈਸਾ ਮਸੀਹ ਨੂੰ ਹੀ ਮੰਨਦੇ ਹਨ ਅਤੇ ਸਿੱਖ ਰਾਗਾਂ ਨੂੰ ਆਪਣੇ ਗੁਰੂ ਸਾਹਿਬਾਨਾਂ ਜੀ ਦੀ ਦੇਣ ਮੰਨਦੇ ਹਨ । ਉਪ੍ਰੋਕਤ ਕਥਿੱਤ ਕਥਾਵਾਂ, ਕਹਾਣੀਆਂ ਅਨੁਸਾਰ ਸੰਗੀਤ ਦੀ ਉੱਤਪਤੀ ਬੜੀ ਰੋਚਕਤਾ ਅਨੁਸਾਰ ਹੋਈ ਦੱਸੀ ਗਈ ਹੈ, ਪਰ ਇਨ੍ਹਾਂ ਕਥਾ-ਕਥਾਵਾਂ ਨੂੰ ਵਿਦਵਾਨਾਂ ਨੇ

ਵਰਨਣ ਕਰਨ ਸਮੇਂ, ਉੱਪਰ ਦੱਸੇ ਅਨੁਸਾਰ ਝਿਜਕ ਹੀ ਵਿਖਾਈ ਹੈ। ਭਾਵੇਂ ਕੁਝ ਵੀ ਹੈ ਮੇਰੇ ਵਿਚਾਰ ਅਨੁਸਾਰ ਜਿਉਂ ਜਿਉਂ ਮਨੁੱਖ ਦੀਆਂ ਲੋੜਾਂ ਵਧਦੀਆਂ ਗਈਆਂ ਉਨ੍ਹਾਂ ਲੋੜਾਂ ਨੂੰ ਪੂਰਨ ਵਾਸਤੇ ਮਨੁੱਖਾਂ ਵਿੱਚ ਸੋਝੀ ਵੀ ਵਧਦੀ ਗਈ। ਲੋੜਾਂ ਅਤੇ ਸੋਝੀ ਦੀ ਸੰਯੁਕਤਾ ਹੀ ਸੰਗੀਤ ਨੂੰ ਈਜਾਦ ਕਰਨ ਵਾਲੀ ਸ਼ਕਤੀ ਹੈ। ਭਾਰਤ ਵਿੱਚ ਇਹ ਸ਼ਕਤੀ ਪਹਿਲਾਂ ਕਿਥੋਂ ਰੂਪਮਾਨ ਹੋਈ ? ਦਲੀਲਾਂ ਇਹ ਸਿੱਧ ਕਰਦੀਆਂ ਹਨ ਕਿ ਭਾਰਤੀ ਸੰਗੀਤ ਦੀਆਂ ਸੁਰਾਂ ਵੈਦਿਕ ਕਾਲ ਦੀ ਪ੍ਰਾਚੀਨਤਾ ਦੀ ਗੋਦ ਵਿੱਚੋ ਹੀ ਪਲੀਆਂ ਅਤੇ ਪਲਮੀਆਂ ਹਨ। 3200 ਈਸਵੀ ਪੂਰਵ ਤੋਂ 2500 ਈਸਵੀ ਪੂਰਵ ਤੱਕ ਦੇ ਸੰਗੀਤਕ ਕਾਲ ਦਾ ਹੜੱਪਾ ਅਤੇ ਮੋਹਨਜੋਦੜੋ ਦੀ ਖੁਦਵਾਈ ਵਿੱਚੋਂ ਜੋ ਧਾਤ ਦੀ ਬਣੀ ਹੋਈ ਇੱਕ ਨਰਤਕੀ ਦੀ ਮੂਰਤੀ ਅਤੇ ਜੋ ਹੋਰ ਛੋਟੇ ਛੋਟੇ ਸਾਜ਼ ਸਾਮਾਨ ਪਰਾਪਤ ਹੋਏ ਹਨ, ਉਨ੍ਹਾਂ ਤੋਂ ਇਹ ਸਿੱਧ ਹੁੰਦਾ ਹੈ ਕਿ ਸਿੰਧੂ ਘਾਟੀ ਦੇ ਨਿਵਾਸੀ ਸੰਗੀਤ ਵਿੱਚ ਬੜੇ ਨਿਪੁੰਨ ਸਨ। ਇਹ ਵੀ ਪਤਾ ਲਗਦਾ ਹੈ ਕਿ ਉਸ ਸਮੇਂ ਨਿਰਤ ਕਰਨਾ ਅਤੇ ਸੰਗੀਤ ਵਿਸ਼ੇਸ਼ ਉੱਚੇ ਪੱਧਰ ਉੱਪਰ ਸੀ। ਈਸਾ ਤੋਂ ੨੫00 ਸਾਲ ਪਹਿਲਾਂ ਚਾਰੋਂ ਵੇਦ, ਰਿਗ-ਵੇਦ, ਜਜਰ-ਵੇਦ, ਸਾਮ-ਵੇਦ ਅਤੇ ਅਥਰਵ-ਵੇਦ ਰਾਗਾਂ ਵਿੱਚ ਹੀ ਗਾਏ ਜਾਂਦੇ ਸਨ। (ਇਤਹਾਸ ਵਿੱਚ ਪੜ੍ਹਿਆ ਜਾਂਦਾ ਹੈ ਕਿ ਸ੍ਰੀ ਗੁਰੂ ਰਵਿਦਾਸ ਜੀ ਨੂੰ ਇਨ੍ਹਾਂ ਚੋਹਾਂ ਵੇਦਾਂ ਦੀ ਸੂਝ ਸੀ) ਉਸ ਸਮੇਂ ਹਰ ਘਰ ਵਿੱਚ ਸਵੇਰੇ ਸ਼ਾਮ ਈਸ਼ਵਰ ਦੀ ਉਪਾਸ਼ਨਾ ਗਾਇਨ ਵਾਦਨ ਦੇ ਨਾਲ ਹੁੰਦੀ ਸੀ। ਵੈਦਿਕ ਕਾਲ ਵਿੱਚ ਕਈ ਪਰਕਾਰ ਦੇ ਸਾਜ਼ ਉਪਲਬੱਧ ਸਨ, ਜਿਵੇਂ ਤੱਤ-ਵਾਦਿਆ ਅਰਥਾਤ ਤਾਰ ਵਾਲੇ ਸਾਜ਼ ਜਿਵੇਂ ਵਾਣ, ਕਾਂਢ-ਵੀਣ ਅਤੇ ਕਰਕਰੀ-ਵੀਣਾ ਆਦਿ। ਅਵਨਦ ਵਾਦਿਆ ਅਰਥਾਤ ਖੱਲ੍ਹ ਨਾਲ ਮੜ੍ਹੇ ਹੋਏ ਸਾਜ਼ ਜਿਵੇਂ ਦੁੰਦੁਭੀ, ਭੂਮੀ-ਦੁੰਦੁਭੀ ਆਦਿ। ਘਨ-ਵਾਦਿਆ ਅਰਥਾਤ ਆਪਸ ਵਿੱਚ ਸੰਘਰਸ਼ ਨਾਲ ਵੱਜਣ ਵਾਲੇ ਸਾਜ਼ ਜਿਵੇਂ ਆਘਾਤੀ **(CYMBAL)**। ਸ਼ੁਸ਼ਿਰ-ਵਾਦਿਆ ਅਰਥਾਤ ਫੂਕ ਨਾਲ ਵੱਜਣ ਵਾਲੇ ਸਾਜ਼ ਜਿਵੇਂ ਨਾਦੀ, ਤੂਤਣ (ਬਾਂਸਰੀ) ਆਦਿ। ਭਾਰਤ ਵਿੱਚ ਸੁਰਾਂ ਦਾ ਗਿਆਨ ਵੈਦਿਕ-ਕਾਲ ਤੋਂ ਹੀ ਪ੍ਰਚਲਤ ਸੀ। ਉਸ ਸਮੇਂ ਪਹਿਲਾਂ ਤਿੰਨ ਸੁਰਾਂ ਹੀ ਹੁੰਦੀਆਂ ਸਨ। ਪਹਿਲੀ ਸੁਰ ਉਦਾਤ ਜਿਸ ਦਾ ਅਰਥ ਸੀ ਉਚਾ ਸੁਰ। ਦੂਜੀ ਸੁਰ ਅਨੁਦਾਤ ਜਿਸਦਾ ਅਰਥ ਸੀ ਨੀਵੀਂ ਸੁਰ। ਤੀਜੀ ਸੁਰ ਸਵਰਿਤ ਜਿਸਦਾ ਅਰਥ ਪਹਿਲੀਆਂ ਦੋਹਾਂ ਸੁਰਾਂ ਤੋਂ ਇੱਕ ਉਚਾ ਸੁਰ ਅਤੇ ਇੱਕ ਨੀਵਾਂ ਸੁਰ ਹੁੰਦਾ ਸੀ। ਵੈਦਿਕ-ਕਾਲ ਵਿੱਚ ਹੀ ਇਨ੍ਹਾਂ ਸੁਰਾਂ ਨੇ ਆਪਣਾ ਰੂਪ ਬਦਲ ਕੇ ਰਿਗ, ਗਾਥਾ ਅਤੇ ਸਾਮਨ ਰਾਗ ਦੇ ਨਾਮ ਨਾਲ ਪ੍ਰਸਿਧ ਕਰ ਲਿਆ ਸੀ। ਰਿਗ ਰਾਗ ਇੱਕ ਸੁਰ ਵਿੱਚ ਗਾਇਆ ਜਾਂਦਾ ਸੀ। ਰਾਗ ਗਾਥਾ ਦੋ ਸੁਰਾਂ ਵਿੱਚ ਅਤੇ ਰਾਗ ਸਾਮਨ ਤਿੰਨ੍ਹਾਂ ਸੁਰਾਂ ਵਿੱਚ ਗਾਇਆ ਜਾਂਦਾ ਸੀ। ਭਾਰਤ ਵਿੱਚ ਸੰਗੀਤ ਦੀ ਸ਼ੁਰੂਆਤ

ਇੱਕ ਸੁਰ ਵਾਲੇ ਰਾਗ ਰਿਗ-ਰਾਗ ਤੋਂ ਹੀ ਸ਼ੁਰੂ ਹੋਈ ਮਲੂਮ ਹੁੰਦੀ ਹੈ । ਤਿੰਨਾ ਸੁਰਾਂ ਤੋਂ ਮਗਰੋਂ ਚਾਰ ਸੁਰਾਂ ਦਾ ਸੰਮੂਹ ਬਣਿਆ ਜਿਸਨੂੰ 'ਸਵਰ-ਅੰਤਰ' ਕਹਿੰਦੇ ਸਨ । ਇਸ ਉਪ੍ਰੰਤ ਇਹ ਚਾਰ ਸੁਰ ਸੱਤਾਂ ਸੁਰਾਂ ਵਿੱਚ ਬਦਲ ਗਏ ਜਿਵੇਂ ਕਰੁਸ਼ਟ,ਪ੍ਰਥਮ,ਦਿਵਿਤਆ, ਤਰਿਤਆ, ਚਤੁਰਥ,ਮੰਦਰ, ਅਤੇ ਅਤਿ-ਸਰਵ । ਸੋ ਏਥੇ ਤੱਕ ਇਹ ਗੱਲ ਸਿੱਧ ਹੁੰਦੀ ਹੈ ਕਿ ਰਾਗਾਂ ਨੂੰ ਅਲਾਪਣ ਦੀ ਧਰਾਤਲ ਵੈਦਿਕ-ਕਾਲ ਵਿੱਚ ਹੀ ਸਥਾਪਤ ਹੋ ਗਈ ਸੀ । ਫਿਰ **320 B.C.** ਨੂੰ ਗੁਪਤ ਸਾਮਰਾਜ ਸਮੇਂ ਸਭ ਤੋਂ ਪਹਿਲਾਂ ਰਾਗਾਂ ਦੀ ਉਤਪਤੀ ਹੋਈ । ਚੰਦਰਗੁਪਤ ਬਿਕਰਮਾਦਿਤ ਦੇ ਸਮੇਂ ਮਹਾਂ ਕਵੀ ਕਾਲੀਦਾਸ ਨੇ ਸ਼ਕੁੰਤਲਾ ਇੱਕ ਸੁੰਦਰ ਕਾਵਿ-ਨਾਟ ਲਿਖਿਆ ਸੀ, ਜਿਸਦਾ ਪਿਛੋਕੜ ਪੂਰਨ ਸੰਗੀਤਮਈ ਹੈ । ਕਾਲੀਦਾਸ ਨੇ ਆਪਣੇ ਗੀਤਾਂ ਦੀ ਬੰਦਸ਼ ਰਾਗਾਂ ਵਿੱਚ ਕੀਤੀ ਸੀ । ਉਦਾਹਰਣ ਦੇ ਤੌਰ ਉੱਤੇ ਸ਼ਕੁੰਤਲਾ ਨਾਟਕ ਦੇ ਇੱਕ ਗੀਤ ਦੀ ਰਚਨਾਂ ਉਸਨੇ ਸਾਰੰਗ ਰਾਗ ਵਿੱਚ ਕੀਤੀ ਹੈ ਅਤੇ ਉਸ ਗੀਤ ਦੇ ਨਿਬੰਧ ਵਿੱਚ ਵੀ ਸਾਰੰਗ ਰਾਗ ਹੀ ਲਿਖਿਆ ਗਿਆ ਹੈ । ਇਸ ਤੋਂ ਸਿੱਧ ਹੁੰਦਾ ਹੈ ਕਿ ਰਾਗਾਂ ਦੀ ਉਤਪਤੀ ਉਸ ਸਮੇਂ ਤੋਂ ਵੀ ਪਹਿਲਾਂ ਹੋ ਗਈ ਸੀ । ਇਸ ਤੋਂ ਇਹ ਵੀ ਸਿੱਧ ਹੁੰਦਾ ਹੈ ਕਿ ਰਾਗ ਗਾਇਨ ਦਾ ਅਰੰਭ ਕਾਲੀਦਾਸ ਦੇ ਸਮੇਂ ਤੋਂ ਪਹਿਲਾਂ ਹੀ ਹੋ ਚੁਕਿਆ ਸੀ, ਤਾਂ ਹੀ ਕਾਲੀਦਾਸ ਨੇ ਆਪਣੇ ਗੀਤਾਂ ਨੂੰ ਰਾਗਾਂ ਦੀ ਬੰਦਸ਼ ਵਿੱਚ ਲਿਖ ਕੇ ਰਾਗਾਂ ਦੇ ਨਾਵਾਂ ਨਾਲ ਸਿਰਲੇਖਤ ਕੀਤਾ ਸੀ । ਛੇਵੀਂ ਸਦੀ ਵਿੱਚ ਮਤੰਗ ਮੁਨੀ ਨੇ 'ਵ੍ਰਿਹਦਦੇਸੀ' ਨਾਮ ਦਾ ਇੱਕ ਸੰਗੀਤ ਗਰੰਥ ਲਿਖਿਆ ਜਿਸ ਵਿੱਚ ਸਭ ਤੋਂ ਪਹਿਲਾਂ ਰਾਗਾਂ ਦਾ ਵਰਨਣ ਲਿਖਿਆ ਮਿਲਦਾ ਹੈ । ਲਗ-ਪਗ ਦੱਸਵੀਂ ਸਦੀ ਵਿੱਚ ਨਾਰਦ (ਨਾਰਦ ਮੁਨੀ ਨਹੀਂ) ਨੇ 'ਨਾਰਦੀ ਸ਼ਿਕਸ਼ਾ' ਨਾਮ ਦਾ ਇੱਕ ਸੰਗੀਤ ਗਰੰਥ ਲਿਖਿਆ । ਇਸ ਗਰੰਥ ਵਿੱਚ ਗਰਾਮ ਰਾਗਾਂ ਅਤੇ ਸਾਮ-ਵੇਦ ਦੇ ਰਾਗਾਂ ਦੀਆਂ ਸੁਰਾਂ ਦਾ ਵਰਣਨ ਹੈ । ਉਸ ਸਮੇਂ ਨਾਰਦ ਇੱਕ ਪ੍ਰਸਿੱਧ ਸੰਗੀਤਕਾਰ ਸੀ । ਨਾਰਦ ਨੇ ਹੀ ਉੱਤਰੀ ਹਿੰਦੋਸਤਾਨੀ ਵਿੱਚ ਸਭ ਤੋਂ ਪਹਿਲਾਂ ਰਾਗ-ਰਾਗਿਨੀ, ਪੁੱਤਰ-ਰਾਗ, ਪੁੱਤਰਵਧੂ ਨਾਮ ਦੀ ਸੰਗੀਤ ਪੱਧਤੀ ਚਾਲੂ ਕੀਤੀ ਸੀ। ਮੁਸਲਮਾਨ-ਕਾਲ ਵਿੱਚ ਭਾਰਤੀ ਸੰਗੀਤ ਵਿੱਚ ਬਹੁਤ ਹੀ ਪ੍ਰੀਵਰਤਨ ਹੋਇਆ। ਭਾਵੇਂ ਮੁਸਲਮਾਨਾਂ ਸੰਗੀਤ ਨੇ ਸ਼ਾਸ਼ਤਰ **(THEORY)** ਵਲ ਬਹੁਤਾ ਧਿਆਨ ਨਹੀਂ ਦਿਤਾ ਤਦ ਵੀ ਗਾਇਨ ਅਤੇ ਵਾਦਨ ਨੇ ਬੜੀ ਤਰੱਕੀ ਕੀਤੀ ਸੀ। ਤੇਰਵੀਂ ਸਦੀ ਵਿੱਚ ਪੰਡਿਤ ਸਾਰੰਗ ਦੇਵ ਦੇ ਸੰਗੀਤ ਰਤਨਾਕਰ ਵਿੱਚ ਪ੍ਰਾਚੀਨ ਸੰਗੀਤ ਅਰਥਾਤ ਗਾਇਨ ਵਾਦਨ ਅਤੇ ਨਿਰਤ ਇਨ੍ਹਾਂ ਤਿੰਨਾਂ ਚੀਜ਼ਾਂ ਦਾ ਵਿਸਥਾਰ ਪੂਰਬਕ ਵਰਣਨ ਮਿਲਦਾ ਹੈ। ਅੱਜਕੱਲ ਉਸਦੇ ਸੰਗੀਤ ਰਤਨਾਕਰ ਨੂੰ ਸਮਝਣਾ ਬੜੀ ਮੁਸ਼ਕਲ ਗੱਲ ਹੈ,ਕਿਉਂਕਿ ਉਸ ਗ੍ਰੰਥ ਦਾ ਅਧੁਨਿਕ ਰਾਗਾਂ ਨਾਲ ਕੋਈ ਸੰਬੰਧ ਨਹੀਂ ਹੈਗਾ, ਉਸਦੇ ਸਮੇਂ ਤੋਂ ਬਹੁਤ ਛੇਤੀ ਬਾਅਦ ਹੀ ਸੁਰਾਂ ਦੇ ਵਾਦਨ

ਨਾਲ ਕਈ ਰਾਗਾਂ ਦੀ ਉਤਪਤੀ ਹੋਈ ਸੀ । ਅਲਾਉਦੀਨ ਖਿਲਜੀ ਦੇ ਸਮੇਂ ਹਜ਼ਰਤ ਅਮੀਰ ਖੁਸਰੋ ਪ੍ਰਸਿੱਧ ਸੰਗੀਤਕਾਰ ਹੋਏ ਹਨ। ਉਨ੍ਹਾਂ ਨੇ ਕਈ ਪ੍ਰਕਾਰ ਦੇ ਗੀਤ ਜਿਵੇਂ ਕੌਲ, ਕਲਵਾਨਾ,ਤਰਾਨਾ,ਨਖਸ਼,ਨਿਗਾਰ,ਗ਼ਜ਼ਲ, ਸੋਹਲਾ,ਤਿਲਾਲਨਾ ਅਤੇ ਕਵਾਲੀ ਆਦਿ ਦੀ ਅਵਿਸ਼ਕਾਰ ਕੀਤੀ ਸੀ,ਜਿਵੇਂ ਯਮਨ, ਕਲਿਆਣ, ਜ਼ਿਲਫ਼, ਸਾਜ਼ਗਿਰੀ, ਸਰਪਰਦਾ, ਜ਼ਿਲਾ,ਸਹਾਨਾ,ਰਾਤਕੀ ਪੂਰੀਆਂ,ਬਗਰੀ ਤੋੜੀ, ਤੋੜੀ ਆਸਾਵਰੀ ਅਤੇ ਪੂਰਬੀ ਆਦਿ।ਅਮੀਰ ਖੁਸਰੋ ਨੇ ਹੇਠ ਲਿਖੇ ਨਵੇਂ ਸਾਜ ਵੀ ਈਜਾਦ ਕੀਤੇ ਸਨ, ਜਿਵੇਂ ਸਿਤਾਰ, ਤਬਲਾ, ਰਬਾਬ, ਅਤੇ ਢੋਲ ਆਦਿ । ਅਮੀਰ ਖੁਸਰੋ ਆਪ ਸੂਫੀ ਹੋਣ ਕਰਕੇ ਉਸਨੇ ਕਈ ਤਾਲਾਂ ਦੀ ਅਵਿਸ਼ਕਾਰ ਵੀ ਕੀਤੀ ਸੀ ਜਿਵੇਂ ਖਸਮਾ, ਸਵਾਰੀ, ਪਹਿਲਵਾਨ, ਜੱਤ, ਫਰੋਦਸਤ, ਜ਼ਨਾਨੀ, ਸਵਾਰੀ, ਪਸ਼ਤੋਂ, ਠੇਕਾ-ਕਵਾਲੀ, ਆੜਾ-ਚੇਤਨ, ਝੁਮਰਾ, ਜਲਦ-ਤ੍ਰਿਤਾਲ ਅਤੇ ਸੂਲ-ਫਾਖ਼ਤਾ ਆਦਿ । ਏਸੇ ਸਮੇ ਵਿਜੈ ਨਗਰ ਦੇ ਰਾਜਾ ਦੇਵਰਾਏ ਦੇ ਦਰਬਾਰ ਵਿੱਚ ਭੂਪਾਲ ਨਾਇਕ ਨੇ ਵਡਹੰਸ, ਸਾਰੰਗ, (ਸਾਰੰਗ ਰਾਗ ਦਾ ਰੂਪ ਹੀ ਸ਼ਿੰਗਾਰਿਆ ਸੀ) ਪੀਲੂ, ਅਤੇ ਬਿਰਮ ਆਦਿ ਰਾਗਾਂ ਦੀ ਅਵਿਸ਼ਕਾਰ ਕੀਤੀ ਸੀ । ਪੰਦਰਵੀਂ ਸਦੀ ਦੇ ਅੱਧ ਵਿੱਚ ਸੁਲਤਾਨ ਹੁਸੈਨ ਸ਼ਰਕੀ ਨੇ ਜ਼ੌਨਪੁਰੀ, ਸਿੰਧੂ ਭੈਰਵੀ, ਜ਼ੌਨਪੁਰੀ ਤੋੜੀ, ਗਮਾਨ-ਤੋੜੀ, ਰਸੂਲੀ-ਤੋੜੀ, ਬਾਰਾਂ ਪ੍ਰਕਾਰ ਦੇ ਸ਼ਿਆਮ, ਗੌੜ, ਮਲ੍ਹਾਰ, ਬਸੰਤ, ਪੂਰਬੀ ਅਤੇ ਸਿੰਦੂਰਾ ਆਦਿ ਰਾਗਾਂ ਨੂੰ ਤਿਆਰ ਕੀਤਾ ਸੀ । ਰਾਜਾ ਮਾਨ ਤੋਮਰ ਜੋ ਆਪ ਇੱਕ ਮਹਾਨ ਸੰਗੀਤਕਾਰ ਸੀ । ਉਸਨੇ ਆਪਣੀ ਪਿਆਰੀ ਰਾਣੀ ਜੋ ਗੂਜਰ ਘਰਾਣੇ ਨਾਲ ਸੰਬੰਧਤ ਸੀ ਉਸਦੇ ਨਾਮ ਉੱਪਰ ਕਈ ਰਾਗਾਂ ਦੀ ਅਵਿਸ਼ਕਾਰ ਕੀਤੀ,ਜਿਵੇਂ ਗੂਜਰੀ, ਬਹੁਲ-ਗੂਜਰੀ, ਮਾਲ-ਗੂਜਰੀ, ਅਤੇ ਮੰਗਲ-ਗੂਜਰੀ ਆਦਿ । **1480** ਈਸਵੀ ਵਿੱਚ ਸੁਆਮੀ ਹਰੀਦਾਸ ਨੇ ਗਰੰਥਾ ਵਿੱਚ ਰਾਗ-ਰਾਗਣੀਆਂ ਵਿੱਚੋਂ ਕੇਦਾਰ, ਗੋਰੀ, ਬਸੰਤ ਅਤੇ ਮਲ੍ਹਾਰ ਆਦਿ ਨਾਮ ਉਸਦੇ ਰਚੇ ਪਦਾਂ ਵਿੱਚ ਆਏ ਹਨ । ਪੰਡੀਕ ਬਿੱਠਲ ਦੇ ਸਦਰਾਗ, ਰਾਗ-ਮਾਲਾ, ਅਤੇ ਰਾਗ ਮੰਜਰੀ ਦੇ ਬਣਾਉਣ ਦਾ ਪ੍ਰਮਾਣ ਮਿਲਦਾ ਹੈ। ਹਿੰਦੋਸਤਾਨ ਉੱਪਰ ਮੁਸਲਮਾਨਾਂ ਦੀਆਂ ਕੁਟੱਲ ਨੀਤੀਆਂ ਕਰਕੇ ਜੋ ਰਾਗ ਵਿਦਿਆ ਦਾ ਨਿਰਮਾਣ ਅਧਿਆਤਮਕ ਵਿਆਕਤੀਆਂ ਕਾਰਨ ਹੁੰਦਾ ਸੀ ਉਹ ਹੋਣਾ ਬਿਲਕੁਲ ਹੀ ਬੰਦ ਹੋ ਗਿਆ ਸੀ। ਗੱਲ ਕੀ ਕਿ ਮੁਸਲਮਾਨ ਕਾਲ ਵਿੱਚ ਸੰਗੀਤ ਦੀ ਇੱਕ ਦੁਨੀਆਵੀ ਪੱਧਰ ਦੀ ਪੱਧਤੀ ਉੱਪਰ ਜੋਰਾਂ ਦਾ ਪਰਚਾਰ ਸੀ, ਕਿਉਂਕਿ ਮੁਸਲਮਾਨ ਬਾਦਸ਼ਾਹ ਐਸ਼ਪ੍ਰਸੱਤ ਲੋਕ ਸਨ ਪੰਦਰਵੀਂ ਸਦੀ ਦੇ ਅਰੰਭ ਵਿੱਚ ਹੀ ਭਗਤੀ ਲਹਿਰ ਦੇ ਅੰਦੋਲਨ ਕਾਰਨ ਹਿੰਦੋਸਤਾਨ ਵਿੱਚ ਇੱਕ ਵਾਰ ਫਿਰ ਪਰੰਪਰਾਗਤ ਸੰਗੀਤ ਦਾ ਨਿਰਮਾਣ ਹੋਣ ਲੱਗਾ। ਇਸ ਨੂੰ ਅਰੰਭ ਕਰਨ ਵਾਲੇ ਸਨ ਸ੍ਰੀ ਨਾਮਦੇਵ ਜੀ, ਸ੍ਰੀ ਕਬੀਰ ਜੀ, ਅਤੇ ਸ੍ਰੀ ਗੁਰੂ ਰਵਿਦਾਸ ਜੀ ਸਿੱਖ ਧਰਮ ਦੇ ਪਹਿਲੇ ਗੁਰੂ, ਸ੍ਰੀ ਗੁਰੂ ਨਾਨਕ

ਦੇਵ ਜੀ ਤੋਂ ਲੈਕੇ ਦਸਵੇਂ ਗੁਰੂ, ਸ੍ਰੀ ਗੁਰੂ ਗੋਬਿੰਦ ਸਿੰਘ ਜੀ ਤੱਕ ਉਸ ਟੁੱਟ ਚੁਕੀ ਅਧਿਆਤਮਕਵਾਦੀ ਸੰਗੀਤ ਪੱਧਤੀ ਦੇ ਨਿਰਮਾਣ ਨੇ ਫਿਰ ਜੋਰ ਫੜ ਲਿਆ ਸੀ । ਸ੍ਰੀ ਗੁਰੂ ਰਵਿਦਾਸ ਜੀ ਤੋਂ ਪਹਿਲਾਂ ਰਾਗ ਵਰਗੀ-ਕਰਣ ਸਿਧਾਂਤ ਵਿੱਚ ਰਾਗ-ਰਾਗਣੀ ਪੱਧਤੀ ਪਰਚਾਰ ਵਿੱਚ ਸੀ । ਇਸ ਪੱਧਤੀ ਦੇ ਕਈ ਮੱਤ ਸਨ । ਹਰ ਮੱਤ ਵਿੱਚ ਰਾਗ-ਰਾਗਨੀਆਂ ਦੇ ਨਾਮਾਂ, ਨੇਮਾਂ ਅਤੇ ਸਰੂਪਾਂ ਵਿੱਚ ਫੇਰ ਅੰਤਰ ਪਾਇਆ ਜਾਂਦਾ ਸੀ । ਇਸ ਮੱਤ-ਭੇਦ ਅਤੇ ਅੰਤਰ-ਦੇਸ਼ ਭੇਦ ਕਾਰਨ ਸ੍ਰੀ ਗੁਰੂ ਰਵਿਦਾਸ ਜੀ ਨੇ ਰਾਗ-ਰਾਗਨੀ ਪੱਧਤੀ ਨੂੰ ਅਵਿਗਿਆਨਕ ਸਮਝ ਕੇ ਆਪਣੀ ਬਾਣੀ ਵਿੱਚ ਇਸ ਦੀ ਵਰਤੋਂ ਨਹੀਂ ਕੀਤੀ ਸਗੋਂ ਰਾਗਾਂ ਨੂੰ ਉਨ੍ਹਾਂ ਦੀਆਂ ਸਹੀ ਅੱਠ ਸੁਰਾਂ ਵਿੱਚ ਬਿਠਾਲ ਕੇ ਉਨ੍ਹਾਂ ਦੇ ਨਾਵਾਂ ਅਨੁਸਾਰ ਹੀ ਉਨ੍ਹਾਂ ਨੂੰ ਰਾਗ ਬਣਾ ਕੇ ਹੀ ਵਰਤਿਆ ਹੈ । ਜਿਸ ਰਾਗ ਵਰਗੀਕਰਣ ਬਾਰੇ ਅਧੁਨਿਕ ਸੰਗੀਤਕਾਰ ਕੁਝ ਵਿਚਾਰ ਕਰਨ ਦੀਆਂ ਹੁਣ ਸੋਚਾਂ ਸੋਚਦੇ ਰਹਿੰਦੇ ਹਨ । ਉਨ੍ਹਾਂ ਰਾਗਾਂ ਦੀ ਨੀਂਹ ਸ੍ਰੀ ਗੁਰੂ ਰਵਿਦਾਸ ਜੀ ਪੰਜ ਸੌ ਵਰਸ਼ ਪਹਿਲਾਂ ਰੱਖ ਚੁੱਕੇ ਹਨ । ਉਨ੍ਹਾਂ ਨੇ ਆਪਣੀ ਬਾਣੀ ਹੇਠ ਲਿਖੇ, ਸੋਲਾਂ ਰਾਗਾਂ ਵਿੱਚ ਉਚਾਰੀ ਹੈ । ਸ੍ਰੀ ਰਾਗ, ਗਉੜੀ, ਆਸਾ, ਗੂਜਰੀ, ਸੋਰਠਿ, ਧਨਾਸਰੀ, ਜੈਤਸਰੀ, ਸੂਹੀ, ਬਿਲਾਵਲੁ, ਗੋਂਡ, ਰਾਮਕਲੀ, ਮਾਰੂ, ਕੇਦਾਰਾ, ਭੈਰਉ, ਬਸੰਤ, ਅਤੇ ਮਲ੍ਹਾਰ । ਸ੍ਰੀ ਗੁਰੂ ਗਰੰਥ ਸਾਹਿਬ ਜੀ ਵਿੱਚ ਸ੍ਰੀ ਗੁਰੂ ਨਾਨਕ ਦੇਵ ਜੀ ਨੇ ਕੁੱਲ ੧੯ ਰਾਗਾਂ ਵਿੱਚ ਆਪਣੀ ਬਾਣੀ ਉਚਾਰੀ ਹੈ ਅਤੇ ਸ੍ਰੀ ਗੁਰੂ ਰਵਿਦਾਸ ਜੀ ਵਾਲੇ ਸਾਰੇ ਰਾਗਾਂ ਨੂੰ ਆਪਣੀ ਬਾਣੀ ਦਾ ਆਧਾਰ ਬਣਾਇਆ ਹੈ । ਸ੍ਰੀ ਗੁਰੂ ਰਵਿਦਾਸ ਜੀ ਦੇ ਰਾਗ ਮਾਰੂ ਨੂੰ ਸ੍ਰੀ ਗੁਰੂਅੰਗਦ ਦੇਵ ਜੀ, ਸ੍ਰੀ ਗੁਰੂਅਮਰਦਾਸ ਜੀ, ਸ੍ਰੀ ਗੁਰੂ ਰਾਮਦਾਸ ਜੀ ਅਤੇ ਸ੍ਰੀ ਗੁਰੂ ਅਰਜਨ ਦੇਵ ਜੀ ਨੇ ਨਾਲ ਨਾਲ ਰਾਗ ਗੋਂਡ ਅਤੇ ਰਾਗ ਕੇਦਾਰਾ ਵੀ ਉਚਾਰਿਆ ਹੈ। ਸ੍ਰੀ ਗੁਰੂ ਹਰਗੋਬਿੰਦ ਜੀ ਨੇ ਪਹਿਲੇ ਗੁਰੂਆਂ ਦੇ ਚਲਾਏ ਹੋਏ ਰਾਗਾਂ ਦੀਆਂ ਵਾਦਨ ਕਲਾਵਾਂ ਨੂੰ ਹੀ ਅਗੇ ਤੋਰੀ ਰੱਖਿਆ ਸੀ ਅਤੇ ਉਨ੍ਹਾਂ ਸਮੇਂ ਦੀ ਮੰਗ ਅਨੁਸਾਰ ਸਿੱਖਾਂ ਨੂੰ ਸ਼ਾਸ਼ਤਰਬੱਧ ਕਰਨ ਵਲ ਵੀ ਪੂਰਾ ਧਿਆਨ ਦਿਤਾ ਸੀ । ਰਾਜਨੀਤਕ ਰੁਝੇਵਿਆਂ ਦੀ ਬਹੁਲਤਾ ਕਾਰਨ ਉਹ ਭਾਵੇਂ ਕੋਈ ਬਾਣੀ ਨਹੀਂ ਉਚਾਰ ਸਕੇ ਪਰ ਸ੍ਰੀ ਗੁਰੂ ਗਰੰਥ ਸਾਹਿਬ ਜੀ ਵਿੱਚ ਦਰਜ ਨੌਂ ਵਾਰਾਂ ਉੱਤੇ ਉਨ੍ਹਾਂ ਦੇ ਗਾਇਨ ਸੰਬੰਧੀ ਧੁਨਾਂ ਬਾਰੇ ਸੂਚਨਾਵਾਂ ਉਚਾਰੀਆਂ ਹੋਈਆਂ ਮਿਲਦੀਆਂ ਹਨ। ਪਰਸਥਿੱਤੀਆਂ ਅਨੁਕੂਲ ਨਾ ਹੋਣ ਦੇ ਕਾਰਨ ਸ੍ਰੀਗੁਰੂ ਹਰਿਰਾਏ ਜੀ ਵੀ ਬਾਣੀ ਨਹੀਂ ਉਚਾਰ ਸਕੇ। ਸ੍ਰੀ ਗੁਰੂ ਹਰਕਰਿਸ਼ਨ ਜੀ ਬਾਲ ਗੁਰੂ ਹੋਣ ਕਰਕੇ ਵੀ ਉਨ੍ਹਾਂ ਆਪਣੀ ਕੋਈ ਬਾਣੀ ਨਹੀਂ ਉਚਾਰੀ। ਇਸ ਸਭ ਕੁਝ ਨੂੰ ਸਮਝਦੇ ਹੋਇਆ ਵੀ ਉਨ੍ਹਾਂ ਦਾ ਗੁਰੂ ਦੀ ਪੱਦਵੀ ਉੱਪਰ ਬਰਾਜਮਾਨ ਹੋਣਾ ਸਿੱਖ ਸੰਸਥਾਨਾਂ ਦੀ ਸਾਂਭ ਸੰਭਾਲ ਵਾਸਤੇ ਜਾਨਸ਼ੀਨ ਹੋਣ ਦਾ ਸਬੂਤ ਮਿਲਦਾ ਹੈ। ਸ੍ਰੀ ਗੁਰੂ ਤੇਗ ਬਹਾਦਰ ਜੀ ਨੇ ਰਾਗ ਮਾਰੂ ਵੀ

ਉਚਾਰਿਆ ਹੈ।ਸ੍ਰੀ ਗੁਰੂ ਰਵਿਦਾਸ ਜੀ ਦੇ ਰਾਗਾਂ ਤੋਂ ਇਲਾਵਾ ਹੋਰ ਗੁਰੂਆਂ ਨੇ ਹੇਠ ਦੀ ਤਰ੍ਹਾਂ ਰਾਗਾਂ ਦੀ ਰਚਨਾਂ ਕੀਤੀ ਹੈ।ਸ੍ਰੀ ਗੁਰੂ ਅੰਗਦ ਦੇਵ ਜੀ ਨੇ ਆਪਣੀ ਗੁਰਬਾਣੀ ਸਿਰਫ ਸਲੋਕਾਂ ਰਾਹੀਂ ਹੀ ਉਚਾਰੀ ਹੈ।ਸ੍ਰੀ ਗੁਰੂ ਅਮਰਦਾਸ ਜੀ ਨੇ ਅਠਾਰਾਂ ਰਾਗਾਂ ਵਿੱਚ ਆਪਣੀ ਬਾਣੀ ਨੂੰ ਉਚਾਰਿਆ ਹੈ। ਸ੍ਰੀ ਗੁਰੂ ਰਾਮਦਾਸ ਜੀ ਅਤੇ ਸ੍ਰੀ ਗੁਰੂ ਅਰਜਨ ਦੇਵ ਜੀ ਨੇ ਵੀ ਤੀਹ ਤੀਹ ਰਾਗਾਂ ਵਿੱਚ ਸ਼ਬਦ ਉਚਾਰੇ ਹਨ। ਸ੍ਰੀ ਗੁਰੂ ਤੇਗ ਬਹਾਦਰ ਜੀ ਦੇ ਸੋਲਾਂ ਰਾਗਾਂ ਵਿੱਚ ਸ਼ਬਦ ਹਨ ਅਤੇ ਸ੍ਰੀ ਗੁਰੂ ਗੋਬਿੰਦ ਸਿੰਘ ਜੀ ਨੇ ਛੇ ਰਾਗਾਂ ਵਿੱਚ ਆਪਣੀ ਬਾਣੀ ਉਚਾਰੀ ਹੈ। ਏਥੇ ਪਾਠਕ ਇਹ ਗੱਲ ਨੋਟ ਕਰ ਲੈਣ ਕਿ ਇਹ ਰਾਗਾਂ ਦੀ ਗਿਣਤੀ ਮੈਂ ਸ੍ਰੀ ਗੁਰੂ ਗਰੰਥ ਸਾਹਿਬ ਜੀ ਵਿੱਚ ਦਰਜ ਬਾਣੀ ਅਤੇ ਗੁਰਬਾਣੀ ਤੋਂ ਕੀਤੀ ਹੈ । ਇਸ ਗੱਲ ਤੋਂ ਪਰਤੀਤ ਹੁੰਦਾ ਹੈ ਕਿ ਜਿਨ੍ਹਾਂ ਗੁਰੂਆਂ ਨੇ ਜਿਹੜੇ ਰਾਗਾਂ ਵਿੱਚ ਆਪਣੀ ਬਾਣੀ ਉਚਾਰੀ ਹੈ, ਉਹ ਉਨ੍ਹਾਂ ਪ੍ਰਚਲਤ ਰਾਗਾਂ ਤੋਂ ਭਲੀ ਭਾਂਤ ਜਾਣੂ ਸਨ । ਕਈ ਸ਼ਬਦਾਂ ਦੇ ਸਿਰਲੇਖ ਉੱਪਰ ਦੱਖਣੀ ਸ਼ਬਦ ਉਚਾਰਿਆ ਗਿਆ ਹੈ । ਇਸ ਤੋਂ ਇਹ ਵੀ ਸਾਬਤ ਹੁੰਦਾ ਹੈ ਕਿ ਸ੍ਰੀ ਗੁਰੂ ਨਾਨਕ ਦੇਵ ਜੀ ਉੱਤਰੀ ਸੰਗੀਤ ਪੱਧਤੀ ਜਿਸਨੂੰ ਹਿੰਦੋਸਤਾਨੀ ਸੰਗੀਤ ਪੱਧਤੀ ਵੀ ਕਿਹਾ ਜਾਂਦਾ ਹੈ ਅਤੇ ਦੱਖਣੀ ਸੰਗੀਤ ਪੱਧਤੀ ਜਿਸਨੂੰ ਕਰਨਾਟਕੀ ਸੰਗੀਤ ਪੱਧਤੀ ਕਹਿੰਦੇ ਹਨ, ਉਨ੍ਹਾਂ ਦੋਹਾਂ ਸੰਗੀਤ ਪੱਧਤੀਆਂ ਤੋਂ ਵੀ ਭਲੀ ਭਾਂਤ ਜਾਣੂ ਸਨ । ਪਾਠਕਾਂ ਦੀ ਵਾਕਫੀਅਤ ਵਾਸਤੇ ਲਿਖਣਾ ਕੀਤਾ ਹੈ ਕਿ ਦੱਖਣੀ ਸੰਗੀਤ ਪੱਧਤੀ ਸਿਰਫ ਮਦਰਾਸ, ਮੈਸੂਰ ਅਤੇ ਆਂਧਰਾ ਪ੍ਰਦੇਸ਼ ਵਿੱਚ ਹੀ ਪ੍ਰਚੱਲਤ ਹੈ। ਭਾਵੇਂ ਉੱਤਰੀ ਅਤੇ ਦੱਖਣੀ ਸੰਗੀਤ ਪੱਧਤੀ ਦੋ ਵਖੋ ਵਖਰੀਆਂ ਸੰਗੀਤ ਪੱਧਤੀਆਂ ਹਨ ਪਰ ਇਨ੍ਹਾਂ ਦਾ ਅਰੰਭ ਉਪ੍ਰੋਕਤ ਦਿਤੇ ਗਏ ਵਿਸਥਾਰ ਅਨੁਸਾਰ ਹੀ ਹੋਇਆ ਹੈ । ਸੰਗੀਤਕ ਗੁਣਾ ਅਨੁਸਾਰ ਇਨ੍ਹਾਂ ਦਾ ਆਪਸ ਵਿੱਚ ਕਾਫੀ ਮੱਤ-ਭੇਦ ਹੈ।ਸ੍ਰੀ ਗੁਰੂ ਗ੍ਰੰਥ ਸਾਹਿਬ ਜੀ ਅੰਦਰ ਆਖਰੀ ਸ਼ਬਦ ਰਾਗ ਮਾਲਾ ਦੇ ਸਿਰਲੇਖ ਨਾਲ ਅੰਕਿਤ ਹੈ। ਹਰ ਸ਼ਰਧਾਵਾਨ ਸਿੱਖ ਸ੍ਰੀ ਗੁਰੂ ਗ੍ਰੰਥ ਸਾਹਿਬ ਜੀ ਦੇ ਅਖੰਡ ਪਾਠ ਦੇ ਭੋਗ ਉਪ੍ਰੰਤ ਇਸ ਸ਼ਬਦ ਨੂੰ ਬੜੀਆਂ ਆਸਾਂ,ਸਧਰਾਂ ਅਤੇ ਪਰਮਾਤਮਾ ਨਾਲ ਬਿਰਤੀ ਜੋੜਕੇ ਸਰਵਣ ਕਰਦਾ ਹੈ।ਆਪਣੇ ਮਨਦੀ ਸੰਤੁਸ਼ਟਾ ਨੂੰ ਅੰਧ-ਵਿਸ਼ਵਾਸ਼ ਨਾਲ ਪਰਾਪਤ ਕਰਦਾ ਹੋਇਆ ਅਨਹਦ ਅਨੰਦ ਪਰਾਪਤ ਕਰਦਾ ਹੈ।ਜੇਕਰ ਉਹ ਸਿੱਖ ਅੰਧ-ਵਿਸ਼ਵਾਸ਼ੀ ਨਾ ਹੁੰਦਾ ਹੋਇਆ ਇਸ ਸ਼ਬਦ ਦੇ ਮੂਲ ਭਾਵ ਨੂੰ ਸਮਝਣ ਦੀ ਕੋਸ਼ਿਸ਼ ਕਰੇ ਕਿ ਇਸ ਰਾਗ ਮਾਲਾ ਵਿੱਚ ਤਾਂ ਸਿਰਫ ਰਾਗਾਂ ਦੀ ਹੀ ਕੀਰਤੀ ਗਾਈ ਗਈ ਹੈ ਤਾਂ ਇਸ ਰਾਗ ਮਾਲਾ ਨੂੰ ਸੁਣਨ ਜਾਂ ਪੜ੍ਹਨ ਸਮੇਂ ਉਸਦੇ ਮਨ ਦੀ ਸਥਿੱਤੀ ਹੋਰ ਹੀ ਹੋਵੇਗੀ। ਉਂਞ ਇਨਸਾਨ ਦੀ ਇਹ ਫਿਤਰਤ ਹੀ ਹੈ ਕਿ ਉਹ ਐਸ਼-ਪ੍ਰਸਤੀ ਵਾਲੇ ਅਸਥਾਨ ਉੱਪਰ ਸਾਰੀ ਉਮਰ ਬੈਠਾ ਕਦੇ ਉਕਤਾਉਂਦਾ ਨਹੀਂ ਹੈ। ਕਿਸੇ ਗੁਰੂ ਘਰ ਜਾਂ

ਸਤਿ-ਸੰਗਤ ਵਿੱਚ ਬੈਠਣਾ ਇੱਕ ਘੜੀ ਤਾਂ ਬਹੁਤਾ ਲੰਮਾਂ ਸਮਾਂ ਹੈ ਪਰ ਇਨਸਾਨ ਵਾਸਤੇ ਇੱਕ ਚਸਾ ਵੀ ਆਪਣੇ ਮਨ ਨੂੰ ਇਕਾਗਰ ਕਰਕੇ ਬੈਠਣਾ ਭਾਰੀ ਹੋ ਜਾਂਦਾ ਹੈ । ਰਾਗ ਮਾਲਾ ਸ਼ਬਦ ਦੀਆਂ ਅੰਤਲੀਆਂ ਪੰਗਤੀਆਂ ਨੂੰ ਉੱਚੀ ਉੱਚੀ ਦੁਹਰਾ ਕੇ ਇਨਸਾਨ ਅਨੰਦਮਈ ਇਸ ਕਰਕੇ ਵੀ ਹੁੰਦਾ ਹੈ ਕਿ ਹੁਣ ਸ੍ਰੀ ਗੁਰੂ ਗਰੰਥ ਸਾਹਿਬ ਜੀ ਦੇ ਪਾਠ ਦਾ ਭੋਗ ਪੈ ਗਿਆ ਹੈ ਅਤੇ ਸਤਿ-ਸੰਗਤ ਵਿੱਚ ਬੈਠਣ ਦੀਆਂ ਹੁਣ ਚੰਦ ਘੜੀਆਂ ਹੀ ਬਾਕੀ ਹਨ । ਇਸ ਰਾਗ ਮਾਲਾ ਨਾਲ ਮਾਨਵਤਾ ਦਾ ਤਾਂ ਕੁਝ ਸੁਧਰਨ ਵਾਲਾ ਨਹੀਂ ਹੈ । ਸ਼ਬਦ ਰਾਗ ਮਾਲਾ ਦੇ ਭਾਵ ਅਰਥਾਂ ਤੋਂ ਪਹਿਲਾਂ ਏਥੇ ਰਾਗ ਮਾਲਾ ਦੇ ਸ਼ਬਦ ਨੂੰ ਲਿਖਣਾ ਕੀਤਾ ਹੈ ।

ੴ ਸਤਿਗੁਰ ਪ੍ਰਸਾਦਿ ॥

ਰਾਗ ਮਾਲਾ

ਰਾਗ ਏਕ ਸੰਗਿ ਪੰਚ ਬਰੰਗਨ ॥ ਸੰਗਿ ਅਲਾਪਹਿ ਆਠਉ ਨੰਦਨ ॥ ਪ੍ਰਥਮ ਰਾਗ ਭੈਰਉ ਵੈ ਕਰਹੀ ॥ ਪੰਚ ਰਾਗਨੀ ਸੰਗਿ ਉਚਰਹੀ ॥ ਪ੍ਰਥਮ ਭੈਰਵੀ ਬਿਲਾਵਲੀ ॥ ਪੁੰਨਿਆ ਕੀ ਗਾਵਹਿ ਬੰਗਲੀ॥ ਪੁਨਿ ਅਸਲੇਖੀ ਕੀ ਭਈ ਬਾਰੀ ॥ ਏ ਭੈਰਉ ਕੀ ਪਾਚਉ ਨਾਰੀ ॥ ਪੰਚਮ ਹਰਖ ਦਿਸਾਖ *ਸੁਨਾਵਹਿ॥ ਬੰਗਾਲਮ ਮਧੁ ਮਾਧਵ ਗਾਵਹਿ॥੧॥ ਲਲਤ ਬਿਲਾਵਲ ਗਾਵਹੀ, ਅਪੁਨੀ ਅਪੁਨੀ ਭਾਂਤਿ ॥ ਅਸਟ ਪੁਤ੍ਰ ਭੈਰਵ ਕੇ ਗਾਵਹਿ ਗਾਇਨ-ਪਾਤ੍ਰ ॥੧॥ ਦੁਤੀਆ ਮਾਲਕਉਸਕ ਆਲਾਪਹਿ॥ਸੰਗਿ ਰਾਗਨੀ ਪਾਚਉ ਥਾਪਹਿ ॥ ਗੋਂਡਕਰੀ ਅਰੁ ਦੇਵਗੰਧਾਰੀ॥ਗੰਧਾਰੀ ਸੀਹੁਤੀ ਉਚਾਰੀ॥ ਧੰਨਾਸਰੀ ਏ ਪਾਚਉ ਗਾਈ॥ ਮਾਲ ਰਾਗ ਕਉਸਕ ਸੰਗਿ ਲਾਈ॥ ਮਾਰੂ ਮਸਤ ਅੰਗ ਮੇਵਾਰਾ॥ ਪ੍ਰਬਲ ਚੰਡ ਕਉਸਕ ਉਭਾਰਾ॥ ਖਉਖਟ ਅਉ ਭਉਰਾਨਦ ਗਾਏ ॥ ਅਸਟ ਮਾਲਕਉਸਕ ਸੰਗਿ ਲਾਏ ॥੧॥ ਪੁਨਿ ਆਇਅਉ ਹਿੰਡੋਲ ਪੰਚ ਨਾਰਿ ਸੰਗਿ ਅਸਟ ਸੁਤ ॥ ਉਠਹਿ ਤਾਨ ਕਲੋਲ ਗਾਇਨਿ ਤਾਰ ਮਿਲਾਵਹੀ ॥੧॥ ਤੇਲੰਗੀ ਦੇਵਕਰੀ ਆਈ॥ ਬਸੰਤੀ ਸੰਦੂਰ*

ਸੁਹਾਈ॥ ਸਰਸ ਅਹੀਰੀ ਲੈ ਭਾਰਜਾ ॥ ਸੰਗਿ ਲਾਈ ਪਾਂਚਉ ਆਰਜਾ ॥ ਸੁਰਮਾਨੰਦ ਭਾਸਕਰ ਆਏ ॥ ਚੰਦ੍ਰ ਬੰਬ ਮੰਗਲਨ ਸੁਹਾਏ ॥ ਸਰਸ ਬਾਨ ਅਉ ਆਹਿ ਬਿਨੋਦਾ ॥ ਗਾਵਹਿ ਸਰਸ ਬਸੰਤ ਕਮੋਦਾ ॥ ਅਸਟ ਪੁਤ੍ਰ ਮੈ ਕੋ ਸਵਾਰੀ ॥ ਪੁਨਿ ਆਈ ਦੀਪਕ ਕੀ ਬਾਰੀ ॥੧॥ ਕਛੇਲੀ ਪਟਮੰਜਰੀ ਟੋਡੀ ਕਹੀ ਅਲਾਪਿ ॥ ਕਾਮੋਦੀ ਅਉ ਗੂਜਰੀ ਸੰਗਿ ਦੀਪਕ ਕੇ ਥਾਪਿ ॥੧॥ ਕਾਲੰਕਾ ਕੁੰਤਲ ਅਉ ਰਾਮਾ ॥ ਕਮਲ ਕੁਸਮ ਚੰਪਕ ਕੇ ਨਾਮਾ ॥ ਗਉਰਾ ਅਉ ਕਾਨਰਾ ਕਲ੍ਯ੍ਯਾਨਾ ॥ ਅਸਟ ਪੁਤ੍ਰ ਦੀਪਕ ਕੇ ਜਾਨਾ ॥੧॥ ਸਭ ਮਿਲਿ ਸਿਰੀ ਰਾਗ ਵੈ ਗਾਵਹਿ ॥ ਪਾਂਚਉ ਸੰਗਿ ਬਰੰਗਨ ਲਾਵਹਿ ॥ ਬੈਰਾਗੀ ਕਰਨਾਟੀ ਧਰੀ ॥ ਗਵਰੀ ਗਾਵਹਿ ਆਸਾਵਰੀ ॥ ਤਿਹ ਪਾਛੈ ਸਿੰਧਵੀ ਅਲਾਪੀ ॥ ਸਿਰੀ ਰਾਗ ਸਿਉ ਪਾਂਚਉ ਥਾਪੀ ॥੧॥ ਖਸਟਮ ਮੇਘ ਰਾਗ ਵੈ ਗਾਵਹਿ॥ਪਾਂਚਉ ਸੰਗਿ ਬਰੰਗਨ ਲਾਵਹਿ ॥ ਸੋਰਠਿ ਗੋਂਡ ਮਲਾਰੀ ਧੁਨੀ॥ਪੁਨਿ ਗਾਵਹਿ ਆਸਾ ਗੁਨ ਗੁਨੀ॥ਊਚੇ ਸੁਰਿ ਸੂਹਉ ਪੁਨਿ ਕੀਨੀ॥ਮੇਘ ਰਾਗ ਸਿਉ ਪਾਂਚਉ ਚੀਨੀ॥੧॥ਬੈਰਾਧਰ ਗਜਧਰ ਕੇਦਾਰਾ॥ਜਬਲੀਧਰ ਨਟ ਅਉ ਜਲ ਧਾਰਾ ॥ਪੁਨਿ ਗਾਵਹਿ ਸੰਕਰ ਅਉ ਸਿਆਮਾ ॥ ਮੇਘ ਰਾਗ ਪੁਤ੍ਰਨ ਕੇ ਨਾਮਾ ॥੧॥ਖਸਟ ਰਾਗ ਉਨਿ ਗਾਏ ਸੰਗਿ ਰਾਗਨੀ ਤੀਸ ॥ ਸਭੈ ਪੁਤ੍ਰ ਰਾਗੰਨ ਕੇ ਅਠਾਰਹ ਦਸ ਬੀਸ ॥੧॥੧॥

ਸ੍ਰੀ ਗੁਰੂ ਗਰੰਥ ਸਾਹਿਬ ਜੀ ਅੰਦਰ ਦਰਜ ਇਸ ਰਾਗ ਮਾਲਾ ਵਿੱਚ ਰਾਗਾਂ ਦੀ ਕੀਰਤੀ ਅੱਗੇ ਲਿਖੇ ਦੀ ਤਰ੍ਹਾਂ ਗਾਈ ਗਈ ਹੈ । ਇੱਕ ਰਾਗ ਦੀਆਂ ਪੰਜ ਪੰਜ ਰਾਗਣੀਆਂ (ਬਰੰਗਨ) ਹਨ ਅਤੇ ਅੱਠ ਅੱਠ ਪੁੱਤਰ ਹਨ । (ਪ੍ਰਥਮ) ਪਹਿਲੇ ਰਾਗ ਭੈਰਉ ਦੀਆਂ ਭੈਰਵੀ, ਬਿਲਾਵਲੀ,ਪੁਨਿਆ, ਬੰਗਲੀਅਤੇ ਅਸਲੇਖੀ ਰਾਗਨੀਆਂ ਹਨ । ਪੰਚਮ, ਹਰਖ, ਦਿਸਾਖ, ਬੰਗਾਲਮ, ਮਧੁ, ਮਾਧਵ, ਲਲਤ ਅਤੇ ਬਿਲਾਵਲ ਅੱਠ ਪੁੱਤਰ ਹਨ ।

(ਦੁਤੀਆ) ਦੂਸਰੇ ਰਾਗ ਮਾਲਕਉਸਕ ਦੀਆਂ ਗੋਂਡਕਰੀ, ਦੇਵਗੰਧਾਰੀ, ਗੰਧਾਰੀ, ਸੀਹੁਤੀ, ਅਤੇ ਧਨਾਸਰੀ ਪੰਜ ਰਾਗਨੀਆਂ ਹਨਾ ਮਾਰੂ, ਮਸਤਅੰਗ, ਮੇਵਾਰਾ, ਕਉਸਕ,ਪ੍ਰਬਲ ਚੰਡ, ਉਭਾਰਾ, ਖਉਖਟ, ਅਤੇ ਭਉਰਾਨਦ ਪੁੱਤਰ ਹਨ ।
ਫਿਰ ਰਾਗ ਹਿੰਡੋਲ ਆਉਦਾ ਹੈ ਜਿਸਦੀਆਂ ਤੇਲੰਗੀ, ਦੇਵਕਰੀ, ਬਸੰਤੀ, ਸੰਦੂਰ, ਸਹਸ ਅਤੇ ਅਹੀਰੀ ਰਾਗਣੀਆਂ ਹਨ । ਸੁਰਮਾਨੰਦ ਭਾਸਕਰ, ਚੰਦ੍ਰ, ਮੰਗਲਨ, ਸਰਸ ਬਾਨ, ਬਿਨੋਦਾ, ਬਸੰਤ ਅਤੇ ਕਮੋਦਾ ਅੱਠ ਪੁੱਤਰ ਹਨ । ਚੋਥੇ ਦੀਪਕ ਰਾਗ ਦੀਆਂ ਕਛੇਲੀ, ਪਟਮੰਜਰੀ, ਟੋਡੀ, ਕਾਮੋਦੀ ਅਤੇ ਗੂਜਰੀ ਪੰਜ ਰਾਗਨੀਆਂ ਹਨ । ਕਾਲੰਕਾ, ਕੁੰਤਲ, ਰਾਮਾ, ਕਮਲ, ਕੁਸਮ, ਚੰਪਕ, ਗਉਰਾ ਕਾਨਰਾ ਅਤੇ ਕਾਲ੍ਹਾਨਾ ਅੱਠ ਪੁੱਤਰ ਹਨ । ਪੰਜ ਨੰਬਰ ਉੱਪਰ ਆਉਦੇ ਸਿਰੀ ਰਾਗ ਦੀਆਂ ਬੈਰਾਰੀ, ਕਰਨਾਟੀ, ਗਵਰੀ, ਆਸਾਵਰੀ ਅਤੇ ਸਿੰਧਵੀ ਪੰਜ ਰਾਗਨੀਆਂ ਹਨ । ਸਾਲੂ, ਸਾਰਗ, ਸਾਗਰਾ, ਗੋਂਡ, ਗੰਭੀਰ, ਗੁੰਡ, ਕੁੰਡ ਅਤੇ ਹਮੀਰ ਅੱਠ ਪੁੱਤਰ ਹਨ । (ਖਸਟਮ) ਭਾਵ ਛੀਵਾਂ ਜਿਵੇਂ ਹੋਰ ਗੁਰਬਾਣੀ ਵਿੱਚ ਇਸ ਸ਼ਬਦ ਦਾ ਭਾਵ ਸਾਫ ਜ਼ਾਹਰ ਹੁੰਦਾ ਹੈ ।

ਦਸ ਅਸਟ ਖਸਟ ਸ੍ਰਵਨ ਸੁਨੇ ॥ (ਸਾਰ ਮਹੱਲਾ 5 ਪੜਤਾਲ)

ਭਾਵ ਅਠਾਰਾਂ ਪੁਰਾਨ ਅਤੇ ਛੇ ਸ਼ਾਸ਼ਤਰ ਸੁਣੇ ।
ਛੇਵੇਂ ਮੇਘ ਰਾਗ ਦੀਆਂ ਸੋਰਠਿ,ਗੋਂਡ, ਮਲ੍ਹਾਰੀ, ਆਸਾ ਅਤੇ ਸੂਹਉ ਪੰਜ ਰਾਗਨੀਆਂ ਹਨ । ਬੈਰਾਧਰ, ਗਜਧਰ, ਕੇਦਾਰਾ, ਜਬਲੀਧਰ, ਨਟ, ਜਲਧਾਰਾ, ਸੰਕਰ ਅਤੇ ਸਿਆਮਾ ਅੱਠ ਪੁੱਤਰ ਹਨ ।
ਉਪ੍ਰੋਕਤ ਸ਼ਬਦ ਰਾਗ, ਰਾਗਨੀਆਂ ਅਤੇ ਰਾਗਾਂ ਦੇ ਪੁੱਤਰਾਂ ਦਾ ਨਾਮ ਹੀ ਦਰਸਾਉਦਾ ਹੈ । ਕਈ ਸ਼ਰਧਾਵਾਨ ਇਸ ਰਾਗ ਮਾਲਾ ਦੇ ਭਾਵ ਨੂੰ ਸਮਝੇ ਬਿਨ੍ਹਾਂ ਹੀ ਕੋਈ ਰੱਬੀ ਇਲਹਾਮ ਸਮਝ ਕੇ ਆਪਣੇ ਮਨ ਨੂੰ ਬੈਰਾਗੀ ਕਰ ਲੈਂਦੇ ਹਨ । ਇਹ ਅੰਧ-ਵਿਸ਼ਵਾਸ ਦੀ ਗੱਲ ਹੈ । ਆਉ ਅਗਲੀਆਂ ਸਤਰਾਂ ਵਿੱਚ ਇਸ ਰਾਗ ਮਾਲਾ ਸ਼ਬਦ ਦੇ ਵਿਚਾਰਾਂ ਨੂੰ ਚੰਗੀ ਤਰ੍ਹਾਂ ਸਮਝਣਾ ਕਰੀਏ ।
ਸ੍ਰੀ ਗੁਰੂ ਗਰੰਥ ਸਾਹਿਬ ਜੀ ਵਿੱਚ ਦਰਜ ਗੁਰਬਾਣੀ ਅਤੇ ਬਾਣੀ ੩੧ ਰਾਗਾਂ ਵਿੱਚ ਉਚਾਰੀ ਗਈ ਹੈ । ਇਸ ਰਾਗ ਮਾਲਾ ਵਿੱਚ ਰਾਗ ਭੈਰਵੀ, ਰਾਗ ਮਾਲਕਉਸਕ, ਰਾਗ ਹਿੰਡੋਲ, ਰਾਗ ਦੀਪਕ, ਸਿਰੀ ਰਾਗ, ਅਤੇ ਮੇਘ ਰਾਗ ਸਿਰਫ ਛੇ ਰਾਗ ਹੀ ਦਰਸਾਏ ਗਏ ਹਨ । ਉੱਪਰ ਲਿਖੇ ਅਨੁਸਾਰ ਇਸ ਰਾਗ ਮਾਲਾ ਵਿੱਚ ਉਚਾਰਿਆ ਗਿਆ ਹੈ ਕਿ ਹਰ ਇੱਕ ਰਾਗ ਦੀਆਂ ਪੰਜ ਪੰਜ ਰਾਗਨੀਆਂ ਹਨ ਅਤੇ ਅੱਠ ਅੱਠ ਪੁੱਤਰ ਹਨ ।

ਖਸਟ ਰਾਗ ਉਨਿ ਗਾਏ ਸੰਗਿ ਰਾਗਨੀ ਤੀਸ ॥ ਸਭੈ

ਪੁਤ੍ਰ ਰਾਗੰਨ ਕੇ ਅਠਾਰਹ ਦਸ ਬੀਸ ॥੧॥੧॥

ਜਿਵੇਂ ਉੱਪਰ ਲਿਖਿਆ ਗਿਆ ਹੈ ਕਿ ਖਸਟ ਸ਼ਬਦ ਦਾ ਭਾਵ ਛੇ ਹੁੰਦਾ ਹੈ। 'ਉਨਿ' ਸ਼ਬਦ ਦਾ ਭਾਵ ਉਨ੍ਹਾਂ ਨੇ ਬਣਦਾ ਹੈ । ਇਸ ਸ਼ਬਦ ਵਿੱਚ 'ਉਨਿ' ਕਿਨ੍ਹਾਂ ਵਲ ਇਸ਼ਾਰਾ ਹੈ ? ਇਸ ਗੱਲ ਦਾ ਭੇਦ ਬਿਲਕੁਲ ਅਲੋਪ ਹੈ । ਇਹ ਛੇ ਰਾਗ ਕਿਹਨਾਂ ਨੇ ਗਾਏ ਹਨ ? ਇਸ ਬਾਰੇ ਰਾਗ ਮਾਲਾ ਸ਼ਬਦ ਰਾਹੀਂ ਕੋਈ ਵਾਕਫੀਅਤ ਨਹੀਂ ਮਿਲਦੀ, ਪਰ ਇਹ ਦੱਸਿਆ ਗਿਆ ਹੈ ਕਿ ਉਨ੍ਹਾਂ ਨੇ ਇਹਨਾਂ ਛੇਆਂ ਰਾਗਾਂ ਦੇ ਨਾਲ ਤੀਹ ਰਾਗਨੀਆਂ ਅਤੇ ੪੮ ਰਾਗਾਂ ਦੇ ਪੁੱਤਰ ਗਾਏ ਹਨ । ਰਾਗ ਮਾਲਾ ਵਿੱਚ ਉਚਾਰਿਆ ਗਿਆ ਹੈ ।

ਸਭ ਮਿਲਿ ਸਿਰੀ ਰਾਗ ਵੈ ਗਾਵਹਿ ॥

ਅਤੇ

ਖਸਟਮ ਮੇਘ ਰਾਗ ਵੈ ਗਾਵਹਿ ॥

ਸਾਰੇ ਰਲਕੇ ਉਹ ਸਿਰੀ ਰਾਗ ਵੀ ਗਾਉਂਦੇ ਹਨ ਅਤੇ ਮੇਘ ਰਾਗ ਵੀ ਗਾਉਂਦੇ ਹਨ । ਉਹ ਕੌਣ ਲੋਕ ਗਾਉਂਦੇ ਹਨ ? ਸ਼ਬਦ ਰਾਗ ਮਾਲਾ ਵਿੱਚ ਇਸ ਗੱਲ ਦਾ ਵੀ ਨਿਰਣਾ ਨਹੀਂ ਹੈ ।

ਇਸ ਰਾਗ ਮਾਲਾ ਵਿੱਚ 'ਪੁਨਿ' ਸ਼ਬਦ ਉਚਾਰਿਆ ਗਿਆ ਹੈ । 'ਪੁਨਿ' ਸ਼ਬਦ, ਸੰਸਕ੍ਰਿਤ ਸ਼ਬਦ 'ਪੁਨਹ' ਤੋਂ ਲਿਆ ਗਿਆ ਹੈ । ਸ੍ਰੀ ਗੁਰੂ ਗਰੰਥ ਸਾਹਿਬ ਜੀ ਅੰਦਰ ਜਿਥੇ ਅਤੇ ਜਿਸ ਵੀ ਗੁਰੂ ਸਾਹਿਬਾਨ ਨੇ ਇਸ ਸੰਸਕ੍ਰਿਤ ਸ਼ਬਦ 'ਪੁਨਹ' ਨੂੰ ਪੰਜਾਬੀ ਰੂਪ ਵਿੱਚ ਵਰਤਿਆ ਹੈ, ਉਹ ਸ਼ਬਦ 'ਫੁਨਿ' ਕਰਕੇ ਹੀ ਵਰਤਿਆ ਹੈ ।

ਸ੍ਰੀ ਗੁਰੂ ਰਵਿਦਾਸ ਜੀ ਨੇ ਵੀ ਆਪਣੀ ਬਾਣੀ ਰਾਗ ਸੂਹੀ ਵਿੱਚ 'ਫੁਨਿ' ਸ਼ਬਦ ਹੀ ਵਰਤਿਆ ਹੈ । ਇਸ ਗੱਲ ਤੋਂ ਇਹ ਵੀ ਪਤਾ ਚਲਦਾ ਹੈ ਕਿ ਉਨ੍ਹਾਂ ਨੂੰ ਉਸ ਸਮੇਂ ਪ੍ਰਚਲਤ ਪੰਜਾਬੀ ਬੋਲੀ ਅਤੇ ਭਾਸ਼ਾ ਦਾ ਗਿਆਨ ਸੀ ।

ਊਚੇ ਮੰਦਰ ਸਾਲ ਰਸੋਈ ॥ ਏਕ ਘਰੀ ਫੁਨਿ ਰਹਨੁ ਨ ਹੋਈ

ਇਸ ਤੋਂ ਇਲਾਵਾ ਰਾਗ ਮਾਲਾ ਸ਼ਬਦ ਦੇ ਸਿਰਲੇਖ ਨਾਲ ਕਿਸੇ ਗੁਰੂ ਜੀ ਦਾ ਇਸ ਸ਼ਬਦ ਨੂੰ ਉਚਾਰਣ ਦਾ ਸੰਕੇਤ ਨਹੀਂ ਹੈ, ਜਿਵੇਂ ਹੋਰ ਸਭ ਸ਼ਬਦਾਂ ਵਾਸਤੇ ਮਹੱਲਾ ਨੰਬਰ ਵਰਤਿਆ ਗਿਆ ਹੈ। ਸੰਪਾਦਕ ਕੀਤੀ ਗਈ ਕਿਸੇ ਪੁਸਤਕ ਵਿਚਲੇ ਲੇਖਾਂ ਨਾਲ ਸਬੰਧਤ ਲੇਖਕਾਂ ਦੇ ਨਾਮ ਦਰਜ ਹੁੰਦੇ ਹਨ ਜਿਹੜੀਆਂ ਲਿਖਤਾਂ ਉੱਪਰ ਕੋਈ ਨਾਮ ਦਰਜ ਨਹੀਂ ਹੁੰਦਾ ਉਸਦਾ ਸੰਬੰਧ ਸੰਪਾਦਕ ਨਾਲ ਹੁੰਦਾ ਹੈ।ਇਸ ਰਾਗ ਮਾਲਾ ਸ਼ਬਦ ਵਿੱਚ ਵਰਤਿਆ ਗਿਆ 'ਪੁਨਿ' ਸ਼ਬਦ ਇਹ ਸ਼ੱਕ

ਪਾਉਂਦਾ ਹੈ ਕਿ ਜਦ ਹੋਰ ਗੁਰਬਾਣੀ ਅਤੇ ਬਾਣੀ ਵਿੱਚ ਇਹ ਸ਼ਬਦ 'ਫੁਨਿ' ਕਰਕੇ ਹੀ ਵਰਤਿਆ ਗਿਆ ਹੈ, ਇਸ ਕਰਕੇ ਇਹ ਬਾਣੀ ਕਿਸੇ ਹੋਰ ਗੁਮਨਾਮ ਵਿਆਕਤੀ ਦੀ ਉਚਾਰੀ ਹੋਈ ਲਗਦੀ ਹੈ। ਜਿਸ ਬਾਰੇ ਸੰਕੇਤ ਕਰਨਾ ਸ੍ਰੀ ਗੁਰੂ ਅਰਜਨ ਦੇਵ ਜੀ ਨਜ਼ਰ-ਅੰਦਾਜ਼ ਕਰ ਗਏ ਹਨ । ਜੇਕਰ ਰਾਗ ਮਾਲਾ ਦਾ ਇਹ ਸ਼ਬਦ ਸ੍ਰੀ ਗੁਰੂ ਅਰਜਨ ਦੇਵ ਜੀ ਨੇ ਹੀ ਉਚਾਰਿਆ ਹੈ ਤਾਂ ਉਹ ਸ੍ਰੀ ਗੁਰੂ ਗਰੰਥ ਸਾਹਿਬ ਜੀ ਅੰਦਰ ਦਰਜ 31 ਰਾਗਾਂ ਨੂੰ ਅੱਖੋਂ-ਪਰੋਖੇ ਕਰ ਗਏ ਹਨ। ਪਾਠਕ ਜੀ ਇਸ ਵਿਚਾਰ ਬਾਰੇ ਮੈਨੂੰ ਆਪ ਜੀ ਵਲੋਂ ਠੋਸ ਦਲੀਲਾਂ ਨਾਲ ਸੁਚੱਜੇ ਸੁਝਾਅ ਆਉਣ ਦੀ ਆਸ ਰਹੇਗੀ । ਭਾਵੇਂ ਕੁੱਝ ਵੀ ਹੈ, ਗੁਰੂ ਸਾਹਿਬਾਨਾਂ ਨੂੰ ਪ੍ਰਚਲਤ ਰਾਗਾਂ ਦਾ ਗੂੜ੍ਹਾ ਗਿਆਨ ਸੀ।

ਪਾਠਕਾਂ ਦੀ ਸੇਵਾ ਵਿੱਚ ਮੈਂ ਸ੍ਰੀ ਗੁਰੂ ਰਵਿਦਾਸ ਜੀ ਦੇ ਕੁਲ ਰਾਗਾਂ ਵਿੱਚ ਉਚਾਰੇ ਸ਼ਬਦਾਂ ਨੂੰ ਇਸ ਲੇਖ ਵਿੱਚ ਸੰਮਿਲਤ ਕਰਾਂਗਾ। ਉਨ੍ਹਾਂ ਰਾਗਾਂ ਦੇ ਲਿਖਣ ਦਾ ਭਾਵ ਅਰਥ ਕੀ ਸੀ ? ਸ੍ਰੀ ਗੁਰੂ ਰਵਿਦਾਸ ਜੀ ਦੇ ਸ੍ਰੀ ਗੁਰੂ ਗਰੰਥ ਸਾਹਿਬ ਵਿੱਚ ਦਰਜ ਚਾਲੀ ਸ਼ਬਦ ਕਿਹੜੇ ਕਿਹੜੇ ਰਾਗਾਂ ਵਿੱਚ ਉਚਾਰੇ ਗਏ ਹਨ ? ਇਹ ਵੀ ਲਿਖਾਂਗਾ ਕਿ ਅਜੇਹੇ ਰਾਗਾਂ ਵਾਲੇ ਸ਼ਬਦਾਂ ਦੇ ਆਧਾਰ ਉੱਪਰ ਹੋਰ ਕਿਸ ਕਿਸ ਗੁਰੂ ਜੀ ਨੇ ਆਪਣੀ ਬਾਣੀ ਉਚਾਰੀ ਹੈ? ਸਭ ਤੋਂ ਪਹਿਲਾਂ ਸ੍ਰੀ ਰਾਗ ਵਿਚਾਰਨਾਂ ਹੀ ਠੀਕ ਹੈ ਕਿਉਂਕਿ ਇਸ ਰਾਗ ਨੂੰ ਸ੍ਰੀ ਗੁਰੂ ਗਰੰਥ ਸਾਹਿਬ ਜੀ ਵਿੱਚ ਦਰਜ ਰਾਗਾਂ ਵਿਚੋਂ ਸ੍ਰੀ ਗੁਰੂ ਰਵਿਦਾਸ ਜੀ ਦਾ ਸਭ ਤੋਂ ਪਹਿਲਾ ਰਾਗ ਹੋਣ ਦਾ ਮਾਣ ਪਰਾਪਤ ਹੈ ।

□

ਸਿਰੀ ਰਾਗੁ

ਪੰਡਤਾਂ ਦੇ ਮਿਥਿਹਾਸ ਅਨੁਸਾਰ ਸ੍ਰੀ ਗੁਰੂ ਰਵਿਦਾਸ ਜੀ ਪੂਰਬਲੇ ਜਨਮ ਵਿਖੇ ਬ੍ਰਾਹਮਣ ਸਨ । ਰਾਮਾਨੰਦ ਜੀ ਦੇ ਪਾਸ ਰਹਿ ਕੇ ਸੇਵਾ ਕਰਦੇ ਹੁੰਦੇ ਸਨ । ਰੋਜ਼ਾਨਾਂ ਸੱਤ ਘਰਾਂ ਤੋਂ ਭਿਖਿਆ ਲੈ ਕੇ ਰਾਮਾਨੰਦ ਜੀ ਨੂੰ ਅਤੇ ਆਪਣੇ ਸਾਥੀ ਚੇਲਿਆਂ ਨੂੰ ਛਕਾਉਂਦੇ ਹੁੰਦੇ ਸਨ । ਇੱਕ ਦਿਨ ਬੜੀ ਵਰਖਾ ਪੈ ਰਹੀ ਸੀ ਤਦੋਂ ਇੱਕੋ ਹੀ ਘਰੋਂ ਅੰਨ ਲਿਆ ਕੇ ਛਕਾਇਆ ਗਿਆ । ਉਹ ਘਰ ਸੰਤੋਖੇ ਚਮਾਰ ਦਾ ਸੀ, ਜਿਹੜਾ ਹਮੇਸ਼ਾ ਰਾਮਾਨੰਦ ਜੀ ਦੇ ਇਸ ਚੇਲੇ ਨੂੰ ਭਿਖਿਆ ਦੇਣ ਵਾਸਤੇ ਆਪਣੇ ਤਰਲੇ ਕਰਿਆ ਕਰਦਾ ਸੀ । ਜਿਵੇਂ ਕਾਸ਼ੀ ਦੇ ਪੰਡਤਾਂ ਨੇ ਕਹਾਣੀ ਘੜੀ ਹੋਈ ਹੈ ਕਿ ਇਹ ਅੰਨ ਛੱਕਕੇ ਰਾਮਾਨੰਦ ਜੀ ਦਾ ਮਨ ਭਗਤੀ ਵਿੱਚ ਨਾ ਲੱਗਿਆ ਤਾਂ ਉਸਨੇ ਆਪਣੇ ਭਿਖਸ਼ੂ ਕੋਲੋਂ ਪੁੱਛਿਆ ਕਿ ਤੂੰ ਮੈਨੂੰ ਸੱਚੀ ਵਾਰਤਾ ਦੱਸ ਕਿ ਅੱਜ ਅੰਨ ਕਿਹੜੇ ਕਿਹੜੇ ਘਰ ਵਿੱਚੋਂ ਲੈ ਕੇ ਆਇਆਂ ਏਂ । ਫਿਰ ਉਸ ਬ੍ਰਾਹਮਣ ਭਿਖਸ਼ੂ ਨੇ ਸੱਚੀ ਸੱਚੀ ਗੱਲ ਦੱਸ ਦਿਤੀ ਕਿ ਅੱਜ ਝੱਖੜ ਅਤੇ ਵਰਖਾ ਬਹੁਤ ਜੋਰਾਂ ਉੱਪਰ ਸੀ । ਇਸ ਲਈ ਇਹ ਅੰਨ ਮੈਂ ਇੱਕੋ ਸੰਤੋਖੇ ਦੇ ਘਰੋਂ ਲੈ ਆਇਆ ਸੀ । ਇਹ ਸੁਣ ਕੇ ਰਾਮਾਨੰਦ ਨੇ ਆਖਿਆ ਕਿ ਉਹ ਤਾਂ ਚਮਾਰ ਹੈ ਅਤੇ ਉਸ ਨੂੰ ਇੱਕ ਪੁੱਤਰ ਦੀ ਲਾਲਸਾ ਵੀ ਹੈ । ਇਹੀ ਕਾਰਨ ਹੈ ਕਿ ਸੰਤੋਖਾ ਚਿਰਾਂ ਤੋਂ ਹੀ ਇਹ ਭੋਜਨ ਦਾਨ ਕਰਨਾ ਚਾਹੁੰਦਾ ਸੀ । ਹੁਣ ਤੈਨੂੰ ਉਸਦੇ ਘਰ ਜਨਮ ਲੈ ਕੇ ਉਸਦੀ ਇੱਛਾ ਪੂਰੀ ਕਰਨੀ ਪਵੇਗੀ । ਇਹ ਕਹਾਣੀ ਇਸ ਤਰ੍ਹਾਂ ਬਣਾਈ ਗਈ ਹੈ ਕਿ ਕੁਝ ਚਿਰ ਮਗਰੋਂ ਉਹ ਬ੍ਰਾਹਮਣ ਆਪਣੇ ਪ੍ਰਾਣ ਤਿਆਗ ਗਿਆ ਅਤੇ ਫਿਰ ਉਸਨੇ ਸੰਤੋਖੇ ਦੇ ਘਰ ਆਣ ਜਨਮ ਧਾਰਿਆ ਅਤੇ ਸ੍ਰੀ ਗੁਰੂ ਰਵਿਦਾਸ ਜੀ ਦੇ ਨਾਮ ਨਾਲ ਮਸ਼ਹੂਰ ਹੋਏ । ਇਹ ਇੱਕ ਬੜੀ ਹੀ ਭੇਦ-ਭਰੀ ਕਹਾਣੀ ਹੈ, ਜਿਸਦਾ ਨਿਰਣਾ ਪਿਛਲੇ ਅਧਿਆਏ ਵਿੱਚ ਕਰ ਚੁੱਕੇ ਹਾਂ ਪਰ ਇਸਦੇ ਪੱਕੇ ਸਬੂਤ ਤਾਂ ਸਿਰਫ ਭਗਵਾਨ ਹੀ ਜਾਣਦਾ ਹੈ । ਇਹ ਕਹਾਣੀ ਗਲਤ ਇਸ ਕਰਕੇ ਵੀ ਹੈ ਕਿ ਜੀਵਨ ਲੈਣਾ ਅਤੇ ਕਿਸੇ ਜੀਵ ਨੂੰ ਜੀਵਨ ਦੇਣਾ ਸਿਰਫ ਇੱਕ ਰੱਬ ਦੇ ਹੀ ਹੱਥ ਵੱਸ ਹੁੰਦਾ ਹੈ । ਸੱਚ ਇਹ ਹੈ ਕਿ ਸ੍ਰੀ ਗੁਰੂ ਰਵਿਦਾਸ ਜੀ ਨੇ ਆਪਣੇ ਜਨਮ ਵਿੱਚ ਬਹੁਤ ਭਗਤੀ ਕੀਤੀ ਅਤੇ ਭਗਵਾਨ ਨੇ ਖੁਸ਼ ਹੋ ਕੇ ਆਪ ਜੀ ਨੂੰ ਦਰਸ਼ਨ ਦਿਤੇ । ਜਦ ਸ੍ਰੀ ਗੁਰੂ ਰਵਿਦਾਸ ਜੀ ਨੇ ਭਗਵਾਨ ਜੀਦੇ ਚਰਨੀਂ ਹੱਥ ਲਾਇਆ ਤਾਂ ਭਗਵਾਨ ਜੀਨੇ ਤਰੁੰਤ ਆਖਿਆ ਕਿ ਤੂੰ ਤਾਂ ਤੇ ਇਨਸਾਨ ਏ, ਮੈਂ

ਰੱਬ ਹਾਂ । ਤੂੰ ਮੈਨੂੰ ਛੂਹ ਨਹੀਂ ਸਕਦਾ । ਤਾਂ ਸ੍ਰੀ ਗੁਰੂ ਰਵਿਦਾਸ ਜੀ ਨੇ ਸਿਰੀ ਰਾਗ ਵਿੱਚ ਇਹ ਸ਼ਬਦ ਉਚਾਰਿਆ ।

ਸ੍ਰੀ ਰਾਗੁ

ਤੋਹੀ ਮੋਹੀ ਮੋਹੀ ਤੋਹੀ ਅੰਤਰੁ ਕੈਸਾ॥ਕਨਕ ਕਟਿਕ ਜਲ ਤਰੰਗ ਜੈਸਾ ॥੧॥ਜਉਪੈ ਹਮ ਨ ਪਾਪ ਕਰੰਤਾ ਅਹੇ ਅਨੰਤਾ॥ਪਤਿਤ ਪਾਵਨ ਨਾਮੁ ਕੈਸੇ ਹੁੰਤਾ॥੧॥ਰਹਾਉ॥ ਤੁਮ ਜੋ ਨਾਇਕ ਆਛਹੁ ਅੰਤਰਜਾਮੀ ॥ ਪ੍ਰਭ ਤੇ ਜਨੁ ਜਾਨੀਜੈ ਜਨ ਤੇ ਸੁਆਮੀ ॥੨॥ ਸਰੀਰੁ ਆਰਾਧੈ ਮੋਕਉ ਬੀਚਾਰੁ ਦੇਹੂ ॥ ਰਵਿਦਾਸ ਸਮਦਲ ਸਮਝਾਵੈ ਕੋਊ ॥੩॥

ਸ੍ਰੀ ਗੁਰੂ ਰਵਿਦਾਸ ਜੀ ਨੇ ਉਚਾਰਿਆ ਹੈ ਕਿ ਜਦ ਤੂੰਹੀ ਜ਼ਰੇ ਜ਼ਰੇ ਵਿੱਚ ਵੀ ਵਸਦਾ ਏ ਅਤੇ ਹਰ ਜੀਵ ਜੰਤੂਆਂ ਦੇ ਮਨਾਂ ਵਿੱਚ ਵੀ ਵਸਦਾ ਏਂ । ਇਸ ਤਰ੍ਹਾਂ ਤੂੰ ਮੇਰੇ ਮਨ ਵਿੱਚ ਵੀ, ਤੂੰ ਹੀ ਵਸਦਾ ਏਂ । ਜਦ ਇਸ ਗੱਲ ਦਾ ਭੇਦ ਮੈਂ ਪਾ ਲਿਆ ਹੈ ਤਦ ਤੇਰੇ ਮੇਰੇ ਵਿੱਚ ਕੀ ਫਰਕ ਰਹਿ ਗਿਆ ਹੈ? ਜਿਵੇਂ ਸੋਨੇ ਦੇ ਕਈ ਟੋਟੇ ਕਰ ਲਉ ਤਾਂ ਫਿਰ ਵੀ ਉਹ ਸੋਨਾ ਹੀ ਰਹੇਗਾ । ਇਸ ਤਰ੍ਹਾਂ ਤੇਰੇ ਮੇਰੇ ਵਿੱਚ ਕੋਈ ਫਰਕ ਨਹੀਂ ਹੈ । ਤੂੰ ਵੀ ਸੋਨਾ ਏ ਇਸ ਕਰਕੇ ਮੈਂ ਵੀ ਸੋਨਾ ਬਣ ਗਿਆ ਹਾਂ । ਇਸ ਸ਼ਬਦ ਵਿੱਚ ਅਗੇ ਉਚਾਰਦੇ ਹਨ ਕਿ ਜਿਵੇਂ ਪਾਣੀ ਉੱਪਰ ਤਰੰਗ ਉੱਠਦੇ ਹਨ ਅਤੇ ਪਾਣੀ ਨਾਲ ਹੀ ਤਰੰਗ ਬਣਦੇ ਹਨ । ਇਸ ਤਰ੍ਹਾਂ ਮੇਰੇ ਮਨ ਵਿੱਚ ਤੇਰੇ ਵਸਣ ਕਰਕੇ ਹੀ ਤਰੰਗ ਉੱਠਦੇ ਹਨ । ਆਪ ਉਚਾਰਦੇ ਹਨ ਕਿ ਹੇ ਪ੍ਰਭੂ ! ਜੇਕਰ ਅਸੀਂ ਪਾਪ ਨਾ ਕਰਦੇ ਹੁੰਦੇ ਤਾਂ ਤੇਰਾ ਨਾਮ ਪਵਿੱਤਰ ਕਿਵੇਂ ਹੁੰਦਾ ? ਹੇ ਪ੍ਰਭੂ ! ਤੁਸੀਂ ਬੜੇ ਚੰਗੇ ਵੀ ਹੋ ਅਤੇ ਅੰਤਰਜਾਮੀ ਵੀ ਹੋ । ਭਗਵਾਨ ਕਰਕੇ ਹੀ ਇਹ ਸਾਰੀ ਸਰਿਸ਼ਟੀ ਹੈ ਅਤੇ ਸ਼ਰਿਸ਼ਟੀ ਕਰਕੇ ਹੀ ਆਪ ਜੀ ਨੂੰ ਭਗਵਾਨ ਕਰਕੇ ਜਾਣਿਆ ਜਾਂਦਾ ਹੈ । ਸੋ ਹੇ ਪ੍ਰਭੂ ! ਜੇਕਰ ਤੁਸੀਂ ਖੁਸ਼ ਹੋ ਕੇ ਮੈਨੂੰ ਵਰਦਾਨ ਦੇਣਾ ਚਾਹੁੰਦੇ ਹੋ ਤਾਂ ਮੈਨੂੰ ਇਹ ਵਰ ਦਿਓ ਕਿ ਮੈਂ ਸਾਰੀ ਉਮਰ ਆਪ ਜੀ ਦਾ ਹੀ ਨਾਮ ਜਪਾਂ ਅਤੇ ਸਭ ਸੰਸਾਰ ਕੋਲੋਂ ਆਪ ਜੀ ਦਾ ਹੀ ਨਾਮ ਜਪਾਵਾਂ । ਸ੍ਰੀ ਗੁਰੂ ਰਵਿਦਾਸ ਜੀ ਦਾ ਉਪ੍ਰੋਕਤ ਸ਼ਬਦ ਜੋ ਕਿ ਸਿਰੀ ਰਾਗ ਵਿੱਚ ਉਚਾਰਿਆ ਗਿਆ ਹੈ, ਦੇ ਸਿਧਾਂਤ ਅਨੁਸਾਰ ਗੁਰਬਾਣੀ ਵਿੱਚ ਕਈ ਹੋਰ ਉਦਾਹਰਣਾ ਹੇਠ ਲਿਖੇ ਦੀ ਤਰ੍ਹਾਂ ਪੜ੍ਹ ਸਕਦੇ ਹਾਂ ।

ਉਇ ਜੁ ਬੀਚ ਹਮ ਤੁਮ ਕਛੁ ਹੋਤੇ ਤਿਨ ਕੀ ਬਾਤ ਬਿਲਾਨੀ ॥ ਅਲੰਕਾਰ ਮਿਲਿ ਥੈਲੀ ਹੋਈ ਹੈ ਤਾਤੇ ਕਨਿਕ ਬਿਖਾਨੀ ॥

(ਧਨਾਸਰੀ ਮੋਲਾ 4 ਪੰਨਾਂ 672)

ਰਾਜ ਭੁਇਅੰਗ ਪ੍ਰਸੰਗ ਜੈਸੇ ਹਹਿ ਅਬ ਕਛੂ ਮਰਮੁ ਜਨਾਇਆ ॥ ਅਨਿਕ ਕਟਕ ਜੈਸੇ ਭੂਲਿਪਰੇ ਅਬ ਕਹਤੇ ਕਹਨੁ ਨਾ ਆਇਆ ॥3॥ (ਰਾਗ ਸੋਰਠਿ)

ਸਭੁ ਗੋਬਿੰਦ ਹੈ ਸਭੁ ਗੋਬਿੰਦ ਹੈ ਗੋਬਿੰਦ ਬਿਨੁ ਨਹੀਂ ਕੋਈ ॥ ਸੂਤੁ ਏਕੁ ਮਣਿ ਸਤ ਸਹੰਸ ਜੈਸੇ ਓਤਿ ਪੋਤਿਪ੍ਰਭ ਸੋਈ ॥ ਜਲ ਤਰੰਗ ਅਰੁ ਫੇਵ ਬੁਦਬੁਦਾ ਜਲ ਤੇ ਭਿੰਨ ਨਾ ਹੋਈ ॥ ਇਹੁ ਪਰਪੰਚ ਪਾਰ ਬ੍ਰਹਮ ਕੀ ਲੀਲਾ ਬਿਚਰਤ ਆਨ ਨ ਹੋਈ ॥2॥

(ਆਸਾ ਨਾਮਦੇਵ ਜੀ)

ਪਾਠਕ ਜੀ ਏਥੇ ਇਹ ਯਾਦ ਰੱਖਣਾ ਹੈ ਕਿ ਸ੍ਰੀ ਨਾਮਦੇਵ ਜੀ ਸ੍ਰੀ ਗੁਰੂ ਰਵਿਦਾਸ ਜੀ ਦੇ ਅਵਤਾਰ ਧਾਰਨ ਤੋਂ ਕਾਫੀ ਚਿਰ ਪਹਿਲਾਂ ਜੋਤੀ ਜੋਤ ਸਮਾ ਚੁੱਕੇ ਸਨ ਅਤੇ ਸ੍ਰੀ ਗੁਰੂ ਰਵਿਦਾਸ ਜੀ ਨੇ ਵੀ ਏਹੀ ਵਿਚਾਰ ਆਪਣੀ ਬਾਣੀ ਵਿੱਚ ਉਚਾਰਿਆ ਹੈ। ਇਸ ਗੱਲ ਤੋਂ ਸਾਬਤ ਹੈ ਕਿ ਰੱਬ ਨੂੰ ਮਿਲਣ ਦਾ ਸਿਰਫ ਇੱਕੋ ਹੀ ਰਾਹ ਹੈ।

ਜਲ ਤਰੰਗ ਜਿਉ ਜਲਹਿ ਸਮਾਇਆ ॥ ਤਿਉ ਜੋਤੀ ਸੰਗਿ ਜੋਤਿ ਮਿਲਾਇਆ ॥ (ਮਾਝ ਮਹੱਲਾ 4 ਪੰਨਾਂ 102)

ਸਵੈਯਾ ਛੰਦ

ਮਾਟੀ ਕੋ ਕਾਰਜ ਘਟ ਜੈਸੇ ਮਾਟੀ ਤਾਕੇ ਬਾਹਰ ਮਾਹਿ ॥ ਜਲ ਤੇ ਫੇਨ ਤਰੰਗ ਬੁਦਬੁਦਾ ਉਪਜਤ ਜਲ ਤੇ ਛੂਧੇ ਸੁ ਨਾਹਿ ॥ ਐਸੇ ਜੋ ਜਾ ਕੇ ਹੈ ਕਾਰਜ ਕਾਰਨ ਰੂਪ ਪਦਾਨੋ ਤਾਹਿ ॥ ਕਾਰਨ ਈਸ ਸਕਲ ਕੇ ਸੋ ਮੈ ਲਯ ਚਿੰਤਨ ਜਾਨੋ ਵਿਧਿਯਾਹਿ ॥

ਅਤੇ

ਆਪਨ ਦੇਉ ਦੇਹੁਰਾ ਆਪਨ ਆਪ ਲਗਾਵੇ ਪੂਜਾ ॥ ਜਲ

ਤੇ ਤਰੰਗ ਤਰੰਗ ਤੇ ਹੈ ਜਲ ਕਹਨ ਸੁਨਸ ਕਉ ਦੂਜਾ ॥
(ਸਾਰੰਗ ਬਾਣੀ ਨਾਮਦੇਵ ਪੰਨਾਂ 1252)

ਜਉ ਹਮ ਅਧਮ ਕਰਮ ਕੈ ਪਤਿਤ ਭਏ ਪਤਿਤ ਪ੍ਰਭ ਨਾਮ ਪ੍ਰਗਟਾਇਓ ਹੈ ॥ ਹਉ ਭਏ ਦੁਖਤਿ ਅਰੁ ਦੀਨ ਪਰਚੀਨ ਲਗ ਦੀਨ ਦੁਖ ਭੰਜਨ ਬਿਰਦ ਬਿਰਦਾਇਓ ਹੈ ॥ ਜਉ ਗ੍ਰਸੇ ਅਰਕ ਸੁਤ ਨਰਕ ਨਿਵਾਸੀ ਭਏ ਨਰਕ ਰਿਵਾਰਨ ਜਗਤ ਸੁ ਗਾਇਓ ਹੈ ॥ (ਭਾਈ ਗੁਰਦਾਸ ਜੀ)

ਉਪ੍ਰੋਕਤ ਬਾਣੀ ਸ੍ਰੀ ਗੁਰੂ ਰਵਿਦਾਸ ਜੀ ਦੇ ਸਮੇਂ ਤੋਂ ਬਹੁਤ ਮਗਰੋਂ ਉਚਾਰੀ ਗਈ ਹੈ ਪਰ ਜੋ ਪ੍ਰਤੀਕ ਸ੍ਰੀ ਗੁਰੂ ਰਵਿਦਾਸ ਜੀ ਨੇ ਆਪਣੀ ਬਾਣੀ ਵਿੱਚ ਪ੍ਰਗਟਾਏ ਹਨ । ਉਹ ਸਭ ਪ੍ਰਤੀਕ ਤੁਸੀਂ ਉਪ੍ਰੋਕਤ ਗੁਰਬਾਣੀ ਅਤੇ ਬਾਣੀ ਵਿੱਚ ਪੜ੍ਹ ਸਕਦੇ ਹੋ । ਇਸ ਤਰ੍ਹਾਂ ਅਸੀਂ ਸ੍ਰੀ ਗੁਰੂ ਰਵਿਦਾਸ ਜੀ ਦੀ ਬਾਣੀ ਵਿੱਚ ਮੌਲਿਕਤਾ ਪ੍ਰਤੱਖ ਪੜ੍ਹ ਸਕਦੇ ਹਾਂ ।

ਤੁਮ ਦਾਤੇ ਠਾਕੁਰ ਪ੍ਰਤਿਪਾਲਕ ਨਾਇਕ ਖਸਮ ਹਮਾਰੇ ॥
(ਧਨਾਸਰੀ ਮਹੱਲਾ 4 ਪੰਨਾਂ 674)

ਠਾਕੁਰ ਤੇ ਜਨੁ ਜਨ ਤੇ ਠਾਕੁਰ ਖੇਲੁ ਪਰਿਓ ਹੈ ਤੋ ਸਿਉ ॥
(ਸਾਰੰਗ ਨਾਮਦੇਵ ਜੀ ਪੰਨਾ 1252)

ਸ੍ਰੀ ਗੁਰੂ ਗਰੰਥ ਸਾਹਿਬ ਜੀ ਵਿੱਚ ਸਿਰੀ ਰਾਗ ਦੀਆਂ ਧੁਨਾਂ ਵਿੱਚ ਸ੍ਰੀ ਗੁਰੂ ਰਵਿਦਾਸ ਜੀ ਦਾ ਸਿਰਫ ਇੱਕ ਸ਼ਬਦ ਹੀ ਅੰਕਿਤ ਕੀਤਾ ਗਿਆ ਹੈ। ਸਿਰੀ ਰਾਗ ਦਾ ਨਾਮ ਸੰਗੀਤ ਵਿਦਿਆ ਅਨੁਸਾਰ ਸਿਰਫੀ (ਸ੍ਰੀ) ਹੈ। ਇਹ ਪੂਰਬੀ ਠਾਟ ਦਾ ਔੜਵ ਸੰਪੂਰਣ ਰਾਗ ਹੈ। ਅਰਥਾਤ ਆਰੋਹੀ ਵਿੱਚ ਪੰਜ ਅਤੇ ਅਵਰੋਹੀ ਵਿੱਚ ਸੱਤ ਸੁਰ ਲਗਦੇ ਹਨ। ਆਰੋਹੀ ਵਿੱਚ ਗਾਧਾਰ ਅਤੇ ਧੈਵਤ ਵਰਜਿਤ ਹਨ। ਰਿਸਭ ਵਾਦੀ ਅਤੇ ਪੰਚਮ ਸੰਵਾਦੀ ਸੁਰ ਹੈ। ਰਿਸਭ ਅਤੇ ਧੈਵਤ ਕੋਮਲ ਹਨ। ਮੱਧਮ ਤੀਵਰ ਹੈ । ਬਾਕੀ ਸਾਰੇ ਸੁਰ ਸ਼ੁੱਧ ਹਨ । ਇਸ ਰਾਗ ਦੇ ਗਾਉਣ ਦਾ ਸਮਾਂ ਦਿਨ ਦਾ ਲੌਢਾ ਵੇਲਾ ਹੈ । ਸ੍ਰੀ ਗੁਰੂ ਗਰੰਥ ਸਾਹਿਬ ਜੀ ਵਿੱਚ ਸਿਰੀ ਰਾਗ ਦਾ ਪਹਿਲਾ ਨੰਬਰ ਹੈ । ਰਾਗਾਂ ਦੀ ਬਾਣੀ ਇਸ ਰਾਗ ਤੋਂ ਹੀ ਅਰੰਭ ਹੁੰਦੀ ਹੈ ।

□

ਰਾਗ ਗਉੜੀ

ਸ੍ਰੀ ਗੁਰੂ ਗਰੰਥ ਸਾਹਿਬ ਜੀ ਵਿੱਚ ਰਾਗ ਗਉੜੀ ਵਾਲੇ ਸ੍ਰੀ ਗੁਰੂ ਰਵਿਦਾਸ ਜੀ ਦੇ ਪੰਜ ਸ਼ਬਦ ਅੰਕਿਤ ਹਨ । ਸ੍ਰੀ ਗੁਰੂ ਰਵਿਦਾਸ ਜੀ ਨੇ ਰਾਗ ਗਉੜੀ ਚਾਰ ਪ੍ਰਕਾਰ ਦੀ ਉਚਾਰੀ ਹੈ ।

੧) ਰਾਗ ਗਉੜੀ ਰਵਿਦਾਸ ਜੀ ਕੇ ਪਦੇ ਗਉੜੀ ਗੁਆਰੇਰੀ ॥

ਇਸ ਰਾਗ ਗਉੜੀ ਵਿੱਚ ਸ੍ਰੀ ਗੁਰੂ ਰਵਿਦਾਸ ਜੀ ਦੇ ਦੋ ਸ਼ਬਦ ਅੰਕਿਤ ਹਨ ਹੇਠਲੀਆਂ ਤਿੰਨ ਰਾਗ ਗਉੜੀਆਂ ਵਿੱਚ ਇੱਕ ਇੱਕ ਸ਼ਬਦ ਸੰਪਾਦਨ ਕੀਤਾ ਗਿਆ ਹੈ ।

੨) ਗਉੜੀ ਬੈਰਾਗਣਿ ਰਵਿਦਾਸ ਜੀਉ ॥

੩) ਗਉੜੀ ਪੂਰਬੀ ਰਵਿਦਾਸ ਜੀਉ ॥

੪) ਗਉੜੀ ਬੈਰਾਗਣਿ ॥

ਉਪ੍ਰੋਕਤ ਚਾਰ ਰਾਗ ਗਉੜੀਆਂ ਉੱਪਰ ਅਗੇ ਹੋਰ ਵਿਚਾਰ ਕਰਦੇ ਹਾਂ ।

ੴ ਸਤਿਨਾਮੁ ਕਰਤਾ ਪੁਰਖੁ ਗੁਰ ਪ੍ਰਸਾਦਿ ॥

ਰਾਗ ਗਉੜੀ ਰਵਿਦਾਸ ਜੀ ਕੇ ਪਦੇ ਗਉੜੀ ਗੁਆਰੇਰੀ ॥

ਮੇਰੀ ਸੰਗਤਿ ਪੋਚ ਸੋਚ ਦਿਨੁ ਰਾਤੀ ॥ ਮੇਰਾ ਕਰਮੁ ਕੁਟਿਲਤਾ ਜਨਮੁ ਕੁਭਾਤੀ ॥੧॥ ਰਾਮ ਗੁਸਈਆ ਜੀਅ ਕੇ ਜੀਵਨਾ ॥ ਮੋਹਿ ਨ ਬਿਸਾਰਹੁ ਮੈ ਜਨੁ ਤੇਰਾ ॥੧॥ਰਹਾਉ॥ ਮੇਰੀ ਹਰਹੁ ਬਿਪਤਿ ਜਨ ਕਰਹੁ ਸੁਭਾਈ ॥ ਚਰਨ ਨ ਛਾਡਉ ਸਰੀਰੁ ਕਲ ਜਾਈ ॥੨॥ ਕਹੁ ਰਵਿਦਾਸ ਪਰਉ ਤੇਰੀ ਸਾਂਭਾ ॥ ਬੇਗਿ ਮਿਲਹੁ ਜਨ ਕਰਿ ਨ ਬਿਲਾਂਬਾ ॥੩॥੧॥

ਗਉੜੀ ਸ਼ਬਦ ਦਾ ਮੂਲ ਭਾਵ-ਅਰਥ ਗੁੜ ਦੀ ਸ਼ਰਾਬ ਹੁੰਦਾ ਹੈ । ਕਵਿਤਾ ਦੇ ਨਿਯਮਾਂ ਅਨੁਸਾਰ ਰਚਨਾਂ ਦਾ ਉਹ ਪਰਕਾਰ ਹੈ ਜਿਸ ਵਿੱਚ ਓਜ ਗੁਣ ਹੁੰਦਾ ਹੈ ਅਤੇ ਟਵੱਰਗ ਦਾ ਪ੍ਰਯੋਗ ਕਰੀਦਾ ਹੈ ਜਿਵੇਂ ;-

ਵਿਕਟ ਭਟ ਕਟਕੁ ਰਿਪੁ ਨਟਕ ਤਨ ਤਜਤ ਜਬ ਗਜਤ ਗੁਰੂ ਸਿੰਘ ਤਬ ਬਜਤ ਡੰਕਾ ॥ (ਸਿਖੀ ਪ੍ਰਕਾਸ਼)

ਗੌੜ ਦੇਸ਼ ਦੇ ਕਾਵਿ ਵੀ ਇਸ ਗਉੜੀ ਨਾਲ ਹੀ ਸੰਬੰਧਤ ਹਨ। ਗਉੜੀ ਇੱਕ ਰਾਗ ਵੀ ਹੈ ਜੋ ਪੂਰਬੀ ਠਾਟ ਦੀ ਔੜਵ ਸਾੜਵ ਹੈ। ਇਸ ਗਉੜੀ ਵਿੱਚ ਸਿਰੀ ਰਾਗ ਦਾ ਵੀ ਇੱਕ ਅੰਗ ਹੈ। ਇਸ ਦੀ ਆਰੋਹੀ ਵਿੱਚ ਸਿਰੀ ਰਾਗ ਵਾਂਗ ਗਾਂਧਾਰ ਅਤੇ ਧੈਵਤ ਵਰਜਿਤ ਹਨ। ਅਵਰੋਹੀ ਵਿੱਚ ਗਾਂਧਾਰ ਵਰਜਿਤ ਹੈ। ਰਿਸ਼ਭ ਵਾਦੀ ਅਤੇ ਪੰਚਮ ਸੰਵਾਦੀ ਹੈ। ਰਿਸ਼ਭ ਅਤੇ ਧੈਵਤ ਕੋਮਲ ਮੱਧਮ ਤੀਵਰ ਅਤੇ ਬਾਕੀ ਸੁਰ ਸ਼ੁੱਧ ਸੁਰ ਹਨ । ਇਸ ਰਾਗ ਨੂੰ ਗਾਉਣ ਦਾ ਵੇਲਾ ਦਿਨ ਦਾ ਚੌਥਾ ਪਹਿਰ ਹੈ। ਸ੍ਰੀ ਗੁਰੂ ਗਰੰਥ ਸਾਹਿਬ ਜੀ ਵਿੱਚ ਗਉੜੀ ਦਾ ਨੰਬਰ ਤੀਜਾ ਹੈ। ਵਿਦਵਾਨਾਂ ਨੇ ਇਸ ਰਾਗ ਦੇ ਅਨੇਕਾਂ ਭੇਦ ਲਿਖੇ ਹਨ। ਜਿਨ੍ਹਾਂ ਭੇਦਾਂ ਨਾਲ ਇਸ ਲੇਖ ਨਾਲ ਸੰਬੰਧ ਹੈ ਉਹ ਰਾਗ ਹਨ ਜਿਵੇਂ ਗਉੜੀ ਗੁਆਰੇਰੀ,ਗਉੜੀ ਬੈਰਾਗਣਿ ਅਤੇ ਗਉੜੀ ਪੂਰਬੀ। ਏਥੇ ਮੈਂ ਇਨ੍ਹਾਂ ਤਿੰਨਾਂ ਰਾਗਾ ਦਾ ਹੀ ਵਿਸਥਾਰ ਕਰਾਂਗਾ ।

ਗੁਆਰੇਰੀ ਸ਼ਬਦ ਦੇ ਮੈਂ ਕਈ ਅਰਥ ਪੜ੍ਹਨ ਵਿੱਚ ਲਿਆਂਦੇ ਹਨ । ਗਉੜੀ ਰਾਗ ਨਾਲ ਢੁਕਦੇ ਅਰਥ ਹੇਠ ਦੀ ਤਰ੍ਹਾਂ ਹਨ ।

੧) ਜੋ ਵਿਚਕਾਰਲੇ ਜਾਂ ਮੱਧ ਇਲਾਕੇ ਦੀ ਬੋਲੀ ਵਿੱਚ ਗੀਤ ਹੁੰਦਾ ਹੈ ।

੨) ਜੋ ਗਊਆ ਦਾ ਪਾਲਕ ਗੁਵਾਰਾ ਜਾਂ ਗੁਪਾਲਾ ਅਗੇ ਅਰਜੋਈ ਕਰਨੀ ।

੩) ਗੁਆਈ, ਜਿਵੇਂ ਕਿਸੇ ਗੀਤ ਨੂੰ ਕਿਸੇ ਕੋਲੋਂ ਗੁਆਇਆ ਜਾਂਦਾ ਹੈ ।

ਉਪ੍ਰੋਕਤ ਤਿੰਨੇ ਅਰਥ ਜਦ ਅਸੀਂ 'ਪਦੇ' ਸ਼ਬਦ ਨਾਲ ਕਰੀਏ ਤਾਂ ਅਰਥ ਹੋਰ ਸਾਫ਼ ਹੋ ਜਾਂਦੇ ਹਨ । 'ਪਦ' ਸ਼ਬਦ ਦਾ ਅਰਥ ਹੈ, ਖੜ੍ਹੇ ਰਹਿਣਾ, ਜਾਣਾ ਜਾਂ ਪਰਾਪਤ ਕਰਨਾ । ਇਸ ਸ਼ਬਦ ਦੀ ਸੰਗਿਆ ਤੋਂ ਭਾਵ ਹੈ, ਚਰਨ ਜਾਂ ਪੈਰ । ਇਸ ਦਾ ਭਾਵ, ਛੰਦ ਦਾ ਚਰਣ, ਮਤਲਬ ਕਿ ਸ਼ਬਦ ਦੀ ਤੁੱਕ ਜਾਂ ਤੁੱਕ ਦਾ ਹਿੱਸਾ । ਪਦਯ ਕਾਵਿ ਛੰਦ ਜੋ ਕਾਵਿ ਚਰਣ ਗਣ ਅਤੇ ਮਾਤਰਾ ਦੇ ਨਿਯਮ ਵਿੱਚ ਆ ਜਾਵੇ ਅਤੇ ਪਦ ਉਸਦੀ ਹੀ ਸੰਗਿਆ ਹੁੰਦਾ ਹੈ। ਕਈ ਪੰਜਾਬੀ ਦੇ ਪੁਰਾਤਨ ਕਾਵਿ ਆਲੋਚਕਾਂ ਨੇ ਵਿਸ਼ਨਪਦ ਦੀ ਵਜਾਏ ਪਦ ਸ਼ਬਦ ਵਿਸ਼ੇਸ਼ ਵਰਤਿਆ ਹੈ। ਸੂਰਦਾਸ ਆਦਿ ਭਗਤਾਂ ਦੇ ਛੰਦ, ਪਦ ਨਾਮ ਤੋਂ ਪ੍ਰਸਿੱਧ ਹਨ। ਸ੍ਰੀ ਗੁਰੂ ਗਰੰਥ ਸਾਹਿਬ ਜੀ ਦੇ ਛੰਦ ਵੀ, ਪਦ ਕਹੇ ਜਾਂਦੇ ਹਨ ਜਿਵੇਂ ਦੁਪਦਾ, ਤਰੈਪਦਾ, ਚਉਪਦਾ ਅਤੇ ਅਸਟਪਦੀ ਆਦਿ ਪਰ ਵਿਆਕਰਣ ਅਨੁਸਾਰ ਇਸ ਸ਼ਬਦ ਦੇ ਅਰਥ ਹਨ ਕਰਮ, ਕਿਰਿਆ ਅਤੇ ਕਰਤਾਇਸ ਗੱਲ ਤੋਂ ਸਾਫ਼ ਜਾਹਰ ਹੈ ਕਿ ਰਾਗ ਗਉੜੀ ਰਵਿਦਾਸ ਜੀ ਕੇ ਪਦੇ ਗਉੜੀ ਗੁਆਰੇਰੀ, ਤੋਂ ਭਾਵ ਇਸ ਗਉੜੀ ਦਾ ਕਰਤਾ ਸ੍ਰੀ ਗੁਰੂ ਰਵਿਦਾਸ ਜੀ ਹਨ, ਅਤੇ ਇਹ ਗੁਪਾਲਾ (ਪ੍ਰਮਾਤਮਾ) ਜੀ ਨੂੰ ਮੁਖਾਤਬ, ਮੱਧ ਬੋਲੀ ਵਿੱਚ ਉਚਾਰੀ ਗਈ ਅਤੇ ਗਾਈ ਗਈ ਹੈ । ਏਥੇ ਯਾਦ ਰੱਖਣ ਵਾਲੀ ਗੱਲ ਇਹ ਵੀ ਹੈ ਕਿ ਸ੍ਰੀ ਗੁਰੂ ਰਵਿਦਾਸ ਜੀ ਕਰਿਸ਼ਨ ਭਗਵਾਨ ਦੇ ਭਗਤ ਨਹੀਂ ਸਨ ਕਿਉਂਕਿ ਉਨ੍ਹਾਂ ਨੇ ਪ੍ਰਮਾਤਮਾ ਨੂੰ ਕਈਆਂ

ਨਾਵਾਂ ਨਾਲ ਉਚਾਰਿਆ ਹੈ ਜਿਵੇਂ;-ਮੇਰਾ ਗੋਬਿੰਦ, ਸਾਂਈ, ਜਗਦੀਸ਼, ਸੁਆਮੀ, ਹਰਿ ਅਤੇ ਪਿਆਰਾ ਆਦਿ । ਗਉੜੀ ਗੁਆਰੇਰੀ ਵਿੱਚ ਸ੍ਰੀ ਗੁਰੂ ਰਵਿਦਾਸ ਜੀ, ਪਹਿਲਾ ਪ੍ਰਮਾਤਮਾ ਅਗੇ ਪ੍ਰਾਰਥਨਾ ਕਰਦੇ ਉਚਾਰਦੇ ਹਨ ਕਿ ਹੇ ਪ੍ਰਭੂ ! ਮੈਨੂੰ ਦਿਨੇ ਰਾਤੀ ਇਹੋ ਸੋਚ ਲੱਗੀ ਰਹਿੰਦੀ ਹੈ ਕਿ ਮੇਰੀ ਸੰਗਤ (ਪੋਚ) ਨੀਚਾਂ ਨਾਲ ਹੈ । ਮੇਰਾ ਕਿੱਤਾ ਚੰਮ ਕੱਟਣੇ ਵਢਣੇ ਦਾ ਕੁਟਿਲਤਾ ਵਰਗਾ ਹੈ ਭਾਵ ਖੋਟਾ ਹੈ ਅਤੇ ਜਨਮ ਵੀ ਕੁਭਾਂਤੀ ਹੈ । ਖੋਟੇ ਲਗਨ ਦਾ ਹੈ । ਮੈਂ ਇਹ ਇਸ ਕਰਕੇ ਸਮਝਦਾ ਹਾਂ ਕਿ ਮੈਂ ਸ਼ੂਦਰ ਜਾਤੀ ਵਿੱਚ ਪੈਦਾ ਹੋਇਆ ਹਾਂ । ਹੇ ਪ੍ਰਭੂ ! ਜੀਵਾਂ ਦੇ ਜੀਵਨ ਰੂਪ (ਰਾਮ ਗੁਸਾਈਆਂ) ਪ੍ਰਿਥਵੀ ਦੇ ਮਾਲਕ, ਮੈਨੂੰ ਆਪਣੇ ਮਨ ਵਿੱਚੋਂ ਭੁਲਾਉ ਨਾ । ਮੈਂ ਵੀ ਹੋਰ ਇਨਸਾਨਾਂ ਵਾਂਗ ਇੱਕ ਤੇਰਾ ਸੇਵਕ ਹਾਂ । ਮੇਰਾ ਆਉਣਾ ਜਾਣਾ ਮੁਕਤ ਕਰੋ । ਇਸ ਸੇਵਕ-ਜਨ ਨੂੰ ਆਪ ਸ਼ੋਭਨੀਕ ਕਰੋ । ਮੈਂ ਆਪ ਜੀ ਦੇ ਚਰਨਾਂ ਦਾ ਧਿਆਨ ਕਦੇ ਵੀ ਨਹੀਂ ਛਡਾਂਗਾ ਭਾਵੇਂ ਇਹ (ਕਲ ਸਰੀਰ) ਸੁੰਦਰ ਸਰੀਰ ਨਾਸ਼ ਹੋ ਜਾਵੇ ਭਾਵ ਮੈਂ ਮਰਦੇ ਦਮ ਤੱਕ ਆਪ ਜੀ ਦੇ ਨਾਮ ਦਾ ਸਿਮਰਨ ਕਰਾਂਗਾ । ਸ੍ਰੀ ਗੁਰੂ ਰਵਿਦਾਸ ਜੀ ਉਚਾਰਦੇ ਹਨ ਕਿ ਹੇ ਪ੍ਰਭੂ ! ਮੈਂ ਤੇਰੀ (ਸਾਂਭਾ) ਸ਼ਰਨ ਵਿੱਚ ਆਇਆ ਹਾਂ ਅਤੇ ਤੁਸੀਂ ਮੈਨੂੰ (ਬੇਗਿ ਮਿਲਹੁ) ਛੇਤੀ ਮਿਲੋਂ ਅਤੇ ਆਪ ਹੁਣ (ਬਿਲਾਂਬਾ) ਏਨੀ ਦੇਰੀ ਨਾ ਕਰੋ ।

ਉਪ੍ਰੋਕਤ ਵਿਚਾਰ ਅਤੇ ਪ੍ਰਤੀਕਾਂ ਦੇ ਪ੍ਰਯੋਗ ਅਧੀਨ ਹੇਠ ਦੀ ਤਰ੍ਹਾਂ ਹੋਰ ਬਾਣੀ ਇਸ ਵਿਧ ਉਚਾਰੀ ਗਈ ਹੈ ।

ਕਬੀਰ ਚਰਨ ਕਮਲ ਕੀ ਮਉਜ ਕੋ ਕਹਿ ਕੈਸੇ ਉਨਮਾਨ ॥
ਕਹਿਬੇ ਕਉ ਸੋਭਾ ਨਹੀਂ ਦੇਖਾ ਹੀ ਪਰਵਾਨ ॥

ਕਬੀਰ ਸੁਰਗ ਨਰਕ ਤੇ ਮੈ ਰਹਿਉ ਸਤਿਗੁਰ ਕੇ ਪ੍ਰਸਾਦਿ ॥ ਚਰਨ ਕਮਲ ਕੀ ਮਉਜ ਮਹਿ ਰਹਉ ਅੰਤਿ ਅਰੁ ਆਦਿ॥ ਪਾਠਕ ਜੀ ਏਥੇ ਯਾਦ ਰੱਖਣ ਵਾਲੀ ਇਹ ਗੱਲ ਹੈ ਕਿ ਕਬੀਰ ਜੀ ਸ੍ਰੀ ਗੁਰੂ ਰਵਿਦਾਸ ਜੀ ਦੇ ਸਮਕਾਲੀ ਸਨ । ਸ੍ਰੀ ਗੁਰੂ ਰਵਿਦਾਸ ਜੀ ਦੇ ਇਸ ਵਿਚਾਰ ਦੇ ਆਧਾਰ ਉੱਪਰ ਸ੍ਰੀ ਗੁਰੂ ਅਰਜਨ ਦੇਵ ਜੀ ਗੁਰਬਾਣੀ ਉਚਾਰਦੇ ਹਨ ।

ਮਾਈ ਚਰਨ ਗੁਰ ਮੀਠੇ ॥ ਵਡੈ ਭਾਗਿ ਦੇਵੈ ਪਰਮੇਸਰੁ ਕੋਟਿ ਫਲਾ ਦਰਸਨ ਗੁਰ ਡੀਠੇ ॥ (ਟੋਡੀ ਮਹੱਲਾ 5 ਪੰਨਾ 717)

ਅੰਮ੍ਰਿਤਾ ਪ੍ਰਿਅ ਬਚਨ ਤੁਹਾਰੇ ॥ ਅਤਿ ਸੁੰਦਰ ਮਨਮੋਹਨ ਪਿਆਰੇ ॥ ਸਭਹੂ ਮਧਿ ਨਿਹਾਰੇ ॥ ਰਾਜ ਨ ਚਾਹਉ ਮੁਕਤਿ ਨ ਚਾਹਉ ਮਨ ਪ੍ਰੀਤਿ ਚਰਨ ਕਮਲਾਰੇ ॥

(ਦੇਵ ਗੰਧਾਰੀ ਮਹਲਾ 4 ਪੰਨਾਂ 534)

ਚਰਨਨ ਸਰਨਨ ਸੰਤਨ ਬੰਦਨ ਸੁਖੋ ਸੁਖ ਪਾਹੀ ॥

(ਆਸਾ ਮਹਲਾ 5 ਪੰਨਾ 802)

ਚਰਣ ਕਮਲ ਬਸਾਇ ਹਿਰਦੈ ਜੀਅ ਕੋ ਆਧਾਰੁ ॥

(ਆਸਾ ਮਹਲਾ 8 ਪੰਨਾਂ 405)

ਗੁਰ ਕੇ ਚਰਨ ਹਿਰਦੇ ਵਸਾਏ॥ਮਨ ਚਿੰਤਤ ਸਗਲ ਫਲ ਪਾਏ॥

ਅਤੇ

ਠਠੈ ਠਾਢਿ ਵਰਤੀ ਤਿਨ ਅੰਤਰਿ ਹਰਿ ਚਰਣੀ ਜਿਨਕਾ ਚਿਤੁ ਲਾਗਾ॥ਚਿਤੁ ਲਾਗਾ ਸੋਈ ਜਨ ਨਿਸਤਰੇ ਤਉ ਪਰਸਾਦੀ ਸੁਖੁ ਪਾਇਆ ॥ (ਆਸਾ ਮਹਲਾ 1 ਪੰਨਾਂ 433)

ਸਰਬ ਸੁਖਾ ਗੁਰ ਚਰਨਾ ॥ ਕਲਮਲ ਡਾਰਨ ਮਨਹਿ ਸਧਾਰਨ ਇਹ ਆਸਰ ਮੋਹਿ ਤਰਨਾ ॥(ਦੇਵ ਗੰਧਾਰੀ ਪੰਨਾ 531)

ਗੁਰ ਕੇ ਚਰਨ ਰਿਦੈ ਪਰਵੇਸਾ ॥ ਰੋਗ ਸੋਗ ਸਭ ਦੂਖ ਬਿਨਾਸੇ ॥ ਉਤਰੇ ਸਗਲ ਕਲੇਸਾ ॥ (ਦੇਵ ਗੰਧਾਰ ਪੰਨਾਂ 531)

ਤਾਕੀ ਸਰਨਿ ਆਸਰ ਪ੍ਰਭ ਨਾਨਕ ਜਾਕਾ ਅੰਤੁ ਨ ਪਾਰਾਵਾਰ॥

(ਦੇਵ ਗੰਧਾਰੀ ਪੰਨਾਂ 535)

ਨਾਨਕ ਬਖਸਿ ਲਏ ਪ੍ਰਭ ਸਾਚਾ ਜਿ ਗੁਰ ਚਰਨੀ ਚਿਤੁ ਲਾਇ । (ਸੋਰਠਿ ਵਾਰ ਪੰਨਾਂ 652)

ਸਤਿਗੁਰ ਆਇਓ ਸਰਣਿ ਤੁਹਾਰੀ ॥ ਮਿਲੈ ਸੂਖੁ ਨਾਮੁ ਹਰਿ ਸੋਭਾ ਚਿੰਤਾ ਲਾਹਿ ਹਮਾਰੀ ॥ (ਟੋਡੀ ਮਹਲਾ 5 ਪੰਨਾਂ 713)

ਪ੍ਰਭ ਸਰਨੀ ਆਇਐ ਸਰਬ ਫਲ ਪਾਈਐ ਸਗਲੇ ਦੂਖ ਜਾਹੀ ॥ (ਆਸਾ ਮਹਲਾ 5 ਪੰਨਾਂ 477)

□

ਗਉੜੀ ਗੁਆਰੇਰੀ

(ਸ਼ਬਦ ਦੂਸਰਾ)

ਗਉੜੀ ਗੁਆਰੇਰੀ ਦਾ ਦੂਸਰਾ ਸ਼ਬਦ ਹੇਠ ਲਿਖੇ ਦੀ ਤਰ੍ਹਾਂ ਸ੍ਰੀ ਗੁਰੂ ਰਵਿਦਾਸ ਜੀ ਨੇ ਉਸ ਸਮੇਂ ਉਚਾਰਿਆ ਸੀ ਜਦ ਆਪ ਜੀ ਨੂੰ ਪ੍ਰਮਾਤਮਾ ਦੇ ਦਰਸ਼ਨ ਹੋ ਗਏ ਸਨ ।

ਗਉੜੀ ਗੁਆਰੇਰੀ

ਬੇਗਮਪੁਰਾ ਸਹਰ ਕੋ ਨਾਉ ॥ ਦੂਖੁ ਅੰਦੋਹੁ ਨਹੀਂ ਤਿਹਿ ਠਾਉ ॥ ਨਾ ਤਸਵੀਸ ਖਿਰਾਜੁ ਨ ਮਾਲੁ ॥ ਖਉਫੁ ਨ ਖਤਾ ਨ ਤਰਸੁ ਜਵਾਲੁ ॥੧॥ ਅਬ ਮੋਹਿ ਖੂਬ ਵਤਨ ਗਹ ਪਾਈ ॥ ਊਹਾਂ ਖੈਰਿ ਸਦਾ ਮੇਰੇ ਭਾਈ ॥੧॥ਰਹਾਉ॥ ਕਾਇਮੁ ਦਾਇਮੁ ਸਦਾ ਪਾਤਿਸਾਹੀ ॥ ਦੋਮ ਨ ਸੋਮ ਏਕ ਸੋ ਆਹੀ ॥ ਆਬਾਦਾਨੁ ਸਦਾ ਮਸਹੂਰਾ ॥ ਊਹਾਂ ਗਨੀ ਬਸਹਿ ਮਾਮੂਰਾ ॥੨॥ ਤਿਉ ਤਿਉ ਸੈਲ ਕਰਹਿ ਜਿਉ ਭਾਵੈ ॥ ਮਹਰਮ ਮਹਲ ਨ ਕੋ ਅਟਕਾਵੈ ॥ ਕਹਿ ਰਵਿਦਾਸ ਖਲਾਸ ਚਮਾਰਾ ॥ ਜੋ ਹਮ ਸਹਰੀ ਸੁ ਮੀਤੁ ਹਮਾਰਾ ॥੩॥੨॥

ਪ੍ਰਭੂ ਦੇ ਮਿਲਾਪ ਹੋ ਜਾਣ ਉਪ੍ਰੰਤ ਸ੍ਰੀ ਗੁਰੂ ਰਵਿਦਾਸ ਜੀ ਉਚਾਰਦੇ ਹਨ ਕਿ ਜਿਸ ਸ਼ਹਿਰ ਵਿੱਚ ਮੈਂ ਹੁਣ ਰਹਿੰਦਾ ਹਾਂ । ਉਸ ਸ਼ਹਿਰ ਦਾ ਨਾਮ ਬੇਗਮਪੁਰਾ ਹੈ । ਭਾਵ ਉਸ ਸ਼ਹਿਰ ਵਿੱਚ ਨਾ ਕੋਈ ਖੌਫ ਹੈ ਅਤੇ ਨਾ ਹੀ ਕੋਈ ਦੁਖ ਹੈ । ਉਸ ਸ਼ਹਿਰ ਵਿੱਚ ਆਦਮੀ ਦੇ ਮਨ ਵਿੱਚ ਨਾ ਹੀ ਕੋਈ (ਅੰਦੋਹ) ਸੰਸਾ ਉਤਪੰਨ ਹੁੰਦੀ ਹੈ । ਉਥੇ ਆਦਮੀ ਨੂੰ ਰਹਿਣ ਦੀ ਨਾ ਹੀ ਕੋਈ (ਤਸਵੀਸ) ਸ਼ਰਮਿੰਦਗੀ ਹੈ ਅਤੇ ਨਾ ਹੀ ਕੋਈ ਕਿਸੇ ਕਿਸਮ ਦੀ ਖਰਾਬੀ ਹੈ । ਉਥੇ ਨਾਹੀ ਕਿਸੇ ਦੇ ਮਾਲ ਨੂੰ (ਖਿਰਾਜ) ਮਸੂਲ ਲਗਦਾ ਹੈ, ਭਾਵ ਕਿ ਪਾਪ ਰੂਪ ਸੰਚਤ ਨਹੀਂ, ਕਰਮਾਂ ਰੂਪੀ ਮਾਲ ਜਿਸ ਉੱਤੇ ਜਗਾਤ ਨਹੀਂ ਹੈ । ਨਾ ਹੀ ਕੋਈ ਡਰ ਹੈ । ਨਾ ਹੀ ਕੋਈ ਖਤਾ ਹੈ । ਨਾ ਹੀ ਉਥੇ ਕੋਈ ਤਰਸ ਹੈ ਅਤੇ ਨਾ ਹੀ ਉਥੇ ਕੋਈ

(ਜਵਾਲੁ) ਪੀੜਾ ਹੈ । ਹੁਣ ਮੈਂ ਉਸ ਚੰਗੇ ਸ਼ਹਿਰ ਦੀ ਜਗਾਹ ਪਰਾਪਤ ਕਰ ਲਈ । ਹੇ ਮੇਰੀ ਦੁਨੀਆ ਦੇ ਲੋਕੋ ! ਉਥੇ ਹਮੇਸ਼ਾ ਹੀ ਸੁੱਖ ਅਤੇ ਅਨਹਦ ਅਨੰਦ ਰਹਿੰਦਾ ਹੈ । ਉਥੇ ਦੀ ਸ੍ਰੇਸ਼ਟ ਪਾਤਸ਼ਾਹੀ ਸਦਾ ਇਸਥਿੱਤ ਰੂਪ ਵਿੱਚ ਰਹਿੰਦੀ ਹੈ । ਉਸ ਪਾਤਸ਼ਾਹੀ ਦਾ ਕੋਈ ਹੋਰ ਦੂਜਾ ਵਜੀਰ ਨਹੀਂ ਹੈ । (ਇਸ ਸ਼ਬਦ

ਰਾਹੀ ਸ੍ਰੀ ਗੁਰੂ ਰਵਿਦਾਸ ਜੀ ਈਸਾਈ ਧਰਮ ਦੀਆਂ ਰੱਬ ਵਲੋਂ ਬਖਸ਼ੀਆਂ ਵਜੀਰੀਆਂ ਦੀ ਖੰਡਨਾਂ ਕਰਦੇ ਹਨ) ਆਪ ਜੀ ਇਸ ਸ਼ਬਦ ਰਾਹੀ ਦੁਨੀਆਂ ਨੂੰ ਸਮਝਾਉਦੇ ਹਨ ਕਿ ਉਸ ਇੱਕ ਪ੍ਰਮਾਤਮਾ ਤੋਂ ਬਿਨ੍ਹਾਂ ਹੋਰ ਕੋਈ ਵੀ ਇਸ ਇਨਸਾਨ ਨੂੰ ਬਖਸ਼ਣਹਾਰਾ ਨਹੀਂ ਹੈ ਅਤੇ ਨਾ ਹੀ ਉਥੇ ਕੋਈ ਹਿਸਾਬ ਕਿਤਾਬ ਰੱਖਣ ਵਾਲਾ ਤੀਜਾ ਆਦਮੀ ਕੋਈ ਮੁਨਸ਼ੀ ਹੈ । ਉਥੇ ਇੱਕੋ ਇੱਕ ਪ੍ਰਮਾਤਮਾ ਸਰਬ ਕਲਾ ਵਿਆਪਕ ਆਪ ਹੀ ਹੈ । ਉਹ ਬੇਗਮਪੁਰਾ ਸ਼ਹਿਰ (ਆਬਾਦਾਨ) ਸੰਘਣੀ ਆਬਾਦੀ ਵਾਲਾ ਅਤੇ ਸਦਾ ਹੀ ਸਥਿਰ ਰਹਿਣ ਵਾਲਾ ਸ਼ਹਿਰ ਹੈ । ਉਸ ਸ਼ਹਿਰ ਵਿੱਚ ਨਾਮ ਧਨ ਵਾਲੇ ਧਨਾਢ ਲੋਕ ਇੱਕ ਦੂਜੇ ਨਾਲ ਮੇਲ ਮਿਲਾਪ ਨਾਲ ਵਸਦੇ ਹਨ । ਜਿਉਂ ਜਿਉਂ ਕਿਸੇ ਦੇ ਮਨ ਨੂੰ ਭਾਉਂਦਾ ਹੈ ਤਿਵੇਂ ਤਿਵੇਂ ਉਹ ਆਤਮ ਧਨ ਵਾਲੇ ਧਨਾਢ ਲੋਕ ਉਥੇ ਸੈਰ ਕਰਦੇ ਹਨ । ਕਿਉਂਕਿ ਉਹ ਪ੍ਰਮਾਤਮਾ ਦੇ ਸਰੂਪ ਤੋਂ ਜਾਣੂ ਪਛਾਣੂ ਹੋਏ ਹੋਏ ਹਨ । ਏਸੇ ਕਰਕੇ ਪ੍ਰਮਾਤਮਾ ਵੀ ਉਨ੍ਹਾਂ ਨੂੰ ਰੋਕ ਟੋਕ ਨਹੀਂ ਕਰਦਾ । ਇਹ ਆਦਮੀ ਚੰਮ ਦਾ ਬਣਿਆ ਹੋਇਆ ਹੈ ਅਤੇ ਪ੍ਰਮਾਤਮਾ ਇਸ ਚੰਮ ਦੇ ਮਹਿਲ ਵਿੱਚ ਰਹਿੰਦਾ ਹੈ । ਮੇਰਾ ਮੈਂ(ਹਉਮੈ) ਹੁਣ ਇਸ ਚੰਮ ਦੇ ਮਹਿਲ ਵਿੱਚੋਂ ਬਾਹਰ ਨਿਕਲ ਗਈ ਹੈ ਅਤੇ ਮੈਂ ਉਨ੍ਹਾਂ ਲੋਕਾਂ ਕੋਲ ਚਲੇ ਗਿਆਂ ਹਾਂ ਜੋ ਬੇਗਮਪੁਰੇ ਦੇ ਵਸਨੀਕ ਇੱਕ ਪ੍ਰਮਾਤਮਾ ਨਾਲ ਇੱਕ ਮਿੱਕ ਹੋ ਗਏ ਹਨ ।

ਸ੍ਰੀ ਗੁਰੂ ਰਵਿਦਾਸ ਜੀ ਦੀ ਇਸ ਬਾਣੀ ਦੇ ਵਿਚਾਰਾਂ ਵਾਂਗ ਸਾਰੀ ਦੀ ਸਾਰੀ ਗੁਰਬਾਣੀ ਹੀ ਪ੍ਰਫੁਲਤ ਅਤੇ ਸ੍ਰੀ ਗੁਰੂ ਗਰੰਥ ਸਾਹਿਬ ਜੀ ਅੰਦਰ ਸੁਸ਼ੋਬਤ ਹੈ । ਫਿਰ ਵੀ ਇਸ ਸਿਧਾਂਤ ਦੇ ਆਧਾਰ ਵਾਸਤੇ ਹੇਠਾਂ ਇੱਕ ਸਤਰ ਲਿਖਦਾ ਹਾਂ ।

ਬੀਓ ਪੂਛਿ ਨ ਮਸਲਤਿ ਧਰੈ ॥ ਜੋ ਕਿਛੁ ਕਰੈ ਸੁ ਆਪਹਿ ਕਰੈ ॥ (ਗੋਂਡ ਮਹੱਲਾ 5 ਪੰਨਾਂ 863)

□

ਗਉੜੀ ਬੈਰਾਗਣਿ

ਇਹ ਰਾਗ ਗਉੜੀ ਸ੍ਰੀ ਗੁਰੂ ਰਵਿਦਾਸ ਜੀ ਦੇ ਸਮੇਂ ਤੋਂ ਪਹਿਲਾਂ ਸੰਪੂਰਣ ਜਾਤਿ ਦੀ ਇੱਕ ਰਾਗਿਨੀ ਸੀ । ਸ੍ਰੀ ਗੁਰੂ ਰਵਿਦਾਸ ਜੀ ਨੇ ਆਪਣੇ ਇਸ ਇੱਕ ਸ਼ਬਦ ਨੂੰ ਹੇਠ ਲਿਖੀਆਂ ਸੁਰਾਂ ਦੇ ਕੇ ਇਸ ਗਉੜੀ ਬੈਰਾਗਣਿ ਨੂੰ ਇੱਕ ਰਾਗ ਬਣਾਇਆ ਸੀ । ਇਸ ਰਾਗ ਵਿੱਚ ਸ਼ੜਜ ਗਾਂਧਾਰ ਪੰਚਮ ਨਿਸ਼ਾਦ ਸ਼ੁੱਧ ਰਿਸ਼ਭ ਗਾਂਧਾਰ ਕੋਮਲ ਅਤੇ ਮੱਧਮ ਤੀਵਰ ਲਗਦਾ ਹੈ । ਮੱਧਮ ਵਾਦੀ ਰਿਸ਼ਭ ਸੰਵਾਦੀ ਅਤੇ ਗ੍ਰਹ ਸੁਰ ਸ਼ੜਜ ਹੈ । ਇਸ ਰਾਗ ਨੂੰ ਗਾਉਣ ਦਾ ਵੇਲਾ ਦਿਨ ਦਾ ਚੋਥਾ ਪਹਿਰ ਮਿੱਥਿਆ ਗਿਆ ਹੈ । ਸ੍ਰੀ ਗੁਰੂ ਗਰੰਥ ਸਾਹਿਬ ਜੀ ਅਨੁਸਾਰ ਇਸ ਨੂੰ ਗਾਉਣ ਦਾ ਨੰਬਰ ਵੀ ਤੀਸਰਾ ਹੀ ਹੈ ।

ੴਸਤਿਗੁਰ ਪ੍ਰਸਾਦਿ ॥

ਗਉੜੀ ਬੈਰਾਗਣਿ ਰਵਿਦਾਸ ਜੀਉ ॥

ਘਟ ਅਵਘਟ ਡੂਗਰ ਘਣਾ ਇਕੁ ਨਿਰਗੁਣੁ ਬੈਲੁ ਹਮਾਰ ॥ ਰਮਈਏ ਸਿਉ ਇਕ ਬੇਨਤੀ ਮੇਰੀ ਪੂੰਜੀ ਰਾਖੁ ਮੁਰਾਰਿ ॥੧॥ ਕੋ ਬਨਜਾਰੋ ਰਾਮ ਕੋ ਮੇਰਾ ਟਾਂਡਾ ਲਾਦਿਆ ਜਾਇ ਰੇ ॥੧॥ਰਹਾਉ॥ ਹਉ ਬਨਜਾਰੋ ਰਾਮ ਕੋ ਸਹਿਜ ਕਰਉ ਬ੍ਯਾਪਾਰੁ ॥ ਮੈ ਰਾਮ ਨਾਮ ਧਨੁ ਲਾਦਿਆ ਬਿਖੁ ਲਾਦੀ ਸੰਸਾਰਿ ॥੨॥ ਉਰਵਾਰ ਪਾਰ ਕੇ ਦਾਨੀਆ ਲਿਖਿ ਲੇਹੁ ਆਲ ਪਤਾਲੁ ॥ ਮੋਹਿ ਜਮ ਡੰਡ ਨ ਲਾਗਈ ਤਜੀਲੇ ਸਰਬ ਜੰਜਾਲ ॥੩॥ ਜੈਸਾ ਰੰਗੁ ਕੁਸੁੰਭ ਕਾ ਤੈਸਾ ਇਹੁ ਸੰਸਾਰੁ ॥ ਮੇਰੇ ਰਮਈਏ ਰੰਗੁ ਮਜੀਠ ਕਾ ਕਹੁ ਰਵਿਦਾਸ ਚਮਾਰੁ ॥੪॥੧॥

ਸ੍ਰੀ ਗੁਰੂ ਰਵਿਦਾਸ ਜੀ ਪ੍ਰਮਾਤਮਾ ਅਗੇ ਬੇਨਤੀ ਕਰਦੇ ਉਚਾਰਦੇ ਹਨ ਕਿ ਇਸ ਮੇਰੇ ਸਰੀਰ ਵਿੱਚ ਕਾਮ, ਕ੍ਰੋਧ, ਲੋਭ, ਮੋਹ, ਅਤੇ ਹੰਕਾਰ ਇੱਕ ਚਟਾਨ ਦੀ ਤਰ੍ਹਾਂ ਵਸੇ ਹੋਏ ਹਨ । ਇਨ੍ਹਾਂ ਪੰਜਾਂ ਨੂੰ ਭਸਮ ਕਰਨ ਵਾਲਾ ਜਾਂ ਇਨ੍ਹਾਂ ਚਿਟਾਨਾਂ ਉੱਪਰ ਚੜ੍ਹਕੇ ਪਾਰ ਲੰਘਣ ਲਈ ਮੇਰੇ ਕੋਲ ਇੱਕ ਨਿਰਗੁਣ ਵਰਗਾ ਲਿੱਸਾ ਜਿਹਾ,ਕਮਜ਼ੋਰ ਹਾਲਤ ਵਾਲਾ ਮੇਰਾ ਮਨ ਰੂਪੀ ਇੱਕ ਬੈਲ ਹੈ। ਪ੍ਰਮਾਤਮਾ ਪਾਸ ਮੇਰੀ ਬੇਨਤੀ ਹੈ ਕਿ ਤੂੰ ਇਨ੍ਹਾਂ ਪੰਜਾਂ ਦੁਸ਼ਟਾ (ਕਾਮ ਆਦਿਕ ਚੋਰਾਂ) ਤੋਂ ਮੇਰੇ ਸੁਵਾਸਾਂ ਰੂਪੀ ਸ਼ਰਧਾ ਪੂੰਜੀ ਨੂੰ ਪੂਰੀ ਤਰ੍ਹਾਂ ਬਚਾਈ ਰੱਖਣਾ ਐ ਦੁਨੀਆ ਵਾਲਿਓ! ਮੇਰੇ ਮਨ ਰੂਪੀ ਬੈਲ ਨਾਲ ਮੇਰਾ ਸਰੀਰ ਰੂਪੀ ਗੱਡਾ ਰਾਮ ਨਾਮ ਨਾਲ ਲੱਦਿਆ ਜਾ ਰਿਹਾ ਹੈ। ਜੇ ਕੋਈ ਇਸ ਪ੍ਰਭੂ ਦੇ ਨਾਮ ਨੂੰ ਮੇਰੇ ਕੋਲੋਂ ਲੈਣਾ ਚਾਹੁੰਦਾ ਹੈ

ਤਾਂ ਮੈਂ ਇਹ ਪੂੰਜੀ ਸਿਰਫ ਇੱਕ ਪ੍ਰੇਮ ਬਦਲੇ ਵੇਚ ਰਿਹਾਂ ਹਾਂ। ਮੈਂ ਆਪ ਵੀ ਰਾਮ ਨਾਮ ਦਾ ਵਣਜਾਰਾ ਹਾਂ ਜਿਹੜਾ ਇਸ ਵਪਾਰ ਨੂੰ ਬੜੀ ਧੀਰਜ ਨਾਲ ਕਰਦਾ ਹਾਂ। ਮੈਂ ਰਾਮ ਨਾਮ ਕਰਕੇ ਹੀ ਧਨੀ ਹਾਂ ਅਤੇ ਇਹ ਰਾਮ ਨਾਮ ਧਨ ਹੀ ਮੈਂ ਆਪਣੇ ਸਰੀਰ ਰੂਪੀ ਗੱਡੇ ਉੱਪਰ ਲੱਦਿਆ ਹੋਇਆ ਹੈ ਪਰੰਤੂ ਤੁਸੀ ਦੁਨੀਆ ਵਾਲਿਓ ਸਾਰੇ ਲੋਕਾਂ ਨੇ ਵਿਸ਼ੇ ਵਿਕਾਰਾਂ ਵਰਗੀ ਜ਼ਹਿਰ ਆਪਣੇ ਮਨਾਂ ਵਿੱਚ ਭਰੀ ਹੋਈ ਹੈ। ਇਹ ਲੋਕ ਪ੍ਰਲੋਕ ਦੋਹਾਂ ਜਹਾਨਾਂ ਦੀ ਸੋਝੀ ਰੱਖਣ ਵਾਲੇ ਪੰਡਤੋ ! (ਚਿਤ੍ਰ-ਗੁਪਤੋ) ਮੇਰੇ ਲੇਖਾਂ ਵਿੱਚ ਭਾਵੇਂ ਤੁਸੀਂ ਅਲਪਲ ਲਿਖ ਦੇਵੋ, ਭਾਵ ਮੈਨੂੰ ਨੀਚ ਚਮਾਰ ਜਾਂ ਅਛੂਤ ਕਹੀ ਜਾਵੋ ਫਿਰ ਵੀ ਮੈਨੂੰ ਜੱਮ ਦਾ ਡੰਡਾ ਨਹੀਂ ਲੱਗਣਾ ਕਿਉਂਕਿ ਦੁਨੀਆ ਦੇ ਸਾਰੇ ਜੰਜਾਲਾਂ ਨੂੰ ਮੈਂ ਤਿਆਗ ਚੁੱਕਾਂ ਹਾਂ। ਪਾਠਕ ਜੀ ਉਪ੍ਰੋਕਤ ਸਤਰ ਤੋਂ ਜਾਹਿਰ ਹੁੰਦਾ ਹੈ ਕਿ ਸ੍ਰੀ ਗੁਰੂ ਰਵਿਦਾਸ ਜੀ ਨੇ ਆਪਣੇ ਮਨ ਨੂੰ ਪ੍ਰਮਾਤਮਾ ਦੀ ਭਗਤੀ ਵਿੱਚ ਕਿੰਨਾਂ ਦ੍ਰਿੜ ਕੀਤਾ ਹੋਇਆ ਸੀ। ਉਨ੍ਹਾਂ ਨੂੰ ਪੂਰਾ ਯਕੀਨ ਸੀ ਕਿ ਉਹ ਹੁਣ ਪਾਪਾ ਰਹਿਤ ਹੋਕੇ ਉਸ ਪ੍ਰਭੂ ਨਾਲ ਇੱਕ ਮਿੱਕ ਹੋ ਗਏ ਹਨ। ਇਸ ਸ਼ਬਦ ਵਿੱਚ ਆਪ ਜੀ ਅਗੇ ਉਚਾਰਦੇ ਹਨ ਕਿ ਜਿਸ ਤਰ੍ਹਾਂ ਕਸੁੰਭੇ ਫੁਲ ਦਾ ਰੰਗ ਫਿੱਕਾ ਹੁੰਦਾ ਹੈ । ਇਸ ਤਰ੍ਹਾਂ ਇਸ ਸੰਸਾਰ ਦੇ ਸਾਰੇ ਰੰਗ ਫਿੱਕੇ ਹਨ। ਏਥੇ ਕੋਈ ਵੀ ਵਸਤੂ ਸਥਿਰ ਰਹਿਣ ਵਾਲੀ ਨਹੀਂ ਹੈ। ਜਿਸ ਤਰ੍ਹਾਂ ਕਸੁੰਭੇ ਦਾ ਰੰਗ ਇੱਕ ਦੋ ਦਿਨ ਸੁਹਾਵਣਾ ਰਹਿੰਦਾ ਹੈ। ਉਸ ਕੁਸੰਭੜੇ ਦੇ ਕੱਚੇ ਰੰਗ ਵਾਂਗ ਹੀ ਇਹ ਸੰਸਾਰ ਹੈ। ਸੰਸਾਰ ਵਿੱਚ ਵਸਦਾ ਜੀਵ ਇੱਕ ਕੁਸੰਭੜੇ ਵਾਂਗ ਹੈ। ਇਸ ਸੰਸਾਰ ਦੇ ਨਾਸ਼ ਹੁੰਦਿਆ ਕੋਈ ਦੇਰ ਨਹੀਂ ਲਗਦੀ। ਸ੍ਰੀ ਗੁਰੂ ਰਵਦਾਸ ਜੀ ਦੀ ਆਤਮਾ ਜੋ ਉਸਦੇ ਚੰਮ ਦੇ ਸਰੀਰ ਵਿੱਚ ਬੰਦ ਹੈ। ਉਹ ਕਹਿੰਦੀ ਹੈ ਮੇਰੇ ਪ੍ਰਮਾਤਮਾ ਦਾ ਰੰਗ ਮਜੀਠ ਹੈ। ਏਨਾ ਪੱਕਾ ਹੈ ਕਦੇ ਵੀ ਉਤਰਨ ਵਾਲਾ ਨਹੀਂ ਹੈ। ਸ੍ਰੀ ਗੁਰੂ ਰਵਿਦਾਸ ਜੀ ਦੀ ਇਸ ਰਾਗ ਗਉੜੀ ਦੇ ਸੰਦਰਭ ਵਿੱਚ ਆਸਾ ਮਹੱਲਾ 1 ਦੇ ਪੰਨਾਂ ਨੰਬਰ 422 ਉੱਪਰ ਸ੍ਰੀ ਗੁਰੂ ਨਾਨਕ ਦੇਵ ਜੀ ਦੀ ਉਚਾਰੀ ਹੋਈ ਗੁਰਬਾਣੀ ਸ੍ਰੀ ਗੁਰੂ ਗਰੰਥ ਸਾਹਿਬ ਜੀ ਅੰਦਰ ਵੀ ਦਰਜ ਹੈ। ਇੱਕ ਦੋ ਪੰਗਤੀਆਂ ਹੋਰ ਹੇਠਾਂ ਦਰਜ ਹਨ ਜੋ ਸ੍ਰੀ ਗੁਰੂ ਗਰੰਥ ਸਾਹਿਬ ਜੀ ਅੰਦਰ ਸ਼ੁਸ਼ੋਬਤ ਹਨ ।

ਜੈਸਾ ਰੰਗੁ ਕੁਸੰਭ ਕਾ ਮਨ ਬਉਰਾ ਰੇ ਤਿਉ ਪਸਰਿਓ ਪਾਸਾਰੁ ॥
(ਗਉੜੀ ਕਬੀਰ ਜੀ ਪੰਨਾਂ 336)

ਨਟੂ ਐ ਸਾਂਗੁ ਬਨਾਇਆ ਬਾਜੀ ਸੰਸਾਰਾ ॥ ਖਿੰਨੁ ਪਲੁ ਬਾਜੀ ਦੇਖੀਐ ਉਝਰਤ ਨਹੀ ਬਾਰਾ ॥

□

ਗਉੜੀ ਪੂਰਬੀ ਰਵਿਦਾਸ ਜੀਉ ॥

ਇਹ ਗਾਉੜੀ ਸੰਪੂਰਣ ਰਾਗ ਦੀ ਇਕ ਰਾਗਿਨੀ ਹੈ । ਇਸ ਵਿੱਚ ਦੋਵੇ ਧੈਵਤ ਸੁਰ ਲੱਗ ਜਾਂਦੇ ਹਨ । ਰਿਸਭ, ਧੈਵਤ, ਕੋਮਲ ਮੱਧਮ ਤੀਵਰ, ਸ਼ੜਜ ਗਾਂਧਾਰ ਪੰਚਮ ਅਤੇ ਨਿਸ਼ਾਦ ਸ਼ੁੱਧ ਸੁਰ ਹਨ । ਅਵਰੋਹੀ ਵਿੱਚ ਸ਼ੁੱਧ ਮੱਧਮ ਸੁਰ ਵੀ ਲੱਗ ਜਾਂਦਾ ਹੈ । ਵਾਦੀ ਗਾਂਧਾਰ ਅਤੇ ਧੈਵਤ ਸੰਵਾਦੀ ਸੁਰ ਹੈ । ਇਸ ਗਾਉੜੀ ਨੂੰ ਗਾਉਣ ਦਾ ਵੇਲਾ ਦਿਨ ਦਾ ਤੀਜਾ ਪਹਿਰ ਹੁੰਦਾ ਹੈ ।

ੴਸਤਿਗੁਰ ਪ੍ਰਸਾਦਿ ॥

ਗਉੜੀ ਪੂਰਬੀ ਰਵਿਦਾਸ ਜੀਉ ॥

ਕੂਪ ਭਰਿਓ ਜੈਸੇ ਦਾਦਿਰਾ ਕਛੁ ਦੇਸ ਬਿਦੇਸੁ ਨਾ ਬੂਝ॥ ਐਸੇ ਮੇਰਾ ਮਨ ਬਿਖਿਆ ਬਿਮੋਹਿਆ ਕਛੁ ਆਰਾਪਾਰੁ ਨ ਸੂਝ॥੧॥ ਸਗਲ ਭਵਨ ਕੇ ਨਾਇਕਾ ਇਕ ਛਿਨੁ ਦਰਸੁ ਦਿਖਾਇ ਜੀ ॥੧॥ਰਹਾਉ॥ਮਲਿਨ ਭਈ ਮਤਿ ਮਾਧਵਾ ਤੇਰੀ ਗਤਿ ਲਖੀ ਨ ਜਾਇ॥ ਕਰਹੁ ਕ੍ਰਿਪਾ ਭਰਮ ਚੂਕਈ ਮੈ ਸੁਮਤਿ ਦੇਹੁ ਸਮਝਾਇ ॥੨॥ ਜੋਗੀਸਰ ਪਾਵਹਿ ਨਹੀ ਤੁਅ ਗੁਣ ਕਥਨੁ ਆਪਾਰੁ ॥ ਪ੍ਰੇਮ ਭਗਤਿ ਕੈ ਕਾਰਨ ਕਹੁ ਰਵਿਦਾਸ ਚਮਾਰ ॥੩॥੧॥

ਇਸ ਗਾਉੜੀ ਪੂਰਬੀ ਵਿੱਚ ਸ੍ਰੀ ਗੁਰੂ ਰਵਿਦਾਸ ਜੀ ਉਚਾਰਦੇ ਹਨ ਕਿ ਆਦਮੀ ਖੂਹ ਦੇ ਡੱਡੂ ਨਿਆਈ ਹੈ । ਜਿਸਨੂੰ (ਖੂਹ ਤੋਂ ਬਿਨ੍ਹਾਂ) ਦੁਨੀਆਂ ਤੋਂ ਬਿਨ੍ਹਾਂ ਅਤੇ ਗ੍ਰਿਸਥ ਤੋਂ ਬਿਨ੍ਹਾਂ, ਪ੍ਰਮਾਤਮਾ ਦੇ ਰਾਮ ਨਾਮ ਦੇ ਸਮੁੰਦਰ ਦਾ ਕੁਝ ਪਤਾ ਨਹੀਂ ਹੈ । ਉਸ ਸਰਬ-ਸ਼ਕਤੀਮਾਨ ਦੀ ਮਹਿਮਾ ਦਾ ਬੰਦੇ ਨੂੰ ਕੋਈ ਗਿਆਨ ਨਹੀਂ ਹੈ । ਸ੍ਰੀ ਗੁਰੂ ਰਵਿਦਾਸ ਜੀ ਪ੍ਰਮਾਤਮਾ ਨੂੰ ਬੇਨਤੀ ਕਰਦੇ ਹਨ ਕਿ ਠੀਕ ਇਸੇ ਤਰ੍ਹਾਂ ਹੀ ਮੇਰਾ ਮਨ ਵਿਸ਼ੇ ਵਿਕਾਰਾਂ ਵਿੱਚ ਵਿਸ਼ੇਸ਼ ਕਰਕੇ ਮੋਹਿਆ ਪਿਆ ਹੈ । ਲੋਕ ਪਰਲੋਕ ਦੇ ਸਵਾਰਨ ਦੀ ਇਸ ਨੂੰ ਕੁਝ ਸੋਝੀ ਨਹੀਂ ਹੈ । ਹੇ ਦੁਨੀਆ ਦੇ ਸਿਰਹਣਹਾਰੇ ਅਤੇ ਪਾਲਣਹਾਰ ਪ੍ਰਮਾਤਮਾ ਮੈਨੂੰ ਇੱਕ ਛਿਨ ਭਰ ਤਾਂ ਆਪਣਾ ਦਰਸ਼ ਵਿਖਾ ਦੇਹ । ਹੇ (ਮਾਧਵ) ਮਾਇਆ ਮਤੀ ਪ੍ਰਮਾਤਮਾ ਪਾਪਾਂ ਨਾਲ ਮੇਰੀ ਬੁੱਧੀ ਮਲੀਨ ਹੋ ਰਹੀ ਹੈ ਅਤੇ ਏਸੇ ਅੰਧਕਾਰ ਕਰਕੇ ਮੇਰੇ ਕੋਲੋਂ ਤੇਰੀ ਗੀਤੀ ਜਾਣੀ ਨਹੀਂ ਜਾਂਦੀ।ਤੁਸੀਂ ਆਪਣੀ ਕਿਰਪਾ ਦ੍ਰਿਸ਼ਟੀ ਕਰੋ ਜਿਸ ਨਾਲ ਮੇਰਾ ਭਰਮ ਦੂਰ ਹੋ ਜਾਵੇ ਅਤੇ ਮੈਨੂੰ ਤੁਸੀ ਆਪ ਸ਼ੁੱਭ ਆਤਮ-ਵਿਸ਼ੈਣੀ ਬੁੱਧੀ ਸਮਝਾ ਦਿਓ।

ਬੜੇ ਬੜੇ ਜੋਗੀ ਅਤੇ ਈਸ਼ਰ ਮਹੰਤ ਵੀ ਤੇਰੇ ਭੇਦਾਂ ਨੂੰ ਪਾ ਨਹੀਂ ਸਕਦੇ। ਆਪ ਜੀ ਦੇ ਗੁਣਾ ਦਾ ਕਥਨ ਕਰਨ ਬਹੁਤ ਬਿਅੰਤ ਹੈ। ਚੰਮ ਦੇ ਸਰੀਰ ਵਿੱਚ ਸ੍ਰੀ ਗੁਰੂ ਰਵਿਦਾਸ ਜੀ ਦੀ ਜਕੜੀ ਰੂਹ ਬਚਨ ਬਿਲਾਸ ਕਰਦੀ ਹੈ ਕਿ ਹੇ ਵਾਹਿਗੁਰੂ ਮੈਂ ਤਾਂ ਕੇਵਲ ਆਪ ਜੀ ਦੀ ਪ੍ਰੇਮਾ-ਭਗਤੀ ਦੇ ਵਾਸਤੇ ਆਪ ਜੀ ਦੇ ਗੁਣ ਕਹਿ ਰਿਹਾ ਹਾਂ ਮੈਂ ਆਪ ਜੀ ਦੇ ਗੁਣ ਉਚਾਰ ਕੇ ਇਹ ਨਹੀਂ ਕਿ ਮੈਂ ਆਪ ਜੀ ਦਾ ਕੋਈ ਅੰਤ ਵੇਖਣ ਲਈ ਯਤਨ ਕਰ ਰਿਹਾ ਹਾਂ ਏਸੇ ਸੰਦਰਭ ਵਿੱਚ ਸ੍ਰੀ ਗੁਰੂ ਗਰੰਥ ਸਾਹਿਬ ਵਿੱਚ ਇਸ ਗ੍ਰਿਸਥ ਜੀਵਨ ਬਾਰੇ ਬਾਣੀ ਬਹੁਤ ਉਚਾਰੀ ਗਈ ਹੈ । ਹੋਰ ਉਚਾਰੀਆ ਗਈਆ ਬਾਣੀਆ ਹੇਠ ਲਿਖੇ ਦੀ ਤਰ੍ਹਾਂ ਸ੍ਰੀ ਗੁਰੂ ਗਰੰਥ ਸਾਹਿਬ ਵਿੱਚ ਦਰਜ ਹਨ ।

ਮਿਤ੍ਰਨ ਪੁਤ੍ਰ ਕਲੱਤ੍ਰ ਸਾਜਨ ਸਖ ਉਲਟਤ ਜਾਤ ਬਿਰਖ ਕੀ ਛਾਰਹੁ ॥ (ਸਵੈਯੇ ਪੰਨਾ 1388)

ਘਰ ਕੀ ਨਾਰਿ ਬਹੁਤੁ ਹਿਤੁ ਜਾ ਸਿਉ ਸਦਾ ਰਹਤ ਸੰਗ ਲਾਗੀ ॥ ਜਬਹੀ ਹੰਸ ਤਜੀ ਇਹ ਕਾਂਇਆ ਪ੍ਰੇਤ ਪ੍ਰੇਤ ਕਰ ਭਾਗੀ ॥੨॥ (ਸੋਰਠਿ ਮਹਲਾ 9 ਪੰਨਾ 634)

ਪੁਤਰ ਕਲੱਤਰ ਲਛਮੀ ਮਾਇਆ ॥ ਇਨ ਤੇ ਕਹੁ ਕਵਨੈ ਸੁਖ ਪਾਇਆ ॥ (ਧਨਾਸਰੀ ਕਬੀਰ ਜੀ ਪੰਨਾ 692)

ਪੁਤ੍ਰ ਕਲੱਤਰ ਗਿਰਸਤ ਕਾ ਫਾਸਾ ॥ ਹੋਨ ਨਾ ਪਾਈਐ ਰਾਮ ਕੇ ਦਾਸਾ ॥ (ਗਾਉੜੀ ਮਹੱਲਾ 5 ਪੰਨਾ 180)

ਪੁਤਰ ਕਲੱਤ੍ਰ ਲਖਿਮੀ ਦੀਸੈ ਇਨ ਮਹਿ ਨ ਸੰਗਿ ਲੀਆ ॥ ਬਿਖੈ ਠਗਉਰੀ ਖਾਇ ਭੁਲਾਨਾ ਮਾਇਆ ਮੰਦਰੁ ਤਿਆਗਿ ਗਇਆ ॥ (ਰਾਮਕਲੀ ਮਹੱਲਾ 5 ਪੰਨਾ 900)

ਪੁਤ੍ਰ ਕਲੱਤਰ ਲਛਿਮੀ ਮਾਇਆ ਇਹੈ ਤਜਹੁ ਜੀਅ ਜਾਨੀ ਰੇ ॥ ਕਹਤ ਕਬੀਰ ਸੁਨਹੁ ਰੇ ਸੰਤਹੁ ਮਿਲਿ ਹੈ ਸਾਰਿੰਗ ਪਾਨੀ ਰੇ ॥ (ਬਿਲਾਵਲ ਕਬੀਰ ਜੀ ਪੰਨਾ 855)

ਉਸ ਪ੍ਰਮਾਤਮਾ ਦੀ ਮਹਿਮਾ ਬਾਰੇ ਗੁਰਬਾਣੀ ਹੇਠ ਲਿਖੇ ਦੀ ਤਰ੍ਹਾਂ ਉਚਾਰੀ ਗਈ ਹੈ।

ਤਾਕੀ ਗਤਿ ਕਹੀ ਨ ਜਾਈ ਅਮਿਤ ਵਡਿਆਈ ਮੇਰਾ ਗੋਬਿੰਦੁ ਅਲਖ ਅਪਾਰ ਜੀਉ ॥

(ਆਸਾ ਮਹੱਲਾ 4 ਪੰਨਾ 448)

ਹਰਿ ਕੀ ਗਤਿ ਨਹਿ ਕੋਊ ਜਾਨੈ ॥ ਜੋਗੀ ਜਤੀ ਤਪੀ ਪਚਿਹਾਰੇ ਅਰੁ ਬਹੁ ਲੋਗ ਸਿਆਨੇ ॥

(ਬਿਹਾਗੜਾ ਮਹੱਲਾ 9 ਪੰਨਾ 537)

ਬੁਤਿ ਪੂਜਿ ਪੂਜਿ ਹਿੰਦੂ ਮੂਏ ਤੁਰਕ ਮੂਏ ਸਿਰੁ ਨਾਈ ॥ ਓਇ ਲੇ ਜਾਰੇ ਓਇ ਲੇ ਗਾਡੇ ਤੇਰੀ ਗਤਿ ਦੁਹੂ ਨ ਪਾਈ ॥

(ਸੋਰਠਿ ਕਬੀਰ ਜੀ ਪੰਨਾ 654)

□

ਗਾਉੜੀ ਬੈਰਾਗਣਿ ॥

ਇਹ ਗਾਉੜੀ ਰਾਗ ਵੀ ਪਹਿਲੀ ਗਾਉੜੀ ਬੈਰਾਗਣਿ ਵਾਂਗ ਹੀ ਇੱਕ ਸੰਪੂਰਣ ਰਾਗ ਹੋਣ ਕਰ ਕੇ ਇਸ ਨੂੰ ਵੀ ਸੱਤ ਸੁਰ ਹੀ ਲਗਦੇ ਹਨ । ਕਿਉਂਕਿ ਇਸ ਰਾਗ ਦੇ ਸੁਰਾਂ ਵਿੱਚ ਕੋਈ ਏਰ ਫੇਰ ਨਹੀਂ ਹੁੰਦਾ ਇਸ ਕਰਕੇ ਇਹ ਸ਼ੁਧ ਸੁਰਾਂ ਵਾਲਾ ਰਾਗ ਹੈ । ਕਿਉਂਕਿ ਇਸ ਰਾਗ ਵਿੱਚ ਪਹਿਲੀ ਗਾਉੜੀ ਰਾਗ ਦੀ ਝਲਕ ਪੈਂਦੀ ਹੈ ਇਸ ਕਰਕੇ ਇਹ ਛਾਇਆਲਿੰਗਿਤ ਰਾਗ ਵੀ ਹੈ । ਇਹ ਰਾਗ ਸੰਪੂਰਣ ਹੈ । ਇਸਦੇ ਸੁਰ ਸ਼ੁੱਧ ਹਨ । ਇਹ ਰਾਗ ਛਾਇਆਲਿੰਗਿਤ ਵੀ ਹੈ । ਇਨ੍ਹਾਂ ਤਿੰਨਾ ਕਾਰਨਾ ਕਰਕੇ ਇਹ ਰਾਗ ਇੱਕ ਸੰਕੀਰਣ ਰਾਗ ਹੈ । ਯਾਦ ਰਹੇ ਕਈ ਵਿਦਵਾਨ ਇਸ ਰਾਗ ਨੂੰ ਰਾਗਿਨੀ ਮੰਨਦੇ ਹਨ ਪਰ ਇਸ ਗੱਲ ਨੂੰ ਮੈਂ ਇਸ ਪੁਸਤਕ ਦੇ ਪਹਿਲੇ ਅਧਿਆਵਾਂ ਵਿੱਚ ਲਿਖ ਚੁੱਕਾਂ ਹਾਂ ਕਿ ਸ੍ਰੀ ਗੁਰੂ ਰਵਿਦਾਸ ਜੀ ਨੇ ਜੋ ਵੀ ਰਾਗਾਂ ਨੂੰ ਆਪਣੀ ਬਾਣੀ ਵਿੱਚ ਅਪਨਾਇਆ ਹੈ ਉਨ੍ਹਾਂ ਸਭ ਰਾਗਿਨੀਆਂ ਨੂੰ ਸੰਪੂਰਣ ਸ਼ੁੱਧ ਅਤੇ ਸੰਕੀਰਣ ਕਰਕੇ ਰਾਗ ਹੀ ਬਣਾ ਦਿਤਾ ਸੀ । ਕਈ ਸੰਗੀਤਕ ਵਿਦਵਾਨ ਸਿਰਫ ਛੇ ਹੀ ਸ਼ੁੱਧ ਰਾਗ ਮੰਨਦੇ ਹਨ । ਉਨ੍ਹਾਂ ਦੇ ਵਿਚਾਰ ਅਨੁਸਾਰ ਇਨ੍ਹਾਂ ਰਾਗਾਂ ਦੀਆਂ ਅੱਗੇ ਪੰਜ ਪੰਜ ਰਾਗਿਨੀਆਂ ਹਨ ,ਅਤੇ ਇੱਕ ਇੱਕ ਰਾਗਿਨੀ ਦੇ ਅੱਗੇ ਅੱਠ ਅੱਠ ਪੁੱਤਰ ਹਨ । ਪਰ ਸ੍ਰੀ ਗੁਰੂ ਗ੍ਰੰਥ ਸਾਹਿਬ ਵਿੱਚ ਕੁੱਲ ੩੧ ਰਾਗ ਦਰਜ ਹਨ । ਜਿਨ੍ਹਾਂ ਵਿੱਚੋਂ ਸੋਲਾਂ ਰਾਗਾਂ ਉੱਪਰ ਸ੍ਰੀ ਗੁਰੂ ਰਵਿਦਾਸ ਜੀ ਨੇ ਆਪਣੀ ਬਾਣੀ ਨੂੰ ਉਚਾਰਿਆ ਹੈ ।

ਬੈਰਾਗਣਿ ਦੇ ਸ਼ਾਬਦਿਕ ਅਰਥ ਹੇਠ ਦੀ ਤਰ੍ਹਾਂ ਕੀਤੇ ਜਾ ਸਕਦੇ ਹਨ । ਪਹਿਲਾ ਅਰਥ ਇਹ ਕਿ ਕਿਸੇ ਵੈਰਾਗਵਾਨ ਸਾਧੂ ਦੀ ਆਧਾਰੀ, ਟਿਕਟਿਕੀ ਜੋ ਇਸ (ਤ) ਆਕਾਰ ਦੀ ਹੁੰਦੀ ਹੈ । ਇਸ ਉੱਤੇ ਬਾਂਹਾ ਰੱਖਕੇ ਸਾਧੂ ਜਨ ਬੈਠਦੇ ਹਨ । ਦੂਸਰਾ ਭਾਵ ਕਿਸੇ ਵੀ ਆਦਮੀ ਦੀ ਮਨ ਦੀ ਵੈਰਾਗਮਈ ਹਾਲਤ ਨੂੰ ਆਖਿਆ ਜਾਂਦਾ ਹੈ । ਜਿਵੇਂ ਗੁਰਬਾਣੀ ਦਾ ਕਥਨ ਹੈ ।

ਖੋਜਤ ਖੋਜਤ ਭਈ ਬੈਰਾਗਨਿ ॥ (ਗਾਉੜੀ ਮਹੱਲਾ ੫) ਜਦੋ ਇਹ ਸ਼ਬਦ ਸੰਗਿਆ ਦੇ ਰੂਪ ਵਿੱਚ ਪੜਿਆ ਜਾਵੇ ਤਾਂ ਇਸ ਦਾ ਭਾਵ ਉਨ੍ਹਾਂ ਇੰਦਰੀਆਂ ਤੋਂ ਹੁੰਦਾ ਹੈ ਜੋ ਵੈਰਾਗ ਨੂੰ ਪਰਾਪਤ ਕਰ ਚੁੱਕੀਆਂ ਹੁੰਦੀਆਂ ਹਨ।

ਦਸ ਬੈਰਾਗਨਿ ਮੋਹਿ ਬਸਿ ਕੀਨੀ ॥ (ਧਨਾ ਨਾਮਦੇਵ)

ਬੈਰਾਗਨਿ ਵੈਸ਼ਨਵ ਸਾਧੂਆ ਦਾ ਇੱਕ ਫਿਰਕਾ ਵੀ ਹੈ ਜਿਸਦਾ ਆਚਾਰੀਆ ਰਾਮਾਨੰਦ ਦੱਸਿਆ ਜਾਂਦਾ ਹੈ ।

ਰਾਮਾਨੰਦ ਬਹੁਰ ਪ੍ਰਭ ਕਰਾ॥ਭੇਸ ਬੈਰਾਗੀ ਕੋ ਤਿਨ ਧਰਾ ॥

(ਵਿਚਿਤਰ)
ਇਨ੍ਹਾਂ ਬੈਰਾਗੀ ਸਾਧੂਆਂ ਦੇ ਹੇਠ ਲਿਖੇ ਪੰਜ ਕਰਮ-ਧਰਮ ਹੁੰਦੇ ਹਨ। 1) ਦਵਾਰਕਾ ਦੀ ਯਾਤਰਾ। 2) ਸੰਖ ਚੱਕਰ ਆਦਿ ਵਿਸ਼ਨ ਚਿੰਨ੍ਹਾਂ ਦਾ ਸਰੀਰ ਉੱਪਰ ਛਾਪਾ। 3) ਗੋਪੀ ਚੰਦਨ ਦਾ ਤਿਲਕ। 4) ਕਰਿਸ਼ਨ ਅਥਵਾ ਰਾਮਮੂਰਤਿ ਦੀ ਉਪਾਸਨਾ। 5) ਤੁਲਸੀ ਮਾਲਾ ਦਾ ਧਾਰਨ ਆਦਿ ॥ਆਓ ਹੁਣ ਹੇਠਾਂ ਗਾਉੜੀ ਬੈਰਾਗਣਿ ਦੇ ਭਾਵਾਂ ਨੂੰ ਆਪਣੇ ਮਨ ਵਿਚ ਵਸਾਈਏ।

ੴਸਤਿਗੁਰ ਪ੍ਰਸਾਦਿ ॥

ਗਉੜੀ ਬੈਰਾਗਣਿ ॥

ਸਤਿਜੁਗ ਸਤੁ ਤ੍ਰੇਤਾ ਜਗੀ ਦੁਆਪਰਿ ਪੂਜਾ ਚਾਰ॥ਤੀਨੌ ਜੁਗ ਤੀਨੌ ਦਿੜੇ ਕਲਿ ਕੇਵਲ ਨਾਮ ਅਧਾਰ॥੧॥ਪਾਰੁ ਕੈਸੇ ਪਾਇਬੋ ਰੇ ਮੋਸਉ ਕੋਊ ਨ ਕਹੈ ਸਮਝਾਇ॥ਜਾਤੇ ਆਵਾ ਗਵਨੁ ਬਿਲਾਇ॥੧॥ਰਹਾਉ॥ ਬਹੁ ਬਿਧਿ ਧਰਮ ਨਿਰੂਪੀਐ ਕਰਤਾ ਦੀਸੈ ਸਭ ਲੋਇ॥ਕਵਨ ਕਰਮ ਨ ਛੂਟੀਐ ਜਿਹ ਸਾਧੇ ਸਭ ਸਿਧਿ ਹੋਇ ॥੨॥ ਕਰਮ ਅਕਰਮ ਬੀਚਾਰੀਐ ਸੰਕਾ ਸੁਨਿ ਬੇਦ ਪੁਰਾਨ ॥ ਸੰਸਾ ਸਦ ਹਿਰਦੈ ਬਸੈ ਕਉਨੁ ਹਿਰੈ ਅਭਿਮਾਨੁ ॥੩॥ ਬਾਹਰੁ ਉਦਿਕ ਪਖਾਰੀਐ ਘਟ ਭੀਤਰਿ ਬਿਬਿਧਿ ਬਿਕਾਰ ॥ ਸੁਧ ਕਵਨ ਪਰ ਹੋਇਬੋ ਸੁਚ ਕੁੰਚਰ ਬਿਧਿ ਬਿਉਹਾਰ ॥੪॥ ਰਵਿ ਪ੍ਰਗਾਸ ਰਜਨੀ ਜਥਾ ਗਤਿ ਜਾਨਤ ਸਭ ਸੰਸਾਰ ॥ ਪਾਰਸ ਮਾਨੋ ਤਾਬੋ ਛੁਏ ਕਨਕ ਹੋਤ ਨਹੀ ਬਾਰ ॥੫॥ ਪਰਮ ਪਰਸ ਗੁਰੁ ਭੇਟੀਐ ਪੂਰਬ ਲਿਖਤ ਲਿਲਾਟ ॥ ਉਨਮਨ ਮਨ ਮਨ ਹੀ ਮਿਲੇ ਛੁਟਕਤ ਬਜਰ ਕਪਾਟ ॥੬॥ ਭਗਤਿ ਜੁਗਤਿ ਮਤਿ ਸਤਿ ਕਰੀ ਭ੍ਰਮ ਬੰਧਨ ਕਾਟਿ ਬਿਕਾਰ ॥ ਸੋਈ ਬਸਿ ਰਸਿ ਮਨ ਮਿਲੇ ਗੁਨ ਨਿਰਗੁਨ ਏਕ ਬਿਚਾਰ ॥੭॥ ਅਨਿਕ ਜਤਨ ਨਿਗ੍ਰਹ ਕੀਏ ਟਾਰੀ ਨ ਟਰੈ ਭ੍ਰਮ ਫਾਸ ॥ ਪ੍ਰੇਮ ਭਗਤ ਨਹੀ ਉਪਜੈ ਤਾਤੇ ਰਵਿਦਾਸ ਉਦਾਸ ॥੮॥੧॥

ਸ੍ਰੀ ਗੁਰੂ ਰਵਿਦਾਸ ਜੀ ਪ੍ਰਮਾਤਮਾ ਦੀ ਤਰਜਮਾਨੀ ਕਰਦੇ ਹੋਏ ਚੌਹ ਜੁਗਾਂ ਦੀਆਂ ਵਿਸ਼ੇਸ਼ਤਾਈਆਂ ਬਾਰੇ ਲਿਖਦੇ ਹਨ ਕਿ ਸਤਿਜੁਗ ਵਿੱਚ ਸੱਚ ਬੋਲਣ ਦੀ ਪ੍ਰਧਾਨਤਾ ਸੀ । ਤ੍ਰੇਤੇ ਜੁਗ ਵਿੱਚ ਯੱਗ ਆਦਿਕਾਂ ਦੀ ਵਿਸ਼ੇਸ਼ਤਾ ਬਹੁਤ ਸੀ ਅਤੇ ਦੁਆਪਰ ਜੁਗ ਵਿੱਚ ਠਾਕਰ ਪੂਜਾ ਅਤੇ ਸ਼੍ਰੇਸ਼ਟ ਕਰਤਬਾਂ ਦੀ ਮੁੱਖਤਾ ਸੀ । ਏਥੇ ਸ੍ਰੀ ਗੁਰੂ ਰਵਿਦਾਸ ਜੀ ਨੇ ਗੋਤਮ ਰਿਸ਼ੀ ਦੇ ਆਪਣੀ ਸੁਪੱਤਨੀ ਨੂੰ ਸਰਾਪ ਵਾਲੀ ਘਟਨਾ ਦੀ ਪ੍ਰੋੜਤਾ ਕੀਤੀ ਹੈ । ਗੋਤਮ ਰਿਸ਼ੀ ਦੀ ਧਰਮ ਸੁਪੱਤਨੀ ਅਹੱਲਿਆ ਦਾ ਇੰਦਰ ਦੇਵਤਾ ਵਲੋਂ ਨਗਨ ਦੇਖੇ ਜਾਣ ਕਾਰਨ, ਗੋਤਮ ਰਿਸ਼ੀ ਨੇ ਅਹੱਲਿਆ ਨੂੰ ਸਰਾਪ ਦਿਤਾ ਸੀ ਕਿ ਹੁਣ ਤੇਰੀ ਮੁਕਤੀ ਤ੍ਰੇਤੇ ਜੁਗ ਵਿੱਚ ਹੋਵੇਗੀ । ਗੋਤਮ ਰਿਸ਼ੀ ਦਾ ਜੁਗ ਸਤਿਜੁਗ ਕਿਹਾ ਜਾਂਦਾ ਹੈ । ਉਸ ਤੋਂ ਉਪ੍ਰੰਤ ਦੁਆਪਰ ਆਉਣਾ ਚਾਹੀਦਾ ਸੀ ਅਤੇ ਫਿਰ ਤ੍ਰੇਤਾ ਅਤੇ ਵਰਤਮਾਨ ਕਲਜੁਗ । ਅਹੱਲਿਆ ਨੇ ਆਪਣੇ ਪਤੀ ਨੂੰ ਇਸ ਸਰਾਪ ਨੂੰ ਕੁਝ ਨਰਮ ਕਰਨ ਲਈ ਮਨਾਇਆ ਤਾਂ ਇਤਿਹਾਸ ਵਿੱਚ ਆਉਂਦਾ ਹੈ ਕਿ ਗੋਤਮ ਰਿਸ਼ੀ ਨੇ ਆਪਣੀ ਸੁਪੱਤਨੀ ਨੂੰ ਆਖਿਆ ਕਿ ਤੇਰੀ ਮੁਕਤੀ ਤਾਂ ਹੋਵੇਗੀ ਤ੍ਰੇਤੇ ਜੁਗ ਵਿੱਚ ਹੀ, ਪਰ ਤ੍ਰੇਤਾ ਜੁਗ ਦੁਆਪਰ ਜੁਗ ਤੋਂ ਪਹਿਲਾ ਹੀ ਆ ਜਾਵੇਗਾ । ਜਿਵੇਂ ਸ੍ਰੀ ਗੁਰੂ ਰਵਿਦਾਸ ਜੀ ਨੇ ਉਪ੍ਰੋਕਤ ਬਾਣੀ ਵਿੱਚ ਉਚਾਰਿਆ ਹੈ ।

ਸਤਿਜੁਗ ਸਤੁ ਤ੍ਰੇਤਾ ਜਗੀ ਦੁਆਪਰਿ ਪੂਜਾ ਚਾਰ ॥

ਇਸ ਤਰ੍ਹਾਂ ਪ੍ਰਮਾਤਮਾ ਨੇ ਪਿਛਲੇ ਤਿੰਨਾ ਜੁਗਾਂ ਦੇ ਇਹ ਤਿੰਨ ਧਰਮ ਦ੍ਰਿੜ ਕੀਤੇ ਹਨ ਪਰ ਕਲਜੁਗ ਵਿੱਚ ਇਨ੍ਹਾਂ ਤਿੰਨਾ ਧਰਮਾਂ ਦੇ ਨਾਲ ਨਾਲ ਇੱਕ ਨਾਮ ਦਾ ਵੀ ਆਸਰਾ ਹੈ । ਐ ਦੁਨੀਆਂ ਵਾਲਿਓ ਨਾਮ ਜਪਣ ਤੋਂ ਵਗੈਰ ਸੰਸਾਰ ਵਾਸੀ ਭਵਸਾਗਰ ਨੂੰ ਕਿਵੇਂ ਪਾਰ ਕਰ ਸਕਦਾ ਹੈ? ਇਹ ਗੱਲ ਮੈਨੂੰ ਕੋਈ ਨਹੀਂ ਦੱਸਦਾ । ਜਿਸ ਕਾਰਨ ਇਹ ਪੰਜ ਤੱਤ ਦਾ ਸਰੀਰ ਜੰਮਣ ਮਰਨ ਤੋਂ ਬਾਝ ਹੋ ਸਕੇ । ਸ਼ਾਸ਼ਤਰਾਂ ਅਤੇ ਵੇਦਾਂ ਵਿੱਚ ਬਹੁਤ ਪਰਕਾਰ ਦੇ ਕਰਮਾਂ ਦਾ ਨਿਰੂਪਣ ਕੀਤਾ ਗਿਆ ਹੈ, ਅਤੇ ਇਨ੍ਹਾਂ ਕਰਮਾਂ ਅਨੁਸਾਰ ਲੋਕ ਪੀੜੀ ਦਰ ਪੀੜੀ ਆਪਣਾ ਜੀਵਨ ਬਤੀਤ ਕਰਦੇ ਆਏ ਹਨ । ਪ੍ਰਤੂੰ ਇਹ ਨਿਸਚਾ ਕਿਸੇ ਨੂੰ ਵੀ ਨਹੀਂ ਹੈ ਕਿ ਕਿਸ ਕਰਮ ਕਰਨ ਨਾਲ ਸੰਸਾਰਕ ਬੰਧਨਾ ਤੋਂ ਛੁਟਕਾਰਾ ਪਾ ਸਕੀਦਾ ਹੈ । ਵੇਦਾਂ ਵਿੱਚ ਇੰਜ ਦਰਜ ਨਹੀ ਹੈ ਕਿ ਕਿਸ ਕਰਮ ਦੇ ਕਰਨ ਨਾਲ ਸਭ ਮੁਕਤੀਆਂ ਪਰਾਪਤ ਹੋਵਣ । ਇਹ ਗੱਲ ਪੁਸ਼ਟੀ ਕਰਦੀ ਹੈ ਕਿ ਸ੍ਰੀ ਗੁਰੂ ਰਵਿਦਾਸ ਜੀ ਵੇਦਾਂ ਅਤੇ ਪੁਰਾਨਾ ਵਿੱਚ ਦਰਜ ਸਮੱਗਰੀ ਬਾਰੇ ਭਰਪੂਰ ਵਾਕਫੀਅਤ ਰੱਖਦੇ ਸਨ ।

ਕਰਮ ਅਕਰਮ ਬੀਚਾਰੀਐ ਸੰਕਾ ਸੁਨਿ ਬੇਦ ਪੁਰਾਨ ॥

ਸ੍ਰੀ ਗੁਰੂ ਰਵਿਦਾਸ ਜੀ ਨੇ ਸੰਸਾਰ ਨੂੰ ਪਿਆ ਇਹ ਭੁਲੇਖਾ ਕੱਢਣ ਲਈ

ਉਚਾਰਿਆ ਸੀ ਕਿ ਇੱਕ ਵੇਦ ਵਿੱਚ ਕੁੱਲ ਇੱਕ ਲੱਖ ਸਲੋਕ ਹੈ।ਜਿਸ ਵਿੱਚ ਅੱਸੀ ਹਜਾਰ ਸਲੋਕ ਕਰਮ ਕਾਂਡਾ ਬਾਰੇ ਹਨ। ਸੋਲਾਂ ਹਜਾਰ ਸਲੋਕ ਉਪਾਸ਼ਨਾ ਕਰਨ ਬਾਰੇ ਹਨ ਅਤੇ ਚਾਰ ਹਜਾਰ ਸਲੋਕ ਸਿਧਾਂਤਾ ਬਾਰੇ ਹਨ। ਇਸ ਕਰਕੇ ਸ੍ਰੀ ਗੁਰੂ ਰਵਿਦਾਸ ਜੀ ਉਚਾਰਦੇ ਹਨ ਜੇਕਰ ਚੰਗੇ ਮਾੜੇ ਕਰਮਾਂ ਅਕਰਮਾਂ ਦੀ ਵਿਚਾਰ ਕਰਨ ਵਾਸਤੇ ਵੇਦਾਂ ਅਤੇ ਪੁਰਾਨਾ ਨੂੰ ਪੜ੍ਹੀਏ ਜਾਂ ਸੁਣੀਏ ਤਾਂ ਹੋਰ ਵਧੇਰੇ ਸੰਕਾ ਅਤੇ ਸੰਸਾ ਹੁੰਦਾ ਹੈ। ਇਹ ਇਸ ਤਰ੍ਹਾਂ ਕਿਉਂ ਹੁੰਦਾ ਹੈ ਕਿਉਂਕਿ ਅਜੇਹਾ ਉਨ੍ਹਾਂ ਸ਼ਾਸ਼ਤਰਾਂ ਵਿੱਚ ਲਿਖਿਆ ਗਿਆ ਹੈ। ਜੋਗ ਕਰਮ ਕਰਨ ਵਾਲਾ ਆਦਮੀ ਹੱਥ ਵਿੱਚ ਹਿਰਨ ਦਾ ਸਿੰਗ ਰੱਖੇ। ਜਦ ਸਰੀਰ ਵਿੱਚ ਕਿਥਾਹੀ ਖੁਰਕ ਹੋਵੇ ਤਾਂ ਹਿਰਨ ਦੇ ਸਿੰਗ ਨਾਲ ਖੁਰਕੇ। ਜੇ ਨੱਖ ਨਾਲ ਖੁਰਕਣ ਕਰਕੇ ਲਹੂ ਨਿਕਲ ਆਵੇ ਤਾਂ ਜੱਗ ਭ੍ਰਿਸ਼ਟ ਹੋ ਜਾਂਦਾ ਹੈ। ਇਸ ਤਰ੍ਹਾਂ ਜੇਕਰ ਸੰਸਾ ਹੀ ਮਨ ਵਿੱਚ ਵਸਦਾ ਰਿਹਾ ਤਾਂ ਮਨ ਵਿੱਚ ਜੱਗ ਰਚਾਉਣ ਦੇ ਹੰਕਾਰ ਨੂੰ ਕੌਣ ਨਵਿਰਤ ਕਰੇਗਾ। ਜਿੰਨਾ ਚਿਰ ਹੰਕਾਰ ਹੈ ਉਤਨਾ ਚਿਰ ਮੁਕਤੀ ਨਹੀਂ ਹੋ ਸਕਦੀ। ਜੇਕਰ ਤੀਰਥ ਅਸਥਾਨ ਨੂੰ ਮੁਕਤੀ ਦਾ ਸਾਧਨ ਮੰਨ ਲਈਏ ਤਾਂ ਬਾਹਰੋਂ ਅਸਥੂਲ ਦੇਹ ਨੂੰ ਤੀਰਥਾਂ ਦੇ ਉਦਕ ਜਾਂ ਜੱਲ ਨਾਲ ਪਖਾਰ ਲਿਆ ਜਾਵੇ ਭਾਵ ਧੋ ਲਿਆ ਜਾਵੇ ਤਾਂ ਮਨ ਦਾ ਕੀ ਸੁਧਾਰ ਹੋ ਸਕਦਾ ਹੈ। ਮਨ ਵਿੱਚ, ਅੰਤਹਕਰਣ ਦੇ ਵਿੱਚ ਨਾ ਨਾ ਪਰਕਾਰ ਦੇ ਵਿਕਾਰ ਵਸੇ ਹੋਏ ਹਨ। ਉਹ ਵਿਕਾਰ ਮਨ ਨੂੰ ਪਲੀਤ ਕਰਦੇ ਹਨ। ਇਹ ਅੰਤਹਕਰਣ ਕਿਸ ਪਰਕਾਰ ਸ਼ੁੱਧ ਹੋਵੇਗਾ? ਬਾਹਰਲੀ ਪਵਿਤਰਤਾ ਵਾਲਾ ਵਿਹਾਰ (ਕੁੰਦਰ ਬਿਧਿ) ਹਾਥੀ ਦੀ ਵਿਧੀ ਵਾਂਗ ਹੈ। ਜਿਵੇਂ ਹਾਥੀ ਇਸ਼ਨਾਨ ਕਰਕੇ ਫਿਰ ਆਪਣੇ ਉੱਤੇ ਮਿੱਟੀ ਪਾ ਲੈਂਦਾ ਹੈ। ਇਸ ਤਰ੍ਹਾਂ ਇਹ ਜੀਵ ਕਰਮ ਕਰਕੇ ਫਿਰ ਹੰਕਾਰ ਰੂਪੀ ਮਿੱਟੀ ਆਪਣੇ ਮਨ ਵਿੱਚ ਵਸਾ ਕੇ ਆਪਣੇ ਮਨ ਨੂੰ ਫਿਰ ਗੰਦਾ ਕਰ ਲੈਂਦਾ ਹੈ। ਜਿਸ ਤਰ੍ਹਾਂ ਸੂਰਜ (ਰਵਿ) ਦੇ ਪ੍ਰਕਾਸ਼ ਨਾਲ (ਰਜਨੀ) ਰਾਤ ਨਾਸ਼ ਹੋ ਜਾਂਦੀ ਹੈ। ਇਸ ਗੱਲ ਨੂੰ
ਸਾਰਾ ਸੰਸਾਰ ਭਲੀ ਭਾਂਤ ਜਾਣਦਾ ਹੈ। ਇਸ ਤਰ੍ਹਾਂ ਹੀ ਗਿਆਨ ਦੇ ਪ੍ਰਕਾਸ਼ ਕਰਕੇ ਅਵਿਦਿਆ ਦਾ ਮਨ ਵਿੱਚੋਂ ਨਾਸ਼ ਹੋ ਜਾਂਦਾ ਹੈ। ਸ੍ਰੀ ਗੁਰੂ ਰਵਿਦਾਸ ਜੀ ਇੱਕ ਅਜੇਹਾ ਹੋਰ ਦ੍ਰਿਸ਼ਟਾਂਤ ਦਿੰਦੇ ਹਨ ਕਿ ਮੰਨ ਲਵੋ ਕਿ ਜਿਸ ਤਰ੍ਹਾਂ ਪਾਰਸ ਨਾਲ ਤਾਂਬਾ ਛੂਹ ਜਾਵੇ ਤਾਂ ਸੋਨਾ ਹੁੰਦਿਆ ਦੇਰ ਨਹੀਂ ਲਗਦੀ। ਐਸੇ ਗੁਰੂ ਰੂਪੀ ਪਾਰਸ ਨਾਲ ਛੂਹਣ ਨਾਲ ਤਾਂਬਾ ਰੂਪੀ ਇਹ ਜੀਵ ਸੋਨੇ ਵਾਂਗ ਸ਼ੁੱਧ ਹੋ ਜਾਂਦਾ ਹੈ। ਭਾਵ ਮਨ ਵਿੱਚੋਂ ਵਿਸ਼ੇ ਵਿਕਾਰਾਂ ਦਾ ਨਾਸ਼ ਹੋਕੇ ਮਨ ਕੁੰਦਨ ਹੋ ਜਾਂਦਾ ਹੈ। ਏਸੇ ਤਰ੍ਹਾਂ ਜਗਿਆਸੂ ਨੂੰ ਸੋਨੇ ਵਾਂਗ ਸ਼ੁੱਧ ਹੁੰਦਿਆ ਬਹੁਤੀ ਦੇਰ ਨਹੀਂ ਲਗਦੀ। ਪਰਮ ਪਰਸ ਰੂਪ ਪੂਰਨ ਗੁਰੂ ਤਾਂ ਮਿਲਦੇ ਹਨ ਜੇਕਰ (ਲਿਲਾਟ) ਮੱਥੇ ਉੱਪਰ ਪੂਰਬਲੇ ਕਰਮਾਂ ਦੀ ਲਿਖਤ ਚੰਗੀ ਲਿਖੀ ਗਈ ਹੋਵੇ। ਪ੍ਰਤੱਖ ਪਾਰਸ ਨਾਲੋਂ ਗੁਰੂ ਪਾਰਸ ਉਤਕ੍ਰਿਸ਼ਟ

ਇਸ ਵਾਸਤੇ ਕਹੇ ਗਏ ਹਨ ਕਿ ਪ੍ਰਤੱਖ ਪਾਰਸ ਤਾਂਬੇ ਨੂੰ ਸੋਨਾ ਕਰਦਾ ਹੈ ਅਤੇ ਗੁਰੂ ਸਾਹਿਬ ਜੀ ਜਗਿਆਸੂ ਨੂੰ ਆਪਣੇ ਜੈਸਾ ਕਰ ਦਿੰਦਾ ਹੈ। ਪੂਰਨ ਗੁਰਾਂ ਦੇ ਮਨ ਨਾਲ ਮਨ ਮਿਲ ਜਾਣ ਨਾਲ ਹੀ ਬਜਰ ਪਏ ਪੰਜਾਂ ਕੋਸਾ ਦੇ ਤੱਖਤੇ ਖੁੱਲ ਜਾਂਦੇ ਹਨ। ਜਿਸਨੇ ਗੁਰੂ ਉਪਦੇਸ਼ ਦੁਆਰਾ ਭਗਤੀ ਦੀ ਜੁਗਤੀ ਬੁੱਧੀ ਵਿੱਚ ਸਚਾਈ ਜਾਣਕੇ ਧਾਰਨ ਕੀਤੀ ਹੈ। ਉਸਦੇ ਭਰਮ ਅਤੇ ਵਿਸ਼ੇ ਵਿਕਾਰ ਬੰਧਨ ਰੂਪ ਸਭ ਕੱਟੇ ਜਾਂਦੇ ਹਨ। ਜਿਹੜੇ (ਰਸਿ ਬਸਿ) ਪ੍ਰੇਮ ਵਿੱਚ ਗ੍ਰੱਸੇ ਹਨ ਉਹ ਮਨ ਸ਼ਰੋਮਣੀ ਪ੍ਰਮਾਤਮਾ ਨਾਲ ਮਿਲੇ ਹਨ। ਉਨ੍ਹਾਂ ਨੇ ਸਰਗੁਣ ਅਤੇ ਨਿਰਗੁਣ ਦਾ ਇੱਕ ਵਿਚਾਰ ਪ੍ਰਗਟ ਕੀਤਾ ਹੈ। ਜਾਂ ਅਸੀਂ ਇੰਝ ਵੀ ਆਖ ਸਕਦੇ ਹਾਂ ਕਿ ਜਿਨ੍ਹਾਂ ਨੇ ਆਪਣਾ ਮਨ ਵਸੀਕਾਰ ਕੀਤਾ ਹੈ ਉਹ ਆਤਮਰਸ ਨਾਲ ਭਿੱਜੇ ਪਏ ਹੋਏ ਹਨ। ਜਿਨ੍ਹਾਂ ਨੇ ਆਤਮਰਸ ਨੂੰ ਚੱਖਿਆ ਹੈ ਉਨ੍ਹਾਂ ਨੇ ਨਿਰਗੁਣ (ਜੀਵ) ਅਤੇ ਸਰਗੁਣ (ਪ੍ਰਮਾਤਮਾ ਦੋਹਾਂ ਨੂੰ ਇੱਕ ਅਭੇਦ ਰੂਪ ਵਿਚਾਰਿਆ ਹੈ। ਗੁਰੂ ਉਪਦੇਸ਼ ਤੋਂ ਬਿਨਾ ਹੋਰ ਕਰਮ ਧਰਮ ਰੂਪ ਅਨੇਕ ਜਤਨਾ ਦੇ ਵਿਸ਼ੇਸ਼ ਗ੍ਰਹਿਣ ਕਰਨ ਨਾਲ ਅਤੇ ਇੰਦਰੀਆਂ ਦੇ ਦਮਨ ਕਰਨ ਨਾਲ ਭਰਮ ਰੂਪ ਫਾਹੀ ਟਾਲੀ ਹੋਈ ਟਲਦੀ ਨਹੀਂ ਹੈ। ਵਾਹਿਗੁਰੂ ਜੀ ਦੀ ਪ੍ਰੇਮਾ ਭਗਤੀ ਉਤਪੰਨ ਨਹੀਂ ਹੁੰਦੀ । ਸ੍ਰੀ ਗੁਰੂ ਰਵਿਦਾਸ ਜੀ ਉਚਾਰਦੇ ਹਨ ਕਿ ਏਸੇ ਕਰਕੇ ਮੈਂ ਉਨ੍ਹਾਂ ਕਰਮਾਂ ਦੇ ਕਰਨ ਕਾਰਨ ਉਦਾਸ ਰਹਿੰਦਾ ਹਾਂ। ਇਨਸਾਨ ਦੇ ਮਨ ਵਿੱਚੋ ਅਜੇਹੇ ਪਾਪਾਂ ਦੇ ਹਨੇਰੇ ਨੂੰ ਚਾਨਣ ਵਿੱਚ ਬਦਲਣ ਵਾਲਾ ਸ੍ਰੀ ਗੁਰੂ ਰਵਿਦਾਸ ਜੀ ਸੱਚ ਹੀ ਇਸ ਕਲਜੁਗ ਦੁਰਾਨ ਸੰਸਾਰ ਵਿੱਚ ਗੁਰੂ ਦੀ ਪੱਦਵੀ ਉੱਪਰ ਬਿਰਾਜਮਾਨ ਹੋਏ ਹਨ ।ਕਲਜੁਗ ਵਿੱਚ ਪ੍ਰਮੇਸ਼ਰ ਪ੍ਰਾਪਤੀ ਦਾ ਮੁੱਖ ਸਾਧਨ ਇੱਕ ਨਾਮ ਹੈ । ਇੰਝ ਭਾਈ ਗੁਰਦਾਸ ਜੀ ਨੇ ਆਪਣੀ ਰਚਿੱਤ ਤੇਈਵੀਂ ਵਾਰ ਦੀ ਪੌੜੀ ਸੱਤ ਵਿੱਚ ਸ੍ਰੀ ਗੁਰੂ ਰਵਿਦਾਸ ਜੀ ਦੀ ਇੰਨ ਬਿੰਨ ਵਿਚਾਰਧਾਰਾ ਅਤੇ ਸ਼ਬਦਾਵਲੀ ਨੂੰ ਵਰਤ ਕੇ ਉਚਾਰਿਆ ਹੈ । ਇਹ ਗੱਲ ਇਹ ਵੀ ਪੁਸ਼ਟੀ ਕਰਦੀ ਹੈ ਕਿ ਭਾਈ ਗੁਰਦਾਸ ਜੀ ਪਾਸ ਸ੍ਰੀ ਗੁਰੂ ਰਵਿਦਾਸ ਜੀ ਦੀ ਬਾਣੀ ਉਪਲਬਧ ਸੀ ਅਤੇ ਭਾਈ ਗੁਰਦਾਸ ਜੀ ਉਸ ਬਾਣੀ ਦਾ ਪਾਠ ਕਰਿਆ ਕਰਦੇ ਸਨ ਕਿਉਂਕਿ ਭਾਈ ਗੁਰਦਾਸ ਜੀ ਨੂੰ ਸ੍ਰੀ ਗੁਰੂ ਰਵਿਦਾਸ ਜੀ ਦੀ ਬਾਣੀ ਏਨੀ ਕੰਠ ਹੋ ਗਈ ਸੀ ਕਿ ਉਨ੍ਹਾਂ ਸਹਿਜ ਸੁਭਾ ਹੀ ਸ੍ਰੀ ਗੁਰੂ ਰਵਿਦਾਸ ਜੀ ਦੀ ਬਾਣੀ ਨੂੰ ਆਪਣੀਆਂ ਵਾਰਾਂ ਵਿੱਚ ਹੂ-ਬਹੂ ਹੇਠ ਦੀ ਤਰ੍ਹਾਂ ਵਰਤਿਆ ਹੈ ।

ਸਤਿਜੁਗ ਸਤ ਤ੍ਰੇਤੈ ਜਗੀ ਦੁਆਪਰ ਪੂਜਾ ਚਾਰ ਦਿੜਾਏ ॥

ਕਲਜੁਗ ਨਾਉ ਅਰਾਧਣਾ ਹੋਰ ਕਰਮ ਕਰ ਮੁਕਤਿ ਨ ਪਾਏ ॥

ਕਲਜੁਗ ਬਾਰੇ ਗੁਰਬਾਣੀ ਵੀ ਸ੍ਰੀ ਗੁਰੂ ਰਵਿਦਾਸ ਜੀ ਦੇ ਵਿਚਾਰਾਂ ਦੀ ਹੀ ਪੁਸ਼ਟੀ ਕਰਦੀ ਹੈ ।

ਅਬ ਕਲੂ ਆਇਓ ਰੇ ॥ ਇਕੁ ਨਾਮੁ ਬੋਵਹੁ ਬੋਵਹੁ ॥ ਅਨ ਰੂਤਿ ਨਾਹੀ ਨਾਹੀ ॥ ਮਤੁ ਭਰਮਿ ਭੂਲਹੁ ਭੂਲਹੁ ॥ *(ਪੰਨਾ 1185)*

ਹਰਿਨਾਮ ਪਦਾਰਥੁ ਕਲਜੁਗਿ ਊਤਮੁ ਹਰਿ ਜਪੀਐ ਸਤਿਗੁਰ ਭਾਇ ਜੀਉ ॥ *(ਪੰਨਾ 444)*

ਹਰਿ ਕੀਰਤਿ ਰੁਤਿਆਈ ਹਰ ਨਾਮ ਵਡਾਈ ਹਰਿ ਹਰਿ ਖੇਤੁ ਜਮਾਇਆ ॥ ਕਲਜੁਗਿ ਬੀਜੁ ਬੀਜੇ ਬਿਨ ਨਾਵੈ ਸਭ ਲਾਹਾ ਮੂਲੁ ਗਵਾਇਆ ॥ *(ਆਸਾ ਮਹੱਲਾ 4 ਪੰਨਾ 446)*

ਸ੍ਰੀ ਗੁਰੂ ਰਵਿਦਾਸ ਜੀ ਨੇ ਉਪ੍ਰੋਕਤ ਗਾਉੜੀ ਵਿੱਚ ਉਚਾਰਿਆ ਕਿ ਤੀਰਥਾਂ ਉੱਪਰ ਇਸ਼ਨਾਨ ਕਰਨ ਨਾਲ ਇਨਸਾਨ ਦਾ ਮਨ ਸਾਫ ਨਹੀਂ ਹੁੰਦਾ ਹੈ । ਮਨ ਤਾਂ ਸਾਫ ਦਿਲ ਵਿੱਚੋਂ ਹੰਕਾਰ ਮਿਟਾਉਣ ਕਰਕੇ ਹੀ ਹੁੰਦਾ ਹੈ । ਏਸੇ ਸਿਧਾਂਤ ਨੂੰ ਗੁਰਬਾਣੀ ਅਤੇ ਅਜੋਕੇ ਮਨੋਵਿਗਿਆਨੀਆਂ ਵੀ ਪਰਵਾਨਿਆ ਹੈ।

ਤੀਰਥ ਬਰਤ ਅਰੁ ਦਾਨ ਕਰਿ ਮਨ ਮੈ ਧਰੈ ਗੁਮਾਨੁ ॥
ਨਾਨਕ ਨਿਹਫਲ ਜਾਤ ਤਿਹਿ ਜਿਉ ਕੁੰਚਰ ਇਸਨਾਨੁ ॥
(ਸਲੋਕ ਮਹੱਲਾ 9 ਪੰਨਾ 1428)

□

ਸ੍ਰੀ ਗੁਰੂ ਰਵਿਦਾਸ ਜੀ ਦੀ

ਆਸਾ ਬਾਣੀ ॥

ਆਸਾ ਰਾਗ ਸੰਪੂਰਣ ਜਾਤਿ (ਸੱਤ ਸੁਰਾਂ) ਦਾ ਇੱਕ ਦੇਸੀ ਰਾਗ ਹੈ । ਇਹ ਰਾਗ ਅੰਮ੍ਰਿਤ ਵੇਲੇ ਅਲਾਪਿਆ ਜਾਂਦਾ ਹੈ । ਇਸ ਰਾਗ ਵਿੱਚ ਸਭ ਤੋਂ ਪਹਿਲਾ ਸ੍ਰੀ ਗੁਰੂ ਰਵਿਦਾਸ ਜੀ ਨੇ ਬਾਣੀ ਉਚਾਰੀ ਸੀ । ਫਿਰ ਗੁਰੂ ਅੰਗਦ ਦੇਵ ਜੀ ਨੇ ਗੁਰੂ ਨਾਨਕ ਦੇਵ ਜੀ ਦੇ ਸਨਮੁੱਖ ਅੰਮ੍ਰਿਤ ਵੇਲੇ ਦੇ ਦੀਵਾਨ ਵਿੱਚ ਆਸਾ ਜੀ ਦੀ ਵਾਰ ਗਾਉਣ ਦੀ ਰੀਤ ਚਲਾਈ ਸੀ। ਗੁਰੂ ਅਰਜਨ ਦੇਵ ਜੀ ਨੇ ਚੌਥੀ ਪਾਤਸ਼ਾਹੀ ਦੇ ਚੌਵੀ ਛਕਿਆ ਨੂੰ ਚੌਵੀ ਪਾਉੜੀਆਂ ਨਾਲ ਕੀਰਤਨ ਵਿੱਚ ਸ਼ਾਮਲ ਕੀਤਾ ਹੈ । ਅੱਜ ਕੱਲ ਗੁਰਦੁਆਰਿਆ ਵਿੱਚ ਆਸਾ ਜੀ ਦੀ ਵਾਰ ਦਾ ਨਿੱਤ ਅੰਮ੍ਰਿਤ ਵੇਲੇ ਕੀਰਤਨ ਹੁੰਦਾ ਹੈ । ਗੁਰਮਤ ਅਨੁਸਾਰ ਸੋਦਰ ਦੀ ਚੌਕੀ ਵੇਲੇ ਵੀ ਆਸਾ ਦਾ ਗਾਉਣਾ ਇੱਕ ਵਿਧਾਨ ਹੈ । ਇਸ ਰਾਗ ਵਿੱਚ ਸਾਰੇ ਹੀ ਸ਼ੁੱਧ ਸੁਰ ਹਨ । ਵਾਦੀ ਰਿਸਭ ਸੰਵਾਦੀ ਮੱਧਮ ਅਤੇ ਗ੍ਰਹ ਸੁਰ ਸ਼ੜਜ ਹੈ । ਕਈ ਸੰਗੀਤ ਗਰੰਥਾਂ ਨੇ ਧੈਵਤ ਨੂੰ ਵਾਦੀ ਸੁਰ ਮੰਨਿਆ ਹੈ । ਐਸੀ ਹਾਲਤ ਵਿੱਚ ਗਾਂਧਾਰ ਸੰਵਾਦੀ ਹੋ ਜਾਂਦਾ ਹੈ । ਇਸ ਦੀ ਆਰੋਹੀ ਤਾਨ੍ਹ ਵਿੱਚ ਗਾਂਧਾਰ ਨਹੀਂ ਲਾਉਣਾ ਚਾਹੀਦਾ । ਗਾਂਧਾਰ ਸਿਰਫ ਅਵਰੋਹੀ ਸਮੇ ਹੀ ਵਰਤਣਾ ਚਾਹੀਦਾ ਹੈ । ਇਸ ਰਾਗ ਦੀ ਆਰੋਹੀ ਵਿੱਚ ਪੰਜ ਸੁਰ ਹੋਣ ਕਰਕੇ ਇਹ ਰਾਗ ਔੜਵ ਰਾਗ ਦਾ ਛਾਇਆਲਿੰਗਿਤ ਹੈ ਅਤੇ ਇਸ ਰਾਗ ਦੇ ਅਵਰੋਹੀ ਵੇਲੇ ਸੱਤ ਸੁਰ ਹੋਣ ਕਰਕੇ ਇਹ ਰਾਗ ਸੰਪੂਰਣ ਰਾਗ ਦਾ ਵੀ ਛਾਇਆਲਿੰਗਿਤ ਹੈ । ਸ੍ਰੀ ਗੁਰੂ ਰਵਿਦਾਸ ਜੀ ਨੇ ਔੜਵ ਰਾਗ ਦੀਆਂ ਪੰਜ ਸੁਰਾਂ ਨਾਲ ਦੋ ਸੁਰਾਂ ਮੱਧਮ ਮਿਲਾਈਆਂ ਹੋਈਆਂ ਕਰਕੇ ਹੀ ਇਹ ਰਾਗ ਇੱਕ ਸੰਪੂਰਣ ਜਾਤਿ ਦਾ ਰਾਗ ਅਖਵਾਉਦਾ ਹੈ । ਸ੍ਰੀ ਗੁਰੂ ਗਰੰਥ ਸਾਹਿਬ ਜੀ ਵਿੱਚ ਦਰਜ ਰਾਗਾਂ ਵਿੱਚ ਆਸਾ ਰਾਗ ਦਾ ਚੌਥਾ ਨੰਬਰ ਹੈ । ਇਸ ਰਾਗ ਬਾਰੇ ਕਈ ਮੁਹਾਵਰੇ ਪ੍ਰਚਲਤ ਹਨ ਜਿਵੇਂ 1) ਤਾਂ ਬਾਬੇ ਉਸਦਾ ਆਸਾ ਜਾਣਿਆਂ । 2) ਆਸਾ ਸੋਟਾ ਫੱਟੀ ਡੰਡਾ । 3) ਮਨਸਾ ਮਾਰਿ ਨਿਵਾਰਹਿ ਆਸਾ । 4) ਮਨ ਦੇ ਸੰਕਲਪਾਂ ਨੂੰ ਮਾਰ ਸਿੱਟਣਾ ਹੀ ਆਸਾ ਹੈ ।

ਸ੍ਰੀ ਗੁਰੂ ਰਵਿਦਾਸ ਜੀ ਨੇ ਆਸਾ ਰਾਗ ਵਿੱਚ ਛੇ ਸ਼ਬਦ ਉਚਾਰੇ ਹਨ। ਅੱਗਲੇ ਪੰਨਿਆ ਉੱਪਰ ਉਨ੍ਹਾਂ ਸ਼ਬਦਾ ਦੀ ਵਿਆਖਿਆ ਕਰਾਂਗਾ ਕਿ ਉਨ੍ਹਾਂ ਨੂੰ ਉਚਾਰਣ ਦੀ ਕਿਉਂ ਜਰੂਰਤ ਪਈ ਸੀ ? ਉਨ੍ਹਾਂ ਸ਼ਬਦਾ ਦਾ ਸਾਡੇ ਆਮ ਜੀਵਨ

ਉੱਪਰ ਕੀ ਪ੍ਰਭਾਵ ਪੈਂਦਾ ਹੈ ? ਇਨ੍ਹਾਂ ਸ਼ਬਦਾ ਨੂੰ ਵਿਚਾਰ ਕੇ ਪ੍ਰਮਾਤਮਾ ਨੂੰ ਮਿਲਣ ਦਾ ਰਸਤਾ ਕਿਉਂ ਸਾਫ ਹੁੰਦਾ ਹੈ ? ਆਉ ਹੁਣ ਇਨ੍ਹਾਂ ਸਭ ਦ੍ਰਿਸ਼ਟੀਆ ਬਾਰੇ ਵਿਚਾਰ ਕਰਦੇ ਹਾਂ ।

(ਸ਼ਬਦ ਪਹਿਲਾ)

ੴਸਤਿਗੁਰ ਪ੍ਰਸਾਦਿ ॥

ਆਸਾ ਬਾਣੀ ਰਵਿਦਾਸ ਜੀਉ ਕੀ ॥

ਮ੍ਰਿਗ ਮੀਨ ਭ੍ਰਿੰਗ ਪਤੰਗ ਕੁੰਚਰ ਏਕ ਦੋਖ ਬਿਨਾਸ ॥ ਪੰਚ ਦੋਖ ਅਸਾਧ ਜਾਮਹਿ ਤਾਕੀ ਕੇਤਕ ਆਸ ॥੧॥ ਮਾਧੋ ਅਬਿਦਿਆ ਹਿਤ ਕੀਨ ॥ ਬਿਬੇਕ ਦੀਪ ਮਲੀਨ ॥੧॥ ਰਹਾਉ॥ ਤ੍ਰਿਗਦ ਜੋਨਿ ਅਚੇਤ ਸੰਭਵ ਪੁੰਨ ਪਾਪ ਅਸੋਚ ॥ ਮਾਨੁਖਾ ਅਵਤਾਰ ਦੁਲਭ ਤਿਹੀ ਸੰਗਤਿ ਪੋਚ ॥੨॥ ਜੀਅ ਜੰਤ ਜਹਾ ਜਹਾ ਲਗੁ ਕਰਮ ਕੇ ਬਸਿ ਜਾਇ ॥ ਕਾਲ ਫਾਸ ਅਬਧ ਲਾਗੇ ਕਛੁ ਨ ਚਲੈ ਉਪਾਇ ॥੩॥ ਰਵਿਦਾਸ ਦਾਸ ਉਦਾਸ ਤਜੁ ਭ੍ਰਮੁ ਤਪਨ ਤਪੁ ਗੁਰ ਗਿਆਨ ॥ ਭਗਤ ਜਨ ਭੈ ਹਰਨ ਪਰਮਾਨੰਦ ਕਰਹੁ ਨਿਦਾਨ ॥੪॥੧॥

ਸ੍ਰੀ ਗੁਰੂ ਰਵਿਦਾਸ ਜੀ ਕਾਮ ਆਦਿਕ ਵਿਸ਼ਿਆ ਦੀ ਇਸ ਦੁਨੀਆਂ ਵਿੱਚ ਪ੍ਰਧਾਨਤਾ ਹੋਣ ਕਰਕੇ ਵਾਹਿਗੁਰੂ ਜੀ ਦੇ ਸਨਮੁੱਖ ਬੇਨਤੀ ਕਰਦੇ ਉਚਾਰਦੇ ਹਨ ਕਿ ਮ੍ਰਿਗ, ਮੱਛੀ, ਭੌਰਾ, ਪਤੰਗਾ ਅਤੇ ਹਾਥੀ ਇਹ ਪੰਜੇ, ਇੱਕੋ ਕਾਮ ਦੇ ਦੋਖ ਕਾਰਨ ਮਰ ਜਾਂਦੇ ਹਨ ਪਰ ਇਨਸਾਨਾ ਵਿੱਚ ਇਸ ਤਰ੍ਹਾਂ ਦੇ ਪੰਜ ਵਿਸ਼ੇ ਹਨ ਜਿਵੇਂ ਕਾਮ, ਕ੍ਰੋਧ, ਲੋਭ, ਮੋਹ ਅਤੇ ਹੰਕਾਰ । ਅਜੇਹੇ ਪੰਜ ਦੋਸ਼ਾਂ ਵਾਲੇ ਇਨਸਾਨਾ ਦੇ ਜੀਣ ਦੀ ਕੀ ਆਸ ਕੀਤੀ ਜਾ ਸਕਦੀ ਹੈ । ਹੇ ਮਾਧੋ (ਮਾਇਆ ਪਤੀ) ਈਸ਼ਵਰ ਆਪ ਦੇ ਸਿਮਰਨ ਨੂੰ ਭੁਲਾ ਕੇ ਜਿਹਨਾਂ ਜੀਵਾਂ ਨੇ ਅਵਿਦਿਆ ਵਿੱਚ ਉਨ੍ਹਾਂ ਪੰਜਾਂ ਨਾਲ ਪ੍ਰੇਮ ਕੀਤਾ ਹੋਇਆ ਹੈ ਜਿਸ ਕਰਕੇ ਦੋ ਤੋਂ ਇੱਕ ਕਰਨ ਵਾਲੇ ਗਿਆਨ ਦੀ ਰੋਸ਼ਨੀ ਬਹੁਤ ਮਧਮ ਪੈ ਗਈ ਹੈ । ਜਿਸ ਗਿਆਨ ਤੋਂ ਬਿਨ੍ਹਾਂ ਸੱਪ, ਬਿਛੂ ਅਤੇ ਕੋਹੜ-ਕਿਰਲੀ ਆਦਿਕ ਟੇਡੀਆਂ ਜੂਨਾਂ (ਤ੍ਰਿਗਦ) ਵਿੱਚ ਜਾਂਦੇ ਹਨ । ਅਜੇਹੀਆਂ ਜੂਨਾਂ ਵਿੱਚ ਪੈ ਕੇ ਅਗਿਆਨਤਾ ਨਾਲ ਪਾਪ ਕੀਤੇ ਜਾਂਦੇ ਹਨ । ਇਹ ਮਨੁਖਾ ਜਨਮ ਪਰਾਪਤ ਹੋਣਾ ਬੜਾ ਔਖਾ ਹੈ । ਇਸ ਜਨਮ ਨੂੰ ਪਾਕੇ ਵੀ

ਇਹ ਭਲਾਮਾਣਸ ਆਦਮੀ ਕਾਮ,ਕ੍ਰੋਧ, ਲੋਭ, ਮੋਹ ਅਤੇ ਹੰਕਾਰ ਇਨ੍ਹਾਂ ਪੰਜ ਨੀਚ (ਪੋਚ) ਵਿਸ਼ਿਆ ਦੀ ਸੰਗਤ ਕਰ ਰਿਹਾ ਹੈਜਿਥੋਂ ਜਿਥੋਂ ਤੱਕ ਇਹ ਛੋਟੇ ਵੱਡੇ ਆਦਮੀ ਆਪਣੇ ਆਪ ਨੂੰ ਲਿਜਾਂਦੇ ਹਨ ਇਹ ਸਾਰੇ ਕਰਮਾਂ ਦੇ ਵਸੀਕਾਰ ਹੀ ਹੋ ਕੇ ਜਾਂਦੇ ਹਨ । (ਅਬਧ) ਨਾ ਕੱਟੀ ਜਾਣ ਵਾਲੀ ਕਾਲ ਦੀ ਫਾਸੀ ਜਦ ਆ ਕੇ ਗਲ ਵਿੱਚ ਪੈਂਦੀ ਹੈ ਤਦ ਉਸ ਵੇਲੇ ਜੀਵ ਆਪਣੇ ਹੱਥ ਪੈਰ ਮਾਰਦਾ ਹੈ ਪਰ ਫਿਰ ਉਸਦੀ ਕੋਈ ਪੇਸ਼ ਨਹੀਂ ਜਾਂਦੀ । ਦਾਸਾ-ਭਾਵ ਨੂੰ ਧਾਰ ਕੇ ਸ੍ਰੀ ਗੁਰੂ ਰਵਿਦਾਸ ਜੀ ਉਚਾਰਦੇ ਹਨ ਕਿ ਹੇ ਮਾਧੋ ! (ਮਾਇਆ ਪਤੀ) ਸੰਸਾਰ ਕੋਲੋਂ ਉਦਾਸ ਹੋ ਕੇ, ਭਰਮਾਂ ਨੂੰ ਛੱਡ ਕੇ, ਤਪਾਂ ਵਿੱਚੋਂ ਗੁਰ ਸੇਵਾ ਰੂਪੀ ਸ੍ਰੇਸ਼ਟ ਤਪ ਕਰਕੇ ਗਿਆਨ ਦੀ ਪ੍ਰਾਪਤੀ ਲਈ ਮੈਂ ਆਪ ਜੀ ਦੀ ਸ਼ਰਨ ਆਇਆ ਹਾਂ । ਦੁਨੀਆਂ ਦੇ ਡਰ ਦੂਰ ਕਰਨ ਵਾਲੇ ਹੇ ਪ੍ਰਮਾਨੰਦ ! ਮੇਰੇ ਆਵਾ-ਗਾਉਣ ਦੇ ਚੱਕਰਾਂ ਦਾ ਅਥਵਾ ਕਾਮ,ਕ੍ਰੋਧ ਆਦਿਕ ਪੰਜਾ ਡਾਕੂਆਂ ਕੋਲੋਂ ਮੇਰਾ ਪਿੱਛਾ ਛੁਡਾਓ । ਸ੍ਰੀ ਗੁਰੂ ਰਵਿਦਾਸ ਜੀ ਦੇ ਕਾਮ ਹਿੱਤ ਦਰਸਾਏ ਗਿਆਨ ਦੀ ਪੁਸ਼ਟੀ ਗੁਰਬਾਣੀ ਵਿੱਚ ਬਹੁਤ ਥਾਂਈ ਕੀਤੀ ਗਈ ਹੈਰੂਬਰੂ ਵਿਚਾਰ ਵਾਲੀਆਂ ਤਸ਼ਵੀਰਾਂ ਏਥੇ ਲਿਖਣਾ ਕੀਤਾ ਹੈ।

ਪਰੈ ਪਤੰਗ ਮ੍ਰਿਗ ਭ੍ਰਿੰਗ ਕੁੰਚਰ ਮੀਨ ਇਕ ਇੰਦ੍ਰੀ ਪਕਰਿ ਸੰਘਾਰੇ ॥ (ਨਟ ਮਹਲਾ 4 ਪੰਨਾ 983)

ਭ੍ਰਿੰਗ ਪਤੰਗੁ ਕੁੰਚਰ ਅਰੁ ਮੀਨਾ ॥ ਮਿਰਗੁ ਮਰੈ ਸਹਿ ਅਪੁਨਾ ਕੀਨਾ ॥ (ਗਾਉੜੀ ਮਹਲਾ 1 ਪੰਨਾ 225)

ਸਨਮੁਖ ਸਹਿ ਬਾਨ ਸਨਮੁਖ ਸਹਿ ਬਾਨ ਹੇ ॥ ਮ੍ਰਿਗ ਅਰਪੇ ਮਨ ਤਨ ਪ੍ਰਾਨ ਹੇ ॥ (ਆਸਾ ਮਹਲਾ 5 ਪੰਨਾ 462)

ਨਾਦ ਭ੍ਰਮੇ ਜੈਸੇ ਮਿਰਗਾਏ ॥ ਪ੍ਰਾਨ ਤਜੇ ਵਾ ਕੋ ਧਿਆਨੁ ਨ ਜਾਏ ॥ (ਗੋਂਡ ਨਾਮਦੇਵ ਪੰਨਾ 873)

ਬਾਣ ਬੇਧੰਦ ਕੁਰੰਕ ਨਾਦੰ ॥

ਅਤੇ

ਨਾਦ ਕੁਰੰਕਹਿ ਬੇਧਿਆ ਸਨਮੁਖ ਉਠਿ ਧਾਵੈ॥(ਜੈਤਸਰੀ ਵਾਰ ਪੰਨਾ 708)

ਨਾਦ ਹੇਤਿ ਸਿਰੁ ਡਾਰਿਓ ਕੁਰੰਕਾ ਉਸ ਹੀ ਹੇਤ ਬਿਦਾਰਾ ॥ (ਧਨਾਸਰੀ ਮਹਲਾ 5 ਪੰਨਾ 671)

ਜਿਹਬਾ ਸੁਆਦੀ ਲੀਲਿਤ ਲੋਗ॥(ਸਾਰੰਗ ਬਾਣੀ ਨਾਮਦੇਵ ਪੰਨਾ 1252)

ਭਵਰ ਲੋਭੀ ਕੁਸਮ ਬਾਸੁਕਾ ਮਿਲਿ ਆਪੁ ਬੰਧਾਵੈ ॥ (ਜੈਤਸਰੀ ਵਾਰ ਪੰਨਾ 708)

ਕਮਲ ਹੇਤਿ ਬਿਨਸਿਓ ਭਵਰਾ ਉਨਿ ਮਾਰਗੁ ਨਿਕਸਿਨ ਪਾਇਓ ॥ (ਧਨਾਸਰੀ ਮਹਲਾ 5 ਪੰਨਾ 670)

ਨੈਨ ਦੇਖਿ ਪਤੰਗ ਉਰਝੈ ਪਸੁ ਨ ਦੇਖੈ ਆਗਿ॥ਕਾਲ ਫਾਸ ਨ ਮੁਗਧੁ ਚੇਤੈ ਕਨਿਕ ਕਾਮਿਨਿ ਲਾਗਿ॥(ਆਸਾ ਕਬੀਰ ਜੀ ਪੰਨਾ 482)

ਤ੍ਰੈ ਗੁਣ ਮਾਇਆ ਵੇਖਿ ਭੂਲੇ ਜਿਉ ਦੇਖਿ ਦੀਪਕਿ ਪਤੰਗ ਪਚਾਇਆ ॥ (ਗੂਜਰੀ ਵਾਰ ਪੰਨਾ 513)

ਕਾਲਬੂਤ ਕੀ ਹਸਤਨੀ ਮਨ ਬਉਗਰੇ ਚਲਤੁ ਰਚਿਓ ਜਗਦੀਸ ॥ ਕਾਮ ਸੁਆਇ ਗਜ ਬਸਿ ਪਰੇ ਮਨ ਬਉਗਰੇ ਅੰਕੁਸ ਸਹਿਓ ਸੀਸ ॥ (ਗਾਉੜੀ ਕਬੀਰ ਪੰਨਾ 335)

ਕਾਮ ਹੇਤਿ ਕੁੰਚਰ ਲੈ ਫਾਂਕਿਓ ਓਹ ਪਰਵਸਿ ਭਇਓ ਬਿਚਾਰਾ ॥ (ਧਨਾਸਰੀ ਮਹਲਾ 5 ਪੰਨਾ 671)

ਬਧਕ ਨਾਦ ਸੁਣਹ ਇਕੈ ਜਿਉ ਮ੍ਰਿਗ ਵਿਣਾਹੈ ॥ਝੀਵਰ ਕੁੰਡੀ ਮਾਸ ਲਾਇ ਜਿਉ ਮਛੀ ਫਾਹੈ ॥ ਕਵਲ ਦਿਖਾਲੇ ਮੁਹੁ ਖਿੜਾਇ ਭਵਰੈ ਵੇਸਾਹੈ ॥ ਦੀਪਕ ਜੋਤਿ ਪਤੰਗ ਨੋ ਦੁਰਜਨ ਜਿਉ ਦਾਹੈ ॥ ਕਲਾ ਰੂਪ ਹੋਇ ਹਸਤਨੀ ਮੈਗਲੁ ਉਸਾਹੈ ॥ (ਭਾਈ ਗੁਰਦਾਸ ਜੀ ਵਾਰ 36)

ਹਉਮੈ ਰੋਗੁ ਮਾਨੁਖ ਕਉ ਦੀਨਾ ॥ ਕਾਮ ਰੋਗਿ ਮੈਗਲੁ ਬਸਿ ਲੀਨਾ ॥ ਦ੍ਰਿਸਟ ਰੋਗਿ ਪਚਿ ਮੁਏ ਪਤੰਗਾ ॥ ਨਾਦ ਰੋਗਿ ਖਪਿ ਗਏ ਕੁਰੰਗਾ ॥੧॥ (ਭੈਰਉ ਮਹਲਾ 5 ਪੰਨਾ 1140)

□

ਰਾਗ ਆਸਾ ਬਾਣੀ

(ਸ਼ਬਦ ਦੂਸਰਾ)

ਸੰਤ ਤੁਝੀ ਤਨੁ ਸੰਗਤਿ ਪ੍ਰਾਨ ॥ ਸਤਿਗੁਰ ਗਿਆਨ ਜਾਨੈ ਸੰਤ ਦੇਵਾ ਦੇਵ ॥੧॥ ਸੰਤ ਚੀ ਸੰਗਤਿ ਸੰਤ ਕਥਾ ਰਸੁ ਸੰਤ ਪ੍ਰੇਮ ਮਾਝੈ ਦੀਜੈ ਦੇਵਾ ਦੇਵ ॥੧॥ਰਹਾਉ॥ ਸੰਤ ਆਚਰਣ ਸੰਤ ਚੋ ਮਾਰਗੁ ਸੰਤ 'ਚ ਓਲ੍ਹਗ ਓਲ੍ਹਗਣੀ ॥੨॥ ਅਉਰ ਇਕ ਮਾਗਉ ਭਗਤਿ ਚਿੰਤਾਮਣਿ ॥ ਜਣੀ ਲਖਾਵਹੁ ਅਸੰਤ ਪਾਪੀਸਣਿ ॥੩॥ ਰਵਿਦਾਸ ਭਣੈ ਜੋ ਜਾਣੈ ਸੋ ਜਾਣੁ ॥ ਸੰਤ ਅਨੰਤਹਿ ਅੰਤਰੁ ਨਾਹੀ ॥੪॥

ਇਸ ਰਾਗ ਵਿੱਚ ਸ੍ਰੀ ਗੁਰੂ ਰਵਿਦਾਸ ਜੀ ਸੰਤਾ ਮਹਾਤਮਾ ਦੀ ਸੰਗਤ ਦਾ ਪ੍ਰਤਾਪ ਅਤੇ ਉਸ ਸੰਗਤ ਦਾ ਫਲ ਉਚਾਰਦੇ ਹਨ ਕਿ ਹੇ ਅਕਾਲ ਪੁਰਖ! ਸੰਤ ਆਪ ਜੀ ਦਾ ਹੀ ਸਰੂਪ ਹਨ। ਆਪ ਜੀ ਦੇ ਮੁਖਾਰਬਿੰਦ ਤੋਂ ਉਚਾਰੇ ਗਏ ਵਿਚਾਰ ਹਨ ਕਿ ਹੇ ਵਾਹਿਗੁਰੂ! ਤੁਹਾਡਾ ਤਨ ਸੰਤ ਹੀ ਹੈ ਅਤੇ ਤੁਹਾਡਾ ਪ੍ਰਾਨ ਸਾਧ ਸੰਗਤ ਹੈ। ਮੈਂ ਸਤਿਗੁਰਾਂ ਦੇ ਗਿਆਨ ਨਾਲ ਜਾਣ ਲਿਆ ਹੈ ਕਿ ਸੰਤ ਦੇਵਤਿਆਂ ਦੇ ਵੀ ਦੇਵਤੇ ਹਨ। ਹੇ ਪ੍ਰਭੂ! ਸੰਤਾਂ ਦੀ ਸੰਗਤ ਮੈਨੂੰ ਕਰਨ ਦਾ ਬਲ ਬਖਸ਼ੋ ਅਤੇ ਸੰਤਾ ਦੀ ਕਥਾ ਵਿੱਚ ਪ੍ਰੇਮ ਕਰਨਾ ਵੀ ਸਿਖਲਾਓ ਕਿਉਂਕਿ ਸੰਤਾਂ ਦੇ ਬਚਨ ਪ੍ਰਾਣੀ ਵਾਸਤੇ ਕਲਿਆਣਕਾਰੀ ਹਨ। ਹੇ ਵਾਹਿਗੁਰੂ ਜੀ! ਮੇਰੇ ਪੱਲੇ ਵਿੱਚ ਜਾਂ ਮੇਰੀ ਕਿਸਮਤ ਵਿੱਚ ਸੰਤਾਂ ਦੀ ਸੰਗਤ ਕਰਨਾ, ਸੰਤਾ ਸੰਗ ਪ੍ਰੇਮ ਕਰਨਾ ਲਿਖੋ। ਸੰਤਾਂ ਵਾਲਾ ਆਚਰਣ, ਉਨ੍ਹਾਂ ਵਾਲਾ ਕਰਤੱਬ ਮੈਨੂੰ ਬਖਸ਼ੋ ਅਤੇ ਜਿਨ੍ਹਾਂ ਰਸਤਿਆਂ ਉੱਪਰ ਉਹ ਚਲਦੇ ਹਨ ਉਨ੍ਹਾਂ ਰਸਤਿਆਂ ਉੱਪਰ ਚਲਣ ਲਈ ਮੇਰਾ ਨਿਸਚਾ ਪੱਕਾ ਕਰੋ ਤਾਂ ਕਿ ਮੈਂ ਉਨ੍ਹਾਂ ਦਾ ਦਾਸ ਬਣ ਕੇ ਉਨ੍ਹਾਂ ਦੀਆਂ ਪੈੜਾ ਦਬਾ ਕੇ ਚਲ ਸਕਾਂ। ਜਿਹੜੀ ਲਗਨ ਪ੍ਰਭੂ ਨੂੰ ਮਿਲਣ ਵਾਲੀ ਸੰਤਾਂ ਨੂੰ ਲੱਗੀ ਹੋਈ ਹੈ ਉਸੇ ਤਰ੍ਹਾਂ ਦੀ ਲਗਨ ਮੇਰੇ ਮਨ ਵਿੱਚ ਵਸਾਉ ਕਿਉਂਕਿ ਸੰਤਾਂ ਨਾਲ ਜਿਸ ਪ੍ਰਾਣੀ ਨੇ ਵੀ ਸੰਗਤ ਕੀਤੀ ਹੈ ਉਹ ਪ੍ਰਾਣੀ ਇਸ ਭਵ ਸਾਗਰ ਨੂੰ ਤਰ ਗਿਆ ਹੈ। ਹੇ ਵਾਹਿਗੁਰੂ ਜੀ ਮੈਂ ਤੁਹਾਡੇ ਕੋਲੋਂ ਇੱਕ ਹੋਰ ਇਹ ਦੁਰਲੱਭ ਵਸਤੂ ਮੰਗਦਾ ਹਾਂ ਕਿ ਚਿੰਤਾਮਣੀ ਵਾਂਗੂੰ ਮਨ ਵਿੱਚ ਇੱਛਤ ਚੀਜਾਂ ਦੇਣ ਵਾਲੀ ਭਗਤੀ ਮੈਨੂੰ ਦਿਉ। ਪਾਪਾਂ ਦੀ ਇਛਾਵਾਂ ਵਾਲੇ ਅਸੰਤਾ ਦਾ,ਜਿਨ੍ਹਾਂ ਦਾ ਇਸ਼ਟ ਹੀ ਪਾਪ ਕਰਨਾ ਹੈ,ਉਨ੍ਹਾਂ ਦੇ ਦਰਸ਼ਨ ਮੈਨੂੰ ਭੁਲਕੇ ਵੀ ਨਾ ਕਰਾਉਣਾ।

ਸ੍ਰੀ ਗੁਰੂ ਰਵਿਦਾਸ ਜੀ ਉਚਾਰਦੇ ਹਨ ਕਿ ਹੇ ਪ੍ਰਭੂ ਹੋਰ ਸੰਸਾਰੀ ਲੋਕ ਸੰਤਾਂ ਨੂੰ ਜਿਸ ਤਰ੍ਹਾਂ ਜਾਣਦੇ ਹਨ ਉਨ੍ਹਾਂ ਨੂੰ ਉਸੇ ਤਰ੍ਹਾਂ ਭਾਵੇ ਜਾਣੀ ਜਾਣ ਦਿਉ ਕਿਉਂਕਿ ਉਹ ਕਿਸੇ ਦੇ ਵੀ ਸਮਝਾਇਆ ਨਹੀਂ ਸਮਝਦੇ ਪਰ ਮੇਰੇ ਉੱਪਰ ਇਹ ਮਿਹਰ ਕਰੋ ਕਿ ਮੈਂ ਸੰਤਾਂ ਅਤੇ ਆਪ ਜੀ ਦੇ ਵਿੱਚ ਕੋਈ ਭੇਦ ਨਾ ਸਮਝਾਂ ।

ਹੋਰ ਗੁਰਬਾਣੀ ਵਿੱਚ ਖਾਸ ਕਰ ਸ੍ਰੀ ਗੁਰੂ ਅਰਜਨ ਦੇਵ ਜੀ ਨੇ ਅਜੇਹੇ ਵਿਚਾਰਾਂ ਵਾਲੀ ਬਹੁਤ ਬਾਣੀ ਉਚਾਰੀ ਹੈ । ਉਹ ਬਾਣੀ ਅਤੇ ਹੋਰ ਬਾਣੀ, ਜਿਹੜੀ ਆਪ ਜੀ ਦੀ ਦ੍ਰਿਸ਼ਟੀ ਵਾਸਤੇ ਹੇਠ ਲਿਖਣੀ ਸ਼ੁੱਭ ਸਮਝੀ ਹੈ ।

ਹਰਿ ਕਾ ਸੰਤੁ ਪਰਾਨ ਧਨ ਤਿਸਕਾ ਪਨਿਹਾਰਾ ॥ ਭਾਈ ਮੀਤ ਸੁਤ ਸਗਲ ਤੇ ਜੀਅਹੂੰ ਤੇ ਪਿਆਰਾ ॥ ਕੇਸਾ ਕਾ ਕਰਿ ਬੀਜਨਾ ਸੰਤ ਚਉਰੁ ਢੁਲਾਵਉ ॥ਸੀਸ ਨਿਹਾਰਉ ਚਰਣ ਤਲਿ ਧੂਰਿ ਮੁਖਿ ਲਾਵਉ ॥ (ਸੂਹੀ ਮਹੱਲਾ 5 ਪੰਨਾ 745)

ਜਿਨਾ ਸਾਸਿ ਗਿਰਾਸਿ ਨ ਵਿਸਰੈ ਹਰਿ ਨਾਮਾ ਮਨ ਮੰਤ॥ ਧੰਨੁ ਸਿ ਸੇਈ ਨਾਨਕਾ ਪੂਰਨ ਸੋਈ ਸੰਤੁ॥ (ਗਾਉੜੀ ਦੀ ਦੂਜੀ ਵਾਰ ਸਲੋਕ 8)

ਕਬੀਰ ਸੇਵਾ ਕਉ ਦੋਇ ਭਲੇ ਏਕੁ ਸੰਤੁ ਇਕੁ ਰਾਮੁ ॥ ਰਾਮੁ ਜੁ ਦਾਤਾ ਮੁਕਤਿ ਕੋ ਸੰਤੁ ਜਪਾਵੈ ਨਾਮੁ ॥੬੪॥ (ਸਲੋਕ ਕਬੀਰ ਪੰਨਾ 1373)

ਅੰਮ੍ਰਿਤ ਬਚਨ ਸਾਧ ਕੀ ਬਾਣੀ ॥ ਜੋ ਜੋ ਜਪੈ ਤਿਸ ਕੀ ਗਤਿ ਹੋਵੈ ॥ ਹਰਿ ਹਰਿ ਨਾਮੁ ਨਿਤ ਰਸਨ ਬਿਖਾਨੀ ॥
(ਸੂਹੀ ਮਹੱਲਾ ੫ ਪੰਨਾ 744)

ਸੰਤਾ ਕਾ ਮਾਰਗੁ ਧਰਮ ਕੀ ਪਉੜੀ ਕੋ ਵਡਭਾਗੀ ਪਾਏ ॥
(ਸੋਰਠਿ ਮਹੱਲਾ 5 ਪੰਨਾ 622)

ਅੰਡਜ ਜੇਰਜ ਸੇਤਜ ਉਤਭੁਜ ਸਭਿ ਵਰਨ ਰੂਪ ਜੀਅ ਜੰਤ ਉਪਈਆ ॥ਸਾਧੂ ਸਰਣਿ ਪਰੈ ਸੋ ਉਬਰੈ ਖਤ੍ਰੀ ਬ੍ਰਾਹਮਣ ਸੂਦੁ ਵੈਸੁ ਚੰਡਾਲੁ ਚੰਡਈਆ ॥੬॥ ਨਾਮਾ ਜੈਦੇਉ ਕੰਬੀਰੁ ਤ੍ਰਿਲੋਚਨੁ ਅਉਜਾਤਿ ਰਵਿਦਾਸੁ ਚਮਿਆਰੁ ਚਮਈਆ ॥ ਜੋ ਜੋ ਮਿਲੈ ਸਾਧੂ ਜਨ ਸੰਗਤਿ ਧਨੁ ਧੰਨਾ ਜਟੁ ਸੈਣੁ ਮਿਲਿਆ ਹਰਿ ਦਈਆ ॥

(ਬਿਲਾਵਲ ਮਹਲਾ ੪ ਪੰਨਾ ੮੩੫)

ਹਮਸੰਤਨ ਕੀ ਰੇਨੁ ਪਿਆਰੇ ਹਮ ਸੰਤਨ ਕੀ ਸਰਣਾ॥ ਸੰਤ ਹਮਾਰੀ ਓਟ ਸਤਾਣੀ ਸੰਤ ਹਮਾਰਾ ਗਹਣਾ॥੧॥ ਹਮ ਸੰਤਨ ਸਿਉ ਬਣ ਆਈ॥ਪੂਰਬਿ ਲਿਖਿਆ ਪਾਈ॥ਇਹੁ ਮਨੁ ਤੇਰਾ ਭਾਈ ॥ਰਹਾਉ॥ਸੰਤਨ ਸਿਉ ਮੇਰੀ ਲੇਵਾ ਦੇਵੀ ਸੰਤਨ ਸਿਉ ਬਿਉਹਾਰਾ॥ਸੰਤਨ ਸਿਉ ਹਮ ਲਾਹਾ ਖਾਟਿਆ ਹਰਿ ਭਗਤਿ ਭਰੇ ਭੰਡਾਰਾ॥੨॥ਸੰਤਨ ਮੋਕਉ ਪੂੰਜੀ ਸਉਪੀ ਤਉ ਉਤਰਿਆ ਮਨ ਕਾ ਧੋਖਾ॥ਧਰਮਰਾਇ ਅਬ ਕਹਾ ਕਰੈਗੋ ਜਉਫਾਟਿਓ ਸਗਲੋ ਲੇਖਾ॥੩॥ਮਹਾ ਅਨੰਦ ਭਏ ਸੁਖ ਪਾਇਆ ਸੰਤਨ ਕੈ ਪ੍ਰਸਾਦਿ ॥ ਕਹੁ ਨਾਨਕ ਹਰਿ ਸਿਉ ਮਨੁ ਮਾਨਿਆ ਰੰਗਿ ਰਤੇ ਬਿਸਮਾਦੇ ॥੪॥ (ਸੋਰਠਿ ਮਹਲਾ ੫ ਪੰਨਾ ੬੧੪)

□

ਆਸਾ ਰਾਗ ਬਾਣੀ ॥

ਸ਼ਬਦ ਤੀਸਰਾ

ਤੁਮ ਚੰਦਨ ਹਮ ਇਰੰਡ ਬਾਪੁਰੇ ਸੰਗਿ ਤੁਮਾਰੇ ਬਾਸਾ ॥ ਨੀਚ ਰੂਖ ਤੇ ਊਚ ਭਏ ਹੈ ਗੰਧ ਸੁਗੰਧ ਨਿਵਾਸਾ ॥੧॥ ਮਾਧਉ ਸਤ ਸੰਗਤਿ ਸਰਨਿ ਤੁਮਾਰੀ ॥ ਹਮ ਅਉਗਨ ਤੁਮ ਉਪਕਾਰੀ ॥੧॥ਰਹਾਉ॥ ਤੁਮ ਮਖਤੂਲ ਸੁਪੇਦ ਸਪੀਅਲ ਹਮ ਬਪੁਰੇ ਜਸ ਕੀਰਾ ॥ ਸਤ ਸੰਗਤਿ ਮਿਲਿ ਰਹੀਐ ਮਾਧਉ ਜੈਸੇ ਮਧੁਪ ਮਖੀਰਾ ॥੨॥ ਜਾਤੀ ਓਛਾ ਪਾਤੀ ਓਛਾ ਓਛਾ ਜਨਮੁ ਹਮਾਰਾ ॥ ਰਾਜਾ ਰਾਮ ਕੀ ਸੇਵ ਨ ਕੀਨੀ ਕਹਿ ਰਵਿਦਾਸ ਚਮਾਰਾ ॥੩॥੩॥

ਉਪ੍ਰੋਕਤ ਰਾਗ ਆਸਾ ਵਿੱਚ ਸ੍ਰੀ ਗੁਰੂ ਰਵਿਦਾਸ ਜੀ ਪ੍ਰਮਾਤਮਾ ਦੇ ਸਨਮੁੱਖ ਬੇਨਤੀ ਕਰਦੇ ਹੋਏ ਆਪਣੀ ਨਿਮ੍ਰਤਾ ਜਾਹਿਰ ਕਰਦੇ ਹੋਏ ਉਚਾਰਦੇ ਹਨ ਕਿ ਹੇ

ਵਾਹਿਗੁਰੂ ਆਪ ਬਾਵਨ ਚੰਦਨ ਰੂਪ ਹੋ ਤੇ ਅਸੀਂ ਵਿਚਾਰੇ (ਬਾਪੁਰੇ) ਇਰੰਡ ਵਾਂਗ ਨਿਕੰਮੇ ਹਾਂ ਪਰ ਆਪ ਜੀ ਨਾਲ ਮਿਲਣ ਕਾਰਨ ਘੱਟ ਮਹੱਤਤਾ ਵਾਲੇ ਰੁੱਖ ਇਰੰਡ ਤੋਂ ਉੱਚੀ ਪੱਦਵੀ ਵਾਲੇ ਰੁੱਖ ਚੰਦਨ ਵਾਂਗੂੰ ਹੋ ਗਏ ਹਾਂ। ਏਥੇ ਆਪ ਜੀ ਦਾ ਸੁਗੰਧੀਆਂ ਤੋਂ ਭਾਵ ਉਸ ਪ੍ਰਮਾਤਮਾ ਦੀ ਭਗਤੀ ਤੋਂ ਹੈ। ਚੰਦਨ ਰੁੱਖ ਵਿਚੋਂ ਮਹਿਕ ਆਉਂਦੀ ਹੁੰਦੀ ਹੈ। ਸ੍ਰੀ ਗੁਰੂ ਰਵਿਦਾਸ ਜੀ ਪ੍ਰਮਾਤਮਾ ਨੂੰ ਚੰਦਨ ਦੇ ਰੁੱਖ ਵਾਂਗੂੰ ਚਿਤਵ ਕੇ ਆਪ ਇਰੰਡ ਹੋ ਕੇ ਪਰਮਾਤਮਾ ਕੋਲ ਵਸਦੇ ਹਨ। ਆਪ ਉਚਾਰਦੇ ਹਨ ਕਿ ਮੇਰਾ ਪਰਮਾਤਮਾ ਦੀ ਭਗਤੀ ਰੂਪੀ ਸੁਗੰਧੀ ਵਿੱਚ ਵਾਸਾ ਹੋ ਗਿਆ ਹੈ। ਜਿਸ ਕਾਰਨ ਹੁਣ ਮੈਂ ਉਸ ਪ੍ਰਮਾਤਮਾ ਦਾ ਹੀ ਨਿਮ੍ਰਤਾ ਭਰਿਆ ਇੱਕ ਰੂਪ ਹੋ ਗਿਆ ਹਾਂ। ਚੰਦਨ ਦੇ ਰੁੱਖ ਕੋਲ ਵਾਸਾ ਹੋ ਜਾਣ ਕਰਕੇ ਲੋਕੀ ਸਮਝਦੇ ਹਨ ਕਿ ਮੈਂ ਵੀ ਇੱਕ ਮਹਿਕਾਂ ਭਰਿਆ ਦਰੱਖਤ ਹਾਂ। ਹੇ ਮਾਧਉ (ਮਾਇਅ ਪਤੀ) ਅਸੀਂ ਆਪ ਜੀ ਦੀ ਪ੍ਰਾਪਤੀ ਲਈ ਸਤਿ ਸੰਗਤ ਦੀ ਸ਼ਰਨ ਪਕੜੀ ਹੈ। ਅਸੀਂ ਔਗਣਹਾਰ ਹਾਂ ਅਤੇ ਤੁਸੀਂ ਪਰਉਪਕਾਰੀ ਹੋ। ਹੇ ਗਰੀਬ ਨਿਵਾਜ ਤੁਸੀ (ਸੁਪੇਦ) ਚਿੱਟੇ ਤੋਂ ਭਾਵ ਆਪ ਜੀ ਸਰਗੁਣ ਹੋ ਅਤੇ ਮੈਂ ਨਿਰਗੁਣ ਹਾਂ। ਸਪੀਅਲ ਤੋਂ ਭਾਵ ਕਿ ਹੇ ਪ੍ਰਭੂ ਤੁਸੀਂ ਸਦਾ ਬਹਾਰ ਹੋ। ਮਖਤੂਲ ਦਾ ਸ਼ਾਬਦਿਕ ਅਰਥ ਰੇਸ਼ਮ ਹੁੰਦਾ ਹੈ। ਆਪ ਜੀ ਉਚਾਰਦੇ ਹਨ ਕਿ ਮੇਰਾ ਪ੍ਰਭੂ ਰੇਸ਼ਮ ਦੇ ਦੁਸ਼ਾਲੇ ਵਾਂਗ ਹੈ ਅਤੇ ਮੈਂ ਨਿਸ਼ਰਧਕ ਕੀੜਿਆ ਵਾਂਗੂੰ ਹਾਂ। ਜਿਵੇਂ ਕੀੜਾ ਦੁਸ਼ਾਲਿਆਂ ਨੂੰ ਕੱਟ ਦਿੰਦਾ ਹੈ ਤਿਵੇ ਅਸੀਂ ਤੁਹਾਡੇ ਵਿੱਚ ਦੂਸ਼ਨ ਲਾਉਂਦੇ ਹਾਂ। ਹੇ ਮਾਉਧੋ ! ਕਿਰਪਾ ਕਰੋ ਕਿ ਆਪ ਜੀ ਦੀ ਸੰਗਤ ਨਾਲ ਇਸ ਤਰ੍ਹਾਂ ਮਿਲੀਏ ਜਿਸ ਤਰ੍ਹਾਂ ਸ਼ਹਿਦ ਨੂੰ ਪੀਣ ਵਾਲੀਆਂ ਮੱਖੀਆਂ ਸ਼ਹਿਦ ਨਾਲ ਮਿਲੀਆਂ ਹੋਈਆਂ ਹੁੰਦੀਆਂ ਹਨ। ਸ੍ਰੀ ਗੁਰੂ ਰਵਿਦਾਸ ਜੀ ਉਚਾਰਦੇ ਹਨ ਕਿ ਮੇਰੀ ਜਾਤੀ ਨਗੂਣ ਹੈ ਪੰਗਤੀ ਵੀ ਨਗੁਣ ਹੈ ਅਤੇ ਮੇਰਾ ਜਨਮ ਵੀ ਤੁੱਛ ਲਗਨ ਦਾ ਹੀ ਹੈ। ਚਮੜੇ ਭਾਵ ਸਰੀਰ ਵਿੱਚ ਜਕੜੀ ਸ੍ਰੀ ਗੁਰੂ ਰਵਿਦਾਸ ਜੀ ਦੀ ਰੂਹ ਪ੍ਰਭੂ ਅੱਗੇ ਅਰਦਾਸ ਕਰਦੀ ਹੈ ਕਿ ਮੈਥੋਂ ਪ੍ਰਕਾਸ਼ ਰੂਪੀ ਪ੍ਰਮਾਤਮਾ ਦੀ ਸੇਵਾ, ਪ੍ਰਭੂ ਦਾ ਜੱਸ ਕੀਤਾ ਨਹੀਂ ਗਿਆ।

ਇਸ ਆਸਾ ਰਾਗ ਜੀ ਦੀ ਬਾਣੀ ਦੇ ਵਿਚਾਰਾਂ ਦੀ ਪੁਸ਼ਟੀ ਵੀ ਹੇਠ ਲਿਖੀ ਗੁਰਬਾਣੀ ਕਰਦੀ ਹੈ ਅਤੇ ਗੁਰਬਾਣੀ ਵਿੱਚ ਸ੍ਰੀ ਗੁਰੂ ਰਵਿਦਾਸ ਜੀ ਦੀ ਵਿਚਾਰਧਾਰਾ ਦਾ ਗਿਆਨ ਪ੍ਰਤੱਖ ਪਰਾਪਤ ਹੁੰਦਾ ਹੈ।

ਭਾਰ ਅਠਾਰਹ ਮਹਿ ਚੰਦਨ ਊਤਮ ਚੰਦਨ ਨਿਕਟਿ ਸਭ ਚੰਦਨ ਹੁਈਆ ॥

(ਬਿਲਾਵਲ ਮਹਲਾ 4 ਪੰਨਾ 834)

ਕਬੀਰ ਚੰਦਨ ਕਾ ਬਿਰਵਾ ਭਲਾ ਬੇੜ੍ਹਿਓ ਢਾਕ ਪਲਾਸ ॥
ਓਇ ਭੀ ਚੰਦਨ ਹੋਇ ਰਹੇ ਬਸੇ ਜੁ ਚੰਦਨ ਪਾਸਿ ॥੧੧॥ (ਸਲੋਕ ਕਬੀਰ ਪੰਨਾ 1365)

ਹਮ ਅਵਗੁਣਿ ਭਰੇ ਏਕੁ ਗੁਣੁ ਨਾਹੀ ॥ ਅੰਮ੍ਰਿਤੁ ਛਾਡਿ ਬਿਖੈ ਬਿਖੁ ਖਾਈ ॥ (ਸਵੈਯੇ ਪੰਨਾ 1406)

ਸ੍ਰੀ ਗੁਰੂ ਅਰਜਨਦੇਵ ਜੀ ਸੰਗਤ ਦੇ ਮਹਾਤਮ ਬਾਰੇ ਬਾਣੀ ਉਚਾਰਦੇ ਹਨ ।

ਬੇਦ ਸਿੰਮ੍ਰਿਤਿ ਕਥੈ ਸਾਸਤ ਭਗਤ ਕਰਹਿ ਬੀਚਾਰੁ ॥ ਮੁਕਤਿ ਪਾਈਐ ਸਾਧ ਸੰਗਤਿ ਬਿਨਸਿ ਜਾਇ ਅੰਧਾਰੁ ॥
(ਧਨਾਸਰੀ ਮਹੱਲਾ 5)

□

ਆਸਾ ਰਾਗ ਬਾਣੀ ॥

ਸ਼ਬਦ ਚੌਥਾ

ਰਾਗ ਆਸਾ ਦੇ ਚੌਥੇ ਸ਼ਬਦ ਰਾਹੀ ਸ੍ਰੀ ਗੁਰੂ ਰਵਿਦਾਸ ਜੀ ਪ੍ਰਭੂ ਨਾਲ ਪ੍ਰੇਮ ਦੇ ਹੱਟ ਜਾਣ ਦਾ ਦਰਦ ਅਤੇ ਡਰ ਦਰਸਾਉਂਦੇ ਹਨ ॥

ਕਹਾ ਭਇਓ ਜਉ ਤਨੁ ਭਇਓ ਛਿਨੁ ਛਿਨੁ ॥ ਪ੍ਰੇਮੁ ਜਾਇ ਤਉ ਡਰਪੈ ਤੇਰੋ ਜਨੁ ॥੧॥ ਤੁਝਹਿ ਚਰਨ ਅਰਬਿੰਦ ਭਵਨ ਮਨੁ ॥ ਪਾਨ ਕਰਤ ਪਾਇਓ ਪਾਇਓ ਰਾਮਈਆ ਧਨੁ ॥੧॥ਰਹਾਉ॥ ਸੰਪਤਿ ਬਿਪਤਿ ਪਟਲ ਮਾਇਆ ਧਨੁ ॥ ਤਾ ਮਹਿ ਮਗਨ ਹੋਤ ਨ ਤੇਰੋ ਜਨੁ ॥੨॥ ਪ੍ਰੇਮ ਕੀ ਜੇਵਰੀ ਬਾਧਿਓ ਤੇਰੋ ਜਨ ॥ ਕਹਿ ਰਵਿਦਾਸ ਛੂਟਿਬੋ ਕਵਨ ਗੁਨ ॥੩॥੪॥

ਸ੍ਰੀ ਗੁਰੂ ਰਵਿਦਾਸ ਜੀ ਉਚਾਰਦੇ ਹਨ ਕਿ ਮੈਨੂੰ ਆਪਣੇ ਸਰੀਰ ਦੇ ਟੁਕੜੇ ਟੁਕੜੇ ਹੋ ਜਾਣ ਦਾ ਡਰ ਨਹੀਂ ਪਰ ਡਰ ਇਸ ਗੱਲ ਦਾ ਹੈ ਕਿ ਕਿਧਰੇ ਮਰਕੇ ਮੇਰਾ ਪ੍ਰੇਮ ਵੀ ਤੁਹਾਡੇ ਨਾਲੋਂ ਨਾ ਟੁੱਟ ਜਾਵੇ । ਆਪ ਜੀ ਦੇ ਚਰਨ ਕੰਵਲ ਫੁੱਲ ਵਾਂਗ ਹਨ । ਮੇਰਾ ਮਨ ਭੌਰੇ ਵਾਂਗ ਉਸ ਉੱਪਰ ਮੰਡਲਾ ਰਿਹਾ ਹੈ । ਹੇ ਪ੍ਰਭੂ ਆਪ ਜੀ ਦੇ ਚਰਨਾ ਦੇ ਅੰਮ੍ਰਿਤ ਨੂੰ ਪੀ ਕਰਕੇ ਸ਼ੁੱਭ ਗੁਣਾ ਰੂਪਧਨ ਨੂੰ ਮੈਨੇ ਪਾਉਣਾ ਹੈ ਕਿਉਂਕਿ ਲੋਕ ਪਰਲੋਕ ਦੇ ਸਾਰੇ ਸੁਖ ਗੁਰੂ ਚਰਨਾ ਵਿੱਚ ਹੀ ਹਨ । (ਸੰਪਤਿ) ਸੁੱਖ ਦੁੱਖ (ਬਿਪਤਿ) ਅਤੇ ਛਲ (ਪਟਲ) ਰੂਪ ਜੋ ਧਨ ਹਨ,ਹੇ ਪ੍ਰਭੂ ! ਜਦੋਂ ਤੋਂ ਮੈਂ ਤੈਨੂੰ ਪਾ ਲਿਆ ਹੈ ਮੈਂ ਇਨ੍ਹਾਂ ਤਿੰਨਾ ਚੀਜਾਂ ਤੋਂ ਬਚ ਗਿਆ ਹਾਂ । ਮੈਂ ਆਪ ਜੀ ਦਾ ਸੇਵਕ ਬਲਕੇ ਆਪ ਜੀ ਨੂੰ ਆਪਣੇ ਪ੍ਰੇਮ ਦੇ ਰੱਸੇ ਨਾਲ ਬੰਨ੍ਹਿਆ ਹੋਇਆ ਹੈ । ਹੁਣ ਤੁਸੀਂ ਦੱਸੋ, ਮੇਰੇ ਕੋਲੋਂ ਕਿਵੇਂ ਛੁਟ ਸਕਦੇ ਹੋ ?

ਸ੍ਰੀ ਗੁਰੂ ਰਵਿਦਾਸ ਜੀ ਦੇ ਇਸ ਆਸਾ ਸ਼ਬਦ ਦੇ ਸੰਦਰਭ ਵਿੱਚ ਪਾਠਕ ਜੀ ਹੋਰ ਬਾਣੀ ਹੇਠ ਲਿਖੇ ਦੀ ਤਰ੍ਹਾਂ ਪੜ੍ਹੋ ਜੀ ।

ਸਰਬ ਸੁਖਾ ਗੁਰ ਚਰਨਾ ॥ ਕਲਿਮਲ ਡਾਰਨ ਮਨਹਿ ਸਧਾਰਨ ਇਹ ਆਸਰ ਮੋਹਿ ਤਰਨਾ ॥

(ਦੇਵ ਗੰਧਾਰੀ ਮਹੱਲਾ 5 ਪੰਨਾ 531)

ਗੁਰ ਕੇ ਚਰਨ ਰਿਦੇ ਪਰਵੇਸਾ॥ਰੋਗ ਸੋਗ ਸਭਿ ਦੂਖ ਬਿਨਾਸੇ ॥ ਉਤਰੇ ਸਗਲ ਕਲੇਸਾ॥ *(ਦੇਵ ਗੰਧਾਰੀ ਮਹੱਲਾ ੫ ਪੰਨਾ ੫੩੧)*

ਮਾਨੁ ਤਿਆਗਿ ਹਰਿ ਚਰਨੀ ਲਾਗਉ ਤਿਸੁ ਪ੍ਰਭ ਅੰਚਲੁ ਗਹੀਐ ॥ ਆਂਚ ਨਾ ਲਾਰੀ ਅਗਨਿ ਸਾਗਰ ਤੇ ਸਰਨਿ ਸੁਆਮੀ ਕੀ ਅਰੀਐ ॥

(ਦੇਵ ਗੰਧਾਰੀ ਮਹੱਲਾ ੫ ਪੰਨਾ ੫੩੧)

□

ਆਸਾ ਰਾਗ ਬਾਣੀ ॥

ਸ਼ਬਦ ਪੰਜਵਾਂ

ਹਰਿ ਹਰਿ ਹਰਿ ਹਰਿ ਹਰਿ ਹਰਿ ਹਰੇ ॥ ਹਰਿ ਸਿਮਰਤ ਜਨ ਗਏ ਨਿਸਤਰਿ ਤਰੇ ॥੧॥ਰਹਾਉ॥ ਹਰਿ ਕੇ ਨਾਮ ਕਬੀਰ ਉਜਾਗਰ ॥ ਜਨਮ ਜਨਮ ਕੇ ਕਾਟੇ ਕਾਗਰ॥੧॥ ਨਿਮਤ ਨਾਮ ਦੇਉ ਦੂਧੁ ਪੀਆਇਆ ॥ ਤਉ ਜਗ ਜਨਮ ਸੰਕਟ ਨਹੀਂ ਆਇਆ ॥੨॥ ਜਨ ਰਵਿਦਾਸ ਰਾਮ ਰੰਗਿ ਰਾਤਾ ॥ ਇਉ ਗੁਰ ਪ੍ਰਸਾਦਿ ਨਰਕ ਨਹੀਂ ਜਾਤਾ ॥੩॥੫॥

ਰਾਗ ਆਸਾ ਦੇ ਇਸ ਪੰਜਵੇਂ ਸ਼ਬਦ ਵਿੱਚ ਸ੍ਰੀ ਗੁਰੂ ਰਵਿਦਾਸ ਜੀ ਉਚਾਰਦੇ ਹਨ ਕਿ ਹਰੀ ਦਾ ਹਰ ਹਰ ਨਾਮ ਪਹਿਲਾਂ ਵੀ ਹਰਾ ਕਰਨ ਵਾਲਾ ਭਾਵ ਪ੍ਰਾਣੀ ਨੂੰ ਜੀਵਨ ਬਖਸ਼ਣ ਵਾਲਾ ਸੀ । ਹਰੀ ਦਾ ਹਰ ਹਰ ਨਾਮ ਹੁਣ ਵੀ ਜੀਵ ਨੂੰ ਸ਼ੁਭ ਗੁਣਾ ਦੀਆਂ ਦਾਤਾ ਬਖਸ਼ਣ ਵਾਲਾ ਹੈ ਅਤੇ ਹਰੀ ਦਾ ਹਰ ਹਰ ਨਾਮ ਅੱਗੇ ਨੂੰ ਵੀ ਦੁਨੀਆਂ ਉੱਪਰ ਆਪਣੀ ਮਿਹਰ ਦੀ ਨਜ਼ਰ ਰੱਖਣ ਵਾਲਾ ਹੋਵੇਗਾ । ਜਿਹੜੇ ਇਸ ਭਵ ਸਾਗਰ ਨੂੰ ਤਰ ਸਕਣ ਵਾਲੇ ਨਹੀਂ ਸਨ ਹਰੀ ਦਾ ਨਾਮ ਜਪਕੇ ਉਹ ਵੀ ਤਰ ਗਏ ਹਨ । ਹਰੀ ਦਾ ਨਾਮ ਜਪ ਕੇ ਕਬੀਰ ਜੀ ਵੀ ਇਸ ਦੀਨ ਦੁਨੀਆਂ ਵਿਚ ਪ੍ਰਗਟ ਹੋਏ ਅਤੇ ਪ੍ਰਭੂ ਨੇ ਉਨ੍ਹਾਂ ਦੀ ਭਗਤੀ ਕਾਰਣ ਉਨ੍ਹਾਂ ਦੇ ਜਨਮ ਜਨਮ ਦੇ ਮਾੜੇ ਕਰਮਾਂ ਦੇ ਜੋ ਹਿਸਾਬ ਵਾਲੇ ਕਾਗਜ ਸਭ ਭਸਮ ਕਰ ਦਿਤੇ ਹਨ । ਜਿਸ ਵੇਲੇ ਨਾਮਦੇਵ ਜੀ ਨੇ ਬਾਪ ਦੇ ਬਾਹਰ ਜਾਣ ਦੇ (ਨਿਮਤ) ਕਾਰਣ ਕਰਕੇ ਠਾਕਰ ਜੀ ਨੂੰ ਦੁੱਧ ਪਿਆਇਆ ਤਾਂ ਫਿਰ ਉਹ ਸੰਸਾਰ ਵਿੱਚ ਜਨਮ ਮਰਨ ਦੇ ਦੁਖਾਂ ਵਿੱਚ ਨਹੀ ਆਇਆ । ਭਾਵ ਇਹ ਕਿ ਨਾਮਦੇਵ ਜੀ ਮੁਕਤੀ ਪਾ ਗਏ ਸਨ । ਸ੍ਰੀ ਗੁਰੂ ਰਵਿਦਾਸ ਜੀ ਉਚਾਰਦੇ ਹਨ ਕਿ ਮੈਂ ਸੇਵਕ ਜਨ ਸਤਿਗੁਰਾਂ ਦੀ ਕਿਰਪਾ ਕਾਰਨ ਰਾਮ ਦੇ ਪ੍ਰੇਮ ਵਿੱਚ ਰੰਗ ਰੱਤਾ ਹੋ ਗਿਆ ਹਾਂ । ਇਸ ਵਾਸਤੇ ਮੈਂ ਹੁਣ ਨਰਕਾਂ ਵਿੱਚ ਨਹੀਂ ਜਾਵਾਂਗਾ । ਗੁਰ ਪ੍ਰਸਾਦਿ ਵਾਲੀ ਗੁਰਬਾਣੀ ਜੋ ਹਰ ਸ਼ਬਦ ਦੇ ਆਰੰਭ ਵਿੱਚ ਲਗਾਈ ਜਾਂਦੀ ਹੈ ਉਹ ਬਾਣੀ ਸ੍ਰੀ ਗੁਰੂ ਰਵਿਦਾਸ ਜੀ ਨੇ ਸਭ ਗੁਰੂਆਂ ਤੋਂ ਪਹਿਲਾ ਇਸ ਆਸਾ ਰਾਗ ਦੇ ਸ਼ਬਦ ਵਿੱਚ ਉਚਾਰੀ ਸੀ ।

ਇਸ ਆਸਾ ਰਾਗ ਦੇ ਸ਼ਬਦ ਦੇ ਵਿਚਾਰ ਅਧੀਨ ਹੋਰ ਗੁਰਬਾਣੀ ਹੇਠ ਦੀ ਤਰ੍ਹਾਂ ਪੜ੍ਹਨ ਵਿੱਚ ਆਉਂਦੀ ਹੈ ।

ਹਰਿ ਹਰਿ ਹਰਿ ਹਰਿ ਹਰਿ ਹਰੇ ਹਰਿ ਹਰਿ ਹਰਿ ਹੇਤਿ ॥
ਊਠਤ ਬੈਠਤ ਸੋਵਤੇ ਹਰਿ ਹਰਿ ਹਰਿ ਚੇਤ ॥

(ਬਿਲਾਵਲ ਮਹੱਲਾ 5 ਪੰਨਾ 810)

ਸਾਧ ਸੰਗਿ ਨਾਨਕ ਬੁਧਿ ਪਾਈ ਹਰਿ ਕੀਰਤਨੁ ਆਧਾਰੋ ॥
ਨਾਮ ਦੇਉ ਤ੍ਰਿਲੋਚਨ ਕਬੀਰ ਦਾਸਰੋ ਮੁਕਤਿ ਭਇਓ ਚਮਿਆਰੋ ॥

(ਗੂਜਰੀ ਮਹੱਲਾ 5 ਪੰਨਾ 498)

□

ਆਸਾ ਰਾਗ ਬਾਣੀ ॥

ਸ਼ਬਦ ਛੇਵਾਂ

ਮਾਟੀ ਕੋ ਪੁਤਰਾ ਕੈਸੇ ਨਚਤੁ ਹੈ ॥ ਦੇਖੈ ਦੇਖੈ ਸੁਨੈ ਬੋਲੈ ਦਉਰਿਓ ਫਿਰਤੁ ਹੈ ॥੧॥ਰਹਾਉ॥ ਜਬ ਕਛੁ ਪਾਵੈ ਤਬ ਗਰਬੁ ਕਰਤੁ ਹੈ ॥ ਮਾਇਆ ਗਈ ਤਬ ਰੋਵਨੁ ਲਗਤੁ ਹੈ ॥੧॥ ਮਨ ਬਚ ਕ੍ਰਮ ਰਸ ਕਸਹਿ ਲੁਭਾਨਾ ॥ ਬਿਨਸਿ ਗਇਆ ਜਾਇ ਕਹੂੰ ਸਮਾਨਾ ॥੨॥ ਕਹਿ ਰਵਿਦਾਸ ਬਾਜੀ ਜਗੁ ਭਾਈ ॥ ਬਾਜੀਗਰਿ ਸਉ ਮੋਹਿ ਪ੍ਰੀਤਿ ਬਨਿਆਈ ॥੩॥੬॥

ਇਸ ਆਸਾ ਰਾਗ ਦੇ ਛੇਵੇਂ ਸ਼ਬਦ ਵਿੱਚ ਸ੍ਰੀ ਗੁਰੂ ਰਵਿਦਾਸ ਜੀ ਉਚਾਰਦੇ ਹਨ ਕਿ ਵੇਖੋ ਇਹ ਪੰਜ ਤੱਤਾਂ ਦਾ ਰੂਪ ਮਿੱਟੀ ਦਾ ਪੁਤਲਾ (ਮਨੁਖਾ ਸਰੀਰ) ਪੰਜਾਂ ਵਾਸ਼ਨਾ ਦਾ ਮਾਰਿਆ ਕਿਵੇਂ ਨੱਚ ਰਿਹਾ ਹੈ ? ਜੇ ਕਿਸੇ ਨੇ ਇਸ ਨੂੰ ਦੱਸਿਆ ਕਿ ਗਲਗਿਤ ਸ਼ਹਿਰ ਵਿੱਚ ਸੋਨਾ ਬਹੁਤ ਮਿਲਦਾ ਹੈ ਤਾਂ ਇਤਨੀ ਗੱਲ ਸੁਣਕੇ ਭਜਿਆ ਫਿਰਦਾ ਹੈ ਅਤੇ ਉਸ ਸ਼ਹਿਰ ਵਿੱਚ ਜਾਕੇ ਸੋਨਾ ਹੀ ਸੋਨਾ ਵੇਖੀ ਜਾਂਦਾ ਹੈ । ਜਿਸ ਵੇਲੇ ਗਲਗਿਤ ਸ਼ਹਿਰ ਵਿੱਚ ਜਾਕੇ ਕੁਝ ਧਨ ਪਾਉਂਦਾ ਹੈ ਤਾਂ ਹੰਕਾਰ ਕਰਦਾ ਹੈ । ਜਦ ਉਸਦਾ ਉਹ ਸੋਨਾ ਚੋਰ ਲੁੱਟ ਕੇ ਲੈ ਜਾਂਦੇ ਹਨ ਤਾਂ ਉਹ ਮਗਰੋਂ ਮਾਇਆ ਹੱਥੋਂ ਖੁਸ ਜਾਣ ਕਰਕੇ ਰੋਣ ਲੱਗ ਪੈਂਦਾ ਹੈ । ਇਸ ਤਰ੍ਹਾਂ ਮਨ ਕਈ ਖੱਟੇ ਮਿੱਠੇ ਸਵਾਦਾਂ ਵਿੱਚ ਗ੍ਰਸਿਆ ਹੋਇਆ ਹੈ,ਪਰ ਜਦ ਇਸ ਨੇ ਬਿਨਸ ਜਾਣਾ ਹੈ ਭਾਵ ਮਰ ਜਾਣਾ ਹੈ ਤਾਂ ਪਤਾ ਨਹੀਂ ਫਿਰ ਕਿਹੜੀ ਜੂਨ ਵਿੱਚ ਪੈਣਾ ਹੈ । ਸ੍ਰੀ ਗੁਰੂ ਰਵਿਦਾਸ ਜੀ ਉਚਾਰਦੇ ਹਨ ਕਿ ਇਹ ਸੰਸਾਰ ਬਾਜੀਗਰ ਦੀ ਬਾਜੀ ਵਾਂਗ ਝੂਠਾ ਹੈ ਪਰ ਹੇ ਦੁਨੀਆਂ ਵਾਲਿਓ ਮੇਰੀ ਪ੍ਰੀਤ ਮੇਰੇ ਸੱਚੇ ਬਾਜੀਗਰ ਭਾਵ ਪ੍ਰਮਾਤਮਾ ਨਾਲ ਹੋ ਗਈ ਹੈ ।

ਆਸਾ ਰਾਗ ਦੇ ਇਸ ਸ਼ਬਦ ਦੀ ਵੀ ਪੁਸ਼ਟੀ ਗੁਰਬਾਣੀ ਰਾਹੀ ਹੁੰਦੀ ਹੈ ।

ਕੁਸਮ ਰੰਗ ਸੰਗ ਰਸਿ ਰਚਿਆ ਬਿਖਿਆ ਏਕ ਉਪਾਇਓ ॥ ਲੋਭੁ ਸੁਨੈ ਮਨਿ ਸੁਖੁ ਕਰਿ ਮਾਨੈ ਬੇਗਿ ਤਰਾ ਉਠਿ ਧਾਇਓ ॥ *(ਦੇਵ ਗੰਧਾਰ ਪੰਨਾ ੫੩੧)*

□

ਰਾਗ ਗੂਜਰੀ

ਸ੍ਰੀ ਰਵਿਦਾਸ ਜੀ ਕੇ ਪਦੇ ਘਰੁ ੩ ॥

ਜਿਵੇਂ ਪਹਿਲੇ ਅਧਿਆਵਾਂ ਵਿੱਚ ਦੱਸਿਆ ਗਿਆ ਹੈ ਕਿ ਇਹ ਰਾਗ ਰਾਜਾ ਤੋਮਰ ਜੋ ਆਪ ਇੱਕ ਮਹਾਨ ਸੰਗੀਤਕਾਰ ਸੀ, ਉਸਨੇ ਆਪਣੀ ਪਿਆਰੀ ਰਾਣੀ ਜੋ ਗੂਜਰ ਘਰਾਣੇ ਨਾਲ ਸੰਬੰਧਤ ਸੀ ਉਸਦੇ ਨਾਮ ਉਪਰ ਕਈ ਰਾਗਾਂ ਦੀ ਆਵਿਸ਼ਕਾਰ ਕੀਤੀ ਸੀ । ਜਿਵੇਂ ਗੂਜਰੀ, ਬਹੁਲ-ਗੂਜਰੀ, ਮਾਲ-ਗੂਜਰੀ, ਅਤੇ ਮੰਗਲ-ਗੂਜਰੀ ਆਦਿ । ਇਹ ਗੂਜਰੀ ਰਾਗ ਟੋਡੀ ਠਾਟ ਦੀ ਇੱਕ ਸਾੜਵ (ਛੇਆਂ ਸੁਰਾਂ ਵਾਲੀ) ਰਾਗਿਣੀ ਸੀ ਜਿਸ ਵਿੱਚ ਪੰਚਮ ਸੁਰ ਵਰਜਿਤ ਸੀ । ਧੈਵਤ ਵਾਦੀ ਅਤੇ ਰਿਸਭ ਸੰਵਾਦੀ ਸੀ ਪਰ ਸ੍ਰੀ ਗੁਰੂ ਰਵਿਦਾਸ ਜੀ ਨੇ ਰਿਸਭ, ਗਾਂਧਾਰ, ਧੈਵਤ ਕੋਮਲ, ਮੱਧਮ-ਤੀਵਰ ਨਿਸ਼ਾਦ ਸ਼ੁੱਧ ਸੁਰ ਬਣਾਕੇ ਇਸ ਨੂੰ ਗੂਜਰੀ ਰਾਗ ਬਣਾ ਦਿਤਾ ਸੀ । ਇਸ ਗੂਜਰੀ ਰਾਗ ਦੇ ਗਾਉਣ ਦਾ ਵੇਲਾ ਚਾਰ ਘੜੀ ਦਿਨ ਚੜ੍ਹੇ ਦਾ ਹੈ । ਸ੍ਰੀ ਗੁਰੂ ਗਰੰਥ ਸਾਹਿਬ ਵਿੱਚ ਗੂਜਰੀ ਰਾਗ ਦਾ ਪੰਜਵਾਂ ਨੰਬਰ ਆਉਂਦਾ ਹੈ । ਸ੍ਰੀ ਗੁਰੂ ਗਰੰਥ ਸਾਹਿਬ ਜੀ ਵਿੱਚ ਸ੍ਰੀ ਗੁਰੂ ਰਵਿਦਾਸ ਜੀ ਦਾ ਹੇਠ ਲਿਖੇ ਦੀ ਤਰ੍ਹਾਂ ਇੱਕ ਸ਼ਬਦ ਗੂਜਰੀ ਰਾਗ ਵਿੱਚ ਦਰਜ ਹੈ । ਆਉ ਪਾਠਕ ਜੀ ਉਨ੍ਹਾਂ ਦੇ ਉਚਾਰੇ ਹੋਏ ਇਸ ਸ਼ਬਦ ਦੇ ਵਿਚਾਰਾਂ ਨੂੰ ਆਪਣੇ ਮਨ ਵਿੱਚ ਵਸਾਉਣਾ ਕਰੀਏ। ਸ੍ਰੀ ਗੁਰੂ ਰਵਿਦਾਸ ਜੀ ਨੇ ਜਿਸ ਸਮੇਂ ਪ੍ਰਭੂ ਦੇ ਭੇਦ ਨੂੰ ਜਾਣ ਲਿਆ ਸੀ ਤਦ ਉਹ ਠਾਕਰ ਪੂਜਾ ਕਰਨੀ ਛੱਡ ਬੈਠੇ ਸਨ । ਭਗਵਾਨ ਨੇ ਇਸ ਗੱਲ ਦੀ ਪ੍ਰੀਖਿਆ ਕਰਨੀ ਲੋੜੀ ਅਤੇ ਆਕਾਸ਼ ਬਾਣੀ ਰਾਹੀ ਆਖਿਆ ਕਿ ਅੱਗੇ ਤੂੰ ਨਿੱਤ ਖੀਰ ਦਾ ਭੋਗ ਲਗਾਉਂਦਾ ਸੀ । ਠਾਕਰਾਂ ਦੇ ਗਲ ਫੁੱਲਾਂ ਦੀ ਮਾਲਾ ਪਾਉਂਦਾ ਸੀ । ਉਨ੍ਹਾਂ ਨੂੰ ਇਸ਼ਨਾਨ ਕਰਾਉਂਦਾ ਸੀ । ਇਹ ਸਭ ਕੁਝ ਹੁਣ ਕਿਉਂ ਛੱਡ ਬੈਠਾ ਏਂ । ਅਗਿਓਂ ਸ੍ਰੀ ਗੁਰੂ ਰਵਿਦਾਸ ਜੀ ਨੇ ਆਪਣੇ ਪ੍ਰਭੂ ਅੱਗੇ ਹੇਠ ਲਿਖੇ ਦੀ ਤਰ੍ਹਾਂ ਪ੍ਰਾਰਥਨਾ ਕੀਤੀ ।

ੴ ਸਤਿਗੁਰ ਪ੍ਰਸਾਦਿ ॥

ਗੂਜਰੀ ਸ੍ਰੀ ਰਵਿਦਾਸ ਜੀ ਕੇ ਪਦੇ ਘਰੁ ੩ ॥

ਦੂਧੁ ਤ ਬਛਰੈ ਥਨਹੁ ਬਿਟਾਰਿਓ ॥ ਫੂਲੁ ਭਵਰਿ ਜਲੁ ਮੀਨਿ ਬਿਗਾਰਿਓ ॥੧॥ ਮਾਈ ਗੋਬਿੰਦ ਪੂਜਾ ਕਹਾ ਲੈ ਚਰਾਵਉ ॥ ਅਵਰੁ ਨ ਫੂਲੁ ਅਨੂਪੁ ਨ ਪਾਵਉ ॥੧॥ਰਹਾਉ॥ ਮੈਲਾਗਰ ਬੇਰ੍ਹੇ ਹੈ ਭੁਇਅੰਗਾ॥ ਬਿਖੁ ਅੰਮ੍ਰਿਤੁ ਬਸਹਿ ਇਕ ਸੰਗਾ ॥੨॥ ਧੂਪ

ਦੀਪ ਨਈਬੇਦਹਿ ਬਾਸਾ ॥ਕੈਸੇ ਪੂਜ ਕਰਹਿ ਤੇਰੀ ਦਾਸਾ ॥੩॥ ਤਨੁ ਮਨੁ ਅਰਪਉ ਪੂਜ ਚਰਾਵਉ ॥ ਗੁਰ ਪਰਸਾਦਿ ਨਿਰੰਜਨ ਪਾਵਉ ॥੪॥ ਪੂਜਾ ਅਰਚਾ ਆਹਿ ਨ ਤੋਰੀ ॥ ਕਹਿ ਰਵਿਦਾਸ ਕਵਨ ਗਤਿ ਮੋਰੀ ॥੫॥੧॥

ਸ੍ਰੀ ਗੁਰੂ ਰਵਿਦਾਸ ਜੀ ਭਗਵਾਨ ਅੱਗੇ ਬੇਨਤੀ ਕਰਦੇ ਹਨ ਕਿ ਦੁੱਧ ਨੂੰ ਤਾਂ ਵੱਛੇ ਨੇ ਥਣਾ ਵਿਚੋਂ ਪੀਕੇ ਜੂਠਾ ਕੀਤਾ ਹੋਇਆ ਹੈ । ਆਪ ਜੀ ਨੂੰ ਮੈਂ ਜੂਠੇ ਦੁੱਧ ਦਾ ਭੋਗ ਕਿਵੇਂ ਲੁਆਵਾਂ ? ਜੋ ਆਪ ਨੇ ਪੁੱਛਿਆ ਹੈ ਕਿ ਮੈਂ ਫੁੱਲਾਂ ਦੀ ਮਾਲਾ ਕਿਉਂ ਨਹੀਂ ਪਹਿਨਾਉਂਦਾ ? ਇਸ ਕਰਕੇ ਕਿ ਫੁੱਲਾਂ ਦੀ ਵਾਸ਼ਨਾ ਨੂੰ ਭੌਰਿਆ ਨੇ ਭਰਿਸ਼ਟ ਕੀਤਾ ਹੋਇਆ ਹੈ । ਏਸੇ ਤਰ੍ਹਾਂ ਪਾਣੀ ਮਛਲੀਆਂ ਨੇ ਗੰਦਾ ਕੀਤਾ ਹੋਇਆ ਹੈ । ਮੈਂ ਆਪ ਜੀ ਨੂੰ ਗੰਦੇ ਪਾਣੀ ਨਾਲ ਕਿਵੇਂ ਇਸ਼ਨਾਨ ਕਰਵਾ ਸਕਦਾ ਹਾਂ ? ਏਸੇ ਕਰਕੇ ਮੈਂ ਪੂਜਾ ਕਰਨੀ ਛੱਡ ਦਿਤੀ ਹੈ । ਮੈਨੂੰ ਹੁਣ ਇਹ ਵੀ ਫਿਕਰ ਰਹਿੰਦਾ ਹੈ ਕਿ ਤੁਹਾਡੀ ਪੂਜਾ ਲਈ ਕਿਹੜੀ ਸਵੱਛ ਚੀਜ਼ ਵਰਤਾਂ ਅਤੇ ਉਹ ਚੀਜ਼ ਕਿਥੋਂ ਲੈਕੇ ਆਵਾਂ ? ਕਿਉਂਕਿ ਹੋਰ ਅਨੂਪਮ ਫੁੱਲ ਭਾਵ ਪਵਿੱਤਰ ਫੁੱਲ ਮੈਨੂੰ ਲੱਭਣੇ ਹੀ ਨਹੀਂ ਹਨ । ਜੇਕਰ ਤੁਸੀਂ ਚੰਦਨ ਛਿੜਕਣ ਲਈ ਆਖੋਗੇ ਤਾਂ ਚੰਦਨ ਵੀ ਸੱਪਾਂ ਨੇ (ਬੇਰੇ) ਘੇਰਿਆ ਹੋਇਆ ਹੈ । ਇਸ ਕਰਕੇ ਜਹਿਰ ਨਾਲ ਭਰਿਆ ਹੋਇਆ ਚੰਦਨ ਵੀ ਛਿੜਕਨ ਦੇ ਯੋਗ ਨਹੀਂ ਹੈ । ਚੰਦਨ ਦੇ ਕੋਲ ਸੱਪਾਂ ਦਾ ਵਾਸਾ ਹੋਣ ਕਰਕੇ ਸੱਪਾਂ ਦੀ ਜਹਿਰ ਵੀ ਚੰਦਨ ਦੀ ਖੁਸ਼ਬੋ ਨਾਲ ਮਿਲੀ ਹੋਈ ਹੈ । ਧੂਪ ਦੀਪਕ ਅਤੇ ਹੋਰ ਮਿੱਠੇ ਪਦਾਰਥ ਸਭ ਬੇਹੇ (ਬਾਸਾ) ਹਨ । ਜਿਵੇਂ ਕਿਸੇ ਆਦਮੀ ਨੂੰ ਬੇਹਾ ਭੋਜਨ ਕਰਵਾਈਏ ਤਾਂ ਉਹ ਖੁਸ਼ ਨਹੀਂ ਹੁੰਦਾ । ਫਿਰ ਆਪ ਨੂੰ ਖੁਸ਼ ਕਰਨ ਲਈ ਆਪ ਜੀ ਨੂੰ ਬੇਹਾ ਭੋਜਨ ਖੁਆ ਕੇ ਮੈਂ ਕਿਵੇਂ ਪੂਜਾ ਕਰ ਸਕਦਾ ਹਾਂ ? ਮੈਂ ਹੁਣ ਸਿਰਫ ਆਪਣੇ ਤਨ ਮਨ ਨਾਲ ਹੀ ਆਪ ਜੀ ਦੀ ਪੂਜਾ ਕਰਦਾ ਹਾਂ ਅਤੇ ਇਸੇ ਵਿਧੀ ਨਾਲ ਹੀ ਮਾਇਆ ਤੋਂ ਰਹਿਤ ਰਹਿ ਕੇ,ਇੱਕੋ ਸੁੱਚੇ ਭਗਵਾਨ ਜੀ ਦੇ ਦਰਸ਼ਨ ਕਰਦਾ ਹਾਂ । ਹੇ ਪ੍ਰਭੂ ! ਤਨ ਮਨ ਦੀ ਪੂਜਾ ਤੋਂ ਉਚੀ ਅਤੇ ਸ੍ਰੇਸ਼ਟ ਇਸ ਦੁਨੀਆ ਉੱਪਰ ਹੋਰ ਕੋਈ ਦੂਜੀ ਪੂਜਾ ਨਹੀਂ ਹੈ । ਤੁਸੀਂ ਮੇਰੀ ਏਸੇ ਪੂਜਾ ਨੂੰ ਪਰਵਾਨ ਕਰਦੇ ਹੋਏ ਮੈਨੂੰ ਦੱਸੋ,ਹੇ ਭਗਵਾਨ ! ਮੇਰੀ ਕਿਸ ਪਰਕਾਰ ਗਤੀ ਹੋਵੇਗੀ?

ਸ੍ਰੀ ਗੁਰੂ ਰਵਿਦਾਸ ਜੀ ਦੇ ਇਸ ਸ਼ਬਦ ਦੇ ਅੰਤਰੀਵ ਭਾਵ ਅਰਥ ਵਾਲੇ ਹੋਰ ਗੁਰਬਾਣੀ ਸ਼ਬਦ ਸ੍ਰੀ ਗੁਰੂ ਗਰੰਥ ਸਾਹਿਬ ਵਿੱਚ ਹੇਠ ਦੀ ਤਰ੍ਹਾਂ ਦਰਜ ਹਨ ।

ਹਰਿ ਬਿਨੁ ਸਭੁ ਕਿਛੁ ਮੈਲਾ ਸੰਤਹੁ ਕਿਆ ਹਉ ਪੂਜ ਚੜਾਈ।
(ਰਾਮਕਲੀ ਮਹੱਲਾ 3 ਪੰਨਾ 910)

ਕਰਿ ਜੋੜਹਿ ਸੰਤ ਇਕਤ੍ਰ ਹੋਇ ਮੇਰੇ ਲਾਲ ਜੀਉ ਅਬਿਨਾਸੀ ਪੁਰਖੁ ਪੂਜੇਹਾ ਰਾਮ॥ਬਹੁ ਬਿਧਿ ਪੂਜਾ ਖੋਜੀਅ ਮੇਰੇ ਲਾਲ ਜੀਉ ਇਹ ਮਨੁ ਤਨ ਸਭ ਅਰਪੇਹਾ ਰਾਮ॥ਮਨੁ ਤਨੁ ਧਨੁ ਸਭੁ ਪ੍ਰਭੂ ਕੇਰਾ ਕਿਆ ਕੋ ਪੂਜ ਚੜਾਵਏ ॥ (ਬਿਲਾਵਲ ਮਹੱਲਾ 5 ਪੰਨਾ 542)

ਮਨੁ ਅਰਪਉ ਧਨੁ ਰਾਖਉ ਆਗੈ ਮਨ ਕੀ ਮਤਿ ਮੋਹਿ ਸਗਲ ਤਿਆਗੀ ॥ (ਗਾਉੜੀ ਮਹੱਲਾ 5 ਪੰਨਾ 204)

ਤਨੁ ਮਨੁ ਅਰਪਿ ਕਰਉ ਜਨ ਸੇਵਾ ਰਸਨਾ ਹਰਿ ਗੁਨ ਗਾਵਉ ॥ (ਦੇਵ ਗੰਧਾਰੀ ਮਹੱਲਾ 5 ਪੰਨਾ 533)

ਚਰਨ ਕਮਲ ਹਿਰਦੈ ਨਿਤ ਧਾਰੀ ॥ ਤਨੁ ਮਨੁ ਅਰਪਿ ਧਰੀ ਸਭੁ ਆਗੈ ਜਗ ਮਹਿ ਨਾਮੁ ਸੁਹਾਵਣਾ ॥
(ਮਾਰੂ ਮਹੱਲਾ 5 ਪੰਨਾ 1085)

ਹਰਿ ਜੀਉ ਤੁਧੁ ਵਿਟਹੁ ਬਲਿਜਾਈ ॥ ਤਨੁ ਮਨੁ ਅਰਪੀ ਤੁਧੁ ਆਗੈ ਰਾਖਉ ਸਦਾ ਰਹਾ ਸਰਣਾਈ ॥
(ਪ੍ਰਭਾਤੀ ਮਹੱਲਾ 3 ਪੰਨਾ 1333)

ਲਾਲੈ ਅਪਣੀ ਜਾਤਿ ਗਵਾਈ ਤਨੁ ਮਨੁ ਅਰਪੇ ਸਤਿਗੁਰ ਸਰਣਾਈ ॥ (ਆਸਾ ਮਹੱਲਾ 3 ਪੰਨਾ 362)

ਹਰਿ ਕੇ ਸੰਗ ਬਸੇ ਹਰ ਲੋਕ ॥ ਤਨੁ ਮਨੁ ਅਰਪਿ ਸਰਬਸੁ ਸਭੁ ਅਰਪਿਓ ਅਨਦ ਸਹਜ ਧੁਨਿ ਝੋਕ ॥
(ਸਾਰੰਗ ਮਹੱਲਾ 5 ਸੂਰਦਾਸ ਪੰਨਾ 1253)

ਆਨੀਲੇ ਕੁੰਭ ਭਰਾਈਏ ਊਦਕ ਠਾਕੁਰ ਕਉ ਇਸਨਾਨੁ ਕਰਉ ॥ ਬਇਆਲੀਸ ਲਖ ਜੀ ਜਲ ਮਹਿ ਹੋਤੇ ਬੀਠਲੁ ਭੈਲਾ ਕਾਇ ਕਰਉ ॥ ਆਨੀਲੇ ਫੂਲ ਪਰੋਈਐ ਮਾਲਾ ਠਾਕੁਰ ਕੀ

ਹਉ ਪੂਜ ਕਰਉ ॥ ਪਹਿਲੇ ਬਾਸ਼ ਲਈ ਹੈ ਭਵਰਾ ਬੀਠਲ ਭੈਲਾ ਕਾਇ ਕਰਉ ॥ ਆਨੀਲੇ ਦੂਧ ਰੀਧਾਈਏ ਖੀਰੰ ਠਾਕੁਰਕਉ ਨੈਵੇਦੁ ਕਰਉ ॥ ਪਹਿਲੇ ਦੂਧੁ ਬਿਟਾਰਿਓ ਬਛਰੈ ਬੀਠਲੁ ਭੈਲਾ ਕਾਇ ਕਰਉ ॥

(ਆਸਾ ਬਾਣੀ ਨਾਮੇਦਵ ਪੰਨਾ 485)

ਪਾਠਕ ਜੀ ਏਥੇ ਯਾਦ ਰੱਖਣਾ ਚਾਹੀਦਾ ਹੈ ਕਿ ਨਾਮਦੇਵ ਜੀ ਦਾ ਸਮਾਂ ਸ੍ਰੀ ਗੁਰੂ ਰਵਿਦਾਸ ਜੀ ਤੋਂ ਕੋਈ ਪੌਣੀ ਸਦੀ ਪਹਿਲਾ ਦਾ ਸਮਾਂ ਹੈ ।

□

ਰਾਗ ਸੋਰਠਿ ॥

ਬਾਣੀ ਭਗਤ ਰਵਿਦਾਸ ਜੀ ਕੀ ॥

ਸ੍ਰੀ ਗੁਰੂ ਰਵਿਦਾਸ ਜੀ ਦੀ ਬਾਣੀ ਨੂੰ ਦਰਸਾਉਣ ਵਾਸਤੇ ਉੱਪਰ ਲਿਖੀ ਵਾਰਤਿਕ ਵਾਂਗ ਸ੍ਰੀ ਗੁਰੂ ਗਰੰਥ ਸਾਹਿਬ ਵਿੱਚ ਦਰਜ ਹੈ । ਸੋਰਠਿ ਰਾਗ ਦੀਆਂ ਸੁਰਾਂ ਨੂੰ ਜਾਨਣ ਤੋਂ ਪਹਿਲਾ ਆਉ ਪਹਿਲਾਂ ਇਹ ਜਾਣ ਲਈਏ ਕਿ ਸੋਰਠਿ ਦੇ ਸ਼ਾਬਦਿਕ ਭਾਵ ਕੀ ਹਨ ? ਪੁਰਾਤਨ ਸਮਿਆਂ ਵਿੱਚ ਸੋਰਠਿ ਨਾਮੀ ਇੱਕ ਬਹੁਤ ਸੁੰਦਰ ਕੰਨਿਆ ਦਾ ਨਾਮ ਸੀ । ਉਹ ਇੱਕ ਰਾਜਪੂਤ ਘਰਾਣੇ ਦੀ ਔਰਤ ਸੀ ਜਿਹੜੀ ਕਾਠੀਅਵਾੜ ਦੀ ਵਸਨੀਕ ਸੀ । ਵਰਤਮਾਨ ਸਮੇਂ ਵਿੱਚ ਜਿਵੇਂ ਸ਼ਹਿਜ਼ਾਦੀ ਡੀਆਨਾ ਸਾਰੀ ਦੁਨੀਆਂ ਵਿੱਚ ਮਸ਼ਹੂਰ ਹੋਈ ਹੈ,ਠੀਕ ਏਸੇ ਤਰ੍ਹਾਂ ਉਹ ਸੁੰਦਰ ਕੰਨਿਆ ਆਪਣੇ ਸਮੇਂ ਵਿੱਚ ਹਰ ਇਕ ਵਿਆਕਤੀ ਪਾਸੋਂ ਸਤਿਕਰ ਲੈਂਦੀ ਸੀ । ਉਹ ਸੁੰਦਰ ਹੋਣ ਦੇ ਨਾਲ ਨਾਲ ਲੋਕ ਹਿਤੈਸ਼ੀ ਵੀ ਬਹੁਤ ਸੀ,ਜਿਸ ਕਰਕੇ ਉਸ ਸਮੇਂ ਸਾਰੇ ਉਸ ਦਾ ਜੱਸ ਗਾਉਦੇ ਸਨ । ਉਸ ਕੰਨਿਆਂ ਦਾ ਪ੍ਰੇਮ ਬੀਜੇ ਨਾਮਕ ਇੱਕ ਬਹੁਤ ਹੀ ਨੌਜੁਆਨ ਅਤੇ ਸੁੰਦਰ ਪੁਰਖ ਨਾਲ ਹੋ ਗਿਆ । ਉਨ੍ਹਾਂ ਦੋਹਾਂ ਨੇ ਅਨੇਕਾਂ ਦੁਖ ਅਤੇ ਵਿਘਨਾ ਦੇ ਹੁੰਦੇ ਹੋਏ ਵੀ ਆਪਣਾ ਸੱਚਾ ਪਿਆਰ ਤੋੜ ਨਿਭਾਇਆ । ਹੋ ਸਕਦਾ ਹੈ ਉਸ ਸਮੇਂ ਕਿਸੇ ਮਸ਼ਹੂਰ ਸੰਗੀਤਕਾਰ ਨੇ ਆਪਣੇ ਰਾਗ ਦੀ ਆਵਿਸ਼ਕਾਰ ਕਰਕੇ ਉਸ ਰਾਗ ਨੂੰ ਉਸ ਕੰਨਿਆ ਦੇ ਨਾਮ ਸੋਰਠਿ ਨਾਲ ਜੋੜ ਦਿਤਾ ਹੋਵੇ ਪਰ ਉਸ ਕੰਨਿਆਂ ਦੀ ਗਾਥਾ ਦੀ ਹਾਮੀ ਤਾਂ ਗੁਰਬਾਣੀ ਹੇਠ ਲਿਖੇ ਦੀ ਤਰ੍ਹਾਂ ਭਰਦੀ ਹੈ ।

ਸੋਰਠਿ ਬੀਜਾ ਗਾਵੀਐ ਜਸ ਸੁਘੜਾ ਬਾਤੀ ॥ (ਭਾਗੁ)

ਗਿਆਨੀ ਗਿਆਨ ਸਿੰਘ ਜੀ ਤਵਾਰੀਖ ਖਾਲਸਾ ਵਿੱਚ ਲਿਖਦੇ ਹਨ ਕਿ ਗਹਿਨਾਰ ਪਹਾੜ ਪਾਸ ਸੋਰਠਿ ਬੀਜਾ ਦੇ ਪੁਰਾਣੇ ਮਹਿਲ ਹੁਣ ਵੀ ਦੇਖੀਦੇ ਹਨ ।

ਇਸ ਤੋਂ ਉਲਟ ਸੋਰਠਿ ਇੱਕ ਮਾਤ੍ਰਿਕ ਛੰਦ ਵੀ ਹੈ । ਇਸ ਛੰਦ ਦੇ ਲੱਛਣ ਹੇਠ ਦੀ ਤਰ੍ਹਾਂ ਲਿਖੀਦੇ ਹਨ । ਇਸ ਛੰਦ ਦੇ ਦੋ ਚਰਣ ਹੁੰਦੇ ਹਨ । ਹਰ ਚਰਣ ਦੇ ਦੋ ਪਾਦ ਹੁੰਦੇ ਹਨ । ਪਹਿਲੇ ਪਾਦ ਵਿੱਚ ਗਿਆਰਾਂ ਮਾਤ੍ਰਾ ਹੁੰਦੀਆਂ ਹਨ ਅਤੇ ਵਿਸਰਾਮ ਲਘੂ ਅੱਖਰ ਉੱਪਰ ਹੁੰਦਾ ਹੈ । ਦੂਸਰੇ ਪਾਦ ਵਿੱਚ ਤੇਰਾਂ ਮਾਤ੍ਰਾ ਹੁੰਦੀਆਂ ਹਨ ਅਤੇ ਵਿਸਰਾਮ ਗੁਰੂ ਅੱਖਰ ਉੱਪਰ ਹੁੰਦਾ ਹੈ । ਲਘੂ ਅੱਖਰ ਕਿਸੇ ਲਗ ਜਿਵੇਂ ਕੰਨਾ, ਸਿਹਾਰੀ, ਬਿਹਾਰੀ, ਬਿੰਦੀ, ਟਿੱਪੀ, ਓਕੜ, ਦੁਲੈਂਕੜੇ, ਹੋੜਾ ਜਾਂ ਕਨੌੜਾ ਤੋ ਬਿਨ੍ਹਾਂ ਹੁੰਦਾ ਹੈ ਪਰ ਗੁਰੂ ਅੱਖਰ ਨਾਲ ਕੋਈ ਨਾ ਕੋਈ ਲਗ ਲਾਈ ਜਾਂਦੀ ਹੈ। ਕਾਵਿ ਸ਼ਾਸਤਰੀਆਂ ਨੇ ਲਘੂ ਗੁਰੂ ਦੇ ਪਛਾਣ ਚਿੰਨ੍ਹ ਅੱਗੇ ਲਿਖੇ ਦੀ ਤਰ੍ਹਾਂ ਦੱਸੇ ਹਨ । ਸਿ ਸ ॥ ॥

ਇਸ ਤਰ੍ਹਾਂ ਵੀ ਸਮਝਿਆ ਜਾਂਦਾ ਹੈ ਕਿ ਸੋਰਠਿ ਛੰਦ ਦੋਹਰੇ ਦਾ ਹੀ ਉਲਟ ਰੂਪ ਹੁੰਦਾ ਹੈ । ਉਦਾਹਰਣ ਵਜੋਂ ਹੇਠ ਲਿਖੇ ਦੀ ਤਰ੍ਹਾਂ ਗੁਰਬਾਣੀ ਨੂੰ ਪੜ੍ਹੋ ।

ਸਾਲਾਹੀ ਸਾਲਾਹਿ ਏਤੀ ਸੁਰਤਿ ਨ ਪਾਈਆ ਨਦੀਆ ਅਤੇ ਵਾਹ ਪਾਵਹਿ ਸਮੁੰਦਿ ਨ ਜਾਣੀਅਹਿ ॥ ਜਪੁ ॥

ਸ੍ਰੀ ਗੁਰੂ ਗਰੰਥ ਸਾਹਿਬ ਵਿੱਚ ਸੋਰਠਾ ਛੰਦ ਦਾ ਸਿਰਲੇਖ 'ਸਲੋਕ' ਵੀ ਪੜ੍ਹਨ ਵਿੱਚ ਆਉਂਦਾ ਹੈ। ਉਦਾਹਰਣ ਵਜੋਂ ਹੇਠ ਲਿਖੀ ਗੁਰਬਾਣੀ ਨੂੰ ਪੜ੍ਹੋ।

ਨਰ ਚਾਹਤ ਕਛੁ ਆਉਰ ਅਉਰੈ ਕੀ ਅਉਰੈ ਭਈ ॥॥॥

(ਸਲੋਕ ਮਹੱਲਾ 9)

ਸੋਰਠ ਅਥਵਾ ਸੋਰਠਿ ਇਹ ਕਮਾਚ ਠਾਟ ਦਾ ਔੜਵ ਸੰਪੂਰਣ ਰਾਗ ਹੈ । ਜਿਸ ਵਿੱਚ ਆਰੋਹੀ ਵਿੱਚ ਪੰਜ ਸੁਰ ਹਨ ਅਤੇ ਅਵਰੋਹੀ ਵਿੱਚ ਸੱਤ ਸੁਰ ਹਨ । ਇਸ ਵਿੱਚ ਗਾਂਧਾਰ ਦੁਰਬੱਲ ਹੈ । ਰਿਸਭ ਵਾਦੀ ਅਤੇ ਧੈਵਤ ਸੰਵਾਦੀ ਹੈ । ਆਰੋਹੀ ਵਿੱਚ ਗਾਂਧਾਰ ਅਤੇ ਧੈਵਤ ਵਰਜਿਤ ਹਨ । ਨਿਸ਼ਾਦ ਸ਼ੁੱਧ ਅਤੇ ਕੋਮਲ ਦੋਵੇ ਲਗਦੇ ਹਨ । ਆਰੋਹੀ ਵਿੱਚ ਨਿਸ਼ਾਦ ਸ਼ੁੱਧ ਅਤੇ ਅਵਰੋਹੀ ਵਿੱਚ ਕੋਮਲ ਹੈ । ਇਸ ਰਾਗ ਨੂੰ ਗਾਉਣ ਦਾ ਵੇਲਾ ਰਾਤ ਦਾ ਦੂਜਾ ਪਹਿਰ ਹੈ । ਸ੍ਰੀ ਗੁਰੂ ਗਰੰਥ ਸਾਹਿਬ ਵਿੱਚ ਸੋਰਠਿ ਰਾਗ ਦਾ ਨੌਵਾਂ ਨੰਬਰ ਹੈ । ਸੋਰਠਿ ਰਾਗ ਵਿੱਚ ਸ੍ਰੀ ਗੁਰੂ ਰਵਿਦਾਸ ਜੀ ਦੇ ਸੱਤ ਸ਼ਬਦ ਸ੍ਰੀ ਗੁਰੂ ਗਰੰਥ ਸਾਹਿਬ ਵਿੱਚ ਦਰਜ ਹਨ । ਸ੍ਰੀ ਗੁਰੂ ਰਵਿਦਾਸ ਜੀ ਦੇ ਸੋਰਠਿ ਰਾਗ ਦੇ ਇਨ੍ਹਾਂ ਸੱਤਾਂ ਸ਼ਬਦਾ ਨੂੰ ਇੱਕ ਇੱਕ ਕਰਕੇ ਅੱਗੇ ਲਿਖ ਕੇ ਇਹ ਵੀ ਸਪੱਸ਼ਟ ਕਰਾਗਾ ਕਿ ਉਨ੍ਹਾਂ ਦੀ ਇਸ ਬਾਣੀ ਦਾ ਇਨਸਾਨ ਦੇ ਮਨ ਉੱਪਰ ਕੀ ਅਸਰ ਹੁੰਦਾ ਹੈ ਅਤੇ ਇਹ ਵੀ ਜਾਹਰ ਕਰਾਗਾ ਕਿ ਸ੍ਰੀ ਗੁਰੂ ਰਵਿਦਾਸ ਜੀ ਨੇ ਇਨ੍ਹਾਂ ਵਿੱਚ ਕਿਹੜੇ ਸਿਖੀ ਸਿਧਾਂਤਾ ਨੂੰ ਪ੍ਰਗਟਾਇਆ ਹੈ।

ਇੱਕ ਵਾਰੀ ਦੀ ਗਾਥਾ ਹੈ ਕਿ ਸ੍ਰੀ ਗੁਰੂ ਰਵਿਦਾਸ ਜੀ ਦੀ ਪ੍ਰੇਮਾ ਭਗਤੀ ਦੀ ਖਿੱਚ ਵਿੱਚ ਖਿਚੇ ਹੋਏ ਆਪ ਭਗਵਾਨ ਜੀ ਸ੍ਰੀ ਗੁਰੂ ਰਵਿਦਾਸ ਜੀ ਦੇ ਸਾਹਮਣੇ ਪ੍ਰਗਟ ਹੋਏ । ਸ੍ਰੀ ਗੁਰੂ ਰਵਿਦਾਸ ਜੀ ਉਨ੍ਹਾਂ ਨੂੰ ਨਮਸ਼ਕਾਰ ਕਰਨ ਵਾਸਤੇ ਆਪਣੇ ਆਸਣ ਤੋਂ ਉੱਠੇ ਪਰ ਪ੍ਰਭੂ ਕੌਤਕ ਕਰਨ ਲਈ ਪਿਛੇ ਹਟਦੇ ਹੋਏ ਆਖਣ ਲੱਗੇ,ਓਏ ਰਮਿਆਰਾ ਤੂੰ ਸਾਨੂੰ ਛੂਹੀ ਨਾ । ਸ੍ਰੀ ਗੁਰੂ ਰਵਿਦਾਸ ਜੀ ਨੇ ਭਗਵਾਨ ਜੀ ਦੇ ਇਸ ਸਵਾਲ ਦਾ ਉੱਤਰ ਦਿੰਦਿਆ ਹੋਇਆ ਹੇਠ ਲਿਖਿਆ ਸ਼ਬਦ ਉਚਾਰਿਆ ਹੈ । ਇਸ ਸ਼ਬਦ ਦੇ ਭਾਵ ਅਰਥ ਸਮਝ ਕੇ ਇਨਸਾਨ ਨੂੰ ਉਪ੍ਰੋਕਤ ਵਿਚਾਰ ਦੀ ਸੋਝੀ ਆਉਂਦੀ ਹੈ ਅਤੇ ਮਨੁੱਖ ਹੰਕਾਰ ਨੂੰ ਤਿਆਗਣ ਵਾਸਤੇ ਆਪਣਾ ਮਨ ਬਣਾਉਂਦਾ ਹੈ।

(ਸ਼ਬਦ ਪਹਿਲਾ)

ੴਸਤਿਗੁਰਪ੍ਰਸਾਦਿ ॥

ਰਾਗੁ ਸੋਰਠਿ ਬਾਣੀ ਭਗਤ ਰਵਿਦਾਸ ਜੀ ਕੀ ॥

ਜਬ ਹਮ ਹੋਤੇ ਤਬ ਤੂੰ ਨਾਹੀ ਅਬ ਤੂਹੀ ਮੈ ਨਾਹੀ ॥ ਅਨਲ ਅਗਮ ਜੈਸੇ ਲਹਰਿ ਮਇਓਦਧਿ ਜਲ ਕੇਵਲ ਜਲ ਮਾਂਹੀ ॥੧॥ ਮਾਧਵੇ ਕਿਆ ਕਹੀਐ ਭ੍ਰਮੁ ਐਸਾ ਜੈਸਾ ਮਾਨੀਐ ਹੋਇ ਨ ਤੈਸਾ ॥੧॥ਰਹਾਉ॥ ਨਰਪਤਿ ਏਕੁ ਸਿੰਘਾਸਨਿ ਸੋਇਆ ਸੁਪਨੇ ਭਇਆ ਭਿਖਾਰੀ ॥ ਅਛਤ ਰਾਜ ਬਿਛੁਰਤ ਦੁਖੁ ਪਾਇਆ ਸੋ ਗਤਿ ਭਈ ਹਮਾਰੀ ॥੨॥ਰਾਜ ਭੁਇਅੰਗ ਪ੍ਰਸੰਗ ਜੈਸੇ ਹਹਿ ਅਬ ਕਛੁ ਮਰਮੁ ਜਨਾਇਆ ॥ ਅਨਿਕ ਕਟਕ ਜੈਸੇ ਭੂਲਿ ਪਰੇ ਅਬ ਕਹਤੇ ਕਹਨੁ ਨ ਆਇਆ ॥੩॥ ਸਰਬੇ ਏਕੁ ਅਨੇਕੈ ਸੁਆਮੀ ਸਭ ਘਟ ਭੋਗਵੈ ਸੋਈ ॥ ਕਹਿ ਰਵਿਦਾਸ ਹਾਥ ਪੈ ਨੇਰੈ ਸਹਜੇ ਹੋਇ ਸੁ ਹੋਈ ॥੪॥੧॥

ਸ੍ਰੀ ਗੁਰੂ ਰਵਿਦਾਸ ਜੀ ਉਚਾਰਦੇ ਹਨ ਕਿ ਹੇ ਭਗਵਾਨ ! ਮੇਰੇ ਵਿੱਚ ਹੰਗਤਾ ਆਦਿ ਵਿਕਾਰ ਸਨ ਤਾਂ ਤੁਸੀਂ ਮੈਨੂੰ ਪਰਾਪਤ ਨਹੀਂ ਸੀ ਹੁੰਦੇ । ਹੁਣ ਤੁਹਾਡੇ ਭੇਦ ਦਾ ਮੈਨੂੰ ਗਿਆਨ ਹੋ ਗਿਆ ਹੈ । ਇਸ ਕਰਕੇ ਹੁਣ ਤੁਸੀ ਮੈਨੂੰ ਪਰਾਪਤ ਹੋ ਗਏ ਹੋ । ਤੁਹਾਨੂੰ ਪਰਾਪਤ ਕਰ ਲੈਣ ਕਰਕੇ ਹੁਣ ਮੇਰੇ ਵਿੱਚ ਮਮਤਾ ਮਾਇਆ ਦਾ ਕੋਈ ਵੀ ਵਿਕਾਰ ਨਹੀਂ ਰਿਹਾ ਹੈ । ਤਦ ਹੀ ਮੈਂ ਤੁਹਾਡੇ ਵਿੱਚ ਅਭੇਦ ਹੋ ਗਿਆ ਹਾਂ । ਜਿਵੇਂ ਹਵਾ (ਅਨਲ) ਨਾਲ ਪਾਣੀ ਉੱਪਰ ਅਨੇਕਾਂ ਲਹਿਰਾਂ ਉਠਦੀਆਂ ਹਨ, ਪਰ ਜਦ ਲਹਿਰਾਂ ਨਹੀਂ ਉਠਦੀਆ ਤਾਂ ਵੀ ਉਹ ਜਲ ਹੈ ਅਤੇ ਜਦ ਲਹਿਰਾਂ ਉੱਠਦੀਆਂ ਹਨ ਤਦ ਵੀ ਉਹ ਜਲ ਹੈ । ਏਸੇ ਤਰ੍ਹਾਂ ਲੋਕਾਂ ਦੇ ਮਨਾ ਵਿੱਚ ਕਾਮ, ਮਮਤਾ ਅਤੇ ਮਾਇਆ ਆਦਿ ਦੀਆਂ ਅਨੇਕਾਂ ਲਹਿਰਾਂ ਉੱਠਦੀਆਂ ਹਨ । ਜਦ ਮੇਰੇ ਮਨ ਵਿੱਚ ਅਜੇਹੀ ਇੱਛਾ ਕੋਈ ਨਹੀਂ ਹੈ ਤਾਂ ਵੀ ਮਨ ਵਿੱਚ ਤੂੰ ਆਪ ਬ੍ਰਹਮ ਏਂ । ਜਦ ਅਜੇਹੀਆਂ ਵਿਕਾਰ ਰੂਪੀ ਮਨ ਵਿੱਚ ਲਹਿਰਾਂ ਉਠਦੀਆਂ ਸਨ ਤਾਂ ਵੀ ਤੂਹੀ ਹੀ ਮੇਰੇ ਮਨ ਵਿੱਚ ਬ੍ਰਹਮ ਸੀ ਅਤੇ ਜਦ ਹੁਣ ਅਜੇਹੇ ਵਿਕਾਰ ਮੇਰੇ ਮਨ ਵਿੱਚ ਆਉਣੇ ਬਿਲਕੁਲ ਹਟ ਗਏ ਹਨ ਤਾਂ ਵੀ ਹੁਣ ਤੂੰਹੀ ਹੀ ਮੇਰੇ ਮਨ ਵਿੱਚ ਬ੍ਰਹਮ ਕਰਕੇ ਵਸਿਆਂ ਹੋਇਆ ਏਂ। ਹੇ ਭਗਵਾਨ ਤੁਸੀਂ ਕਿਹੜੇ ਭਰਮ ਵਿੱਚ ਪੈਕੇ

ਮੇਰੇ ਤੋਂ ਅੱਡ ਰਹਿਣ ਦਾ ਇਹ ਬਚਨ ਕੀਤਾ ਹੈ? ਹੇ ਪ੍ਰਭੂ ਸਾਡੀ ਤਾਂ ਉਹ ਹਾਲਤ ਹੈ ਜਿਵੇਂ ਇੱਕ ਬਾਦਸ਼ਾਹ ਸੰਘਾਸਣ ਉੱਪਰ ਬੈਠਾ ਆਪਣੇ ਸੁਪਨੇ ਵਿੱਚ ਭਿਖਾਰੀ ਬਣ ਜਾਂਦਾ ਹੈ। ਇਸ ਤਰ੍ਹਾਂ ਸੁਪਨੇ ਵਿੱਚ ਹੀ ਆਪਣੇ ਰਾਜ ਭਾਗ ਤੋਂ ਵਿਛੜ ਕੇ ਦੁਖ ਭੋਗਦਾ ਹੈ। ਏਸੇ ਤਰ੍ਹਾਂ ਉਸ ਰਾਜੇ ਵਾਂਗ ਆਰਜੀ ਤੌਰ ਤੇ ਤੁਹਾਡੇ ਨਾਲੋਂ ਵਿਛੜ ਕੇ ਮੇਰੇ ਮਨ ਦੀ ਹਾਲਤ ਹੋ ਜਾਂਦੀ ਹੈ। ਜਿਸ ਤਰ੍ਹਾਂ ਕਿਸੇ ਨੂੰ ਨ੍ਹੇਰੇ ਵਿੱਚ ਪਈ ਰੱਸੀ ਤੱਕਕੇ ਸੱਪ ਦਾ (ਭੁਇਅੰਗ) ਭੁਲੇਖਾ ਲਗਦਾ ਹੈ ਠੀਕ ਏਸੇ ਤਰ੍ਹਾਂ ਤੁਸੀਂ ਆਦਮੀ ਦੇ ਮਨ ਵਿੱਚ ਮਾਇਅਧਾਰੀ ਬਣ ਕੇ ਬੈਠੇ ਹੋ। ਤੁਹਾਡੀ ਇਸ ਗੱਲ ਦੇ ਭੇਦ ਦਾ ਵੀ ਮੈਨੂੰ ਪਤਾ ਲਗ ਗਿਆ ਹੈ। ਜਿਵੇਂ ਸੋਨੇ ਦੇ ਗਹਿਣਿਆਂ ਨੂੰ ਵੇਖ ਕੇ ਸੋਨੇ ਦੇ ਨਾਮ ਨੂੰ ਭੁੱਲ ਜਾਈਦਾ ਹੈ ਪਰ ਜਦ ਗਹਿਣਿਆਂ ਨੂੰ ਢਾਲ ਕੇ ਮੁੜ ਸੋਨਾ ਬਣਾ ਲਈਏ ਤਾਂ ਫਿਰ ਅਸੀਂ ਉਸੇ ਧਾਤ ਨੂੰ ਸੋਨੇ ਦੇ ਨਾਮ ਨਾਲ ਹੀ ਪੁਕਾਰਦੇ ਹਾਂ। ਏਸੇ ਤਰ੍ਹਾਂ ਮਨ ਤੋਂ ਵਿਸ਼ੇ ਵਿਕਾਰਾਂ ਨੂੰ ਲਾਹ ਕੇ ਆਪਣੇ ਸਹੀ ਮਨ ਨੂੰ ਪਛਾਣੀਏ ਤਾਂ ਮਨ ਵਿੱਚ ਸੱਚੇ ਅਤੇ ਸੁੱਚੇ ਰੂਪ ਵਿੱਚ ਬੈਠੇ ਤੁਸੀਂ ਆਪ ਬ੍ਰਹਮ ਦਿਸਦੇ ਹੋ। ਹੇ ਪ੍ਰਭੂ ! ਸਾਰੇ ਸੰਸਾਰ ਵਿੱਚ ਕੇਵਲ ਇੱਕ ਤੂੰ ਹੀ ਹੈ। ਆਪ ਇੱਕ ਤੋਂ ਅਨੇਕ ਰੂਪ ਹੋ ਕੇ ਘਟ ਘਟ ਵਿੱਚ ਤੂੰਹੀ ਜੂਨਾ ਗੁਜਾਰ ਰਿਹਾ ਏਂ। ਸ੍ਰੀ ਗੁਰੂ ਰਵਿਦਾਸ ਜੀ ਉਚਾਰਦੇ ਹਨ ਕਿ ਹੇ ਪ੍ਰਭੂ, ਤੂੰ ਆਦਮੀ ਦੇ ਉਸਦੇ ਆਪਣੇ ਹੱਥਾਂ ਪੈਰਾਂ ਤੋਂ ਵੀ ਨਜ਼ਦੀਕ ਵਸਦਾ ਏਂ। ਆਪ ਜੀ ਦਾ ਭਾਣਾ ਜਦ ਹੋ ਜਾਂਦਾ ਹੈ ਤਾਂ ਆਦਮੀ ਮੇਰੇ ਵਾਂਗ ਤੁਹਾਨੂੰ ਸਹਿਜੇ ਹੀ ਪਛਾਣ ਲੈਂਦਾ ਹੈ।

ਸ੍ਰੀ ਗੁਰੂ ਰਵਿਦਾਸ ਜੀ ਦੇ ਉਪ੍ਰੋਕਤ ਵਿਚਾਰਾਂ ਨਾਲ ਸਹਿਮਤ ਹੁੰਦੀ ਹੋਈ ਹੋਰ ਗੁਰਬਾਣੀ ਦੇ ਹੋਏ ਉਚਾਰਣ ਦਾ ਉਤਾਰਾ ਹੇਠ ਲਿਖੇ ਦੀ ਤਰ੍ਹਾਂ ਹੈ।

ਹਉਮੈ ਕਰੀ ਤਾ ਤੂ ਨਾਹੀ ਤੂ ਹੋਵਹਿ ਹਉ ਨਾਹਿ ॥

(ਮਾਰੂ ਵਾਰ ਸਲੋਕ 19 ਪੰਨਾ 1092)

□

ਰਾਗ ਸੋਰਠਿ

(ਸ਼ਬਦ ਦੂਸਰਾ)

ਇਹ ਗੱਲ ਇਤਿਹਾਸ ਵਿੱਚ ਲਿਖੀ ਪੜ੍ਹਨ ਵਿੱਚ ਆਉਂਦੀ ਹੈ ਕਿ ਸ੍ਰੀ ਗੁਰੂ ਰਵਿਦਾਸ ਜੀ ਨੂੰ ਭਗਵਾਨ ਆਪ ਆਣ ਕੇ ਦਰਸ਼ਨ ਦਿੰਦੇ ਹੁੰਦੇ ਸਨ । ਇੱਕ ਵਾਰੀ ਦੀ ਘਟਨਾ ਹੈ ਕਿ ਭਗਵਾਨ ਜੀ ਸ੍ਰੀ ਗੁਰੂ ਰਵਿਦਾਸ ਜੀ ਕੋਲ ਆਣ ਕੇ ਕਹਿੰਦੇ ਕਿ ਅਸੀਂ ਤੈਨੂੰ ਆਪਣੇ ਪਿਆਰ ਜਾਲ ਵਿੱਚ ਬੰਨਿਆ ਹੋਇਆ ਹੈ । ਭਗਵਾਨ ਜੀ ਮੂੰਹੋ ਇਸ ਤਰ੍ਹਾਂ ਸੁਣ ਕੇ ਸ੍ਰੀ ਗੁਰੂ ਰਵਿਦਾਸ ਜੀ ਭਗਵਾਨ ਜੀ ਨੂੰ ਬੇਨਤੀ ਕਰਦੇ ਹੋਏ ਹੇਠ ਲਿਖਿਆ ਸੋਰਠਿ ਸ਼ਬਦ ਉਚਾਰਦੇ ਹਨ ।

ਜਉ ਹਮ ਬਾਂਧੇ ਮੋਹ ਫਾਸ ਹਮ ਪ੍ਰੇਮ ਬਧਨਿ ਤੁਮ ਬਾਧੇ ॥ ਅਪਨੇ ਛੂਟਨ ਕੋ ਜਤਨੁ ਕਰਹੁ ਹਮ ਛੂਟੇ ਤੁਮ ਅਰਾਧੇ ॥੧॥ ਮਾਧਵੇ ਜਾਨਤ ਹਹੁ ਜੈਸੀ ਤੈਸੀ ॥ ਅਬ ਕਹਾ ਕਰਹੁਗੇ ਐਸੀ ॥੧॥ਰਹਾਉ॥ ਮੀਨੁ ਪਕਰਿ ਫਾਂਕਿਓ ਅਰੁ ਕਾਟਿਓ ਰਾਂਧਿ ਕੀਓ ਬਹੁ ਬਾਨੀ ॥ ਖੰਡ ਖੰਡ ਕਰਿ ਭੋਜਨੁ ਕੀਨੋ ਤਊ ਨ ਬਿਸਰਿਓ ਪਾਨੀ ॥੨॥ ਆਪਨ ਬਾਪੈ ਨਾਹੀ ਕਿਸੀ ਕੋ ਭਾਵਨ ਕੋ ਹਰਿ ਰਾਜਾ ॥ ਮੋਹ ਪਟਲ ਸਭੁ ਜਗਤੁ ਬਿਆਪਿਓ ਭਗਤ ਨਹੀ ਸੰਤਾਪਾ ॥੩॥ ਕਹਿ ਰਵਿਦਾਸ ਭਗਤਿ ਇਕ ਬਾਢੀ ਅਬ ਇਹ ਕਾ ਸਿਉ ਕਹੀਐ ॥ ਜਾ ਕਾਰਨਿ ਹਮ ਤੁਮ ਆਰਾਧੇ ਸੋ ਦੁਖੁ ਅਜਹੂ ਸਹੀਐ ॥੪॥੨॥

ਸ੍ਰੀ ਗੁਰੂ ਰਵਿਦਾਸ ਜੀ ਉਚਾਰਦੇ ਹਨ ਕਿ ਹੇ ਭਗਵਾਨ ! ਜੇ ਤੁਸੀਂ ਮੈਨੂੰ ਆਪਣੇ ਮੋਹ ਰੂਪੀ ਫਾਹੀ ਨਾਲ ਬੰਨਿਆ ਹੋਇਆ ਹੈ ਤਦ ਮੈਂ ਵੀ ਆਪ ਜੀ ਨੂੰ ਆਪਣੇ ਪ੍ਰੇਮ ਰੂਪੀ ਬੰਧਨਾ ਵਿੱਚ ਬੰਨਿਆ ਹੋਇਆ ਹੈ । ਮੈਂ ਤਾਂ ਪਹਿਲਾ ਹੀ ਆਪ ਜੀ ਦੇ ਸਿਮਰਨ ਨੂੰ ਕਰ ਤੁਹਾਡੇ ਬੰਧਨਾ ਤੋਂ ਛੁਟਿਆ ਹੋਇਆ ਹਾਂ ਪਰ ਤੁਸੀਂ ਮੇਰੇ ਬੱਧੇ ਬੰਧਨਾ 'ਚ ਆਪਣੇ ਛੁਟਕਾਰੇ ਦਾ ਕੋਈ ਯਤਨ ਕਰੋ । ਹੇ ਵਾਹਿਗੁਰੂ ਜਿਸ ਤਰ੍ਹਾਂ ਮੇਰੀ ਪ੍ਰੀਤ ਤੁਹਾਡੇ ਨਾਲ ਹੈ ਉਸ ਤਾਈਂ ਤੁਸੀਂ ਭਲੀ ਭਾਂਤ ਜਾਣਦੇ ਹੋ । ਕੀ ਆਪ ਮੇਰੇ ਪ੍ਰੇਮ ਨੂੰ ਜੋ ਤੁਹਾਡੇ ਨਾਲ ਬਹੁਤ ਪੱਕਾ ਹੈ,ਉਸ ਨੂੰ ਤੋੜਨ ਦੀ ਕੋਸ਼ਿਸ਼ ਕਰੋਗੇ ? ਹੇ ਭਗਵਾਨ, ਸੁਣੋ ਮੇਰਾ ਤਾਂ ਤੁਹਾਡੇ ਨਾਲ ਏਨਾ ਪ੍ਰੇਮ ਹੈ ਜਿੰਨਾਂ ਮੱਛੀ ਦਾ ਪਾਣੀ ਨਾਲ ਸੰਬੰਧ ਹੁੰਦਾ ਹੈ । ਜਿਵੇਂ ਫੰਧਕ ਨੇ ਮੱਛੀ ਨੂੰ

ਕੁੰਡੀ ਨਾਲ ਫੜਕੇ ਬਾਹਰ ਲਿਆ ਕੇ ਟੋਟੇ ਟੋਟੇ ਕੀਤਾ ਤਾਂ ਛੁਰੀ ਪਾਣੀ ਨਾਲ ਭਿਉਂ ਲੈਂਦਾ ਹੈ । ਜਦ ਛੋਟਾ ਛੋਟਾ ਕਰਕੇ ਉਸਨੂੰ ਰਿੰਨ੍ਹਿਆਂ ਤਾਂ ਫਿਰ ਵੀ ਮੱਛੀ ਨੂੰ ਰਿੰਨ੍ਹਣ ਲਈ ਪਾਣੀ ਹੀ ਚਾਹੀਦਾ ਹੈ । ਏਸੇ ਤਰ੍ਹਾਂ ਮੇਰਾ ਮਨ ਤੇਰੀ ਬੰਧਨਾ ਕਰਦਾ ਹੈ । ਜਦ ਮੱਛੀ ਨੂੰ ਦੰਦਾ ਨਾਲ ਚਿੱਥ ਚਿੱਥ ਕੇ ਭੋਜਨ ਕੀਤਾ ਤਾਂ ਵੀ ਮੱਛੀ ਨੂੰ ਪਾਣੀ ਨਹੀਂ ਭੁੱਲਦਾ ਕਿਉਂਕਿ ਮੱਛੀ ਖਾਣ ਵਾਲੇ ਨੂੰ ਤ੍ਰੇਹ ਬਹੁਤ ਲਗਦੀ ਹੈ । ਜਿਵੇਂ ਮੱਛੀ ਦੀ ਲਗਨ ਪਾਣੀ ਨਾਲ ਹੈ । ਮੇਰੀ ਪ੍ਰੀਤ ਵੀ ਤੁਹਾਡੇ ਨਾਲ ਅਜੇਹੀ ਹੀ ਹੈ । ਸ੍ਰੀ ਗੁਰੂ ਰਵਿਦਾਸ ਜੀ ਉਚਾਰਦੇ ਹਨ ਕਿ ਹੇ ਪ੍ਰਭੂ ਤੂੰ ਕਿਸੇ ਦੇ ਪਿਉ ਦਾ ਮੁੱਲ ਨਹੀਂ ਖਰੀਦਿਆ ਹੋਇਆ । ਤੂੰ ਤੇ ਸ਼ਰਧਾ ਵਾਲਿਆਂ ਦਾ ਸੰਗੀ ਸਾਥੀ ਏ । ਮੋਹ ਰੂਪੀ ਪਰਦਾ (ਪਟਲ) ਸਾਰੇ ਸੰਸਾਰ ਨੂੰ ਵਿਆਪ ਰਿਹਾ ਹੈ ਪਰ ਭਗਤ ਲੋਕ ਮੋਹ ਰਹਿਤ ਹੁੰਦੇ ਹਨ । ਇਸ ਕਰਕੇ ਭਗਤਾਂ ਨੂੰ ਕਿਸੇ ਪ੍ਰਕਾਰ ਦਾ ਕੋਈ ਦੁਖ ਨਹੀਂ ਲਗਦਾ । ਸ੍ਰੀ ਗੁਰੂ ਰਵਿਦਾਸ ਜੀ ਉਚਾਰਦੇ ਹਨ ਕਿ ਹੇ ਪ੍ਰਭੂ ! ਮੇਰੇ ਚਿਤ ਵਿੱਚ ਇੱਕ ਆਪ ਜੀ ਦੀ ਭਗਤੀ ਵਧ ਰਹੀ ਹੈ । ਭਗਤੀ ਕਰਕੇ ਜੋ ਸੁਖ ਹੋਇਆ ਹੈ ਉਹ ਕਿਸਨੂੰ ਦੱਸੀਏ ? ਜਿਸ ਜਨਮ ਮਰਨ ਦੇ ਦੁਖ ਦੀ ਨਵਿਰਤੀ ਵਾਸਤੇ ਮੈਂ ਤੁਹਾਨੂੰ ਆਰਾਧ ਰਿਹਾ ਹਾਂ । ਤੁਸੀ ਦਸੋ, ਕੀ ਅਜੇ ਵੀ ਉਹੀ ਦੁਖ ਸਹਾਰਾਂਗਾ ?

ਸ੍ਰੀ ਗੁਰੂ ਰਵਿਦਾਸ ਜੀ ਦੇ ਰਾਗ ਸੋਰਠਿ ਦੇ ਦੂਸਰੇ ਸ਼ਬਦ ਦੀ ਪ੍ਰੋੜਤਾ ਕਰਦੀ ਹੋਰ ਗੁਰਬਾਣੀ ਨੂੰ ਮੈਂ ਹੇਠਾਂ ਲਿਖਦਾ ਹਾਂ ।

ਕਹਾ ਭਇਓ ਜਉ ਤਨੁ ਭਇਓ ਛਿਨੁ ਛਿਨੁ ॥ਪ੍ਰੇਮ ਜਾਇ ਤਉ ਡਰਪੈ ਤੇਰੋ ਜਨੁ ॥

□

ਰਾਗ ਸੋਰਠਿ

(ਸ਼ਬਦ ਤੀਸਰਾ)

ਸ੍ਰੀ ਗੁਰੂ ਰਵਿਦਾਸ ਜੀ ਰਾਗ ਸੋਰਠਿ ਵਿੱਚ ਉਚਾਰੇ ਤੀਸਰੇ ਸ਼ਬਦ ਵਿੱਚ ਆਪਣੀ ਪ੍ਰਮਾਦਤਾਈ ਭਗਤੀ ਦੀ ਵਿਸ਼ੇਸ਼ਤਾ ਪ੍ਰਮੇਸ਼ਰ ਦੇ ਸਨਮੁਖ ਖੜੋ ਕੇ ਬਿਆਨਦੇ ਹੋਏ ਪ੍ਰਭੂ ਨੂੰ ਬੇਨਤੀ ਗੁਜਾਰਦੇ ਹੋਏ ਹੇਠ ਲਿਖਿਆ ਸ਼ਬਦ ਉਚਾਰਣ ਕਰਦੇ ਹਨ ।

ਦੁਲਭ ਜਨਮੁ ਪੁੰਨ ਫਲ ਪਾਇਓ ਬਿਰਥਾ ਜਾਤ ਅਬਿਬੇਕੇ ॥ ਰਾਜੇ ਇੰਦ੍ਰ ਸਮਸਰਿ ਗ੍ਰਿਹ ਆਸਨ ਬਿਨੁ ਹਰਿ ਭਗਤਿ ਕਹਹੁ ਕਿਹ ਲੇਖੈ॥੧॥ ਨ ਬੀਚਾਰਿਓ ਰਾਜਾ ਰਾਮ ਕੋ ਰਸੁ॥ ਜਿਹ ਰਸ ਅਨਰਸ ਬੀਸਰਿ ਜਾਹੀ॥੧॥ਰਹਾਉ॥ ਜਾਨਿ ਅਜਾਨ ਭਏ ਹਮ ਬਾਵਰ ਸੋਚ ਅਸੋਚ ਦਿਵਸ ਜਾਹੀ॥ ਇੰਦ੍ਰੀ ਸਬਲ ਨਿਬਲ ਬਿਬੇਕ ਬੁਧਿ ਪਰਮਾਰਥ ਪਰਵੇਸ ਨਹੀ॥੨॥ ਕਹੀਅਤ ਆਨ ਅਚਰੀਅਤ ਅਨ ਕਛੁ ਸਮਝ ਨ ਪਰੈ ਅਪਰ ਮਾਇਆ॥ ਕਹਿ ਰਵਿਦਾਸ ਉਦਾਸ ਦਾਸ ਮਤਿ ਪਰਹਰਿ ਕੋਪੁ ਕਰਹੁ ਜੀਅ ਦਇਆ॥੩॥੩॥

ਸ੍ਰੀ ਗੁਰੂ ਰਵਿਦਾਸ ਜੀ ਉਚਾਰਦੇ ਹਨ ਕਿ ਜੋ ਪੂਰਬਲੇ ਕੀਤੇ ਪੁੰਨ ਦਾਨ ਅਤੇ ਚੰਗੇ ਕਰਮਾਂ ਕਰਕੇ ਮੈਂ ਮਹਾਂ ਦਰਲੱਭ ਮਨੁਖਾ ਜਨਮ ਪਾਇਆ ਹੈ । ਮੇਰਾ ਉਹ ਮਨੁਖਾ ਜਨਮ ਆਤਮ ਵਿਚਾਰ ਤੋਂ ਬਿਨਾ ਹੁਣ ਨਿਸਫਲ ਜਾ ਰਿਹਾ ਹੈ । ਭਾਵੇਂ ਰਾਜੇ ਇੰਦਰ ਦੇ (ਸਮਸਰਿ) ਵਾਂਗੂੰ ਸੋਹਣੇ ਸੋਹਣੇ ਘਰ ਅਤੇ ਸੁਨਹਿਰੀ ਰਾਜ ਸੰਘਾਸਨ ਵੀ ਕੋਲ ਹੋਵੇ ਪਰ ਦਸੋਂ ਉਹ ਸਭ ਪਦਾਰਥ ਪ੍ਰੇਮਾ ਭਗਤੀ ਤੋਂ ਬਿਨਾ ਕਿਸ ਕੰਮ ਦੇ ਹਨ ? ਹੇ ਪ੍ਰਭੂ ! ਆਪ ਜੀ ਦੇ ਮਿਠੇ ਨਾਮ ਰਸ ਨੂੰ ਅਸੀਂ ਨਹੀਂ ਚੱਖ ਸਕੇ ਜਿਸ ਨਾਮ ਰਸ ਦੇ ਮੁਕਾਬਲੇ ਹੋਰ ਸਾਰੇ ਸੰਸਾਰਕ ਰਸ ਘੱਟੇ ਹਨ । ਹੇ ਪ੍ਰਭੂ, ਮੈਂ ਆਪ ਜੀ ਦੇ ਭੇਦਾਂ ਨੂੰ ਜਾਣਨ ਵਲੋਂ ਬਿਲਕੁਲ ਅਣਜਾਣ ਹਾਂ, ਅਤੇ ਇਸੇ ਕਰਕੇ ਹੀ ਮੈਂ ਝੱਲਾ ਹਾਂ । ਰੋਗ ਸੋਗ ਅਤੇ ਹਰਖ ਦੀਆਂ ਹਾਲਾਤਾਂ ਵਿੱਚ ਪੈ ਕੇ ਆਪਣੀ ਜਿੰਦਗੀ ਬਤੀਤ ਕਰ ਰਿਹਾਂ ਹਾਂ । ਮੇਰੀਆਂ ਇੰਦਰੀਆਂ ਆਪੋ ਆਪਣੇ ਵਿਸ਼ਿਆ ਵਲ ਲੱਗੀਆਂ ਹੋਈਆ ਮਜਬੂਤ ਹੋ ਰਹੀਆਂ ਹਨ । ਇਨਸਾਨ ਨੂੰ ਦੋ ਤੋਂ ਇੱਕ ਕਰ ਦੇਣ ਵਾਲੇ ਵਿਚਾਰ (ਬਿਬੇਕ) ਕਮਜੋਰ (ਨਿਬਲ) ਹੋ ਰਹੇ ਹਨ । ਜਿਸ ਕਾਰਨ ਮੇਰਾ ਪਰੇਮ ਭਾਵ ਮੈਂ ਸੱਚੇ ਸਿਧਾਂਤ

ਵਿੱਚ ਪ੍ਰਵੇਸ਼ ਨਹੀਂ ਹੁੰਦਾ । ਮੂੰਹੋਂ ਮੈਂ ਕੁਝ ਹੋਰ ਕਹਿੰਦਾ ਹਾਂ ਅਤੇ ਆਚਰਣ (ਕਰਤਬ) ਕੁਝ ਹੋਰ ਕਰਦਾ ਹਾਂ । ਕਿਉਂਕਿ ਮੈਂ ਆਪ ਜੀ ਦੀ ਬਿਅੰਤ ਮਾਇਆ ਦੇ ਪ੍ਰਤਾਪ ਕਰਕੇ ਕੁਝ ਸਮਝ ਨਹੀਂ ਸਕਦਾ । ਸ੍ਰੀ ਗੁਰੂ ਰਵਿਦਾਸ ਜੀ ਉਚਾਰਦੇ ਹਨ ਕਿ ਹੇ ਪ੍ਰਭੂ ! ਮੈਂ ਦਾਸ ਦੀ ਮਤ ਉਦਾਸ ਹੋ ਰਹੀ ਹੈ । ਆਪ ਆਪਣੇ ਗੁਸੇ ਨੂੰ ਛੱਡ ਕੇ ਮੇਰੇ ਅਭੁੱਲ ਜੀਅ ਉੱਪਰ ਆਪਣੀ ਕਿਰਪਾ ਦ੍ਰਿਸ਼ਟੀ ਕਰੋ । ਸ੍ਰੀ ਗੁਰੂ ਰਵਿਦਾਸ ਜੀ ਦੇ ਰਾਗ ਸੋਰਠਿ ਦੇ ਉਪ੍ਰੋਕਤ ਸ਼ਬਦ ਦੇ ਅੰਤਰੀਵ ਭਾਵ ਹੇਠ ਲਿਖੀ ਗੁਰਬਾਣੀ ਨੂੰ ਪੜ੍ਹਕੇ ਪ੍ਰਤੱਖ ਸਮਝ ਵਿੱਚ ਆਉਂਦੇ ਹਨ ।

ਗਲੀਂ ਅਸੀਂ ਚੰਗੀਆਂ ਆਚਾਰੀ ਬੁਰੀਆਹ ॥

ਮਨਹੁ ਕੁਸੁਧਾ ਕਾਲੀਆਂ ਬਾਹਰਿ ਚਿਟਵੀਆਹ ॥

(ਸਿਰੀ ਰਾਗ ਵਾਰ ਪੰਨਾ 85)

□

ਰਾਗ ਸੋਰਠਿ

(ਸ਼ਬਦ ਚੌਥਾ)

ਰਾਗ ਸੋਰਠਿ ਦੇ ਇਸ ਚੌਥੇ ਸ਼ਬਦ ਵਿੱਚ ਸ੍ਰੀ ਗੁਰੂ ਰਵਿਦਾਸ ਜੀ ਇਨਸਾਨ ਨੂੰ ਸਮਝਾਉਂਦੇ ਹਨ ਕਿ ਤੂੰ ਸਿਰਫ ਇੱਕ ਪ੍ਰਮਾਤਮਾ ਨੂੰ ਹੀ ਮੰਨਣਾ ਹੈ ਬਾਕੀ ਸਭ ਵਿਚਾਰ ਕੂੜੇ ਹਨ । ਆਪ ਉਚਾਰਦੇ ਹਨ ।

ਸੁਖ ਸਾਗਰੁ ਸੁਰਤਰ ਚਿੰਤਾਮਨਿ ਕਾਮਧੇਨ ਬਸਿ ਜਾਕੇ ॥ਚਾਰਿ ਪਦਾਰਥ ਅਸਟ ਦਸਾ ਸਿਧਿ ਨਵਨਿਧਿ ਕਰ ਤਲ ਤਾਕੇ ॥੧॥ ਹਰਿ ਹਰਿ ਹਰਿ ਨ ਜਪਹਿ ਰਸਨਾ ॥ ਅਵਰ ਸਭ ਤਿਆਗਿ ਬਚਨ ਰਚਨਾ ॥੧॥ਰਹਾਉ॥ ਨਾਨਾ ਖਿਆਨ ਪੁਰਾਨ ਬੇਦ ਬਿਧਿ ਚਉਤੀਸ ਅਖਰ ਮਾਂਹੀ ॥ ਬਿਆਸ ਬਿਚਾਰਿ ਕਹਿਓ ਪਰਮਾਰਥੁ ਰਾਮ ਨਾਮ ਸਰਿ ਨਾਹੀ ॥੨॥ ਸਹਜ ਸਮਾਧਿ ਉਪਾਧਿ ਰਹਤ ਫੁਨਿ ਬਡੈ ਭਾਗਿ ਲਿਵਲਾਗੀ ॥ ਕਹਿ ਰਵਿਦਾਸ ਪ੍ਰਗਾਸ ਰਿਦੈ ਧਰਿ ਜਨਮ ਮਰਨ ਭੈ ਭਾਗੀ ॥੩॥੪॥

ਸ੍ਰੀ ਗੁਰੂ ਰਵਿਦਾਸ ਜੀ ਉਚਾਰਦੇ ਹਨ ਕਿ ਕਲਪ ਬ੍ਰਿਛ (ਸੁਰਤਰ) ਚਿੰਤਾਮਣੀ ਅਤੇ ਕਾਮਧੇਨ ਗਊ ਜਿਸ ਪ੍ਰਮਾਤਮਾ ਦੇ ਵਸ ਵਿੱਚ ਹੈ, ਉਸੇ ਪ੍ਰਮਾਤਮਾ ਦੇ ਹੱਥ ਵਸ ਵਿੱਚ ਚਾਰ ਪਦਾਰਥ, ਅਠਾਰਾ ਸਿਧੀਆਂ, ਨੌਂ ਨਿਧੀਆਂ ਵੀ ਹਨ। ਸ੍ਰੀ ਗੁਰੂ ਰਵਿਦਾਸ ਜੀ ਦੇ ਉਪ੍ਰੋਕਤ ਬਚਨਾ ਨੂੰ ਵਿਸਥਾਰ ਪੂਰਬਕ ਲਿਖਦਾ ਹਾਂ ਤਾਂਕਿ ਜਨਸਾਧਾਰਨ ਨੂੰ ਇਨ੍ਹਾਂ ਉਚਾਰੇ ਗਏ ਸ਼ਬਦਾ ਨੂੰ ਸਮਝਣ ਵਿੱਚ ਜਰਾ ਸੌਖ ਹੋ ਜਾਵੇ। 'ਸੁਰਤਰ' ਸੰਸਕ੍ਰਿਤ ਭਾਸਾ ਦਾ ਸ਼ਬਦ ਹੈ। ਸੁਰਤਰ ਦੇਵਤਿਆਂ ਦੇ ਇੱਕ ਬ੍ਰਿਛ ਦਾ ਨਾਮ ਹੈ। ਸੰਸਕ੍ਰਿਤ ਗਰੰਥਾਂ ਵਿੱਚ ਪੰਜ ਪਰਕਾਰ ਦੇ ਸੁਰਤਰ ਬ੍ਰਿਛ ਲਿਖੇ ਗਏ ਹਨ। ਕ੍ਰਮਵਾਰ ਜਿਵੇਂ ਮੰਦਾਰ, ਪਾਰਿਜਾਤ, ਸੰਤਾਨ, ਕਲਪਬ੍ਰਿਛ ਅਤੇ ਹਰਿਚੰਦਨ ਆਦਿ। ਮੁਸਲਮਾਨਾ ਦੇ ਮਤ ਵਿੱਚ ਵੀ ਇਨ੍ਹਾਂ ਪੰਜਾਂ ਬ੍ਰਿਛਾਂ ਨਾਲ ਦਾ ਇੱਕ ਬ੍ਰਿਛ ਹੈ ਜਿਸਨੂੰ 'ਸਿਦਰਤੁਲ ਮੁੰਤਹਾ' ਕਿਹਾ ਜਾਂਦਾ ਹੈ। ਇਹ ਬ੍ਰਿਛ ਸਤਵੇਂ ਆਸਮਾਨ ਉੱਪਰ ਖੁਦਾ ਦੇ ਬਾਗ ਵਿੱਚ ਉਗਿਆ ਹੋਇਆ ਹੈ। ਹਜ਼ਰਤ ਮਹੁੰਮਦ ਜਦ ਬੁੱਰਾਕ ਉੱਪਰ ਚੜ੍ਹਕੇ ਉਸ ਥਾਂ ਪੁਜੇ ਸਨ ਤਦ ਉਨ੍ਹਾਂ ਦੇਖਿਆ ਸੀ ਕਿ ਉਸ ਬ੍ਰਿਛ ਦੇ ਪੱਤੇ ਹਾਥੀ ਦੇ ਕੰਨਾਂ ਵਰਗੇ ਸਨ ਅਤੇ ਉਸ ਬ੍ਰਿਛ ਨੂੰ ਫਲ ਘੜੇ ਜਿੱਡੇ ਜਿੱਡੇ ਲਗਦੇ ਸਨ।ਪੁਰਾਣਾ ਵਿੱਚ ਦਰਜ 'ਚਿੰਤਾਮਣੁ' ਸ਼ਬਦ ਦੇ ਮੁਤਾਬਿਕ ਇਹ ਸ਼ਬਦ ਇੱਕ ਰਤਨ ਹੈ ਜੋ ਇਨਸਾਨ ਨੂੰ ਮਨ ਚਿਤਵੇ ਪਦਾਰਥ ਦਿੰਦਾ ਹੈ । ਗੁਰਬਾਣੀ ਨੇ ਇਸ ਸ਼ਬਦ ਨੂੰ ਉਸ ਸਰਬ-ਸ਼ਕਤੀਮਾਨ ਪ੍ਰਮਾਤਮਾ ਨੂੰ ਦਰਸਾਉਣ ਲਈ ਉਚਾਰਿਆ ਹੈ ਕਿਉਂਕਿ ਉਹ ਹੀ ਸਾਰਿਆ ਦੀਆਂ ਮਨ ਦੀਆਂ ਇੱਛਾਂ ਪੂਰਨ

ਕਰਨ ਵਾਲਾ ਹੈ। ਜਿਵੇਂ 'ਚਿੰਤਾਮਣਿ ਕਰੁਣਾਮਏ' (ਗਾਉੜੀ ਮਹੱਲਾ 5) ਅਤੇ 'ਨਾਨਕ ਕਹਿਤ ਚੇਤ ਚਿੰਤਾਮਨਿ' (ਸੋਰਠਿ ਮਹੱਲਾ 9)'ਕਾਮਧੇਨ' ਸ਼ਬਦ ਵੀ ਸਭ ਤੋਂ ਪਹਿਲਾ ਪੁਰਾਣਾ ਵਿੱਚ ਲਿਖਿਆ ਪੜ੍ਹਿਆ ਗਿਆ ਹੈ। ਇਹ ਸ਼ਬਦ ਇਸ ਗੱਲ ਦੀ ਵੀ ਪੁਸ਼ਟੀ ਕਰਦਾ ਹੈ ਕਿ ਸ੍ਰੀ ਗੁਰੂ ਰਵਿਦਾਸ ਜੀ ਨੇ ਪੁਰਾਣਾ ਦਾ ਡੂੰਘਾ ਅਧਿਐਨ ਕੀਤਾ ਹੋਇਆ ਹੋਵੇਗਾ। ਪੁਰਾਣਾ ਵਿੱਚ ਦਰਜ ਹੈ ਕਿ ਇਹ ਨਾਮ ਸਵੱਰਗਾ ਵਿੱਚ ਰਹਿੰਦੀ ਇੱਕ ਗਊ ਦਾ ਹੈ। ਇਹ ਗਊ ਸਮੁੰਦਰ ਰਿੜਕਣ ਸਮੇਂ ਸਮੁੰਦਰ ਦੇ ਥੱਲਿਓ ਨਿਕਲੀ ਸੀ। ਇਹ ਗਊ ਮਨ ਚਿਤਵੇ ਪਦਾਰਥ ਦੇਣ ਵਾਲੀ ਹੋਣ ਕਰਕੇ ਕਾਮਧੇਨ ਸਦਾਉਂਦੀ ਹੈ। ਕਾਲਿਕਾ ਪੁਰਾਣ ਵਿੱਚ ਇੱਕ ਕਥਾ ਆਉਂਦੀ ਹੈ ਕਿ ਦੱਕ ਦੀ ਕੰਨਿਆਂ ਸੁਰਭਿ ਦੇ ਉਦਰ ਕਸ਼ੱਪ ਦੀ ਬੇਟੀ ਰੋਹਿਣੀ ਨਾਮ ਰੱਖਣ ਵਾਲੀ ਨੇ ਜਨਮ ਧਾਰਿਆ। ਰੋਹਿਣੀ ਦੇ ਗਰਭ ਤੋਂ ਸੂਰਸੇਨ ਵਸੁ ਦੇ ਵੀਰਜ ਕਰਕੇ ਕਾਮਧੇਨੂ ਦਾ ਜਨਮ ਹੋਇਆ। ਇੱਕ ਵਿਸ਼ਈ ਵੇਤਾਲ ਕਾਮਧੇਨੂ ਦੀ ਸੁੰਦਰਤਾ ਦੇਖਕੇ ਉਸ ਉੱਪਰ ਮੋਹਤ ਹੋ ਗਿਆ ਅਤੇ ਬੈਲ ਦਾ ਰੂਪ ਧਾਰਕੇ ਉਸਨੇ ਕਾਮਧੇਨ ਨਾਲ ਭੋਗ ਕੀਤਾ,ਜਿਸ ਤੋਂ ਇੱਕ ਵੱਡੇ ਕੱਦ ਵਾਲਾ ਬੈਲ ਜਨਮਿਆਂ ਜੋ ਸ਼ਿਵ ਭਗਵਾਨ ਜੀ ਦਾ ਵਾਹਨ ਹੋਇਆ ਦੱਸਿਆ ਜਾਂਦਾ ਹੈ। ਹਿੰਦੂ ਮਤ ਅਨੁਸਾਰ ਅਜੇਹੀ ਇੱਕ ਹੋਰ ਕਹਾਣੀ ਹੇਠ ਲਿਖੇ ਦੀ ਤਰ੍ਹਾਂ ਦੱਸੀ ਜਾਂਦੀ ਹੈ। ਕਪਿਲਾ ਨਾਮ ਦੀ ਇੱਕ ਕਾਮਧੇਨੂ ਗਊ ਸੀ ਜੋ ਮਨ ਚਿਤਵੇ ਪਦਾਰਥ ਦਿੰਦੀ ਸੀ। ਇਹ ਗਾਂ ਭਗਵਾਨ ਵਿਸ਼ਨੂੰ ਨੇ ਬ੍ਰਹਮਾਂ ਨੂੰ ਦਿਤੀ ਸੀ। ਉਸਨੇ ਫਿਰ ਇਹ ਗਾਂ ਅੱਗੇ ਭ੍ਰਿਗ ਨੂੰ ਦੇ ਦਿਤੀ ਅਤੇ ਉਸ ਕੋਲੋਂ ਇਹ ਗਾਂ ਜਮਦਗ੍ਰਿ ਰਿਖੀ ਨੂੰ ਪਰਾਪਤ ਹੋਈ। ਜਦ ਕਾਤੰਵੀਅੰਮ ਨੇ ਜਮਦਗ੍ਰਿ ਨੂੰ ਮਾਰ ਦਿਤਾ ਤਾਂ ਇਹ ਗਊ ਬ੍ਰਹਮ ਲੋਕ ਨੂੰ ਚਲੇ ਗਈ। ਗਰੰਥਾ ਵਿੱਚ ਚਾਰ ਪਦਾਰਥ ਅੱਗੇ ਲਿਖੇ ਦੀ ਤਰ੍ਹਾਂ ਦਸੇ ਗਏ ਹਨ। ਜਿਵੇ ਧਰਮ, ਅਰਥ, ਕਾਮ ਅਤੇ ਮੋਖ। ਅਠਾਰਾ ਸਿੱਧੀਆਂ ਦੇ ਨਾਮ ਅੱਗੇ ਪੜ੍ਹੋ। ਅਣਿਮਾ, ਮਹਿਮਾਂ, ਗੁਰਿਮਤਾ, ਲਘਮਾ, ਪ੍ਰਾਪਤੀ, ਵਾਸ਼ਿਤਾ, ਪ੍ਰਾਕਾਮਏ, ਈਸ਼ਤਾ, ਅਨੂਰਮੀ, ਦੂਰ ਸਰਵਣ, ਮਨੋਵੇਗ, ਕਾਮਰੂਪ, ਪਰਕਾਏ ਪ੍ਰਵੇਸ਼, ਸਵੈ ਛੰਦ, ਮ੍ਰਿਤੂ ਸੰਕਲਪ, ਅਪ੍ਰੀਤ ਹਤਗਤ, ਸੁਰਕੀੜਾ ਅਤੇ ਦੂਰਦਰਸ਼ਨੀ ਆਦਿ। ਨੌਂ ਨਿਧੀਆਂ ਨੂੰ ਵੀ ਅੱਗੇ ਪੜ੍ਹੋ। ਪੱਦਮ, ਮਹਾ ਪੱਦਮ, ਮਕਰ, ਕਛਪ, ਮੁਕੰਦ, ਕੁੰਦ, ਨੀਲ, ਸੰਖ ਅਤੇ ਖਰਬ ਆਦਿ । ਸ੍ਰੀ ਗੁਰੂ ਰਵਿਦਾਸ ਜੀ ਉਚਾਰਦੇ ਹਨ ਕਿ ਇਹ ਸਭ ਕੁਝ ਉਸ ਪ੍ਰਭੂ ਦੇ ਹੱਥ ਵਸ ਹੈ ਕਿ ਉਹ ਕਿਸੇ ਦੇ ਕਰਮਾਂ ਵਿੱਚ ਲਿਖੇ ਜਾਂ ਨਾ ਲਿਖੇ। ਉਸਦੀ ਹੀ ਆਪਾਰ ਕਿਰਪਾ ਨਾਲ ਇਸ ਪਰਾਣੀ ਨੂੰ ਇਹ ਸਭ ਕੁਝ ਪਰਾਪਤ ਹੋ ਸਕਦਾ ਹੈ। ਜਦ ਵੀ ਕੋਈ ਪ੍ਰੇਮ ਕਰਕੇ ਮੰਗਦਾ ਹੈ ਤਾਂ ਵਾਹਿਗੁਰੂ ਖੁਸ਼ ਹੋਕੇ ਉਸ ਪ੍ਰਾਣੀ ਨੂੰ ਇਹ ਸਭ ਦਾਤਾ ਪਰਦਾਨ ਕਰਦਾ ਹੈ। ਸ੍ਰੀ ਗੁਰੂ ਰਵਿਦਾਸ ਜੀ ਇਨਸਾਨ ਨੂੰ ਚਿਤਾਵਨੀ ਦੇਣ ਵਾਸਤੇ ਉਚਾਰਦੇ ਹਨ ਕਿ ਹੇ ਪ੍ਰਾਣੀ ਤੂੰ ਆਪਣੀ ਪਵਿੱਤਰ ਰਸਨਾ

ਨਾਲ ਹਰਿ ਨਾਮ ਨਹੀਂ ਜਪਦਾ ਇਸ ਕਰਕੇ ਤੇਰਾ ਅੱਗੇ ਜਾਕੇ ਬੁਰਾ ਹਾਲ ਹੋਵੇਗਾ। ਇਹਨਾਂ ਗੱਲਾਂ ਨੂੰ ਵਿਚਾਰ ਕੇ ਤੂੰ ਬੰਦਿਆ ਹੋਰ ਸਾਰੇ ਵਿਕਾਰ ਬਚਨਾਂ ਨੂੰ ਛੱਡ ਦੇਹ ਅਤੇ ਆਪਣੇ ਗੁਰਾਂ ਦੇ ਬਚਨਾਂ ਵਿੱਚ ਆ ਜਾਗ ਨਾਨਾ ਖਿਆਨ, ਅਠਾਰਾਂ ਪੁਰਾਨ, ਚਾਰ ਵੇਦਾਂ ਦੀਆਂ ਵਿਧੀਆਂ ਇਹ ਸਭ ਚੌਤੀ ਅੱਖਰਾਂ ਵਿੱਚ ਹਨ। ਗੁਰਮੁਖੀ ਦੇ ਪੈਂਤੀ ਅੱਖਰਾਂ ਵਿਚੋਂ 'ੳ' ਮੰਗਲਾਚਰਨ ਲਈ ਹੈ ਅਤੇ ਬਾਕੀ ਚੌਤੀ ਅਖਰ ਹਨ। ਮੁਸਲਮਾਨਾ ਦੇ ਮਤ ਅਨੁਸਾਰ ਚਉ+ਤੀਸ ਉਚਾਰਨ ਕੀਤੇ ਗਏ ਹਨ। ਉਹ ਤੀਹ ਸਪਾਰੇ ਹਨ ਅਤੇ ਉਹ ਵੀ ਅੱਖਰਾਂ ਵਿੱਚ ਹਨ । ਦੁਨੀਆਂ ਦਾ ਇਹ ਸਾਰਾ ਅਡੰਬਰ ਸਿਰਫ ਚੌਤੀ ਅੱਖਰਾਂ ਵਿੱਚ ਹੀ ਹੈ ਅਰਥਾਤ ਅਠਾਰਾਂ ਪੁਰਾਨ+ਛੇ ਸ਼ਾਸ਼ਤਰ+ਚਾਰ ਗਰੰਥ+ਛੇ ਵੇਦਾਂ ਦੇ ਦੋ ਅੰਕ+ਅਤੇ ਚਾਰ ਵੇਦ ਮੁਕਮੱਲ ਇਹ ਚੌਤੀ ਗਰੰਥ ਸਭ ਦੇ ਸਭ ਅੱਖਰਾਂ ਵਿੱਚ ਹੀ ਹਨ। ਜੇਕਰ ਅਸੀਂ ਚਉ ਜਰਬ ਤੀਹ ਕਰੀਏ ਅਤੇ ਉੱਤਰ ਵਿੱਚ ਚਾਰ ਜਮਾਂ ਕਰੀਏ ਤਾਂ ਇਹ ਗਿਣਤੀ 124 ਦੀ ਬਣਦੀ ਹੈ। ਇਸ ਤਰ੍ਹਾਂ 52 ਅੱਖਰ ਸੰਸਕ੍ਰਿਤ ਲਿਪੀ ਦੇ ਹਨ। ਪੈਂਤੀ ਅੱਖਰ ਗੁਰਮੁਖੀ ਲਿਪੀ ਦੇ ਹਨ ਅਤੇ 37 ਅੱਖਰ ਉਰਦੂ ਲਿਪੀ ਦੇ ਮਿਲਾ ਕੇ ਕੁਲ 124 ਅੱਖਰ ਬਣਦੇ ਹਨ। ਇਨ੍ਹਾਂ 124 ਅੱਖਰਾਂ ਵਿੱਚ ਹੀ ਸਭ ਕੁਝ ਲਿਖਿਆ ਗਿਆ ਹੈ। ਬਿਆਸ ਭਗਵਾਨ ਜੀ ਨੇ ਸਭ ਗਰੰਥਾਂ ਨੂੰ ਵਿਚਾਰ ਵਿਚਾਰ ਕੇ ਅੰਤ ਨੂੰ ਇਹ ਤੱਤ ਕੱਢਿਆ ਸੀ ਅਤੇ ਪਰਮ ਅਰਥ ਦਾ ਸਭ ਤੋਂ ਉੱਚਾ ਸਿਧਾਂਤ ਇਹ ਕਥਨ ਕੀਤਾ ਸੀ ਕਿ ਰਾਮ ਨਾਮ ਦੇ ਸਦਰਸ਼, ਮਨੁਖ ਲਈ ਮੁਕਤੀ ਦਾ ਕੋਈ ਹੋਰ ਸਾਧਨ ਨਹੀਂ ਹੈ। ਫਿਰ (ਫੁਨਿ) ਉਪਾਧੀ ਤੋਂ ਰਹਿਤ ਹੋ ਕੇ ਨਿਰਵਿਕਲਪ ਸਮਾਧੀ ਵਿੱਚ ਵੱਡਿਆ ਭਾਗਾਂ ਕਰਕੇ ਬ੍ਰਿਤੀ ਲਗਦੀ ਹੈ। ਸ੍ਰੀ ਗੁਰੂ ਰਵਿਦਾਸ ਜੀ ਉਚਾਰਦੇ ਹਨ ਕਿ ਹਿਰਦੇ ਵਿੱਚ ਪ੍ਰਭੂ ਦੇ ਨਾਮ ਦਾ ਸਿਮਰਨ ਕਰਕੇ ਜੋ ਗਿਆਨ ਧਾਰਦਾ ਹੈ ਉਨ੍ਹਾਂ ਜੀਵਾਂ ਦੇ ਮਨਾ ਅੰਦਰੋਂ ਜਮਾਂ ਦਾ ਡਰ ਅਤੇ ਜਨਮ ਮਰਨ ਦੀ ਪੀੜਾ ਦਾ ਨਾਸ਼ ਹੋ ਜਾਂਦਾ ਹੈ। ਹੋਰ ਗੁਰੂਆਂ ਦੀ ਗੁਰਬਾਣੀ ਦਾ ਪਾਠ ਕੀਤਿਆਂ ਅਜੇਹੇ ਸੰਕਲਪਾਂ ਦਾ ਹੇਠ ਲਿਖੇ ਦੀ ਤਰ੍ਹਾਂ ਹੋਰ ਗਿਆਨ ਪਰਾਪਤ ਹੁੰਦਾ ਹੈ ।

ਸਭ ਨਿਧਾਨ ਦਸ ਅਸਟ ਸਿਧਾਨ ਠਾਕੁਰ ਕਰ ਤਲ
ਧਰਿਆ ॥ (ਗੂਜਰੀ ਮਹੱਲਾ 5 ਪੰਨਾ 495)

ਸਿਖਿਆ ਕਲਪ ਨਿਰੁਕਤ ਪੁਨ ਜੋਤਸ਼ ਪਿੰਗਲ ਜਾਨ ॥ਵਿਆਕਰਨ ਵਖਾਣੀਏ ਬੇਦ ਅੰਗ ਖਟ ਮਾਨ ॥

□

ਰਾਗ ਸੋਰਠਿ

(ਸ਼ਬਦ ਪੰਜਵਾਂ)

ਸੋਰਠਿ ਰਾਗ ਦੇ ਇਸ ਪੰਜਵੇਂ ਸ਼ਬਦ ਵਿੱਚ ਸ੍ਰੀ ਗੁਰੂ ਰਵਿਦਾਸ ਜੀ ਪ੍ਰਭੂ ਦੇ ਵਾਰ ਵਾਰ ਦਰਸ਼ਨਾ ਸਮੇਂ ਉਨ੍ਹਾਂ ਨਾਲ ਸਨਮੁਖ ਆਪਣੀ ਪ੍ਰੀਤੀ ਜਾਹਰ ਕਰਦੇ ਹਨ ।

ਜਉ ਤੁਮ ਗਿਰਿਵਰ ਤਉ ਹਮ ਮੋਰਾ ॥ ਜਉ ਤੁਮ ਚੰਦ ਤਉ ਹਮ ਭਏ ਹੈ ਚਕੋਰਾ ॥੧॥ ਮਾਧਵੇ ਤੁਮ ਨ ਤੋਰਹੁ ਤਉ ਹਮ ਨਹੀ ਤੋਰਹਿ ॥ ਤੁਮ ਸਿਉ ਤੋਰਿ ਕਵਨ ਸਿਉ ਜੋਰਹਿ ॥੨॥ਰਹਾਉ॥ ਜਉ ਤੁਮ ਦੀਵਰਾ ਤਉ ਹਮ ਬਾਤੀ ॥ਜਉ ਤੁਮ ਤੀਰਥ ਤਉ ਹਮ ਜਾਤੀ ॥੨॥ ਸਾਚੀ ਪ੍ਰੀਤਿ ਹਮ ਤੁਮ ਸਿਉ ਜੋਰੀ ॥ ਤੁਮ ਸਿਉ ਜੋਰਿ ਅਵਰ ਸੰਗ ਤੋਰੀ ॥੩॥ ਜਹ ਜਹ ਜਾਉ ਤਹਾ ਤੇਰੀ ਸੇਵਾ ॥ ਤੁਮ ਸੋ ਠਾਕੁਰੁ ਅਉਰੁ ਨ ਦੇਵਾ ॥੪॥ ਤੁਮਰੇ ਭਜਨ ਕਟਹਿ ਜਮ ਫਾਸਾ ॥ ਭਗਤਿ ਹੇਤ ਗਾਵੈ ਰਵਿਦਾਸਾ ॥੫॥੫॥

ਸ੍ਰੀ ਗੁਰੂ ਰਵਿਦਾਸ ਜੀ ਉਚਾਰਦੇ ਹਨ ਕਿ ਹੇ ਵਾਹਿਗੁਰੂ ਜੇ ਤੁਸੀਂ ਸਾਉਣ ਮਹੀਨੇ ਦੀਆਂ ਝੜੀਆਂ ਹੋ ਤਾਂ ਮੇਰਾ ਮਨ ਮੋਰ ਹੈ । ਜੇਕਰ ਤੁਸੀਂ ਚੰਦਰਮਾਂ ਹੋ ਤਾਂ ਮੈਂ ਚਕੋਰ ਹਾਂ । ਹੇ ਪ੍ਰਭੂ ਭਾਵੇਂ ਤੁਸੀਂ ਮੇਰੇ ਤੋਂ ਮੁੱਖ ਮੋੜ ਲਵੋ ਪਰ ਮੈਂ ਆਪ ਦੀ ਬੰਧਨਾ ਵਲੋਂ ਆਪਣਾ ਮੁੱਖ ਨਹੀਂ ਕਦੇ ਮੋੜਨਾ ਤੁਹਾਡੇ ਵਲੋਂ ਆਪਣਾ ਮੁੱਖ ਮੋੜ ਕੇ ਮੈਂ ਹੋਰ ਕਿਹਦੇ ਵਲ ਆਪਣਾ ਮੁੱਖ ਕਰੂੰਗਾ ? ਜੇਕਰ ਤੁਸੀਂ ਦੀਵਾ ਹੋ ਤਾਂ ਮੈਂ ਉਸ ਵਿੱਚ ਜਲਣ ਵਾਲੀ ਬੱਤੀ ਹਾਂ । ਜੇਕਰ ਤੁਸੀਂ ਤੀਰਥਾਂ ਦੇ ਭੇਖ ਵਿੱਚ ਹੋਵੋਗੇ ਤਾਂ ਮੈਂ ਯਾਤਰੀ ਦੇ ਭੇਖ ਵਿੱਚ ਆਪ ਜੀ ਦੇ ਦਰਸ਼ਨਾ ਨੂੰ ਆਵਾਂਗਾ । ਹੇ ਪ੍ਰਭੂ ਮੈਂ ਆਪ ਜੀ ਨਾਲ ਸੱਚੀ ਪ੍ਰੀਤ ਜੋੜੀ ਹੈ । ਤੁਹਾਡੇ ਨਾਲ ਆਪਣਾ ਮੋਹ ਜੋੜ ਕੇ ਮੈਂ ਬਾਕੀ ਸਭ ਦੁਨੀਆਂ ਨਾਲੋਂ ਆਪਣਾ ਮੋਹ ਤੋੜ ਲਿਆ ਹੈ । ਜਿਥੇ ਜਿਥੇ ਵੀ ਮੈਂ ਜਾਂਦਾ ਹਾਂ ਉਥੇ ਉਥੇ ਆਪ ਜੀ ਦੀ ਸੇਵਾ ਕਰਦਾ ਹਾਂ । ਆਪ ਜੀ ਤੋਂ ਬਿਨ੍ਹਾਂ ਮੈਨੂੰ ਗਿਆਨ ਕਰਨ ਵਾਲਾ ਕੋਈ ਹੋਰ ਦੇਵੀ ਦੇਵ ਨਹੀਂ ਹੈ । ਤੁਹਾਡੇ ਭਜਨ ਅਤੇ ਸਿਮਰਨ ਕਰਨ ਨਾਲ ਮੇਰੀ ਜਮਾਂ ਦੀ ਫਾਹੀ ਟੁੱਟਦੀ ਹੈ । ਸ੍ਰੀ ਗੁਰੂ ਰਵਿਦਾਸ ਜੀ ਉਚਾਰਣ ਕਰਦੇ ਹਨ ਕਿ ਹੇ ਪ੍ਰਭੂ ਤੁਹਾਡੀ ਭਗਤੀ ਦੀ ਪ੍ਰਾਪਤੀ ਕਰਕੇ ਮੈਂ ਆਪ ਜੀ ਦੇ ਜੱਸ ਗਾਉਂਦਾ ਹਾਂ । ਜੇਕਰ ਅਜੇਹੀਆਂ ਵਿਧੀਆਂ ਨਾਲ

ਸ੍ਰੀ ਗੁਰੂ ਰਵਿਦਾਸ ਜੀ ਨੂੰ ਪ੍ਰਮਾਤਮਾ ਮਿਲ ਗਿਆ ਸੀ ਤਾਂ ਇਹ ਵੀ ਸੰਭਵ ਹੈ ਕਿ ਜੇਕਰ ਅੱਜ ਕੋਈ ਵੀ ਇਨਸਾਨ ਸੱਚੇ ਹਿਰਦੇ ਨਾਲ ਉਨ੍ਹਾਂ ਦੀਆਂ ਦੱਸੀਆਂ ਹੋਈਆਂ ਲੀਹਾਂ ਉੱਪਰ ਚਲ ਪਵੇ ਤਾਂ ਜਰੂਰ ਹੀ ਉਸ ਨੂੰ ਭਗਵਾਨ ਦੇ ਦਰਸ਼ਨ ਹੋ ਜਾਣਗੇ । ਉਪ੍ਰੋਕਤ ਸ਼ਬਦ ਵਾਲੇ ਪ੍ਰਮਾਣ ਹੋਰ ਗੁਰਬਾਣੀ ਵਿੱਚ ਦਰਜ ਹੇਠ ਲਿਖੇ ਦੀ ਤਰ੍ਹਾਂ ਵਿਚਾਰੋ । ਸ੍ਰੀ ਗੁਰੂ ਅਰਜਨ ਦੇਵ ਜੀ ਉਚਾਰਦੇ ਹਨ ।

ਪ੍ਰਭ ਕੀ ਪ੍ਰੀਤਿ ਸਦਾ ਸੁਖੁ ਹੋਇ ॥ ਪ੍ਰਭ ਕੀ ਪ੍ਰੀਤਿ ਦੁਖੁ ਲਗੈ ਨ ਕੋਇ ॥ ਪ੍ਰਭ ਕੀ ਪ੍ਰੀਤਿ ਹਉਮੈ ਮਲੁ ਖੋਇ ॥ ਪ੍ਰਭ ਕੀ ਪ੍ਰੀਤਿ ਸਦ ਨਿਰਮਲ ਹੋਇ ॥ ਸੁਨਹੁ ਮੀਤ ਐਸਾ ਪ੍ਰੇਮ ਪਿਆਰ ॥ ਜੀਅ ਪ੍ਰਾਨ ਘਟ ਘਟ ਆਧਾਰੁ ॥੧॥ ਪ੍ਰਭ ਕੀ ਪ੍ਰੀਤਿ ਭਏ ਸਗਲ ਨਿਧਾਨ ॥ ਪ੍ਰਭ ਕੀ ਪ੍ਰੀਤਿ ਰਿਦੈ ਨਿਰਮਲ ਨਾਮ ॥ ਪ੍ਰਭ ਕੀ ਪ੍ਰੀਤਿ ਸਦ ਸ਼ੋਭਾ ਵੰਤ ॥ ਪ੍ਰਭ ਕੀ ਪ੍ਰੀਤਿ ਸਭ ਮਿਟੀ ਹੈ ਚਿੰਤ ॥੨॥ ਪ੍ਰਭ ਕੀ ਪ੍ਰੀਤਿ ਇਹੁ ਭਵਜਲ ਤਰੈ ॥ ਪ੍ਰਭ ਕੀ ਪ੍ਰੀਤਿ ਜਮ ਤੇ ਨਹੀ ਡਰੈ ॥ ਪ੍ਰਭ ਕੀ ਪ੍ਰੀਤਿ ਸਗਲ ਉਧਾਰੈ ॥ ਪ੍ਰਭ ਕੀ ਪ੍ਰੀਤਿ ਚਲੈ ਸੰਗਾਰੈ ॥੩॥ (ਆਸਾ ਮਹੱਲਾ 5 ਪੰਨਾ 391)

ਹਰਣੀ ਹੋਵਾ ਬਨਿ ਬਸਾ ਕੰਦ ਮੂਲ ਚੁਣਿ ਖਾਉ ॥ ਗੁਰ ਪ੍ਰਸਾਦਿ ਮੇਰਾ ਸਹੁ ਮਿਲੈ ॥ ਵਾਰਿ ਵਾਰਿ ਹਉ ਜਾਉ ਜੀਉ ॥੧॥ ਮੈਂ ਬਨਜਾਰਨਿ ਰਾਮ ਕੀ ॥ ਤੇਰਾ ਨਾਮ ਵਖਰੁ ਵਾਪਾਰੁ ਜੀ ॥੧॥ਰਹਾਉ॥ ਕੋਕਿਲ ਹੋਵਾ ਅੰਬਿ ਬਸਾ ਸਹਜਿ ਸ਼ਬਦ ਬੀਚਾਰੁ ॥ਸਹਿਜ ਸੁਭਾਇ ਮੇਰਾ ਸਹੁ ਮਿਲੈ ਦਰਸਨਿ ਰੂਪਿ ਆਪਾਰੁ ॥੨॥ ਮਛਲੀ ਹੋਵਾ ਜਲ ਬਸਾ ਜੀਅ ਜੰਤ ਸਭਿ ਸਾਰਿ ॥ ਉਰਵਾਰਿ ਪਾਰਿ ਮੇਰਾ ਸਹੁ ਵਸੈ ਹਉ ਮਿਲਉਗੀ ਬਾਹ ਪਸਾਰਿ ॥੩॥ (ਗਾਉੜੀ ਮਹੱਲਾ 1 ਪੰਨਾ 157)

□

ਰਾਗ ਸੋਰਠਿ

(ਸ਼ਬਦ ਛੇਵਾਂ)

ਰਾਗ ਸੋਰਠਿ ਦੇ ਛੇਵੇਂ ਸ਼ਬਦ ਵਿੱਚ ਸ੍ਰੀ ਗੁਰੂ ਰਵਿਦਾਸ ਜੀ ਪ੍ਰਾਣੀ ਨੂੰ ਉਸਦੇ ਸਾਹਾਂ ਦੀ ਪ੍ਰਾਪਤੀ ਅਤੇ ਅਪ੍ਰਾਪਤੀ ਬਾਰੇ ਗਿਆਨ ਦਿੰਦੇ ਹਨ ।

ਜਲ ਕੀ ਭੀਤਿ ਪਵਨ ਕਾ ਥੰਭਾ ਰਕਤ ਬੁੰਦ ਕਾ ਗਾਰਾ ॥ ਹਾਡ ਮਾਸ ਨਾੜੀ ਕੋ ਪਿੰਜਰ ਪੰਖੀ ਬਸੈ ਬਿਚਾਰਾ ॥੧॥ ਪ੍ਰਾਨੀ ਕਿਆ ਮੇਰਾ ਕਿਆ ਤੇਰਾ ॥ ਜੈਸੇ ਤਰਵਰ ਪੰਖਿ ਬਸੇਰਾ ॥੧॥ਰਹਾਉ॥ ਰਾਖਹੁ ਕੰਧ ਉਸਾਰਹੁ ਨੀਵਾਂ ਸਾਢੇ ਤੀਨਿ ਹਾਥੁ ਤੇਰੀ ਸੀਵਾਂ ॥੨॥ ਬੰਕੇ ਬਾਲ ਪਾਗ ਸਿਰਿ ਡੇਰੀ ॥ ਇਹੁ ਤਨੁ ਹੋਇਗੋ ਭਸਮ ਕੀ ਢੇਰੀ ॥੩॥ ਊਚੇ ਮੰਦਰ ਸੁੰਦਰ ਨਾਰੀ ॥ ਰਾਮ ਨਾਮ ਬਿਨੁ ਬਾਜੀ ਹਾਰੀ ॥੪॥ ਮੇਰੀ ਜਾਤਿ ਕਮੀਨੀ ਪਾਤਿ ਕਮੀਨੀ ਓਛਾ ਜਨਮੁ ਹਮਾਰਾ ॥ ਤੁਮ ਸਰਨਾਗਤਿ ਰਾਜਾ ਰਾਮ ਚੰਦ ਕਹਿ ਰਵਿਦਾਸ ਚਮਾਰਾ ॥੫॥੬॥

ਸ੍ਰੀ ਗੁਰੂ ਰਵਿਦਾਸ ਜੀ ਇਸ ਸ਼ਬਦ ਵਿੱਚ ਉਚਾਰਦੇ ਹਨ ਕਿ ਸਰੀਰ ਪੰਜਾਂ ਤੱਤਾਂ ਦੀ ਬਣੀ ਹੋਈ ਇੱਕ ਕੰਧ ਹੈ ਜਿਸ ਵਿੱਚ ਸੁਆਸਾ ਰੂਪੀ ਇੱਕ ਥੰਭਾ ਹੈ । ਪੰਜ ਤੱਤਾਂ ਦੇ ਨਾਮ ਅੱਗੇ ਲਿਖਣੇ ਕੀਤੇ ਹਨ । ਹਵਾ, ਪਾਣੀ, ਅੱਗ,ਧਰਤ ਅਤੇ ਆਸਮਾਨ ਇਨ੍ਹਾਂ ਪੰਜਾਂ ਤੱਤਾਂ ਨਾਲ ਇਹ ਇਨਸਾਨ ਬਣਿਆ ਹੋਇਆ ਹੈ । ਜਦ ਆਦਮੀ ਦੀ ਮੌਤ ਹੁੰਦੀ ਹੈ ਤਾਂ ਇਹ ਪੰਜੇ ਤੱਤ ਆਪੋ ਆਪਣੇ ਤੱਤਾਂ ਵਿੱਚ ਫਿਰ ਜਾ ਮਿਲਦੇ ਹਨ । ਸ੍ਰੀ ਗੁਰੂ ਰਵਿਦਾਸ ਜੀ ਉਚਾਰਦੇ ਹਨ ਕਿ ਆਦਮੀ ਦੀ ਇਹ ਸਰੀਰ ਰੂਪੀ ਕੰਧ ਲਹੂ ਰੂਪੀ ਗਾਰੇ ਨਾਲ ਚਿਣੀ ਹੋਈ ਹੈ । ਹੱਡ ਮਾਸ ਅਤੇ ਨਾੜੀਆਂ ਨਾਲ ਬਣੇ ਹੋਏ ਸਰੀਰ ਰੂਪੀ ਪਿੰਜਰੇ ਵਿੱਚ ਜੀਵ ਰੂਪੀ ਪੰਛੀ ਵਿਚਾਰਾ ਵਸ ਰਿਹਾ ਹੈ । ਹੇ ਪ੍ਰਾਣੀ ਇਸ ਜੱਗ ਵਿੱਚ ਕੀ ਤੇਰਾ ਹੈ ਅਤੇ ਕੀ ਮੇਰਾ ਹੈ । ਜਿਸ ਤਰ੍ਹਾਂ ਰਾਤ ਵੇਲੇ ਆਲ੍ਹਣੇ ਪੰਛੀ ਬੈਠੇ ਹੁੰਦੇ ਹਨ ਅਤੇ ਸਵੇਰ ਹੋਣ ਵੇਲੇ ਉੱਡ ਜਾਂਦੇ ਹਨ । ਏਸੇ ਤਰ੍ਹਾਂ ਕਾਲ ਰੂਪੀ ਜਦ ਦਿਨ ਚੜ੍ਹ ਆਉਂਦਾ ਹੈ ਤਾਂ ਸਰੀਰ ਵਿੱਚੋਂ ਰੂਹ ਨਿਕਲ ਜਾਂਦੀ ਹੈ । ਤੁਸੀਂ ਬੜੀਆਂ ਡੂੰਘੀਆਂ ਨੀਹਾਂ (ਨੀਵਾ) ਧਰਕੇ ਦੁਨੀਆਂ ਵਿੱਚ ਆਪਣਾ ਵਸਣਾ ਪੱਕਾ ਕਰਦੇ ਹੋ,ਪਰ ਅੰਤ ਵਿੱਚ ਸਰੀਰ ਲਈ ਸਿਰਫ ਸਾਢੇ ਤਿੰਨ ਹੱਥ ਹੀ ਧਰਤੀ ਦੀ ਜਰੂਰਤ ਹੁੰਦੀ ਹੈ । ਜਿਸ ਸੁੰਦਰ ਸਰੀਰ ਦੇ ਸਿਰ ਉੱਪਰ ਵਾਲ ਸੁਆਰਦਾ ਏਂ ਅਤੇ ਉਸ ਸਿਰ ਉੱਪਰ ਟੇਡੀ ਪੱਗ ਬੰਨ੍ਹਦਾ ਏ । ਪਾਠਕ ਜੀ ਏਥੇ ਤੁਸੀਂ ਇਸ ਗੱਲ ਨੂੰ ਵਿਚਾਰਨਾ ਹੈ ਕਿ ਸਿਰ ਉੱਪਰ ਪੱਗ ਬੰਨ੍ਹਣ ਦਾ ਰਿਵਾਜ ਜਾਂ ਤਾਂ ਸ੍ਰੀ ਗੁਰੂ ਰਵਿਦਾਸ ਜੀ ਦੇ ਅਵਤਾਰ ਧਾਰਨ ਤੋਂ

ਪਹਿਲਾ ਹੀ ਸੀ ਅਤੇ ਜਾਂ ਫਿਰ ਸ੍ਰੀ ਗੁਰੂ ਰਵਿਦਾਸ ਜੀ ਨੇ ਪੱਗ ਬੰਨ੍ਹਣ ਦੀ ਰੀਤ ਵਲ ਇਸ਼ਾਰਾ ਕੀਤਾ ਸੀ । ਇਥੇ ਇੱਕ ਗੱਲ ਜਰੂਰ ਮੰਨਣੀ ਪਵੇਗੀ ਕਿ ਇਹ ਪੱਗ ਸਿਰਫ ਸਿੱਖ ਹੀ ਨਹੀਂ ਬੰਨ੍ਹਦੇ ਹੋਰ ਕੌਮਾਂ ਵਿੱਚ ਵੀ ਸਿਰ ਉੱਪਰ ਪੱਗ ਬੰਨ੍ਹਣ ਦਾ ਰਿਵਾਜ ਪ੍ਰਚਲਤ ਸੀ । ਕਿਉਂਕਿ ਸ੍ਰੀ ਗੁਰੂ ਰਵਿਦਾਸ ਜੀ ਦੇ ਸਮੇਂ ਤਾਂ ਸਿੱਖੀ ਦਾ ਨਾਮ ਨਿਸ਼ਾਨ ਵੀ ਨਹੀਂ ਸੀ । ਸ੍ਰੀ ਗੁਰੂ ਰਵਿਦਾਸ ਜੀ ਉਚਾਰਦੇ ਹਨ ਕਿ ਸਿਰ ਉੱਪਰ ਟੇਡੀ ਪੱਗ ਬੰਨ੍ਹਣ ਵਾਲੇ ਅੰਤ ਨੂੰ ਤੇਰਾ ਸਰੀਰ ਉਸੇ ਸਿਰ ਦੇ ਨਾਲ ਸੜ ਕੇ ਸੁਆਹ ਦੀ ਢੇਰੀ ਬਣ ਜਾਣਾ ਹੈ । ਹੇ ਭਲੇ ਪੁਰਸ਼ਾ, ਤੂੰ ਉੱਚੇ ਮਹਿਲ ਮੁਨਾਰਿਆਂ ਵਿੱਚ ਸੁੰਦਰ ਨਾਰੀਆਂ ਨਾਲ ਪ੍ਰੇਮ ਕਰਦਾ ਏਂ ਪਰ ਰਾਮ ਨਾਮ ਦੇ ਪ੍ਰੇਮ ਤੋਂ ਬਿਨ੍ਹਾਂ ਤੂੰ ਇਸ ਪਵਿੱਤਰ ਮਾਨਸ ਜਨਮ ਨੂੰ ਹਥੋਂ ਗੁਆ ਬੈਠੇਂਗਾ । ਸ੍ਰੀ ਗੁਰੂ ਰਵਿਦਾਸ ਜੀ ਉਚਾਰਦੇ ਹਨ ਕਿ ਹੇ ਪ੍ਰਭੂ ਖੋਟੇ ਕਰਮ ਕਮਾਉਣ ਕਰਕੇ ਮੇਰੀ ਹਸਤੀ ਨੀਵੀਂ ਹੈ । ਮੇਰੀ ਸੰਗਤ ਅਤੇ ਪੰਗਤ ਵੀ ਵਿਕਾਰੀ ਪੁਰਸ਼ਾ ਨਾਲ ਹੈ ਅਤੇ ਇਹਨਾਂ ਕਾਰਨਾ ਕਰਕੇ ਮੇਰਾ ਜਨਮ ਉਛਾ (ਹੋਛਾ) ਹੋਗਿਆ ਹੈ । ਸ੍ਰੀ ਗੁਰੂ ਰਵਿਦਾਸ ਜੀ ਪ੍ਰਭੂ ਜੀ ਅੱਗੇ ਬੇਨਤੀ ਗੁਜਾਰਦੇ ਹਨ ਕਿ ਇਸ ਚਮੜੇ ਦੇ ਸਰੀਰ ਵਿੱਚ ਰਹਿਣ ਵਾਲਾ ਮਹਾ ਪੁਰਖ ਤੁਹਾਡੇ ਸਭ ਵਿੱਚ (ਰਾਮ) ਰਮਿਆ ਹੋਇਆ ਹੈ । ਏਥੇ (ਰੰਦ) ਸ਼ਬਦ ਦਾ ਭਾਵ ਪ੍ਰਕਾਸ਼ ਦੀ ਸ਼ਰਨ ਵਿੱਚ ਆਇਆ ਹਾਂ ।

ਸ੍ਰੀ ਗੁਰੂ ਰਵਿਦਾਸ ਜੀ ਦੀ ਬਾਣੀ ਅਨੁਸਾਰ ਗੁਰਬਾਣੀ ਦੇ ਹੋਰ ਪ੍ਰਮਾਣ ਵੀ ਪੜ੍ਹਨ ਵਾਸਤੇ ਹੇਠਾਂ ਦਰਜ ਕੀਤੇ ਹਨ ।

ਬਿਰਖ ਬਸੇਰੋ ਪੰਖਿਕੋ ਤੈਸੋ ਇਹੁ ਸੰਸਾਰੁ ॥

(ਗਾਉੜੀ ਕਬੀਰ ਪੰਨਾ 337)

ਯਾਦ ਰਹੇ ਕਬੀਰ ਜੀ ਸ੍ਰੀ ਗੁਰੂ ਰਵਿਦਾਸ ਜੀ ਦੇ ਸਮਕਾਲੀ ਹੋਏ ਹਨ ।

ਕਬੀਰ ਕੋਠੇ ਮੰਡਪ ਹੇਤੁ ਕਰਿ ਕਾਹੇ ਮਰਹੁ ਸਵਾਰਿ ॥ ਕਾਰਜ ਸਾਢੇ ਤੀਨਿ ਹਥ ਘਨੀ ਤ ਪਉਨੇ ਚਾਰਿ ॥੨॥੪॥

(ਸਲੋਕ ਕਬੀਰ ਜੀ ਪੰਨਾ 1376)

ਅੰਤਰਿ ਹਰਿ ਨਾਮੁ ਸਰਬ ਧਰਣੀਧਰ ਸਾਕਤ ਕਉ ਦੂਰਿ ਭਇਆ ਅਹੰਕਾਰੀ ॥ ਤ੍ਰਿਸਨਾ ਜਲਤ ਨ ਕਬਹੂ ਬੂਝਹਿ ਜੂਐ ਬਾਜੀ ਹਾਰੀ ॥ (ਸਾਰੰਗ ਮਹਲਾ 4 ਪੰਨਾ 1198)

□

ਰਾਗ ਸੋਰਠਿ

(ਸ਼ਬਦ ਸਤਵਾਂ)

ਰਾਗ ਸੋਰਠਿ ਦੇ ਸਤਵੇਂ ਸ਼ਬਦ ਵਿੱਚ ਸ੍ਰੀ ਗੁਰੂ ਜੀ ਦੁਨੀਆਂ ਨਾਲ ਨਾਤਾ ਗੰਢਣ ਵਾਲੇ ਲੋਕਾਂ ਨੂੰ ਪ੍ਰੇਰਨਾ ਦਿੰਦੇ ਹਨ ਕਿ ਇਹ ਸਰੀਰ ਫਾਨੀ ਹੈ, ਨਾਸ਼ਵਾਨ ਹੈ । ਇਸ ਦੁਨੀਆਂ ਵਿੱਚ ਬਹੁਤਾ ਮੋਹ ਨਾ ਪਾਵੋ, ਨਹੀਂ ਅੰਤ ਵੇਲੇ ਪਛਤਾਉਣਾ ਪਵੇਗਾ ।

ਚਮਰਟਾ ਗਾਂਠਿ ਨ ਜਨਈ ॥ ਲੋਗੁ ਗਠਾਵੈ ਪਨਹੀ ॥੧॥ਰਹਾਉ॥ ਆਰ ਨਹੀ ਜਿਹ ਤੋਪਉ ॥ ਨਹੀ ਰਾਬੀ ਠਾਉ ਰੋਪਉ ॥੧॥ ਲੋਗੁ ਗੰਠਿ ਗੰਠਿ ਖਰਾ ਬਿਗੂਚਾ ॥ ਹਉ ਬਿਨੁ ਗਾਂਠਿ ਜਾਇ ਪਹੂਚਾ ॥੨॥ ਰਵਿਦਾਸ ਜਪੈ ਰਾਮ ਨਾਮਾ ॥ ਮੋਹਿ ਜਮ ਸਿਉ ਨਾਹੀ ਕਾਮਾ ॥੩॥੭॥

ਉਪ੍ਰੋਕਤ ਰਾਗ ਸੋਰਠਿ ਦੇ ਸ਼ਬਦ ਵਿੱਚ ਸ੍ਰੀ ਗੁਰੂ ਰਵਿਦਾਸ ਜੀ ਉਚਾਰਦੇ ਹਨ ਕਿ ਚਮੜੇ ਕਰਕੇ ਅੱਟਿਆ (ਚਮਰਟਾ) ਹੋਇਆ ਸਰੀਰ ਹੈ ਇਸ ਵਿੱਚ (ਗਾਂਠਿ) ਰੱਬੀ ਪ੍ਰੀਤ ਨਹੀਂ ਸਮਾਂ ਸਕੀ । ਦੁਨੀਆਬੀ ਪੁਰਸ਼ ਤਾਂ ਕਦੇ ਕਿਸੇ ਨਾਲ ਮਿਤ੍ਰਤਾ ਗੰਢਦੇ ਹਨ ਅਤੇ ਕਦੇ ਕਿਸੇ ਵਸਤੂ ਨਾਲ ਪਿਆਰ ਅਤੇ ਮੋਹ ਕਰਦੇ ਹਨ । ਕਦੇ ਕਿਸੇ ਦੇ ਆਸਰੇ (ਪਨਹੀ) ਨੂੰ ਜਾਂ ਸ਼ਰਨ ਨੂੰ (ਗਠਾਵੈ) ਲੈਂਦੇ ਹਨ । ਸੰਸਾਰਾਕਾਰ ਬਿਰਤੀ ਰੂਪੀ ਆਰ ਨਹੀਂ ਹੈ ਜਿਸ ਕਰਕੇ ਮੈਂ ਕਿਸੇ ਨਾਲ ਗੰਢ ਤਰੋਪਾ ਲਾਵਾਂ ਭਾਵ ਕਿਸੇ ਦੁਨੀਆਵੀ ਕੰਮਾਂ ਵਲ ਆਪਣਾ ਚਿੱਤ ਲਾਵਾਂ ਅਤੇ ਨਾ ਹੀ ਸੰਸਾਰਾਕਾਰ ਬੁੱਧੀ ਰੂਪ ਰੰਬੀ ਹੀ ਹੈ ਜਿਸ ਕਰਕੇ ਮੈਂ ਸੁਖ ਦੇ(ਠਾਉ ਰੋਪਉ)ਆਪਣੇ ਥਾਂ ਪੈਦਾ ਕਰਾਂ ਜਾਂ,ਹਾਲਾਤ ਪੈਦਾ ਕਰਾਂ । ਦੁਨੀਆਬੀ ਪੁਰਸ਼ ਆਪਸ ਵਿੱਚ ਇੱਕ ਦੂਜੇ ਨਾਲ ਪ੍ਰੀਤੀ ਗੰਢ ਕੇ (ਖਰਾ ਬਿਗੂਚਾ) ਚੰਗੇ ਭਲੇ ਖਰਾਬ ਹੋ ਰਹੇ ਹਨ । ਮੈਂ ਪ੍ਰਮਾਤਮਾ ਕੋਲ ਦੁਨੀਆਂ ਨਾਲ ਨਾਤਾ ਜੋੜਨ ਤੋਂ ਬਿਨ੍ਹਾਂ ਹੀ ਪਹੁੰਚ ਗਿਆ ਹਾਂ । ਸ੍ਰੀ ਗੁਰੂ ਰਵਿਦਾਸ ਜੀ ਉਚਾਰਦੇ ਹਨ ਕਿ ਰਾਮ ਨਾਮ ਨੂੰ ਜਪਦਾ ਹਾਂ, ਇਸੇ ਕਰਕੇ ਹੁਣ ਮੇਰਾ ਜਮਾਂ ਨਾਲ ਕੋਈ ਰਿਸ਼ਤਾ ਨਹੀਂ ਰਿਹਾ । ਉਪ੍ਰੋਕਤ ਰਾਗ ਸੋਰਠਿ ਦੇ ਸਤਵੇਂ ਸ਼ਬਦ ਦੇ ਵਿਚਾਰਾਂ ਨਾਲ ਕਬੀਰ ਜੀ ਸਹਿਮਤੀ ਪ੍ਰਗਟ ਕਰਦੇ ਹੋਏ ਹੇਠ ਲਿਖਿਆ ਰਾਗ ਧਨਾਸਰੀ ਉਚਾਰਦੇ ਹਨ।

ਕਹਤ ਕਬੀਰ ਅਵਰ ਨਹੀ ਕਾਮਾ।

ਹਮਰੈ ਮਨ ਧਨ ਰਾਮ ਕੋ ਨਾਮਾ ॥੪॥੪॥

□

ਰਾਗ ਧਨਾਸਰੀ

ਭਗਤ ਰਵਿਦਾਸ ਜੀ ਕੀ ॥

ਸ੍ਰੀ ਗੁਰੂ ਰਵਿਦਾਸ ਜੀ ਦੇ ਰਾਗ ਧਨਾਸਰੀ ਦਾ ਸਿਰਲੇਖ ਗੁਰੂ ਗਰੰਥ ਸਾਹਿਬ ਜੀ ਵਿੱਚ ਉੱਪਰ ਲਿਖੇ ਦੀ ਤਰ੍ਹਾਂ ਦਰਜ ਹੈ । ਸ੍ਰੀ ਗੁਰੂ ਰਵਿਦਾਸ ਜੀ ਤੋਂ ਪਹਿਲਾ ਧਨਾਸਰੀ ਕਾਫੀ ਠਾਟ ਦੀ ਇੱਕ ਸੰਪੂਰਣ ਰਾਗਿਣੀ ਸੀ ਪਰ ਸ੍ਰੀ ਗੁਰੂ ਰਵਿਦਾਸ ਜੀ ਨੇ ਇਸ ਧਨਾਸਰੀ ਰਾਗਿਣੀ ਦੇ ਆਰੋਹੀ ਦੇ ਸੁਰਾਂ ਵਿੱਚ ਭੀਮ ਪਲਾਸੀ ਦਾ ਅੰਗ ਮਿਲਾ ਕੇ ਅਤੇ ਅਵਰੋਹੀ ਵਿੱਚ ਪੂਰਬੀ ਅਤੇ ਮੁਲਤਾਨੀ ਰਾਗ ਦੀਆਂ ਸੁਰਾਂ ਦੀ ਰੰਗਤ ਚਾੜ੍ਹ ਕੇ ਇਸ ਧਨਾਸਰੀ ਰਾਗਿਣੀ ਨੂੰ ਧਨਾਸਰੀ ਰਾਗ ਬਣਾ ਦਿਤਾ ਸੀ । ਇਸ ਰਾਗ ਵਿੱਚ ਹੁਣ ਧੈਵਤ ਦੁਰਬਲ ਹੈ । ਪੰਚਮ ਅਤੇ ਗਾਂਧਾਰ ਦੀ ਸੰਗਤ ਹੈ । ਪੰਚਮ ਵਾਦੀ ਸੁਰ ਹੈ। ਸ਼ੜਜ ਗਾਂਧਾਰ ਪੰਚਮ ਨਿਸ਼ਾਦ ਸ਼ੁੱਧ ,ਰਿਸ਼ਭ ਧੈਵਤ ਕੋਮਲ ਮੱਧਮ ਤੀਵਰ ਹੈ। ਕਈ ਰਾਗੀਆਂ ਨੇ ਸ਼ੜਜ ਰਿਸ਼ਭ ਪੰਚਮ ਧੈਵਤ ਸ਼ੁੱਧ ਅਤੇ ਗਾਂਧਾਰ ਮੱਧਮ, ਨਿਸ਼ਾਦ ਕੋਮਲ ਸੁਰ ਮੰਨੇ ਹਨ । ਖਿਆਲ ਰਹੇ ਇਸ ਤਰ੍ਹਾਂ ਕੋਈ ਨਿਪੁੰਨ ਵਾਦਕ ਹੀ ਸੁਰਾਂ ਨੂੰ ਲਾ ਸਕਦਾ ਹੈ । ਸ੍ਰੀ ਗੁਰੂ ਗਰੰਥ ਸਾਹਿਬ ਵਿੱਚ ਧਨਾਸਰੀ ਰਾਗ ਦਾ ਨੰਬਰ ਦਸਵਾਂ ਹੈ । ਧਨਾਸਰੀ ਰਾਗ ਨੂੰ ਗਾਉਣ ਦਾ ਸਮਾਂ ਦਿਨ ਦਾ ਤੀਜਾ ਪਹਿਰ ਹੈ । ਇਸ ਧਨਾਸਰੀ ਰਾਗ ਵਿੱਚ ਸ੍ਰੀ ਗੁਰੂ ਰਵਿਦਾਸ ਜੀ ਨੇ ਤਿੰਨ ਸ਼ਬਦ ਉਚਾਰੇ ਹਨ ਜਿਨ੍ਹਾਂ ਸ਼ਬਦਾ ਦੇ ਹੇਠ ਲਿਖੇ ਵਿਚਾਰਾਂ ਨੂੰ ਹੁਣ ਆਪਣੇ ਮਨਾ ਵਿੱਚ ਵਸਾਉਂਦੇ ਹਾਂ ।

ਰਾਗ ਧਨਾਸਰੀ

(ਸ਼ਬਦ ਪਹਿਲਾ)

ੴਸਤਿਗੁਰ ਪ੍ਰਸਾਦਿ ॥

ਧਨਾਸਰੀ ਭਗਤ ਰਵਿਦਾਸ ਜੀ ਕੀ ॥

ਹਮ ਸਰਿ ਦੀਨੁ ਦਇਆਲੁ ਨ ਤੁਮ ਸਰਿ ਅਬ ਪਤੀਆਰੁ ਕਿਆ ਕੀਜੈ॥ਬਚਨੀ ਤੋਰ ਮੋਰ ਮਨੁ ਮਾਨੈ ਜਨ ਕਉ ਪੂਰਨੁ ਦੀਜੈ॥੧॥ਹਉ ਬਲਿ ਬਲਿ ਜਾਉ ਰਮਈਆ ਕਾਰਨੇ ਕਾਰਨ ਕਵਨ ਅਬੋਲ॥ਰਹਾਉ॥ਬਹੁਤ ਜਨਮ ਬਿਛੁਰੇ ਥੇ ਮਾਧਉ ਇਹੁ ਜਨਮੁ ਤੁਮਾਰੇ ਲੇਖੇ ॥ ਕਹਿ ਰਵਿਦਾਸ ਆਸ ਲਗਿ ਜੀਵਉ ਚਿਰ ਭਇਓ ਦਰਸਨੁ ਦੇਖੇ ॥੨॥੧॥

ਸ੍ਰੀ ਗੁਰੂ ਰਵਿਦਾਸ ਜੀ ਦੀ ਸ਼ਰਧਾ ਨੂੰ ਪਰਖ ਕੇ ਇੱਕ ਸਮੇਂ ਭਗਵਾਨ ਨੇ ਸ੍ਰੀ ਗੁਰੂ ਰਵਿਦਾਸ ਜੀ ਨੂੰ ਖੁਦ ਧਰਤੀ ਉੱਪਰ ਆਣ ਕੇ ਦਰਸ਼ਨ ਦਿਤੇ । ਉਸ ਸਮੇਂ ਗੁਰੂ ਜੀ ਨੇ ਹੱਥ ਜੋੜ ਕੇ ਉਨ੍ਹਾਂ ਨੂੰ ਨਮਸ਼ਕਾਰ ਕੀਤਾ । ਉਨ੍ਹਾਂ ਦੀ ਸੁਖ ਸਾਂਦ ਪੁੱਛੀ ਪਰ ਭਗਵਾਨ ਜੀ ਅਗਿਓ ਚੁੱਪ ਹੀ ਰਹੇ । ਤਦ ਸ੍ਰੀ ਗੁਰੂ ਰਵਿਦਾਸ ਜੀ ਨੇ ਪ੍ਰਭੂ ਨੂੰ ਆਖਿਆ ਕਿ ਮੇਰੇ ਵਰਗਾ ਰਾਮ ਨਾਮ ਬਾਝ ਕੋਈ ਹੋਰ ਗਰੀਬ ਨਹੀਂ ਹੈ ਅਤੇ ਆਪ ਵਰਗਾ ਹੋਰ ਕੋਈ ਦਿਆਲੂ ਨਹੀਂ ਹੈ । ਦੱਸੋ ਤੁਸੀ ਹੁਣ ਹੋਰ ਕਿਹੜਾ ਮੇਰਾ ਇਮਤਿਹਾਨ ਲੈਣਾ ਚਾਹੁੰਦੇ ਹੋ ? ਆਪ ਜੀ ਦੇ ਮਿੱਠੇ ਮਿੱਠੇ ਦਇਆਵਾਨ ਸ਼ਬਦਾਂ ਨੂੰ ਸੁਣ ਕੇ ਮੇਰਾ ਮਨ ਮੋਰ ਨੱਚਣ ਲਗਦਾ ਹੈ । ਹੇ ਪ੍ਰਭੂ ਆਪ ਜਰੇ ਜਰੇ ਵਿੱਚ ਵਸੇ ਹੋਏ ਹੋਏ ਹੋ । ਮੈਂ ਆਪ ਜੀ ਦੇ ਕਰਤਬਾ ਤੋਂ ਕੁਰਬਾਨ ਜਾਂਦਾ ਹਾਂ । ਮੈਨੂੰ ਤੁਸੀਂ ਇਹ ਵੀ ਦੱਸੋ ਕਿ ਇਹ ਕੀ ਕਾਰਨ ਹੈ ਕਿ ਆਪ ਜੀ ਮੇਰੇ ਨਾਲ ਬੋਲਦੇ ਕਿਉਂ ਨਹੀਂ ਹੋ ? ਹੇ ਮਾਇਆ ਪਤੀ, (ਮਾਧਉ) ਅਕਾਲ ਪੁਰਖ ਜੀ ਮੈਨੂੰ ਤੁਹਾਡੇ ਨਾਲੋਂ ਵਿਛੜਿਆਂ ਹੋਇਆਂ ਬਹੁਤ ਸਾਰੇ ਜਨਮ ਬਤੀਤ ਗਏ ਹਨ । ਹੁਣ ਗੁਰੂ ਦੀ ਕਿਰਪਾ ਨਾਲ ਇਹ ਮਨੁਖਾ ਜਨਮ ਤੁਹਾਡੇ ਲੇਖੇ ਲਾ ਦਿਤਾ ਹੈ । ਸ੍ਰੀ ਗੁਰੂ ਰਵਿਦਾਸ ਜੀ ਉਚਾਰਦੇ ਹਨ ਕਿ ਹੇ ਪ੍ਰਭੂ ! ਮੈਂ ਤਾਂ ਆਪ ਜੀ ਦੇ ਦਰਸ਼ਨਾ ਦੀ ਆਸ਼ਾ ਵਿੱਚ ਲੱਗ ਕੇ ਹੀ ਜੀਉਂਦਾ ਹਾਂ । ਆਪ ਜੀ ਦੇ ਦਰਸ਼ਨ ਕੀਤਿਆਂ ਚਿਰੰਕਾਲ ਹੋਗਿਆ ਹੈ ।

ਸ੍ਰੀ ਗੁਰੂ ਅਰਜਨ ਦੇਵ ਜੀ ਵੀ ਏਸੇ ਸੰਦਰਭ ਵਿੱਚ ਗੁਰਬਾਣੀ ਉਚਾਰਦੇ ਹਨ ।

ਮੇਰਾ ਮਨੁ ਲੋਚੈ ਗੁਰ ਦਰਸਨ ਤਾਈ ॥ ਬਿਲਪ ਕਰੇ ਚਾਤ੍ਰਿਕ ਕੀ ਨਿਆਈ ॥ ਤ੍ਰਿਖਾ ਨ ਉਤਰੈ ਸਾਂਤਿ ਨ ਆਵੈ ਬਿਨ ਦਰਸਨ ਸੰਤ ਪਿਆਰੇ ਜੀਉ ॥੧॥ ਹਉ ਘੋਲੀ ਜੀਉ ਘੋਲਿ ਘੁਮਾਈ ਗੁਰ ਦਰਸਨ ਸੰਤ ਪਿਆਰੇ ਜੀਉ ॥੧॥ਰਹਾਉ॥ ਤੇਰਾ ਮੁਖੁ ਸੁਹਾਵਾ ਜੀਉ ਸਹਜ ਧੁਨਿ ਬਾਣੀ ॥ ਚਿਰੁ ਹੋਆ ਦੇਖੇ ਸਾਰਿੰਗ ਪਾਣੀ ॥ ਧੰਨੁ ਸੁ ਦੇਸੁ ਜਹਾ ਤੂੰ ਵਸਿਆ ਮੇਰੇ ਸਜਣ ਮੀਤ ਮਰਾਰੇ ਜੀਉ ॥੨॥ ਹਉ ਘੋਲੀ ਹਉ ਘੋਲ ਘੁਮਾਈ ਗੁਰ ਸਜਣ ਮੀਤ ਮੁਰਾਰੇ ਜੀਉ ॥੧॥ਰਹਾਉ॥ ਇਕ ਘੜੀ ਨ ਮਿਲਤੇ ਤਾਂ ਕਲਜੁਗੁ ਹੋਤਾ ॥ ਹੁਣਿ ਕਦਿ ਮਿਲੀਐ ਪ੍ਰਿਅ ਤੁਧੁ ਭਗਵੰਤਾ ॥ ਮੋਹਿ ਰੈਣਿ ਨਾਵਿਹਾਵੈ ਨੀਦ ਨ ਆਵੈ ਬਿਨੁ ਦੇਖੇ ਗੁਰ

ਦਰਬਾਰੇ ਜੀਉ ॥੧॥ਰਹਾਉ॥ ਭਾਗ ਹੋਆ ਗੁਰਿ ਸੰਤੁ ਮਿਲਾਇਆ ॥ ਪ੍ਰਭ ਅਬਿਨਾਸੀ ਘਰ ਮਹਿ ਪਾਇਆ ॥ ਸੇਵ ਕਰੀ ਪਲੁ ਚਸਾ ਨ ਵਿਛੁੜਾ ਜਨ ਨਾਨਕ ਦਾਸ ਤੁਮਾਰੇ ਜੀਉ ॥੪॥ ਹਉ ਘੋਲੀ ਜੀਉ ਘੋਲ ਘੁਮਾਈ ਜਨ ਨਾਨਕ ਦਾਸ ਤੁਮਾਰੇ ਜੀਉ ॥ਰਹਾਉ॥੧॥ *(ਮਾਝ ਮਹੱਲਾ 5 ਚਉਪਦੇ ਘਰ 1)*

□

ਰਾਗ ਧਨਾਸਰੀ

(ਸ਼ਬਦ ਦੂਸਰਾ)

ਰਾਗ ਧਨਾਸਰੀ ਵਿੱਚ ਸ੍ਰੀ ਗੁਰੂ ਰਵਿਦਾਸ ਜੀ ਹੇਠ ਲਿਖੇ ਦੀ ਤਰ੍ਹਾਂ ਦੂਸਰਾ ਸ਼ਬਦ ਉਚਾਰਦੇ ਹਨ ।

ਚਿਤ ਸਿਮਰਨੁ ਕਰਉ ਨੈਨ ਅਵਿਲੋਕਨੋ ਸ੍ਰਵਨ ਬਾਨੀ ਸੁਜਸੁ ਪੂਰਿ ਰਾਖਉ ॥ ਮਨੁ ਸੁ ਮਧੁਕਰੁ ਕਰਉ ਚਰਨ ਹਿਰਦੇ ਧਰਉ ਰਸਨ ਅੰਮ੍ਰਿਤ ਰਾਮ ਨਾਮ ਭਾਖਉ ॥੧॥ ਮੇਰੀ ਪ੍ਰੀਤਿ ਗੋਬਿੰਦ ਸਿਉ ਜਿਨਿ ਘਟੈ ॥ ਮੈ ਤਉ ਮੋਲਿ ਮਹਗੀ ਲਈ ਜੀਅ ਸਟੈ ॥੧॥ਰਹਾਉ॥ ਸਾਧ ਸੰਗਤਿ ਬਿਨਾ ਭਾਉ ਨਹੀ ਊਪਜੈ ਭਾਵ ਬਿਨੁ ਭਗਤਿ ਨਹੀ ਹੋਇ ਤੇਰੀ ॥ ਕਹੈ ਰਵਿਦਾਸ ਇਕ ਬੇਨਤੀ ਹਰਿ ਸਿਉ ਪੈਜ ਰਾਖਹੁ ਰਾਜਾ ਰਾਮ ਮੇਰੀ ॥੨॥੨॥

ਰਾਗ ਧਨਾਸਰੀ ਦੇ ਇਸ ਦੂਸਰੇ ਸ਼ਬਦ ਵਿੱਚ ਸ੍ਰੀ ਗੁਰੂ ਰਵਿਦਾਸ ਜੀ ਇਨਸਾਨ ਨੂੰ ਸਮਝਾਉਂਦੇ ਹਨ ਕਿ ਚਿਤ ਵਿੱਚ ਪ੍ਰਮਾਤਮਾ ਦਾ ਸਿਮਰਨ ਕਰੋ ਅਤੇ ਅੱਖਾਂ ਵਿੱਚ ਦਇਆ ਰੱਖਕੇ ਭਗਵਾਨ ਜੀ ਦਾ ਦਰਸ਼ਨ ਕਰੋ । ਆਪਣੇ ਕੰਨਾਂ ਨਾਲ ਸਿਰਫ ਸ੍ਰੇਸ਼ਟ ਗੱਲਾਂ ਨੂੰ ਹੀ ਸਰਵਨ ਕਰੋ । ਜਿਵੇਂ ਭੌਰਾ ਫੁੱਲਾਂ ਉੱਪਰ ਮੰਡਲਾਉਂਦਾ ਹੁੰਦਾ ਹੈ ਇਸ ਤਰ੍ਹਾਂ ਆਪਣੇ ਮਨ ਨੂੰ ਆਪਣੇ ਗੁਰੂ ਦੇ ਚਰਨਾ ਉੱਤੇ ਰੱਖਕੇ ਆਪਣੇ ਗੁਰੂ ਦੇ ਚਰਨਾ ਦਾ ਧਿਆਨ ਆਪਣੇ ਹਿਰਦੇ ਵਿੱਚ ਵਸਾਉ । ਆਪਣੀ ਪਵਿੱਤਰ ਰਸਨਾ ਨਾਲ ਸਿਰਫ ਉਸ ਪ੍ਰਭੂ ਦਾ ਹੀ ਨਾਮ ਜਪੋ । ਪ੍ਰਭੂ ਜੀ ਨੂੰ ਫਿਰ ਆਖੋ ਕਿ ਮੈਂ ਆਪ ਜੀ ਦੀ ਪ੍ਰੀਤ ਨੂੰ ਆਪਣੀ ਜਾਨ ਦੇ ਕੇ ਪਰਾਪਤ ਕੀਤਾ ਹੈ ਇਸ ਕਰਕੇ ਮੈਨੂੰ ਤੁਹਾਡੇ ਨਾਲ ਪ੍ਰੀਤ ਕਰਨੀ ਬਹੁਤ ਮਹਿੰਗੀ ਪਈ ਹੈ । ਸਾਧੂਆਂ ਮਹਾਤਮਾਂ ਦੀ ਸਤਿ ਸੰਗਤ ਕੀਤੇ ਬਿਨ੍ਹਾਂ ਮਨ ਵਿੱਚ ਪਰਮੇਸ਼ਰ ਲਈ ਪਿਆਰ ਜਾਗਰਤ ਨਹੀਂ ਹੁੰਦਾ । ਪ੍ਰਭੂ ਜੀ ਇਕ ਪ੍ਰੇਮ ਤੋਂ ਬਿਨ੍ਹਾਂ ਤੁਹਾਡੀ ਬੰਧਨਾ ਵੀ ਅਧੂਰੀ ਰਹਿੰਦੀ ਹੈ । ਸ੍ਰੀ ਗੁਰੂ ਰਵਿਦਾਸ ਜੀ ਉਚਾਰਦੇ ਹਨ ਕਿ ਹੇ ਪ੍ਰਭੂ ਆਪ ਜੀ ਦੇ ਕੋਲ ਮੇਰੀ ਇੱਕ ਬੇਨਤੀ ਹੈ ਕਿ ਤੁਸੀਂ ਹੀ ਮੇਰੀ ਲਾਜ ਰੱਖਣ ਵਾਲੇ ਹੋ । ਸ੍ਰੀ ਗੁਰੂ ਰਵਿਦਾਸ ਜੀ ਦੇ ਰਾਗ ਧਨਾਸਰੀ ਦੇ ਦੂਸਰੇ ਸ਼ਬਦ ਅਨੁਸਾਰ ਜੋ ਹੋਰ ਗੁਰੂਆਂ ਨੇ ਗੁਰਬਾਣੀ ਉਚਾਰੀ ਹੈ ਏਥੇ ਉਨ੍ਹਾਂ ਸ਼ਬਦਾ ਦਾ ਵੀ ਲਿਖਣਾ ਕੀਤਾ ਹੈ।

ਆਪੁ ਗਵਾਈਐ ਤਾ ਸਹੁ ਪਾਈਐ ਅਉਰ ਕੈਸੀ ਚਤੁਰਾਈ ॥

(ਤਿਲੰਗ ਮਹਲਾ ੧ ਪੰਨਾ ੭੨੨)

ਜਉ ਤਉ ਪ੍ਰੇਮ ਖੇਲਣ ਕਾ ਚਾਉ ॥ਸਿਰ ਧਰਿ ਤਲੀ ਗਲੀ ਮੇਰੀ ਆਉ ॥ ਇਤੁ ਮਾਰਗਿ ਪੈਰੁ ਧਰੀਜੈ ॥ ਸਿਰੁ ਦੀਜੈ ਕਾਣਿ ਨ ਕੀਜੈ ॥੨੦॥ (ਵਾਰਾ ਤੋਂ ਵਧੀਕ ਮਹੱਲਾ 1 ਪੰਨਾ 1412)

ਖੋਜਤ ਖੋਜਤ ਸੁਨੀ ਇਹ ਸੋਇ ॥ ਸਾਧ ਸੰਗਤਿ ਬਿਨ ਤਰਿਓ ਨ ਕੋਇ ॥ (ਆਸਾ ਮਹੱਲਾ 5 ਪੰਨਾ 373)

ਸੰਤ ਜਨਾ ਕੈ ਸੰਗਿ ਮਿਲੁ ਬਉਰੇ ਤਉ ਪਾਵਹਿ ਮੋਖ ਦੁਆਰੁ ॥ ਬਿਨੁ ਸਤਿਸੰਗ ਸੁਖੁ ਕਿਨੈ ਨ ਪਾਇਆ ਜਾਇ ਪੂਛਹੁ ਬੇਦ ਬੀਚਾਰੁ ॥ (ਸਾਰੰਗ ਮਹੱਲਾ 4 ਪੰਨਾ 1200)

ਸਾਧ ਸੰਗਤਿ ਬਿਨੁ ਭ੍ਰਮਿ ਮੁਈ ਕਰਤੀ ਕਰਮ ਅਨੇਕ ॥ (ਰਾਮ ਕਲੀ ਮਹੱਲਾ 5 ਪੰਨਾ 928)

ਭਗਤਿ ਬਿਨੁ ਬਿਰਥੇ ਜਨਮੁ ਗਇਓ ॥ ਸਾਧ ਸੰਗਤਿ ਭਗਵਾਨ ਭਜਨ ਬਿਨੁ ਕਹੀ ਨ ਸਚੁ ਰਹਿਓ ॥

(ਗਾਉੜੀ ਕਬੀਰ ਜੀ ਪੰਨਾ 336)

□

ਰਾਗ ਧਨਾਸਰੀ

(ਸ਼ਬਦ ਤੀਸਰਾ)

ਰਾਗ ਧਨਾਸਰੀ ਦੇ ਤੀਸਰੇ ਸ਼ਬਦ ਵਿੱਚ ਸ੍ਰੀ ਗੁਰੂ ਰਵਿਦਾਸ ਜੀ ਪ੍ਰਭੂ ਅੱਗੇ ਆਪਣੀ ਆਰਤੀ ਉਚਾਰਦੇ ਹਨ । ਇਸ ਸ਼ਬਦ ਦੇ ਵਿਚਾਰਾਂ ਨੂੰ ਆਪਣੇ ਮਨ ਵਿੱਚ ਵਸਾਉਣ ਤੋਂ ਪਹਿਲਾਂ ਏਥੇ ਆਰਤੀ ਸ਼ਬਦ ਦੇ ਮਤਲਬ ਦਾ ਸਮਝਣਾ ਬਹੁਤ ਜਰੂਰੀ ਹੈ, ਤਾਂ ਹੀ ਅਸੀਂ ਇਸ ਸ਼ਬਦ ਦੇ ਵਿਚਾਰਾਂ ਨੂੰ ਆਪਣੇ ਮਨ ਵਿੱਚ ਵਸਾਉਣ ਦੇ ਕਾਬਲ ਹੋ ਸਕਾਂਗੇ । ਜਿਸ ਸ਼ਬਦ ਤੋਂ ਆਰਤੀ ਸ਼ਬਦ ਬਣਿਆ ਹੈ ਉਹ ਸ਼ਬਦ 'ਆਰਤ' ਹੈ । ਆਰਤ ਦਾ ਭਾਵ ਕਾਇਰ, ਕਾਤਰ ਜਾਂ ਬੁਜ਼ਦਿਲ ਹੁੰਦਾ ਹੈ । ਆਰਤ ਸ਼ਬਦ ਤੋਂ ਹੀ ਅੱਗੇ ਸ਼ਬਦ 'ਆਰਤਾ' ਬਣਿਆ ਹੈ । ਜਿਸਦਾ ਭਾਵ-ਅਰਥ ਦੁਖੀ ਜਾਂ ਪੀੜਿਤ ਹੁੰਦਾ ਹੈ । ਆਰਤ ਅਤੇ ਆਰਤਾ ਤੋਂ ਅੱਗੇ ਸ਼ਬਦ 'ਆਰਤਿ' ਪ੍ਰਯੋਗ ਵਿੱਚ ਆਇਆ ਪੜ੍ਹਿਆ ਗਿਆ ਹੈ । ਵਿਦਵਾਨਾ ਨੇ ਇਸ ਸ਼ਬਦ ਦੇ ਭਾਵ ਪੀੜ ਦਰਦ ਜਾਂ ਦੀਨਤਾ ਸਥਾਪਤ ਕੀਤੇ ਹਨ । ਆਰਤ, ਆਰਤਿ ਅਤੇ 'ਆਰਤੀ' ਸੰਸਕ੍ਰਿਤ ਸ਼ਬਦ ਆਰਾਤ੍ਰਿਕ ਤੋਂ ਸਮੇਂ ਦੇ ਬਦਲਣ ਨਾਲ ਆਪਣੇ ਰੂਪ ਵਿੱਚ ਆਏ ਹਨ । ਆਰਾਤ੍ਰਿਕ ਸ਼ਬਦ ਦਾ ਭਾਵ ਹੈ ਕਿ ਉਹ ਕੰਮ ਜੋ ਰਾਤ ਤੋਂ ਬਿਨ੍ਹਾਂ ਵੀ ਕੀਤਾ ਜਾ ਸਕੇ ਜਿਵੇਂ ਹਿੰਦੂ ਮਤ ਅਨੁਸਾਰ ਦੇਵਤਾ ਦੀ ਮੂਰਤ, ਮੂਰਤੀ ਅਥਵਾ ਕਿਸੇ ਪੂਜਨੀਕ ਅੱਗੇ ਜਗਦੇ ਦੀਵੇ ਘੁਮਾਕੇ ਪੂਜਾ ਕਰਨਾ ਹੁੰਦਾ ਹੈ। ਆਰਤੀ ਦਿਨ ਨੂੰ ਵੀ ਕੀਤੀ ਜਾਂਦੀ ਹੈ । ਇਸ ਲਈ ਸ਼ਬਦ ਆਰਾਤ੍ਰਿਕ ਸੰਗਿਆ ਹੈ । ਹਿੰਦੂ ਮਤ ਅਨੁਸਾਰ ਇਹ ਜਗਦੇ ਦੀਵੇ ਚਾਰ ਵਾਰ ਚਰਨਾ ਕੋਲ ਘੁਮਾਉਣੇ ਚਾਹੀਦੇ ਹਨ । ਦੋ ਵਾਰ ਮੂਰਤੀ ਜਾਂ ਆਦਮੀ ਦੀ ਨਾਭ ਕੋਲ । ਇੱਕ ਵਾਰ ਉਨ੍ਹਾਂ ਦੇ ਮੂੰਹ ਕੋਲ ਅਤੇ ਸੱਤ ਵਾਰ ਉਨ੍ਹਾਂ ਦੇ ਸਾਰੇ ਸਰੀਰ ਸਾਹਮਣੇ ਇਹ ਜਗਦੇ ਦੀਵੇ ਘੁਮਾਉਣੇ ਚਾਹੀਦੇ ਹਨ । ਇਨ੍ਹਾਂ ਦੀਵਿਆਂ ਦੀ ਗਿਣਤੀ ਇੱਕ ਤੋਂ ਲੈਕੇ ਸੌ ਦੀਵੇ ਤੱਕ ਵੀ ਜਗਾਉਣ ਦਾ ਵਿਧਾਨ ਹੈ।ਸ੍ਰੀ ਗੁਰੂ ਰਵਿਦਾਸ ਜੀ ਤੋਂ ਫੇਰ ਚਿਰ ਬਾਅਦ ਅਠਾਰਵੀਂ ਸਦੀ ਵਿੱਚ ਸ਼ਿਵਾ ਨੰਦ ਸੁਆਮੀ ਦੀ ਲਿਖੀ ਆਰਤੀ ਜੋ ਮੰਦਰਾ ਵਿੱਚ ਗਾਈ ਜਾਂਦੀ ਹੈ,ਦੀ ਸ਼ਬਦਾਵਲੀ ਇਸ ਤਰ੍ਹਾਂ ਸ਼ੁਰੂ ਹੁੰਦੀ ਹੈ । 'ਓਮ ਜੈ ਜਗਦੀਸ਼ ਹਰੇ। ਸੁਆਮੀ ਜੈ ਦੀਨਾ ਨਾਥ ਹਰੇ।।।।।।ਵਿਸ਼ੇ ਵਿਕਾਰ ਮਟਾਵੋ,ਪਾਪ ਹਰੋ ਮੇਰੇ ਦੇਵਾ ਸ਼ਰਧਾ ਭਗਤੀ ਵੜਾਵੋ ਸੰਤਨ ਕੀ ਸੇਵਾ । ਕਹੇ ਸ਼ਿਵਾ ਨੰਦ ਸੁਆਮੀ, ਸੁਖ ਸੰਮਪਤੀ ਪਾਵੇ ।।'

ਮੂਰਤੀ ਪੂਜਾ ਜਾਂ ਕਿਸੇ ਵਿਸ਼ੇਸ਼ ਵਿਆਕਤੀ ਦੀ ਪੂਜਾ ਜੋ ਵੇਦਾਂ ਅਤੇ ਪੁਰਾਣਾ ਰਾਹੀ ਚਲੀ ਆਉਂਦੀ ਇੱਕ ਪ੍ਰਥਾ ਸੀ ,ਇਸ ਨੂੰ ਸ੍ਰੀ ਗੁਰੂ ਰਵਿਦਾਸ ਜੀ ਨੇ ਇਸ ਰਾਗ ਧਨਾਸਰੀ ਦਾ ਸ਼ਬਦ ਉਚਾਰ ਕੇ ਖੰਡਨ ਕੀਤਾ ਅਤੇ ਭੁਲੇ ਭਟਕੇ ਲੋਕਾਂ ਨੂੰ

ਦੱਸਿਆ ਕਿ ਆਪਣੇ ਦਿਲ ਦੀ ਪੀੜਾ(ਆਰਤੀ) ਇੱਕ ਉਸ ਪ੍ਰਭੂ ਨੂੰ ਹੀ ਸੁਣਾਓਣੀ ਹੈ । ਆਉ ਹੁਣ ਆਪਾ ਸ੍ਰੀ ਗੁਰੂ ਰਵਿਦਾਸ ਜੀ ਦੀ ਇਸ ਦੁਨੀਆਂ ਉੱਪਰ ਅਵਤਾਰ ਧਾਰਨ ਕਰਨ ਕਰਕੇ ਕੀ ਪੀੜਾ ਸੀ? ਉਨ੍ਹਾਂ ਦੇ ਉਚਾਰੇ ਰਾਗ ਧਨਾਸਰੀ ਦੇ ਸ਼ਬਦ ਨੂੰ ਪੜ੍ਹਕੇ ਮਹਿਸੂਸ ਕਰੀਏ ।

ਨਾਮੁ ਤੇਰੋ ਆਰਤੀ ਮਜਨੁ ਮੁਰਾਰੇ ॥ ਹਰਿ ਕੇ ਨਾਮ ਬਿਨੁ ਝੂਠੇ ਸਗਲ ਪਾਸਾਰੇ ॥੧॥ਰਹਾਉ॥ ਨਾਮੁ ਤੇਰੋ ਆਸਨੋ ਨਾਮੁ ਤੇਰੋ ਉਰਸਾ ॥ ਨਾਮੁ ਤੇਰਾ ਕੇਸਰੋ ਲੇ ਛਿਟਕਾਰੇ ॥ ਨਾਮੁ ਤੇਰਾ ਅੰਭੁਲਾ ਨਾਮੁ ਤੇਰੋ ਚੰਦਨੋ ॥ ਘਸਿ ਜਪੇ ਨਾਮੁ ਲੇ ਤੁਝਹਿ ਕਉ ਚਾਰੇ ॥੧॥ ਨਾਮੁ ਤੇਰਾ ਦੀਵਾ ਨਾਮੁ ਤੇਰੋ ਬਾਤੀ ॥ ਨਾਮੁ ਤੇਰੋ ਤੇਲੁ ਲੇ ਮਾਹਿ ਪਸਾਰੇ ॥ ਨਾਮੁ ਤੇਰੇ ਕੀ ਜੋਤਿ ਲਗਾਈ ਭਇਓ ਉਜਿਆਰੋ ਭਵਨ ਸਗਲਾਰੇ ॥੨॥ ਨਾਮੁ ਤੇਰੋ ਤਾਗਾ ਨਾਮੁ ਫੂਲ ਮਾਲਾ ਭਾਰ ਅਠਾਰਹ ਸਗਲ ਜੂਠਾਰੇ ॥ ਤੇਰੋ ਕੀਆ ਤੁਝਹਿ ਕਿਆ ਅਰਪਉ ਨਾਮ ਤੇਰਾ ਤੁਹੀ ਚਵਰ ਢੋਲਾਰੇ ॥੩॥ ਦਸ ਅਠਾ ਅਠਸਠੇ ਚਾਰੇ ਖਾਣੀ ਇਹੈ ਵਰਤਣਿ ਹੈ ਸਗਲ ਸੰਸਾਰੇ ॥ ਕਹੈ ਰਵਿਦਾਸੁ ਨਾਮੁ ਤੇਰੋ ਆਰਤੀ ਸਤਿਨਾਮੁ ਹੈ ਹਰਿ ਭੋਗ ਤੁਹਾਰੇ ॥੪॥੩॥

ਸ੍ਰੀ ਗੁਰੂ ਰਵਿਦਾਸ ਜੀ ਉਚਾਰਦੇ ਹਨ ਕਿ ਪ੍ਰਭੂ ਜੀ ਦਾ ਨਾਮ ਜਪਣਾ ਹੀ ਪ੍ਰਭੂ ਅਗੇ ਆਰਤੀ ਕਰਨਾ ਹੈ । ਹੇ ਪ੍ਰਭੂ ਤੁਹਾਡਾ ਨਾਮ ਜਪਣਾ ਹੀ ਤੁਹਾਨੂੰ (ਮਜਨ) ਇਸ਼ਨਾਨ ਕਰਾਉਣਾ ਹੈ । ਆਪ ਜੀ ਦਾ ਨਾਮ ਹੀ ਇਹ ਸਗਲ ਪਸਾਰਾ ਹੈ । ਹਰੀ ਦੇ ਨਾਮ ਤੋਂ ਬਿਨ੍ਹਾਂ ਹੋਰ ਸਭ ਪਸਾਰੇ ਝੂਠੇ ਹਨ। ਆਪ ਜੀ ਦਾ ਨਾਮ ਜਪਣਾ ਹੀ ਆਸਣ ਹੈ ਅਤੇ ਆਪ ਜੀ ਦਾ ਨਾਮ ਹੀ (ਉਰਸਾ) ਚਕਲਾ ਹੈ । ਏਥੇ ਚਕਲੇ ਤੋਂ ਭਾਵ ਜਿਸ ਉੱਪਰ ਚੰਦਨ ਰਗੜਿਆ ਜਾਂਦਾ ਹੈ । ਆਪ ਜੀ ਦਾ ਨਾਮ ਜਪਣਾ ਹੀ ਆਪ ਜੀ ਉੱਪਰ ਕੇਸਰ ਛਿੜਕਣ ਦੇ ਬਰਾਬਰ ਹੈ । ਹੇ ਪ੍ਰਭੂ ਆਪ ਜੀ ਦਾ ਨਾਮ ਹੀ (ਅੰਭੁਲਾ) ਜਲ ਹੈ ਅਤੇ ਆਪ ਜੀ ਦਾ ਨਾਮ ਹੀ ਚੰਦਨ ਹੈ । ਆਪ ਜੀ ਦਾ ਨਾਮ ਜਪਣਾ ਇਹੋ ਹੀ ਚੰਦਨ ਦਾ ਰਗੜਨਾ ਹੈ ਅਤੇ ਆਪ ਜੀ ਦੇ ਨਾਮ ਨੂੰ ਜੋ (ਚਾਰੇ) ਉਚਾਰਨ ਕਰਦੇ ਹਾਂ ਉਹੀ ਆਪ ਜੀ ਉੱਪਰ ਚੰਦਨ ਚਾੜ੍ਹਨ ਦੇ ਬਰਾਬਰ ਹੈ। ਆਪ ਜੀ ਦਾ ਨਾਮ ਹੀ ਦੀਵਾ ਅਤੇ ਬੱਤੀ ਹੈ ਅਤੇ ਤੇਰੇ

ਨਾਮ ਨੂੰ ਲੈਕੇ ਹੀ ਦੀਵੇ ਵਿੱਚ ਨਾਮ ਰੂਪੀ ਤੇਲ ਪਾਇਆ ਹੈ । ਤੇਰੇ ਨਾਮ ਦੀ ਹੀ ਜੋਤ ਆਪਣੇ ਮਨ ਵਿੱਚ ਜਗਾਈ ਹੋਈ ਹੈ । ਜਿਸ ਕਰਕੇ ਮੇਰੇ ਮਨ ਵਿੱਚ ਚੌਦਾਂ ਭਵਨਾ ਦੇ ਗਿਆਨ ਦਾ ਪ੍ਰਕਾਸ਼ ਹੋਗਿਆ ਹੈ । ਆਪ ਜੀ ਦਾ ਨਾਮ ਹੀ ਤਾਗਾ ਹੈ ਜਿਸ ਵਿੱਚ ਮੈਂ ਫੁੱਲਾਂ ਦੀ ਮਾਲਾ ਪਰੋਈ ਹੋਈ ਹੈ । ਅਠਾਰਾਂ ਭਾਰ ਲੱਦੇ ਬਨਾਸਪਤੀ ਦੇ ਸਾਰੇ ਫੁੱਲ ਜੂਠੇ ਹਨ । ਹੇ ਪ੍ਰਭੂ ! ਜਦ ਸਭ ਕੁਝ ਤੇਰਾ ਹੀ ਕੀਤਾ ਹੋਇਆ ਹੈ ਤਾਂ ਮੈਂ ਤੇਰਾ ਹੀ ਤੈਨੂੰ ਕੀ ਭੇਟਾ ਚੜ੍ਹਾਵਾਂ ? ਸਿਰਫ ਤੇਰਾ ਨਾਮ ਜਪਣਾ ਹੀ ਮੈਨੂੰ ਤੇਰੇ ਉੱਪਰ ਚੌਰ ਝੁਲਾਉਣ ਦੇ ਬਰਾਬਰ ਲਗਦਾ ਹੈ । ਦਸ ਅਤੇ ਅੱਠ ਜਮਾਂ ਹੋਕੇ ਅਠਾਰਾਂ ਪੁਰਾਣ ਅਤੇ ਅੱਠਸਠੇ ਜਮਾਂ ਹੋਕੇ ਅਠਾਹਠ ਤੀਰਥ ਅਤੇ ਚਾਰ ਖਾਣੀਆਂ ਜਿਵੇਂ ਅੰਡਜ਼, ਜੇਰਜ, ਸੇਤਜ ਅਤੇ ਉਤਭੁਜ, ਸਭ ਏਸੇ ਘੁਮਣਘੇਰੀ ਵਿੱਚ ਸਾਰਾ ਸੰਸਾਰ ਘੁਮ ਰਿਹਾ ਹੈ । ਜਾਂ ਇਸ ਦਾ ਭਾਵ ਇਹ ਵੀ ਹੋ ਸਕਦਾ ਹੈ ਕਿ ਚਾਰ ਵੇਦ, ਛੇ ਸ਼ਾਸ਼ਤਰ, ਅੱਠ ਵਿਆਕਰਣ ਆਦਿਕ ਗਰੰਥਾਂ ਦਾ ਪੜ੍ਹਨਾ ਤੇ ਅੱਠੇ ਪਹਿਰ ਤੀਰਥਾਂ ਉੱਪਰ ਫਿਰਨਾ ਅਤੇ ਚਾਰ ਖਾਣੀ (ਸਠ) ਹੇ ਮੂਰਖ ਪੁਰਸ਼ਾ ਇਹ ਸਾਰੇ ਸੰਸਾਰ ਦਾ ਵਸਤਵਲੇਵਾ ਹੈ । ਸ੍ਰੀ ਗੁਰੂ ਰਵਿਦਾਸ ਜੀ ਉਚਾਰਦੇ ਹਨ ਕਿ ਹੇ ਪ੍ਰਭੂ ਆਪ ਜੀ ਦਾ ਨਾਮ ਹੀ ਆਰਤੀ ਹੈ । ਸਤਿਨਾਮ ਮੰਤਰ ਦਾ ਜਪਣਾ ਹੀ, ਹੇ ਪ੍ਰਭੂ ਆਪ ਜੀ ਨੂੰ ਭੋਗ ਲਗਾਉਣ ਵਾਸਤੇ (ਤੁਹਾਰੇ) ਤੁਹਾਡੇ ਅੱਗੇ ਨਾਮ ਪਦਾਰਥ ਲਿਆ ਰੱਖਿਆ ਹੈ । ਪਾਠਕ ਜੀ ਯਾਦ ਰਹੇ ਸਿਖ ਧਰਮ ਵਿੱਚ ਸਤਿਨਾਮ ਜਪਣ ਵਾਲਾ ਮੰਤਰ ਸਭ ਤੋਂ ਪਹਿਲਾ ਸ੍ਰੀ ਗੁਰੂ ਰਵਿਦਾਸ ਜੀ ਨੇ ਇਸ ਸ਼ਬਦ ਰਾਗ ਧਨਾਸਰੀ ਵਿੱਚ ਹੀ ਉਚਾਰਿਆ ਸੀ । ਸ੍ਰੀ ਗੁਰੂ ਰਵਿਦਾਸ ਜੀ ਨੇ ਨਿਰਗੁਣ ਹੋਕੇ ਇਸ ਸ਼ਬਦ ਰਾਹੀ ਆਪਣੇ ਦਿਲ ਦੀ ਵੇਦਨਾ ਸਰਗੁਣ (ਪ੍ਰਭੂ) ਨੂੰ ਸੁਣਾਈ ਹੈ ।

ਪਾਠਕ ਜੀ ਆਉ ਇਸ ਅਧਿਆਏ ਦੇ ਅਗਲੇ ਪੰਨਿਆਂ ਉੱਪਰ ਇਹ ਵੀ ਜਾਣੀਦਾ ਕਰੀਏ ਕਿ ਸ੍ਰੀ ਗੁਰੂ ਰਵਿਦਾਸ ਜੀ ਵਾਂਗ ਗੁਰਬਾਣੀ ਵਿੱਚ ਅਜੇਹੀ ਆਰਤੀ ਨੂੰ ਕਿਵੇਂ ਉਚਾਰਿਆ ਗਿਆ ਹੈ ?

ਸ੍ਰੀ ਸੈਣ ਜੀ ਜਿਨ੍ਹਾਂ ਦਾ ਜਨਮ ੧੪੫੭ ਬਿ: ਨੂੰ ਹੋਇਆ ਅਤੇ ਜੋ ਸ੍ਰੀ ਗੁਰੂ ਰਵਿਦਾਸ ਜੀ ਤੋਂ ਇੱਕ ਸਾਲ ਛੋਟੇ ਸਨਾਹੇਠ ਲਿਖੀ ਆਰਤੀ ਧਨਾਸਰੀ ਰਾਗ ਵਿੱਚ ਉਚਾਰਦੇ ਹਨ,ਜੋ ਸ੍ਰੀ ਗੁਰੂ ਗਰੰਥ ਸਾਹਿਬ ਜੀ ਵਿੱਚ ਵੀ ਦਰਜ ਹੈ ।

ਧੂਪ ਦੀਪ ਘ੍ਰਿਤ ਸਾਜ ਆਰਤੀ ਵਾਰਨੇ ਜਾਉ ਕਮਲਾ ਪਤੀ

ਸ੍ਰੀ ਗੁਰੂ ਨਾਨਕ ਦੇਵ ਜੀ ਨੇ ਵੀ ਸ੍ਰੀ ਗੁਰੂ ਰਵਿਦਾਸ ਜੀ ਵਾਂਗ ਮੂਰਤੀਆਂ ਅੱਗੇ ਆਰਤੀ ਗੁਜਾਰਨ ਦਾ ਨਿਖੇਧ ਕਰਕੇ ਇੱਕ ਕਰਤਾਰ ਦੀ ਪ੍ਰਾਕ੍ਰਿਤਕ (ਕੁਦਰਤੀ) ਆਰਤੀ ਦੀ ਮਹਿਮਾਂ ਦੱਸੀ ਹੈ। ਸ੍ਰੀ ਗੁਰੂ ਰਵਿਦਾਸ ਜੀ ਵਾਂਗ ਸ੍ਰੀ ਗੁਰੂ ਨਾਨਕ ਦੇਵ ਜੀ ਨੇ ਵੀ ਇੱਕ ਸਰਗੁਣ (ਪਰਮਾਤਮਾ) ਅੱਗੇ ਆਰਤੀ ਗੁਜਾਰਨ ਦਾ ਹੀ

ਪਰਚਾਰ ਕੀਤਾ ਸੀ । ਸ੍ਰੀ ਗੁਰੂ ਨਾਨਕ ਦੇਵ ਜੀ ਸ੍ਰੀ ਗੁਰੂ ਰਵਿਦਾਸ ਜੀ ਦੇ ਸਮਕਾਲੀ ਸਨ । ਉਨ੍ਹਾਂ ਦਾ ਆਪਸ ਵਿੱਚ ਮੇਲ ਹੋਇਆ ਹੈ ਇਸ ਬਾਰੇ ਇਤਿਹਾਸਕਾਰਾਂ ਨੇ ਬੜੇ ਪ੍ਰਮਾਣਾ ਨਾਲ ਵੀ ਲਿਖਿਆ ਹੈ । ਕਿਉਂਕਿ ਸ੍ਰੀ ਗੁਰੂ ਰਵਿਦਾਸ ਜੀ ਪ੍ਰਮਾਤਮਾ ਦੀ ਆਪ ਜੋਤ ਸਨ, ਇਸ ਕਰਕੇ ਜਿਥੇ ਜਿਥੇ ਵੀ ਪ੍ਰਮਾਤਮਾ ਵਸਦਾ ਹੈ ਉਸ ਸਾਰੇ ਥਾਵਾਂ ਉੱਪਰ ਸ੍ਰੀ ਗੁਰੂ ਰਵਿਦਾਸ ਜੀ ਦੀ ਉਸ ਸਮੇਂ ਜੈ ਜੈ ਕਾਰ ਸੀ । ਇਸ ਗੱਲ ਤੋਂ ਜਾਹਰ ਹੈ ਕਿ ਸ੍ਰੀ ਗੁਰੂ ਨਾਨਕ ਦੇਵ ਜੀ ਦੇ ਹਿਰਦੇ ਵਿੱਚ ਵੀ ਸ੍ਰੀ ਗੁਰੂ ਰਵਿਦਾਸ ਜੀ ਦੀ ਬਾਣੀ ਸਮਾਈ ਹੋਈ ਹੋਈ ਸੀ ਕਿਉਂਕਿ ਸ੍ਰੀ ਗੁਰੂ ਨਾਨਕ ਦੇਵ ਜੀ ਵੀ ਆਪ ਕਰਤਾਰ ਹੋਏ ਹਨ । ਸ੍ਰੀ ਗੁਰੂ ਨਾਨਕ ਦੇਵ ਜੀ ਵੀ ਰਾਗ ਧਨਾਸਰੀ ਵਿੱਚ ਉਚਾਰਦੇ ਹਨ ।

'ਗਗਨ ਮੈ ਥਾਲ ਰਵਿ ਚੰਦੁ ਦੀਪਕ ਬਨੇ ਤਾਰਿਕਾ ਮੰਡਲ ਜਨਕ ਮੋਤੀ ॥'

ਸੋਰਠਿ ਰਾਗ ਵਿੱਚ ਸ੍ਰੀ ਕਬੀਰ ਜੀ ਉਚਾਰਦੇ ਹਨ ।

ਸੋਰਠਿ ਭੂਖੇ ਭਗਤਿ ਨ ਕੀਜੈ॥ਜਹਿ ਮਾਲਾ ਅਪਨੀ ਲੀਜੈ ॥

ਸ੍ਰੀ ਧੰਨਾ ਜੀ ਜਿਨ੍ਹਾਂ ਦਾ ਜਨਮ ੧੪੭੩ ਬਿ: ਨੂੰ ਹੋਇਆ ਸੀ, ਉਨ੍ਹਾਂ ਨੇ ਵੀ ਆਰਤਾ(ਪੀੜਿਤ) ਉਚਾਰਿਆ ਹੈ। ਕਈ ਅਣਜਾਣ ਲੋਕ ਇਸ ਆਰਤਾ ਸ਼ਬਦ ਨੂੰ ਆਰਤੀ ਦੇ ਸ਼ਬਦਾਂ ਨਾਲ ਪੜ੍ਹਦੇ ਹਨ ਅਤੇ ਆਖਦੇ ਹਨ ਕਿ ਧੰਨੇ ਜੱਟ ਨੇ ਆਰਤੀ ਦੀ ਥਾਂ ਆਰਤਾ ਕੀਤਾ ਹੈ,ਉਪਰ ਦਸੇ ਵਾਂਗ ਆਰਤਾ ਸ਼ਬਦ ਦਾ ਆਪਣਾ ਭਾਵ ਹੈ। ਜਿਵੇਂ;-**ਗੋਪਾਲ ਤੇਰਾ ਆਰਤਾ ॥ ॥** (ਧਨ ਧੰਨਾ)

ਭਾਈ ਗੁਰਦਾਸ ਜੀ ਨੇ ਸੌਣ ਵੇਲੇ ਪੜਨ ਵਾਸਤੇ ਆਰਤੀ ਸੋਹਿਲਾ ਉਚਾਰਿਆ ਹੈ । ਇਹ ਬਾਣੀ ਸ੍ਰੀ ਗੁਰੂ ਗਰੰਥ ਸਾਹਿਬ ਜੀ ਵਿੱਚ ਦਰਜ ਨਹੀਂ ਹੈ ।

ਸੋਦਰ ਆਰਤੀ ਗਾਵੀਐ ਅੰਮ੍ਰਿਤ ਵੇਲੇ ਜਪੁ ਉਚਾਰਾ ॥॥ ।

ਆਰਤ ਸੋਹਿਲਾ ਦਾ ਭਾਵ ਅਨੰਦ ਦਾ ਗੀਤ ਵੀ ਹੁੰਦਾ ਹੈ, ਜਿਸ ਵਿੱਚ ਸੱਚੀ ਆਰਤੀ ਦਾ ਵਰਣਨ ਹੈ।ਜਿਵੇਂ;-**ਜੈ ਘਰਿ ਕੀਰਤਿ ਆਖੀਐ ॥'**

'ਤਿਤੁ ਘਰਿ ਗਾਵਹੁ ਸੋਹਿਲਾ॥॥''ਕੈਸੀ ਆਰਤੀ ਹੋਇ ਭਵ ਖੰਡਨਾ ਤੇਰੀ ਆਰਤੀ ਅਨਹਤਾ ਸ਼ਬਦ ਵਾਜੰਤ ਭੇਰੀ ॥॥'

ਆਦਿ ਸ਼ਬਦ ਸ੍ਰੀ ਗੁਰੂ ਰਵਿਦਾਸ ਜੀ ਦੇ ਵਿਚਾਰਾਂ ਦੀ ਪੁਸ਼ਟੀ ਕਰਦੇ ਹਨ ।
□

ਰਾਗ ਜੈਤਸਰੀ

ਸ੍ਰੀ ਗੁਰੂ ਗਰੰਥ ਸਾਹਿਬ ਜੀ ਵਿੱਚ ਇਹ ਸ਼ਬਦ ਜੈਤਸਰੀ, ਜੈਤਸਿਰੀ ਅਤੇ ਜੈਤਸ਼੍ਰੀ ਸਿਰਲੇਖਾਂ ਨਾਲ ਸ਼ਬਦਾਂ ਉਪਰ ਪੜ੍ਹਿਆ ਜਾਂਦਾ ਹੈ । ਇਸ ਸ਼ਬਦ ਦੇ ਭਾਵ-ਅਰਥ ਇਕੋ ਹਨ । ਜਿਵੇਂ ਜੈਤ ਸ਼ਬਦ ਦਾ ਅਰਥ ਹੈ ਵਿਜੈ, ਫਤਹਿ ਜਾਂ ਜਿੱਤ ਆਦਿ । ਇਸ ਰਾਗ ਨੂੰ ਕਿਸੇ ਗੱਲ ਤੋਂ ਪਰਾਪਤ ਹੋਈ ਜਿਤ ਸਮੇਂ ਗਾਇਆ ਜਾਂਦਾ ਹੈ । ਅਧਿਆਤਮਕਵਾਦੀ ਮਨੁੱਖ ਜਦ ਇਸ ਰਾਗ ਨੂੰ ਗਾਉਂਦੇ ਹਨ ਤਦ ਸਮਝਦੇ ਹਨ ਕਿ ਉਨ੍ਹਾਂ ਨੇ ਕਾਮ,ਕ੍ਰੋਧ,ਲੋਭ,ਮੋਹ ਅਤੇ ਹੰਕਾਰ ਇਹਨਾਂ ਪੰਜਾਂ ਚੀਜਾਂ ਕੋਲੋ ਜਿਤ ਪਰਾਪਤ ਕਰ ਲਈ ਹੈ । ਭਾਵ ਉਨ੍ਹਾਂ ਦਾ ਮਨ ਕੁੰਦਨ ਹੋ ਗਿਆ ਹੈ ।

ਜੈਤਸਰੀ ਪੂਰਬੀ ਠਾਟ ਦਾ ਔੜਵ ਸੰਪੂਰਣ ਰਾਗ ਹੈ । ਆਰੋਹੀ ਵਿੱਚ ਰਿਸਭ ਅਤੇ ਧੈਵਤ ਵਰਜਿਤ ਹਨ ਅਤੇ ਅਵਰੋਹੀ ਵਿੱਚ ਸਾਰੇ ਸੁਰ ਹਨ । ਵਾਦੀ ਸੁਰ ਗਾਂਧਾਰ ਹੈ । ਮੱਧਮ ਤੀਵਰ ਹੈ । ਧੈਵਤ ਅਤੇ ਰਿਸਭ ਕੋਮਲ ਹਨ । ਬਾਕੀ ਸਾਰੇ ਸੁਰ ਸ਼ੁੱਧ ਲਗਦੇ ਹਨ ।

ਆਰੋਹੀ- ਸ ਗ ਮੀ ਪ ਨ ਸ ॥

ਅਵਰੋਹੀ- ਸ ਨ ਧਾ ਪਾ ਮੀ ਗਾ ਰ ਸ ॥

ਇਸ ਰਾਗ ਨੂੰ ਸਾਧਾਰਨ ਤੌਰ ਤੇ ਗਾਉਣ ਦਾ ਸਮਾਂ ਦਿਨ ਦਾ ਚੌਥਾ ਪਹਿਰ ਹੈ । ਸ੍ਰੀ ਗੁਰੂ ਗਰੰਥ ਸਾਹਿਬ ਜੀ ਵਿੱਚ ਜੈਤਸਿਰੀ ਰਾਗ ਦਾ ਗਿਆਰਵਾਂ ਨੰਬਰ ਹੈ । ਸ੍ਰੀ ਗੁਰੂ ਰਵਿਦਾਸ ਜੀ ਨੇ ਰਾਗ ਜੈਤਸਿਰੀ ਵਿੱਚ ਇੱਕ ਸ਼ਬਦ ਉਚਾਰਿਆ ਹੈ । ਹੇਠਾਂ ਸ੍ਰੀ ਗੁਰੂ ਰਵਿਦਾਸ ਜੀ ਦੇ ਜੈਤਸਿਰੀ ਰਾਗ ਵਿੱਚ ਉਚਾਰੇ ਹੋਏ ਸ਼ਬਦ, ਜਿਹੜਾ ਸ੍ਰੀ ਗੁਰੂ ਗਰੰਥ ਸਾਹਿਬ ਜੀ ਅੰਦਰ ਹੇਠ ਲਿਖੇ ਦੀ ਤਰ੍ਹਾਂ ਸੁਸ਼ੋਬਤ ਹੈ, ਦਾ ਪਾਠ ਕਰੋ ਅਤੇ ਉਨ੍ਹਾਂ ਦੇ ਵਿਚਾਰਾਂ ਨੂੰ ਆਪਣੇ ਮਨਾਂ ਵਿੱਚ ਵਸਾਉਣਾ ਕਰੋ ।

ੴਸਤਿਗੁਰ ਪ੍ਰਸਾਦਿ ॥

ਜੈਤਸਰੀ ਬਾਣੀ ਭਗਤਾ ਕੀ

ਨਾਥ ਕਛੂਅ ਨ ਜਾਨਉ ॥ ਮਨੁ ਮਾਇਆ ਕੈ ਹਾਥਿ ਬਿਕਾਨਉ ॥੧॥ਰਹਾਉ॥ ਤੁਮ ਕਹੀਅਤ ਹੌ ਜਗਤ ਗੁਰ ਸੁਆਮੀ ॥ ਹਮ ਕਹੀਅਤ ਕਲਿਜੁਗ ਕੇ ਕਾਮੀ ॥੧॥ ਇਨ ਪੰਚਨ ਮੇਰੋ ਮਨੁ ਜੁ ਬਿਗਾਰਿਓ ॥ ਪਲੁ ਪਲੁ ਹਰਿ ਜੀ ਤੇ ਅੰਤਰੁ ਪਾਰਿਓ॥੨॥ਜਤ ਦੇਖਉ ਤਤ ਦੁਖ ਕੀ ਰਾਸੀ॥ ਅਜੌਂ ਨ

ਪਤਾਇ ਨਿਗਮ ਭਏ ਸਾਖੀ ॥੩॥ ਗੋਤਮ ਨਾਰਿ ਉਮਾਪਤਿ ਸ੍ਵਾਮੀ ॥ ਸੀਸੁ ਧਰਨਿ ਸਹਸ ਭਗ ਗਾਮੀ ॥੪॥ ਇਨ ਦੂਤਨ ਖਲ ਬਧੁ ਕਰਿ ਮਾਰਿਓ ॥ ਬਡੋ ਨਿਲਾਜੁ ਅਜਹੂ ਨਹੀ ਹਾਰਿਓ ॥੫॥ ਕਹਿ ਰਵਿਦਾਸ ਕਹਾ ਕੈਸੇ ਕੀਜੈ ॥ ਬਿਨੁ ਰਘੁਨਾਥ ਸਰਨਿ ਕਾ ਕੀ ਲੀਜੈ ॥੬॥੧॥

ਸ੍ਰੀ ਗੁਰੂ ਰਵਿਦਾਸ ਜੀ ਇਸ ਸ਼ਬਦ ਵਿੱਚ ਪ੍ਰਾਣੀ ਨੂੰ ਸਮਝਾਉਂਦੇ ਹਨ ਕਿ ਵਿਸ਼ੇ ਵਿਕਾਰਾਂ ਦੀ ਮਾਰ ਤੋਂ ਬਚਣ ਲਈ ਇੱਕ ਪ੍ਰਭੂ ਭਗਤੀ ਦਾ ਸਹਾਰਾ ਲੈਣਾ ਚਾਹੀਦਾ ਹੈ ਜਿਸ ਬਿਨ੍ਹਾਂ ਬੰਦੇ ਦੀ ਮੁਕਤੀ ਕਦੇ ਵੀ ਨਹੀਂ ਹੋ ਸਕਦੀ।

ਆਪ ਪ੍ਰਭੂ ਅਗੇ ਬੇਨਤੀ ਕਰਦੇ ਹਨ ਕਿ ਹੇ ਪ੍ਰਭੂ ! ਮੈਂ ਆਪਣੇ ਮਨ ਨੂੰ ਇਸ ਛਲਣੀ ਮਾਇਆ ਵਿੱਚ ਫਸਾਇਆ ਹੋਇਆ ਹੈ । ਮੈਨੂੰ ਇਸ ਗੱਲ ਦੀ ਹੁਣ ਸਮਝ ਨਹੀਂ ਲਗਦੀ ਮੈਂ ਇਨ੍ਹਾਂ ਮਾਇਆ ਦੇ ਜੰਜਾਲਾਂ ਵਿਚੋਂ ਕਿਵੇਂ ਬਾਹਰ ਨਿਕਲ ਸਕਦਾ ਹਾਂ ? ਹੇ ਪ੍ਰਭੂ ! ਤੂੰ ਆਪ ਇਸ ਜਗਤ ਦਾ ਪ੍ਰਤਿਪਾਲਕ ਏ । ਮੈਂ ਤਾਂ ਇਸ ਕਲਜੁਗ ਵਿੱਚ ਜਨਮ ਧਾਰ ਕੇ ਇੱਕ ਵਿਸ਼ਈ ਜੀਵ ਬਣ ਗਿਆ ਹਾਂ । ਮੇਰਾ ਮਨ ਜਿਸ ਤਰ੍ਹਾਂ ਕਾਮ ਕ੍ਰੋਧ ਲੋਭ ਮੋਹ ਅਤੇ ਹੰਕਾਰ ਇਨ੍ਹਾਂ ਪੰਜਾਂ ਨੇ ਰਲਕੇ ਵਿਗਾੜਿਆ ਹੋਇਆ ਹੈ ਇਸ ਕਰਕੇ ਮੈਂ ਹਰ ਸੁਆਸ ਆਪ ਜੀ ਕੋਲੋਂ ਦੂਰ ਹੀ ਦੂਰ ਜਾ ਰਿਹਾ ਹਾਂ । ਇਹਨਾਂ ਪੰਜਾਂ ਨੇ ਸਾਰੇ ਜਗਤ ਨੂੰ ਹੀ ਖੱਜਲ ਖੁਆਰ ਕੀਤਾ ਹੋਇਆ ਹੈ । ਜਿਸ ਵਲ ਵੀ ਮੈਂ ਤੱਕਦਾ ਹਾਂ ਉਹੀ ਪੁਰਸ਼ ਇਹਨਾਂ ਪੰਜਾਂ ਦੇ ਦੁਖਾਂ ਵਿੱਚ ਫਸੇ ਹੋਏ ਹਨ । ਇਹ ਗੱਲ ਜਾਣ ਕੇ ਵੀ ਕਿ ਇਹਨਾਂ ਪੰਜਾਂ ਨੂੰ ਕੋਲ ਰੱਖ ਕੇ ਦੁਖ ਸਹਿੰਦਾ ਹਾਂ । ਵੇਦਾਦਿਕ ਪੜ੍ਹਨ ਤੋਂ ਵੀ ਇਵੇਂ ਹੀ ਸਮਝ ਆਉਂਦੀ ਹੈ ਪਰ ਇਹ ਝੱਲਾ ਜੱਗ ਫਿਰ ਵੀ ਨਹੀਂ ਮੰਨਦਾ ਸਗੋਂ ਵਿਸ਼ੇ ਵਿਕਾਰਾਂ ਵਿੱਚ ਨਿਤ-ਦੀਵੀਂ ਹੋਰ ਫਸਦਾ ਜਾਂਦਾ ਹੈ । ਗੋਤਮ ਰਿਸ਼ੀ ਦੀ ਨਾਰ ਅਹੱਲਿਆ ਜਿਸ ਦਾ ਨਗਨ ਇੰਦਰ ਦੇਵਤੇ ਨੇ ਵੇਖ ਲਿਆ ਸੀ । (ਉਮਾਪਤਿ) ਪਾਰਵਤੀ ਦਾ ਪਤੀ ਸ਼ਿਵ ਬ੍ਰਹਮਾ ਦੇ ਸਿਰ ਨੂੰ ਧਾਰਨ ਕਰਨ ਵਾਲਾ ਭਾਵ ਇਤਿਹਾਸ ਵਿੱਚ ਪੜ੍ਹੀਦਾ ਹੈ ਕਿ ਬ੍ਰਹਮਾ ਆਪਣੀ ਹੀ ਧੀ ਉੱਪਰ ਮੋਹਤ ਹੋਗਿਆ ਸੀ । ਜਿਧਰ ਵੀ ਉਸਦੀ ਧੀ ਜਾਂਦੀ ਸੀ ਬ੍ਰਹਮਾ ਵੀ ਉਧਰ ਹੀ ਆਪਣਾ ਨਵਾਂ ਮੂੰਹ ਬਣਾ ਕੇ ਉਸ ਸਾਹਮਣੇ ਹੋ ਜਾਂਦਾ ਸੀ । ਤੰਗ ਆਈ ਬ੍ਰਹਮਾ ਦੀ ਧੀ ਆਕਾਸ਼ ਵਲ ਚਲੇ ਗਈ । ਬ੍ਰਹਮਾ ਨੇ ਆਪਣਾ ਪੰਜਵਾਂ ਮੂੰਹ ਉੱਪਰ ਵਲ ਇੱਕ ਹੋਰ ਬਣਾ ਲਿਆ । ਸ਼ਿਵ ਜੀ ਨੇ ਇਹ ਹੋ ਰਿਹਾ ਕਹਿਰ ਵੇਖ ਕੇ ਬ੍ਰਹਮਾ ਦਾ ਸੀਸ ਕੱਟ ਦਿਤਾ । ਸ਼ਿਵ ਜੀ ਕੋਲੋਂ ਇਸ ਬ੍ਰਹਮ ਹੱਤਿਆ ਦਾ ਪਾਪ ਹੋ ਜਾਣ ਕਾਰਨ, ਕਹਿੰਦੇ ਹਨ

ਕਿ ਇਹ ਸਿਰ ਸ਼ਿਵ ਜੀ ਦੇ ਹੱਥਾਂ ਨਾਲ ਹੀ ਜੁੜ ਗਿਆ ਸੀ । ਗੋਤਮ ਰਿਸ਼ੀ ਦੇ ਸਰਾਪ ਕਾਰਨ ਇੰਦਰ ਦੇਵਤਾ ਦੇ ਸਰੀਰ ਉੱਪਰ (ਸਹਸ) ਹਜਾਰਾਂ (ਭਗ) ਔਰਤਾਂ ਦੇ ਗੁਪਤ ਅੰਗ ਬਣ ਗਏ ਸਨ । ਸੋ ਗੋਤਮ ਰਿਸ਼ੀ ਦੀ ਪਤਨੀ ਅਹੱਲਿਆ, ਪਾਰਵਤੀ ਦਾ ਪਤੀ ਸ਼ਿਵ, ਬ੍ਰਹਮਾ ਅਤੇ ਇੰਦਰ ਦੇਵਤਾ ਇਨ੍ਹਾਂ ਵਿਸ਼ੇ ਵਿਕਾਰਾਂ ਕਾਰਨ ਹੀ ਖੁਆਰ ਹੋਏ ਸਨ । ਇਨ੍ਹਾਂ ਪੰਜਾਂ ਨੇ ਮੇਰੇ ਵਰਗੇ ਮੂਰਖ ਆਦਮੀ ਦਾ ਬੁਰਾ ਹਾਲ ਕੀਤਾ ਹੋਇਆ ਹੈ ਪਰ ਸਭ ਕੁਝ ਅੱਖੀਂ ਵੇਖ ਕੇ ਵੀ ਮੇਰਾ ਇਹ ਮੂੜ ਮਨ ਇਨ੍ਹਾਂ ਤੋਂ ਛੁਟਕਾਰਾ ਪਾਉਣ ਦੀ ਕੋਸ਼ਿਸ਼ ਵੀ ਨਹੀਂ ਕਰਦਾ । ਸ੍ਰੀ ਗੁਰੂ ਰਵਿਦਾਸ ਜੀ ਉਚਾਰਦੇ ਹਨ ਕਿ ਹੇ ਪ੍ਰਭੂ ! ਇਹਨਾਂ ਵਿਸ਼ੇ ਵਿਕਾਰਾਂ ਤੋਂ ਬਚਣ ਲਈ ਮੈਨੂੰ ਤੁਸੀਂ ਦੱਸੋ ਤੁਹਾਡੇ ਦਰ ਤੋਂ ਬਿਨ੍ਹਾਂ ਮੈ ਹੋਰ ਕਿਥੇ ਜਾਵਾਂ ? ਮੈਂ ਹੋਰ ਕਿਹੜੇ ਯਤਨ ਕਰਾਂ ? ਹੇ ਪ੍ਰਭੂ ! ਇੱਕ ਤੁਹਾਡੀ ਸ਼ਰਨ ਤੋਂ ਬਿਨ੍ਹਾਂ ਮੈਨੂੰ ਕੋਈ ਹੋਰ ਸਹਾਰਾ ਨਹੀਂ ਦਿਸਦਾ ।

□

ਰਾਗ ਸੂਹੀ

ਸੂਹੀ ਸ਼ਬਦ ਦਾ ਭਾਵ ਕੁਸੁੰਭ ਰੰਗੀ ਹੁੰਦਾ ਹੈ,ਜਿਵੇਂ ਗੁਰਬਾਣੀ ਵਿੱਚ ਆਉਦਾ ਹੈ।

ਮਨੋ ਅੰਗ ਸੂਹੀ ਕੀ ਸਾਰੀ ਕਰੀ ਹੈ । (ਚੰਡੀ)

ਸ੍ਰੀ ਗੁਰੂ ਰਵਿਦਾਸ ਜੀ ਤੋਂ ਪਹਿਲਾ ਇਹ ਇੱਕ ਰਾਗਿਣੀ ਸੀ । ਇਸ ਰਾਗਿਣੀ ਨੂੰ ਸੂਹਾ ਕਹਿੰਦੇ ਸਨ । ਕਈ ਸੰਗੀਤਿਕਾ ਨੇ ਮੋਰਨੀ ਨੂੰ ਸੂਹੀ ਕਰਕੇ ਕਲਪਿਆ ਹੈ । ਇਹ ਰਾਗ ਕਾਫੀ ਠਾਟ ਦਾ ਸਾੜਵ ਰਾਗ ਹੈ । ਇਸ ਵਿੱਚ ਧੈਵਤ ਵਰਜਿਤ ਹੈ । ਸੂਹੀ ਨੂੰ ਗਾਂਧਾਰ ਅਤੇ ਨਿਸ਼ਾਦ ਕੋਮਲ, ਬਾਕੀ ਸ਼ੁੱਧ ਸੁਰ ਲਗਦੇ ਹਨ । ਵਾਦੀ ਮੱਧਮ ਅਤੇ ਸੜਜ ਸੰਵਾਦੀ ਹੈ । ਇਸ ਸੂਹੀ ਰਾਗ ਨੂੰ ਗਾਉਣ ਦਾ ਵੇਲਾ ਦੋ ਘੜੀ ਦਿਨ ਚੜ੍ਹੇ ਉੱਪਰ ਹੁੰਦਾ ਹੈ । ਸ੍ਰੀ ਗੁਰੂ ਗਰੰਥ ਸਾਹਿਬ ਜੀ ਵਿੱਚ ਇਸ ਸੂਹੀ ਰਾਗ ਦਾ ਪੰਦਰਵਾ ਨੰਬਰ ਹੈ । ਸ੍ਰੀ ਗੁਰੂ ਰਵਿਦਾਸ ਜੀ ਦੇ ਸੂਹੀ ਰਾਗ ਵਿੱਚ ਉਚਾਰੇ ਹੋਏ ਤਿੰਨ ਸ਼ਬਦ ਸ੍ਰੀ ਗੁਰੂ ਗਰੰਥ ਸਾਹਿਬ ਜੀ ਵਿੱਚ ਦਰਜ ਹਨ ਜਿਨ੍ਹਾਂ ਸ਼ਬਦਾ ਦਾ ਮੈਂ ਅਗਲੇ ਅਧਿਆਵਾਂ ਵਿੱਚ ਪ੍ਰਮਾਰਥ ਕਰਨ ਦੀ ਕੋਸ਼ਿਸ਼ ਕਰਾਂਗਾ ।

ਰਾਗ ਸੂਹੀ

(ਸ਼ਬਦ ਪਹਿਲਾ)

ਰਾਗੁ ਸੂਹੀ

ਬਾਣੀ ਸ੍ਰੀ ਰਵਿਦਾਸ ਜੀਉਕੀ ॥

ੴਸਤਿਗੁਰ ਪ੍ਰਸਾਦਿ ॥

ਸਹ ਕੀ ਸਾਰ ਸੁਹਾਗਨਿ ਜਾਨੈ ॥ ਤਜਿ ਅਭਿਮਾਨੁ ਸੁਖ ਰਲੀਆ ਮਾਨੈ ॥ ਤਨੁ ਮਨੁ ਦੇਇ ਨ ਅੰਤਰੁ ਰਾਖੈ ॥ ਅਵਰਾ ਦੇਖਿ ਨ ਸੁਨੈ ਅਭਾਖੈ ॥੧॥ ਸੋ ਕਤ ਜਾਨੈ ਪੀਰ ਪਰਾਈ ॥ ਜਾਕੈ ਅੰਤਰਿ ਦਰਦੁ ਨ ਪਾਈ ॥੧॥ਰਹਾਉ॥ ਦੁਖੀ ਦੁਹਾਗਨਿ ਦੁਇ ਪਖ ਹੀਨੀ ॥ ਜਿਨਿ ਨਾਹ ਨਿਰੰਤਰਿ ਭਗਤਿ ਨ ਕੀਨੀ ॥ ਪੁਰਸਲਾਤ ਕਾ ਪੰਥੁ ਦੁਹੇਲਾ ॥ ਸੰਗਿ ਨ ਸਾਥੀ ਗਵਨੁ

ਇਕੇਲਾ ॥੨॥ ਦੁਖੀਆ ਦਰਦਵੰਦੁ ਦਰਿ ਆਇਆ ॥ ਬਹੁਤੁ ਪਿਆਸ ਜਬਾਬੁ ਨ ਪਾਇਆ ॥ ਕਹਿ ਰਵਿਦਾਸ ਸਰਨਿ ਪ੍ਰਭ ਤੇਰੀ ॥ ਜਿਉ ਜਾਨਹੁ ਤਿਉ ਕਰੁ ਗਤਿ ਮੇਰੀ ॥੩॥੧॥

ਉਪ੍ਰੋਕਤ ਸ਼ਬਦ ਵਿੱਚ ਸ੍ਰੀ ਗੁਰੂ ਰਵਿਦਾਸ ਜੀ ਪਤੀਬਰਤਾ ਧਰਮ ਵਾਲੀ ਇਸਤਰੀ ਦਾ ਦ੍ਰਿਸ਼ਟਾਂਤ ਦੇ ਕੇ ਉਚਾਰਦੇ ਹਨ ਕਿ ਪ੍ਰਮੇਸ਼ਰ ਪਤੀ ਦਾ ਅਨੰਦ ਸ੍ਰੇਸ਼ਟ ਭਾਗਾ ਵਾਲੇ ਪੁਰਸ਼ ਹੀ ਲੈ ਸਕਦੇ ਹਨ । ਜਿਵੇਂ ਪਤੀ ਦੀ ਸੰਭਾਲ ਨੂੰ ਪਤੀਬਰਤਾ ਧਰਮ ਵਾਲੀ ਔਰਤ ਹੀ ਜਾਣਦੀ ਹੈ ਅਤੇ ਉਹ ਆਪਣੇ ਹੁਸਨ ਦੇ ਹੰਕਾਰ ਨੂੰ ਤਿਆਗ ਕੇ ਸੁਖ ਸਹਿਤ (ਰਲੀਆਂ ਮਾਨੈ) ਖੁਸ਼ੀਆਂ ਨੂੰ ਭੋਗਦੀ ਹੈ, ਅਨੰਦ ਲੁੱਟਦੀ ਹੈ । ਆਪਣਾ ਤਨ ਅਤੇ ਮਨ ਆਪਣੇ ਪਤੀ ਨੂੰ ਅਰਪਤ ਕਰ ਦਿੰਦੀ ਹੈ । ਆਪਣੇ ਪਤੀ ਕੋਲੋਂ ਆਪਣਾ ਕੋਈ ਭੇਦ ਨਹੀਂ ਛੁਪਾਉਂਦੀ । ਆਪਣੇ ਪਤੀ ਤੋਂ ਬਗੈਰ ਉਹ ਕਿਸੇ ਹੋਰ ਵਲ ਵੇਖਦੀ ਵੀ ਨਹੀਂ ਅਤੇ ਨਾ ਹੀ ਹੋਰਨਾ ਦੇ ਬਚਨ ਸੁਣਦੀ ਹੈ । ਨਾ ਹੀ ਕਿਸੇ ਹੋਰ ਨਾਲ ਬੋਲਦੀ (ਅਭਾਖੈ) ਹੈ । ਉਹ ਤੱਤਵੇਤਾ ਮਹਾਤਮਾ ਰੂਪ ਸਖੀਆ ਪਰਾਈ ਪੀੜਾਂ ਨੂੰ ਕੱਦ ਪਛਾਣਦੀਆਂ ਹਨ । ਜਿਨ੍ਹਾਂ ਦੇ ਅੰਦਰ ਸੰਸਾਰਕ ਦਰਦ ਇੱਕ ਪਾਈ ਵੀ ਨਹੀਂ ਹੈ । ਭਾਵ ਉਹ ਆਪ ਸੁਖੀ ਹੋਣ ਕਰਕੇ ਸਾਰਿਆਂ ਨੂੰ ਸੁਖੀ ਹੀ ਸਮਝਦੀਆਂ ਹਨ । ਇਹ ਜਿਵੇਂ ਪ੍ਰਤੱਖ ਹੈ ਕਿ ਛੁੱਟੜ ਔਰਤ ਦੁਖੀ ਅਤੇ ਦੋਨੋ ਪੱਖਾਂ ਭਾਵ ਸੁਹਰੇ ਘਰ ਅਤੇ ਪੇਕੇ ਘਰ ਵਿੱਚ ਸੁਖਾਂ ਤੋਂ ਰਹਿਤ ਰਹਿੰਦੀ ਹੈ । ਏਸੇ ਤਰ੍ਹਾਂ ਜੋ ਜੀਵ ਰੂਪ ਇਸਤਰੀ ਪ੍ਰਮਾਤਮਾ ਤੋਂ ਛੁੱਟੜ ਹੈ ਉਹ ਸਭ ਜੀਵ, ਲੋਕ ਅਤੇ ਪਰਲੋਕ, ਦੋਹਾਂ ਜਹਾਨਾਂ ਦੇ ਸੁਖਾਂ ਤੋਂ ਰਹਿਤ ਰਹਿੰਦੇ ਹਨ । ਜਿਸ ਜੀਵ ਨੇ ਲਗਾਤਾਰ ਬਿਨਾ ਕਿਸੇ ਭੇਦ ਭਾਵ ਤੋਂ ਪਤੀ ਪ੍ਰਮਾਤਮਾ ਦੀ ਪ੍ਰੇਮਾ ਭਗਤੀ ਨਹੀਂ ਕੀਤੀ ਉਨ੍ਹਾਂ ਲਈ ਪੁਰਸਲਾਤ ਪਾਰ ਕਰਨਾ ਬਹੁਤ ਔਖਾ ਹੈ । ਪਾਠਕ ਜੀ ਪੁਰਸਲਾਤ ਇੱਕ ਪੁਲ ਦਾ ਨਾਮ ਹੈ ਜਿਹੜਾ ਸਵੱਰਗ ਅਤੇ ਨਰਕ ਦੇ ਵਿਚਕਾਰ ਸਥਾਪਤ ਹੈ । ਇਹ ਪੁਰਸਲਾਤ ਬਹੁਤ ਮਹੀਨ ਅਤੇ ਬਿਖੜਾ ਹੈ । ਦੱਸਿਆ ਜਾਂਦਾ ਹੈ ਕਿ ਇਸ ਪੁਰਸਲਾਤ ਨੂੰ ਸਿਰਫ ਧਰਮੀ ਪੁਰਸ਼ ਹੀ ਪਾਰ ਕਰ ਸਕਦੇ ਹਨ । ਜਿਸ ਨੇ ਇਸ ਦੁਨੀਆਂ ਉੱਪਰ ਆਣ ਕੇ ਚੰਗੇ ਕਰਮ ਕਮਾਏ ਹੋਏ ਹੁੰਦੇ ਹਨ ਸਿਰਫ ਉਹੀ ਲੋਕ ਹੀ ਇਸ ਪੁਸਲਾਤ ਨੂੰ ਪਾਰ ਕਰਕੇ ਸਵੱਰਗਾਂ ਵਿੱਚ ਜਾਣ ਵਾਸਤੇ ਕਾਮਯਾਬ ਹੁੰਦੇ ਹਨ । ਸਵੱਰਗਾਂ ਵਿੱਚ ਜਾਣ ਵਾਲੇ ਹੀ ਮੁੜ ਮਨੁਖਾ ਜਨਮ ਧਾਰਨ ਕਰਦੇ ਹਨ । ਮੰਦਭਾਗੇ ਲੋਕ ਚੁਰਾਸੀ ਲੱਖ ਜੂੰਨਾਂ ਵਿੱਚ ਭਟਕਦੇ ਫਿਰਦੇ ਰਹਿੰਦੇ ਹਨ ਭਾਵ ਨਰਕਾਂ ਵਿੱਚ ਹੀ ਰਹਿ ਜਾਂਦੇ ਹਨ ਕਿਉਂਕਿ ਉਹ ਪੁਲਸੁਰਾਤ ਨੂੰ ਪਾਰ ਕਰਨ ਵਿੱਚ ਕਾਮਯਾਬ ਨਹੀਂ ਹੋ ਸਕਦੇ। ਉਸ ਪੁਲ ਨੂੰ

ਪਾਰ ਕਰਨ ਸਮੇਂ ਸ੍ਰੀ ਗੁਰੂ ਰਵਿਦਾਸ ਜੀ ਦੱਸਦੇ ਹਨ ਕਿ ਨਾਲ ਕੋਈ ਸੰਗੀ ਜਾਂ ਸਾਥੀ ਨਹੀਂ ਹੁੰਦਾ। ਉਸ ਪੁਲ ਨੂੰ ਪਾਰ ਸਿਰਫ ਇਹ ਇਕੱਲਾ ਜੀਵ ਆਪ ਹੀ ਕਰਦਾ ਹੈ। ਉਸ ਪੁਲ ਨੂੰ ਪਾਰ ਕਰਨ ਵਾਲੀ ਵਾਟ ਵੀ ਖੰਡੇ ਦੀ ਧਾਰ ਨਾਲੋਂ ਤਿੱਖੀ ਅਤੇ ਵਾਲ ਤੋਂ ਵੀ ਬਰੀਕ ਹੁੰਦੀ ਹੈ। ਐ ਪੀੜਾਂ ਦੇ ਜਾਨਣ ਵਾਲੇ ਪ੍ਰਭੂ ਮੈਂ ਬਹੁਤ ਦੁਖ ਪਾਕੇ ਆਪ ਜੀ ਦੇ ਦਰਵਾਜ਼ੇ ਉੱਪਰ ਆਇਆ ਹਾਂ। ਮੈਨੂੰ ਤੁਹਾਡੇ ਦਰਸ਼ਨਾ ਦੀ ਕੋਈ ਆਸ ਨਜ਼ਰ ਨਹੀਂ ਆਈ। ਸ੍ਰੀ ਗੁਰੂ ਰਵਿਦਾਸ ਜੀ ਉਚਾਰਦੇ ਹਨ ਕਿ ਮੈਂ ਤਾਂ ਆਪ ਜੀ ਦੇ ਚਰਨ ਕਮਲਾ ਦੀ ਸ਼ਰਨ ਗ੍ਰਹਿਣ ਕੀਤੀ ਹੋਈ ਹੈ। ਜਿਸ ਤਰ੍ਹਾਂ ਵੀ ਆਪ ਜੀ ਨੂੰ ਭਾਵੇ ਮੇਰੀ ਮੁਕਤੀ ਤੁਸੀਂ ਜ਼ਰੂਰ ਕਰ ਦਿਉ।

ਸ੍ਰੀ ਗੁਰੂ ਰਵਿਦਾਸ ਜੀ ਦੇ ਰਾਗ ਸੂਹੀ ਦੇ ਇਸ ਸ਼ਬਦ ਦੇ ਸੰਦਰਭ ਵਿੱਚ ਹੋਰ ਗੁਰਬਾਣੀ ਹੇਠ ਦੀ ਤਰ੍ਹਾਂ ਉਚਾਰੀ ਗਈ ਹੈ।

ਮੇਰੇ ਮਨ ਜਿਨਿ ਅਪੁਨਾ ਭਰਮੁ ਗਵਾਤਾ ॥ ਤਿਸਕੈ ਭਾਣੈ ਕੋਇ ਨ ਭੂਲਾ ਜਿਨਿ ਸਗਲੋ ਬ੍ਰਹਮੁ ਪਛਾਤਾ ॥

(ਸੋਰਠਿ ਮਹੱਲਾ 5 ਪੰਨਾ 610)

ਜਿਸੁ ਲਾਗੀ ਪੀਰ ਪਿਰੰਮ ਕੀ ਸੋ ਜਾਨੈ ਜਰੀਆ ॥

(ਆਸਾ ਮਹੱਲਾ 4 ਪੰਨਾ 449)

ਵਾਟ ਹਮਾਰੀ ਖਰੀ ਉਡੀਣੀ ॥ ਖੰਨਿਅਹੁ ਤਿਖੀ ਬਹੁਤੁ ਪਿਈਣੀ ॥ (ਸੂਹੀ ਸੇਖ ਫਰੀਦ ਪੰਨਾ 764)

ਜਾਂ

ਵਾਲਹੁ ਨਿਕੀ ਪੁਰਸਲਾਤ ਕੰਨੀ ਨ ਸੁਣੀਆਇ ॥

□

ਰਾਗ ਸੂਹੀ

(ਸ਼ਬਦ ਦੂਸਰਾ)

ਜੋ ਦਿਨ ਆਵਹਿ ਸੋ ਦਿਨ ਜਾਹੀ ॥ ਕਰਨਾ ਕੂਚੁ ਰਹਨੁ ਥਿਰੁ ਨਾਹੀ ॥ ਸੰਗੁ ਚਲਤ ਹੈ ਹਮ ਭੀ ਚਲਨਾ ॥ ਦੂਰਿ ਗਵਨੁ ਸਿਰ ਊਪਰਿ ਮਰਨਾ ॥੧॥ ਕਿਆ ਤੂ ਸੋਇਆ ਜਾਗੁ ਇਆਨਾ ॥ ਤੈ ਜੀਵਨੁ ਜਗਿ ਸਚੁ ਕਰਿ ਜਾਨਾ ॥੧॥ਰਹਾਉ॥ ਜਿਨਿ ਜੀਉ ਦੀਆ ਸੁ ਰਿਜਕੁ ਅੰਬਰਾਵੈ ॥ ਸਭ ਘਟ ਭੀਤਰਿ ਹਾਟੁ ਚਲਾਵੈ ॥ ਕਰਿ ਬੰਦਿਗੀ ਛਾਡਿ ਮੈ ਮੇਰਾ ॥ ਹਿਰਦੈ ਨਾਮੁ ਸਮ੍ਹਾਰਿ ਸਵੇਰਾ ॥੨॥ ਜਨਮੁ ਸਿਰਾਨੋ ਪੰਥੁ ਨ ਸਵਾਰਾ ॥ ਸਾਂਝ ਪਰੀ ਦਹ ਦਿਸ ਅੰਧਿਆਰਾ ॥ ਕਹਿ ਰਵਿਦਾਸ ਨਿਦਾਨਿ ਦਿਵਾਨੇ ॥ ਚੇਤਸਿ ਨਾਹੀ ਦੁਨੀਆ ਫਨਖਾਨੇ ॥੩॥੨॥

ਸ੍ਰੀ ਗੁਰੂ ਰਵਿਦਾਸ ਜੀ ਉਚਾਰਦੇ ਹਨ ਕਿ ਜੋ ਦਿਨ ਸਵੇਰ ਵੇਲੇ ਚੜ੍ਹਦਾ ਹੈ ਅੰਤ ਉਹੀ ਦਿਨ ਸ਼ਾਮ ਵੇਲੇ ਛਿੱਪ ਵੀ ਜਾਂਦਾ ਹੈ । ਇਸੇ ਤਰ੍ਹਾਂ ਜੋ ਆਦਮੀ ਜਨਮ ਧਾਰਦਾ ਹੈ ਉਹੀ ਆਦਮੀ ਆਪਣੀ ਉਮਰ ਭੋਗ ਕੇ ਮਰਦਾ ਭੀ ਹੈ । ਸਾਰੇ ਸਾਥੀ ਚਲੇ ਗਏ ਹਨ ਅਤੇ ਅਸੀਂ ਭੀ ਇਸ ਦੁਨੀਆਂ ਤੋਂ ਚਲੇ ਜਾਣਾ ਹੈ । ਜਿਸ ਮੌਤ ਦਾ ਆਉਣਾ (ਗਵਨ) ਤੁਸੀਂ ਦੂਰ ਸਮਝ ਰਹੇ ਹੋ, ਉਹ ਮਰਨਾ ਇਨਸਾਨ ਦੇ ਸਿਰ ਉੱਪਰ ਖਲੋਤਾ ਹੈ । ਸ੍ਰੀ ਗੁਰੂ ਰਵਿਦਾਸ ਜੀ ਉਚਾਰਨ ਕਰਦੇ ਹਨ । ਹੇ ਅਗਿਆਤ ਪ੍ਰਾਣੀ ! ਤੂੰ ਕਿਉਂ ਸੁੱਤਾ ਪਿਆਂ ਏਂ?ਜਾਗ ਕਰ ਰੱਬ ਵਲ ਆਪਣਾ ਧਿਆਨ ਕਰ । ਤੂੰ ਇਸ ਫਾਨੀ ਸਰੀਰ ਨੂੰ ਜਾਂ ਇਸ ਨਾਸ਼ਵਾਨ ਸਰੀਰ ਨੂੰ ਸੱਚਾ ਕਰਕੇ ਮੰਨਿਆ ਹੋਇਆ ਹੈ । ਤੂੰ ਇਸ ਸਰੀਰ ਨੂੰ ਸਥਿਰ ਰਹਿਣ ਵਾਲਾ ਸਮਝ ਬੈਠਾ ਏਂ । ਜਿਸ ਪ੍ਰਭੂ ਨੇ ਇਸ ਜੀਵ ਨੂੰ ਇਹ ਸਰੀਰ ਬਖਸ਼ ਕੇ ਇਸਥਿਤ ਕਰ ਦਿਤਾ ਹੈ, ਉਹੀ ਹੀ ਸਾਰਿਆ ਨੂੰ ਖਾਣ ਪੀਣ (ਰਿਜਕ) ਨੂੰ ਪਹੁੰਚਾਉਂਦਾ (ਅੰਬਰਾਵੇ) ਹੈ । ਸਭ ਦੇ ਅੰਦਰ ਆਪ ਵਸ ਕੇ ਸਰੀਰ ਦੀਆਂ ਸਾਰੀਆਂ ਇੰਦਰੀਆਂ ਨੂੰ ਚਲਾ ਰਿਹਾ ਹੈ । ਹੇ ਇਨਸਾਨ ਤੂੰ ਮੇਰੀ-ਤੇਰੀ ਛੱਡ ਕੇ ਇੱਕ ਪ੍ਰਭੂ ਦੀ ਬੰਦਗੀ ਕਰ । ਅੰਮ੍ਰਿਤ ਵੇਲੇ ਉੱਠ ਕੇ ਆਪਣੇ ਦਿਲ ਵਿੱਚ ਉਸ ਪ੍ਰਭੂ ਦੇ ਨਾਮ ਨੂੰ ਵਸਾਉਣਾ ਕਰ ਤੇਰਾ ਮਨੁਖਾ ਜਨਮ ਨਿਸਫਲ ਹੀ ਬਤੀਤ ਹੁੰਦਾ ਜਾ ਰਿਹਾ ਹੈ । ਤੂੰ ਅਜੇ ਆਪਣਾ ਅਗਲਾ ਪ੍ਰਲੋਕ ਦਾ ਰਸਤਾ ਵੀ ਸੁਆਰਿਆ ਹੀ

ਨਹੀਂ ਹੈ ਭਾਵ ਕੋਈ ਚੰਗੇ ਕਰਮ ਨਹੀਂ ਹਨ ਕੀਤੇ । ਜਿਸ ਤਰ੍ਹਾਂ ਇਹ ਨਿਯਮ ਹੈ ਜਿਸ ਵੇਲੇ ਸ਼ਾਮ ਹੁੰਦੀ ਹੈ ਤਾਂ ਹਰ ਪਾਸੇ ਅੰਧੇਰਾ ਹੀ ਅੰਧੇਰਾ ਹੋ ਜਾਂਦਾ ਹੈ । ਇਸ ਪਰਕਾਰ ਆਦਮੀ ਦੀ ਜਦ ਬ੍ਰਿਧ ਅਵਸੱਥਾ ਹੋ ਜਾਂਦੀ ਹੈ ਤਦ ਦੱਸਾਂ ਇੰਦਰੀਆਂ ਵਿੱਚ ਦੁਖ ਅਤੇ ਦਰਦ ਉੱਪਜ ਪੈਂਦਾ ਹੈ । ਉਸ ਸਮੇਂ ਫਿਰ ਇਨਸਾਨ ਕੁਝ ਨਹੀਂ ਕਰ ਸਕਦਾ । ਸ੍ਰੀ ਗੁਰੂ ਰਵਿਦਾਸ ਜੀ ਕਥਨ ਕਰਦੇ ਹਨ ਕਿ ਹੇ ਨਾਦਾਨ ਪੁਰਸ਼ ਹੁਣ ਤੇਰਾ ਅੰਤ ਆ ਰਿਹਾ ਹੈ । ਤੂੰ ਅਜੇ ਵੀ ਆਕਾਲ ਪੁਰਖ ਨੂੰ ਚਿਤਵਦਾ ਨਹੀਂ । ਤੂੰ ਉਸ ਦੁਨੀਆਂ ਵਿੱਚ ਚਿੱਤ ਲਾਇਆ ਹੋਇਆ ਹੈ ਜਿਸਨੇ ਫਨਾਹ (ਫਾਨੀ) ਹੋ ਜਾਣਾ ਹੈ ।

ਸ੍ਰੀ ਗੁਰੂ ਰਵਿਦਾਸ ਜੀ ਦੇ ਇਸ ਰਾਗ ਸੂਹੀ ਦੇ ਦੂਸਰੇ ਸ਼ਬਦ ਦੇ ਪ੍ਰਮਾਣ ਹੇਤ ਹੋਰ ਗੁਰਬਾਣੀ ਵੀ ਉਚਾਰੀ ਗਈ ਹੈ । ਪਾਠਕ ਜੀ, ਤੁਹਾਡੇ ਗਿਆਨ ਵਾਸਤੇ ਉਸ ਗੁਰਬਾਣੀ ਨੂੰ ਹੇਠ ਲਿਖਣਾ ਕੀਤਾ ਹੈ ।

ਦਰਿ ਕੂਚ ਕੂਚਾ ਕਰ ਗਏ ਅਵਰੇ ਭਿ ਚਲਣਹਾਰ ॥

(ਸਿਰੀ ਰਾਗ ਮਹੱਲਾ 9 ਪੰਨਾ 64)

ਮੇਰੀ ਮੇਰੀ ਕਿਆ ਕਰਹਿ ਜਿਨ ਦੀਆ ਸੋ ਪ੍ਰਭ ਲੋੜ ॥

□

ਰਾਗ ਸੂਹੀ

(ਸ਼ਬਦ ਤੀਸਰਾ)

ਊਚੇ ਮੰਦਰ ਸਾਲ ਰਸੋਈ ॥ ਏਕ ਘਰੀ ਫੁਨਿ ਰਹਨੁ ਨ ਹੋਈ ॥੧॥ ਇਹੁ ਤਨੁ ਐਸਾ ਜੈਸੇ ਘਾਸ ਕੀ ਟਾਟੀ ॥ ਜਲਿ ਗਇਓ ਘਾਸੁ ਰਲਿ ਗਇਓ ਮਾਟੀ ॥੧॥ਰਹਾਉ॥ ਭਾਈ ਬੰਧ ਕੁਟੰਬ ਸਹੇਰਾ ॥ ਓਇ ਭੀ ਲਾਗੇ ਕਾਢੁ ਸਵੇਰਾ ॥੨॥ ਘਰ ਕੀ ਨਾਰਿ ਉਰਹਿ ਤਨ ਲਾਗੀ ॥ ਉਹ ਤਉ ਭੂਤੁ ਭੂਤੁ ਕਰ ਭਾਗੀ ॥੩॥ ਕਹਿ ਰਵਿਦਾਸ ਸਭੈ ਜਗੁ ਲੂਟਿਆ ॥ ਹਮ ਤਉ ਏਕ ਰਾਮ ਕਹਿ ਛੂਟਿਆ ॥੪॥੩॥

ਰਾਗ ਸੂਹੀ ਦੇ ਇਸ ਤੀਸਰੇ ਸ਼ਬਦ ਵਿੱਚ ਸ੍ਰੀ ਗੁਰੂ ਰਵਿਦਾਸ ਜੀ ਉਚਾਰਦੇ ਹਨ ਕਿ ਹੇ ਭਾਈ ! ਜੋ ਤੂੰ ਬੜੇ ਬੜੇ ਉੱਚੇ ਮੰਦਰ ਉਸਾਰਦਾ ਏਂ । ਇਸ ਪੰਕਤੀ ਵਿੱਚ 'ਸਾਲ ਰਸੋਈ' ਦੋ ਸ਼ਬਦ ਆਉਂਦੇ ਹਨ ਜਿਹਨਾਂ ਦੇ ਭਾਵ ਗੁਰਬਾਣੀ ਦੀ ਸ਼ਬਦਾਵਲੀ ਅਨੁਸਾਰ ਵਿਸਥਾਰ ਨਾਲ ਕਰਨ ਨਾਲ ਇਸ ਸਤਰ ਦੇ ਭਾਵ-ਅਰਥ ਸੌਖਿਆ ਹੀ ਸਮਝ ਵਿੱਚ ਆ ਜਾਣਗੇ । ਗੁਰਬਾਣੀ ਅਨੁਸਾਰ 'ਸਾਲ' ਸ਼ਬਦ ਦੇ ਅਰਥ ਨੌਂ ਪਰਕਾਰ ਕੀਤੇ ਜਾ ਸਕਦੇ ਹਨ । ਜਿਵੇਂ 1) ਉੱਤਮ, 'ਕੋ ਸਾਲੁ ਜਵਾਹੇ ਸਾਲੀ ॥' (ਵਾਰ ਰਾਮਕਲੀ 3) ਭਾਵ ਜੌਆਂ ਨਾਲੋਂ ਚੌਲ ਉੱਤਮ ਹਨ । 2) 'ਹਰੇ ਹਰੇ ਸਾਲ ਖਰੇ' (ਗੁਰ ਪ੍ਰਸਾਦਿ ਸੂਹੀ) ਭਾਵ ਸਾਲ ਦਾ ਬ੍ਰਿਛ । 3) ਇੱਕ ਜਾਤ ਦੀ ਮੱਛੀ ਦਾ ਨਾਮ ਵੀ ਸਾਲ ਹੁੰਦਾ ਹੈ।

4)ਧਰਮਸਾਲ,ਰਸੋਈਸਾਲ (ਪਾਕਸ਼ਾਲਾ) 'ਪ੍ਰਹਲਾਦ ਪਠਾਏ ਪੜ੍ਹਨਸਾਲ' (ਬਸੰਤ ਕਬੀਰ) 5) 'ਦੀਨ ਦਯਾਲ ਵੈਰੀਸਾਲ' (ਅਕਾਲ) 6) ਸ਼ਾਲਿਹੋਤ੍ਰ ਨਾਮ ਦਾ ਇੱਕ ਮੁਨੀ, ਜਿਸਨੇ ਘੋੜਿਆਂ ਦੇ ਪੰਖ ਇੰਦਰ ਦੇਵਤਾ ਦੀ ਆਗਿਆ ਨਾਲ ਕੱਟ ਦਿਤੇ ਸਨ । ਆਖਦੇ ਹਨ ਕਿ ਪਹਿਲਾਂ ਪਹਿਲ ਘੋੜਿਆਂ ਦੇ ਖੰਭ ਹੋਇਆ ਕਰਦੇ ਸਨ ਅਤੇ ਉਹ ਪੰਛੀਆਂ ਵਾਂਗ ਆਕਾਸ਼ ਵਿੱਚ ਉੱਡਦੇ ਹੁੰਦੇ ਸਨ । 'ਸਾਲ ਮੁਨੀਸਰ ਕਾਟੇ ਹੁਤੇ ਬ੍ਰਿਜ ਰਾਜ ਮਨੋ ਤਿਹ ਪੰਖ ਬਨਾਵਤ ।'(ਕ੍ਰਿਸ਼ਨਾਵ) ਇਸ ਸਤਰ ਦਾ ਭਾਵ ਕਿ ਕ੍ਰਿਸ਼ਨ ਜੀ ਨੇ ਪੰਖਦਾਰ ਤੀਰ ਮਾਰਕੇ ਘੋੜਿਆਂ ਦੇ ਸਰੀਰ

ਅਜੇਹੇ ਕਰ ਦਿਤੇ ਕਿ ਮਾਨੋ ਸ਼ਾਲ ਮੁਨੀ ਦੇ ਕੱਟੇ ਹੋਏ ਪਰ ਫਿਰ ਬਣ ਗਏ ।

7) ਸ਼ਵਲਯਾ (ਅਪਸਰਾ) ਭਾਵ ਹੂਰਪਰੀ, **'ਊਪਰਿ ਗਿੱਧ ਸਾਲ ਮੰਡਰਾਹੀਂ ॥ ਤਰੇ ਸੂਰਮਾਂ ਜੁੱਧ ਮਚਾਹੀਂ ॥'** (ਚਰਿਤਰ 52)

8) ਸ਼ਾਲ, ਦੁਸ਼ਾਲੇ ਆਦਿ । **'ਸਿਰ ਪਰ ਸਤਗੁਰੁ ਸਾਲ ਸਜਾਈ'** (ਗੁਰ ਪ੍ਰਸਾਦਿ ਸੂਹੀ)

9) ਇਸ ਦਾ ਭਾਵ ਵਰ੍ਹਾ ਜਾਂ ਸਾਲ ਵੀ ਹੁੰਦਾ ਹੈ । ਸੋ ਏਥੇ ਸਾਲ ਰਸੋਈ ਤੋਂ ਭਾਵ ਉੱਪਰ ਦੱਸੇ ਗਏ ਭਾਵ ਅਰਥ ਨੰਬਰ ਚਾਰ ਤੋਂ ਹੈ । ਸ੍ਰੀ ਗੁਰੂ ਰਵਿਦਾਸ ਜੀ ਇਨਸਾਨ ਨੂੰ ਸਮਝਾਉਂਦੇ ਹਨ ਕਿ ਵੱਡੇ ਵੱਡੇ ਮਹਿਲਾਂ ਵਿੱਚ ਵੱਡੀਆ ਵੱਡੀਆ ਰਸੋਈਆਂ ਵਧੀਆ ਪਕਵਾਨ ਪਕਾਉਣ ਵਾਸਤੇ ਉਸਾਰ ਰਿਹਾ ਏਂ । ਜਿਸ ਵੇਲੇ ਸੁਆਸ ਪੂਰੇ ਹੋ ਗਏ ਤਾਂ ਇੱਕ ਅੱਖ ਦੀ ਫੋਰ ਵੀ ਇਨ੍ਹਾਂ ਮਹਿਲਾਂ ਵਿੱਚ ਤੈਨੂੰ ਰਹਿਣਾ ਨਸੀਬ ਨਹੀਂ ਹੋਣਾ । ਜਿਸ ਤਨ ਨੂੰ ਤੂੰ ਬੜੇ ਪ੍ਰੇਮ ਪਿਆਰ ਨਾਲ ਪਾਲਦਾ ਪੋਸਦਾ ਏਂ, ਇਹ ਸਰੀਰ ਕਾਲ ਅਗਨੀ ਦੇ ਸਾਹਮਣੇ ਇਸ ਤਰ੍ਹਾਂ ਦਾ ਲਗਣਾ ਹੈ ਜਿਵੇਂ ਇਹ ਸਰੀਰ ਖਾਂਸ,ਬਾਂਸ ਅਥਵਾ ਸਨੂਕੜੇ ਆਦਿ (ਟਾਟੀ) ਦੀ ਕੰਧ ਹੁੰਦਾ ਹੈ । ਜਿਹੜਾ ਅੱਗ ਨਾਲ ਜਲ ਕਰਕੇ ਮਿੱਟੀ ਵਿੱਚ ਮਿਲ ਜਾਣਾ ਹੈ । ਸਕੇ ਭਾਈ ਭਰਾ ਅਤੇ ਰਿਸ਼ਤੇਦਾਰ ਆਪਣਾ ਜੋ ਪਰਵਾਰ ਇਕੱਠਾ ਹੋਇਆ ਹੋਇਆ ਹੁੰਦਾ ਹੈ, ਉਹ ਸਾਰੇ ਹੀ ਸਵੇਰੇ ਸਵੇਰੇ ਸਰੀਰ ਨੂੰ ਫੂਕਣ ਲਗ ਪੈਂਦੇ ਹਨ ਤਾਂ ਕਿ ਧੁੱਪ ਨਾ ਚੜ੍ਹ ਪਵੇ । ਜੋ ਘਰ ਦੀ ਔਰਤ (ਉਰਹਿ) ਛਾਤੀ ਨਾਲ ਲੱਗੀ ਰਹਿੰਦੀ ਸੀ, ਉਹ ਨਾਰੀ ਭੀ ਬੰਦੇ ਦੇ ਮੁਰਦੇ ਸਰੀਰ ਨੂੰ ਤੱਕਕੇ ਭੂਤ ਭੂਤ ਕਰਕੇ ਡਰਦੀ ਕੋਲੋਂ ਭਜਦੀ ਹੈ । ਸ੍ਰੀ ਗੁਰੂ ਰਵਿਦਾਸ ਜੀ ਕਥਨ ਕਰਦੇ ਹਨ ਕਿ ਇਹ ਸਾਰਾ ਸੰਸਾਰ ਮੋਹ ਆਦਿਕਾਂ ਵਿੱਚ ਲੱਗਣ ਕਰਕੇ ਲੁੱਟਿਆ ਜਾ ਰਿਹਾ ਹੈ । ਮੈਂ ਤਾਂ ਗੁਰੂ ਦੀ ਆਪਾਰ ਕ੍ਰਿਪਾ ਨਾਲ ਇੱਕ ਰਾਮ ਦਾ ਨਾਮ ਜਪਕੇ ਇਨ੍ਹਾਂ ਕਾਮ ਆਦਿਕ ਸ਼ਤਰੂਆਂ ਕੋਲੋਂ ਛੁੱਟ ਗਿਆਂ ਹਾਂ ।

ਕਬੀਰ ਜੀ ਵੀ ਇਸ ਸ਼ਬਦ ਦੀ ਪੁਸ਼ਟੀ ਕਰਦੇ ਉਚਾਰਦੇ ਹਨ ।

ਸਭੈ ਉਡਾਨੀ ਭ੍ਰਮ ਕੀ ਟਾਟੀ ॥ (ਗਾਉੜੀ ਕਬੀਰ)

□

ਰਾਗ ਬਿਲਾਵਲੁ

ਰਾਗ ਬਿਲਾਵਲ ਦਾ ਅਵਿਸ਼ਕਾਰ ਕਿਸ ਸੰਗੀਤਕਾਰ ਨੇ ਕੀਤਾ ਸੀ, ਇਸ ਪ੍ਰਤੀ ਸਭ ਸੰਗੀਤਕ ਗਰੰਥ ਚੁੱਪ ਹਨ ਪਰ ਜੋ ਸੁਰਾਂ ਸ੍ਰੀ ਗੁਰੂ ਰਵਿਦਾਸ ਜੀ ਦੇ ਸ਼ਬਦ ਉਚਾਰਨ ਤੋਂ ਉਪ੍ਰੰਤ ਇਸ ਰਾਗ ਵਿੱਚ ਇਸਥਿੱਤ ਹੋਈਆਂ ਹਨ, ਉਨ੍ਹਾਂ ਬਾਰੇ ਵਖੋ ਵਖਰੇ ਸੰਗੀਤਕ ਖੋਜੀਆਂ ਦੇ 'ਬਿਲਾਵਲ ਰਾਗ ਦੀਆਂ ਮਚਾਹੀਂ ॥' (ਚਰਿਤਰ 52) ਸੁਰਾਂ,ਠਾਟ ਅਤੇ ਸਪਤੱਕ ਬਾਰੇ ਹੇਠ ਬਿਆਨ ਕਰਦਾ ਹਾਂ ।

'ਰਾਗ ਕਲਪਦੁਰਮਾਂਕੁਰ' ਪੁਸਤਕ ਵਿੱਚ ਦੱਸਿਆ ਗਿਆ ਹੈ ਕਿ ਬਿਲਾਵਲ ਰਾਗ ਵਿੱਚ ਸਾਰੇ ਸੁਰ ਹਮੇਸ਼ਾ ਸ਼ੁੱਧ ਹੀ ਲਗਦੇ ਹਨ । ਸ਼ੁੱਧ ਸੁਰ ਉਹ ਹੁੰਦਾ ਹੈ,ਜੋ ਸੁਰ ਆਪਣੇ ਨਿਯਤ ਸਥਾਨ ਉੱਪਰ ਪਹਿਲਾਂ ਤੋਂ ਹੀ ਸਥਿੱਤ ਹਨ ਉਨ੍ਹਾਂ ਨੂੰ ਸ਼ੁੱਧ ਸੁਰ ਕਹਿੰਦੇ ਹਨ । ਸਾ ਰੇ ਗ ਮ ਪ ਧ ਨੀ ਇਹ ਸੱਤ ਸੁਰ ਸ਼ੁੱਧ ਅਖਵਾਉਂਦੇ ਹਨ ਪਰ ਇਨ੍ਹਾਂ ਵਿੱਚੋਂ ਸ ਅਤੇ ਪ ਦੋ ਸੁਰ ਆਪਣੇ ਨਿਯਤ ਸਥਾਨ ਉੱਪਰ ਹਮੇਸ਼ਾ ਹੀ ਸਥਿਰ ਰਹਿੰਦੇ ਹਨ, ਇਸ ਲਈ ਇਨ੍ਹਾਂ ਨੂੰ ਅਵਿਕਰਿਤ ਜਾਂ ਅਚੱਲ ਜਾਂ ਪ੍ਰਾਕ੍ਰਿਤ ਸੁਰ ਕਹਿੰਦੇ ਹਨ । ਸ੍ਰੀ ਗੁਰੂ ਰਵਿਦਾਸ ਜੀ ਨੇ ਰਾਗ ਬਿਲਾਵਲ ਦੇ ਉਚਾਰੇ ਹੋਏ ਆਪਣੇ ਦੋ ਸ਼ਬਦਾ ਵਿੱਚ ਸਾਰੇ ਸ਼ੁੱਧ ਸੁਰ ਹੀ ਵਰਤੇ ਹਨ । ਇਸ ਰਾਗ ਵਿੱਚ ਧ ਵਾਦੀ ਅਤੇ ਗ ਸੰਵਾਦੀ ਸੁਰ ਹੈ ਇਸ ਰਾਗ ਦੀ ਪ੍ਰਕ੍ਰਿਤੀ ਸੁੰਦਰ ਹੈ । ਇਸ ਰਾਗ ਨੇ ਕਲਿਆਣ ਅੰਗ ਧਾਰਨ ਕਰਨ ਕਰਕੇ ਇਹ ਕਲਿਆਣ ਰਾਗ ਦੇ ਸਦ੍ਰਿਸ਼ ਦਿਖਾਈ ਦੇਣ ਵਾਲਾ ਵੀ ਰਾਗ ਹੈ । ਇਸ ਵਿੱਚ ਗ ਅਤੇ ਨੀ ਵਕਰ ਸੁਰ ਹਨ ਜਿਸਦੇ ਦਿਖਾਉਣ ਨਾਲ ਰਾਗ ਭਲੀ ਭਾਂਤ ਸ਼ੋਭਿਤ ਹੁੰਦਾ ਹੈ ।

ਪੁਸਤਕ □ਰਾਗ ਚੰਦਰਕਾ ਸਾਰ□ ਅਨੁਸਾਰ ਵੀ ਇਸ ਬਿਲਾਵਲ ਰਾਗ ਵਿੱਚ ਸਾਰੇ ਸੁਰ ਸ਼ੁੱਧ ਹਨ । ਇਸ ਵਿੱਚ ਧ ਵਾਦੀ ਅਤੇ ਗ ਸੰਵਾਦੀ ਸੁਰ ਹਨ । ਇਸ ਵਿੱਚ ਗ ਅਤੇ ਨੀ ਦੋਵੇਂ ਵਕਰ ਸੁਰ ਹਨ । ਇਸ ਰਾਗ ਵਿੱਚ ਮ ਕੋਮਲ ਅਤੇ ਬਾਕੀ ਸਭ ਤੀਵਰ ਸੁਰ ਸ਼ੋਭਿਤ ਹੋਣ ਕਰਕੇ ਅਤੇ ਇਸ ਵਿੱਚ ਧ ਵਾਦੀ ਅਤੇ ਗ ਸੰਵਾਦੀ ਸੁਰ ਹੋਣ ਕਰਕੇ ਹੀ ਇਸ ਰਾਗ ਨੂੰ ਬਿਲਾਵਲ ਰਾਗ ਆਖਦੇ ਹਾਂ । ਇਹ ਰਾਗ ਕਲਿਆਣ ਰਾਗ ਦੇ ਸਮਾਨ ਦਿਖਾਈ ਦਿੰਦਾ ਹੈ ਇਸ ਲਈ ਇਸ ਨੂੰ ਕਦੇ ਕਦੇ ਸਵੇਰ ਦਾ ਕਲਿਆਣ ਵੀ ਕਹਿੰਦੇ ਹਾਂ । ਸ੍ਰੀ ਗੁਰੂ ਰਵਿਦਾਸ ਜੀ ਨੇ ਆਰੋਹੀ ਵਿੱਚ ਨੀ ਅਤੇ ਅਵਰੋਹੀ ਵਿੱਚ ਗ ਵਕਰ ਸੁਰ ਲਾਇਆ ਹੋਣ ਕਰਕੇ, ਇਨ੍ਹਾਂ ਦੋਨਾਂ ਸੁਰਾਂ ਨੂੰ ਵਕਰ ਕਰਕੇ ਗਾਉਣ ਨਾਲ ਇਹ ਰਾਗ ਬਹੁਤ ਸੁੰਦਰ ਲਗਦਾ ਹੈ ।

ਪੁਸਤਕ 'ਰਾਗ ਕਲਪਦੁਰਮਾਂਕਰ' ਅਨੁਸਾਰ ਸ੍ਰੀ ਗੁਰੂ ਰਵਿਦਾਸ ਜੀ ਦੇ ਦੋਵੇ

ਸ਼ਬਦ 'ਅਲ੍ਹੈਆ ਬਿਲਾਵਲ' ਰਾਗ ਦੇ ਠਾਟ ਦੇ ਸੁਰਾਂ ਵਿੱਚ ਹਨ ਪਰ ਇਹ ਗੱਲ ਮੰਨਣ ਵਿੱਚ ਨਹੀਂ ਆਉਂਦੀ ਕਿਉਂਕਿ ਸ੍ਰੀ ਗੁਰੂ ਰਵਿਦਾਸ ਜੀ ਦੇ ਸ਼ਬਦਾਂ ਨੂੰ ਗਾਉਣ ਨਾਲ ਰਾਗ ਦੇ ਆਰੋਹ ਵਿੱਚ ਸੁਰ ਨ ਵਰਜ ਨਹੀਂ ਬਣਦਾ ਅਤੇ ਨਾ ਹੀ ਸੁਰ ਨੀ ਇਸ ਰਾਗ ਦੇ ਅਵਰੋਹ ਵਿੱਚ ਕੋਮਲ ਕਰਕੇ ਵਰਤਿਆ ਜਾ ਸਕਦਾ ਹੈ ਅਤੇ ਨਾ ਹੀ ਕਦੇ ਇਸ ਰਾਗ ਵਿੱਚ ਸੁਰ ਮ ਕੋਮਲ ਵਰਤ ਸਕਦੇ ਹਾਂ । ਭਾਵੇਂ ਸੁਰ ਗ ਅਤੇ ਸੁਰ ਨੀ ਅਲ੍ਹੈਆ ਬਿਲਾਵਲ ਵਾਂਗ ਵਕਰ ਸੁਰ ਹਨ ਪਰ ਇਸ ਰਾਗ ਵਿੱਚ ਹਮੀਰ ਦੀ ਮਿਲਾਵਟ ਨਾ ਹੋਣ ਕਰਕੇ ਗੁਰੂ ਜੀ ਦੇ ਦੋਵੇਂ ਸ਼ਬਦ ਸਿਰਫ ਰਾਗ ਬਿਲਾਵਲ ਵਿੱਚ ਹੀ ਗਾਉਣ ਨਾਲ ਮਨ ਅਨੰਦਮਈ ਹੋ ਸਕਦਾ ਹੈ। ਰਾਗ ਬਿਲਾਵਲ ਨੂੰ ਗਾਉਣ ਦਾ ਵੇਲਾ ਦਿਨ ਦੇ ਦੂਜੇ ਪਹਿਰ ਦਾ ਆਰੰਭ ਦਾ ਸਮਾਂ ਹੈ । ਅਨੰਦ ਮੰਗਲ ਦੇ ਵੇਲੇ ਇਸ ਰਾਗ ਦੇ ਗਾਉਣ ਦੀ ਰੀਤ ਹੈ । ਸ੍ਰੀ ਗੁਰੂ ਗਰੰਥ ਸਾਹਿਬ ਜੀ ਵਿੱਚ ਇਸ ਰਾਗ ਬਿਲਾਵਲ ਦਾ ਸੋਲਵਾਂ ਨੰਬਰ ਹੈ । ਬਿਲਾਵਲ ਸ਼ਬਦ ਦਾ ਭਾਵ ਅਰਥ ਹੈ ਕਿ ਅਨੰਦ ਹੋਣਾ, ਪ੍ਰਸੰਨਤਾ ਹੋਣੀ ਆਦਿ । ਸ੍ਰੀ ਗੁਰੂ ਰਵਿਦਾਸ ਜੀ ਨੇ ਰਾਗ ਬਿਲਾਵਲ ਵਿੱਚ ਦੋ ਸ਼ਬਦ ਉਚਾਰੇ ਹਨ ਜਿਨ੍ਹਾਂ ਦੇ ਵਿਚਾਰਾਂ ਨੂੰ, ਪਾਠਕ ਜੀ, ਆਪਣੇ ਮਨਾ ਵਿੱਚ ਵਸਾਉਣ ਵਾਸਤੇ ਏਥੇ ਅੰਕਿਤ ਕਰਦਾ ਹਾਂ ।

(ਸ਼ਬਦ ਪਹਿਲਾ)

ੴਸਤਿਗੁਰ ਪ੍ਰਸਾਦਿ ॥

ਬਿਲਾਵਲੁ ਬਾਣੀ ਰਵਿਦਾਸ ਭਗਤ ਕੀ ॥

ਦਾਰਿਦੁ ਦੇਖਿ ਸਭ ਕੋ ਹਸੈ ਐਸੀ ਦਸਾ ਹਮਾਰੀ॥ਅਸਟ ਦਸਾ ਸਿਧਿ ਕਰ ਤਲੈ ਸਭ ਕ੍ਰਿਪਾ ਤੁਮਾਰੀ॥੧॥ਤੂ ਜਾਨਤ ਮੈ ਕਿਛੁ ਨਹੀ ਭਵ ਖੰਡਨ ਰਾਮ॥ਸਗਲ ਜੀਅ ਸਰਨਾਗਤੀ ਪ੍ਰਭ ਪੂਰਨ ਕਾਮ॥੧॥ਰਹਾਉ॥ਜੋ ਤੇਰੀ ਸਰਨਾਗਤਾ ਤਿਨ ਨਾਹੀ ਭਾਰੁ ॥ ਊਚ ਨੀਚ ਤੁਮ ਤੇ ਤਰੇ ਆਲਜੁ ਸੰਸਾਰ ॥੨॥ ਕਹਿ ਰਵਿਦਾਸ ਅਕੱਥ ਕਥਾ ਬਹੁ ਕਾਇ ਕਰੀਜੈ ॥ ਜੈਸਾ ਤੂ ਤੈਸਾ ਤੁਹੀ ਕਿਆ ਉਪਮਾ ਦੀਜੈ ॥੩॥੧॥

ਸ੍ਰੀ ਗੁਰੂ ਰਵਿਦਾਸ ਜੀ ਦਾ ਰਾਗ ਬਿਲਾਵਲ ਦਾ ਉਪ੍ਰੋਕਤ ਸ਼ਬਦ, ਉੱਪਰ ਲਿਖੇ ਦੀ ਤਰ੍ਹਾਂ, ਸ੍ਰੀ ਗੁਰੂ ਗਰੰਥ ਸਾਹਿਬ ਜੀ ਵਿੱਚ ਦਰਜ ਹੈ। ਆਪ ਕਥਨ ਕਰਦੇ ਹਨ ਕਿ ਹੇ ਪ੍ਰਮਾਤਮਾ, ਮੇਰੀ ਗਰੀਬੀ ਨੂੰ ਉਹ ਗਰੀਬੀ ਜਿਹੜੀ ਜ਼ਿੰਦਗੀ ਤੇਰੇ ਨਾਮ ਤੋਂ ਵਿਹੂਣੀ ਸੀ, ਮੇਰੀ ਇਸ ਤਰ੍ਹਾਂ ਦੀ ਗਰੀਬੀ ਨੂੰ ਵੇਖ ਕੇ ਸਭ ਕੋਈ ਹੱਸਦਾ ਸੀ । ਮੇਰੀ ਅਜੇਹੀ ਹਾਲਤ ਸੀ ਕਿ ਮੈਨੂੰ ਵੇਖ ਕੇ ਸਭ ਇਨਸਾਨ ਹੱਸਦੇ ਸਨ ਪਰ ਜੋ ਹੁਣ ਅਠਾਰਾਂ ਸਿੱਧੀਆਂ (ਪਿੱਛੇ ਪੜ੍ਹੋ, ਰਾਗ ਸੋਰਠਿ, ਸ਼ਬਦ ਚੌਥਾ) ਮੈਨੂੰ ਪਰਾਪਤ

ਹਨ ਇਹ ਸਭ ਕੁਝ ਆਪ ਜੀ ਦੀ ਹੀ ਕ੍ਰਿਪਾ ਹੈ । ਮੇਰੇ ਜਨਮ ਮਰਨ ਨੂੰ ਮਿਟਾਉਣ ਵਾਲੇ ਹੇ ਰਾਮ (ਹੇ ਪ੍ਰਭੂ) ਆਪ ਘਟ ਘਟ ਨੂੰ ਜਾਨਣ ਹਾਰੇ ਹੋ । ਮੈਂ ਤਾਂ ਕੁਛ ਵੀ ਨਹੀਂ ਜਾਣਦਾ । ਸਾਰੇ ਹੀ ਜੀਵ ਜੰਤੂ ਆਪ ਜੀ ਦੀ ਸ਼ਰਨ ਵਿੱਚ ਹੀ ਪਰਾਪਤ ਹਨ । ਹੇ ਪ੍ਰਭੂ, ਆਪ ਸਭ ਦੇ ਕੰਮ ਪੂਰਨ ਕਰਨ ਵਾਲੇ ਹੋ । ਜਿਹੜੇ ਪੁਰਸ਼ ਆਪ ਜੀ ਦੀ ਸ਼ਰਨ ਵਿੱਚ ਆ ਜਾਂਦੇ ਹਨ । ਉਨ੍ਹਾਂ ਨੂੰ ਦੁਨੀਆਂ ਦਾ ਕੋਈ ਦੁਖ ਨਹੀਂ ਮਹਿਸੂਸ ਹੁੰਦਾ । ਹੇ ਪ੍ਰਭੂ ਆਪ ਜੀ ਦੀ ਕ੍ਰਿਪਾ ਨਾਲ ਊਚ ਨੀਚ ਕੰਮ ਕਰਨ ਵਾਲੇ ਸਭ ਵਿਆਕਤੀ ਜੋ ਆਪ ਜੀ ਦੇ ਸ਼ਰਧਾਲੂ ਸਨ, ਉਹ ਸਾਰੇ ਇਸ ਨਿਰਲਜ (ਆਲਜੁ) ਸੰਸਾਰ ਵਿੱਚੋਂ ਤਰ ਗਏ ਹਨ । ਸ੍ਰੀ ਗੁਰੂ ਰਵਿਦਾਸ ਜੀ ਕਥਨ ਕਰਦੇ ਹਨ ਕਿ ਪ੍ਰਭੂ ਜੀ ਦੀ ਕਥਾ ਅਕੱਥ ਹੈ । ਇਸ ਵਾਸਤੇ ਬਹੁਤੀਆਂ ਕਥਾ ਕਿਸ ਵਾਸਤੇ ਕਰਨੀਆਂ ਹਨ ਕਿਉਂਕਿ ਭਾਵੇ ਕਿੰਨੀਆਂ ਵੀ ਹੋਰ ਕਥਾ ਕਰੀਏ ਤਾਂ ਭੀ ਇਨਸਾਨ ਨੇ ਕਦੇ ਆਪ ਜੀ ਦਾ ਅੰਤ ਨਹੀਂ ਪਾ ਸਕਣਾ । ਹੇ ਪ੍ਰਭੂ ਜੀ ਜਿਸ ਤਰ੍ਹਾਂ ਦੇ ਤੁਸੀਂ ਆਪ ਹੋ, ਉਸੇ ਤਰ੍ਹਾਂ ਦੇ ਸਿਰਫ ਤੁਸੀਂ ਹੀ ਹੋ । ਤੁਹਾਡੇ ਵਰਗਾ ਹੋਰ ਕੋਈ ਨਹੀਂ ਹੈ । ਇਸ ਵਾਸਤੇ ਆਪ ਜੀ ਨੂੰ ਮੈਂ ਕਿਹੜੀ ਉਪਮਾ ਨਾਲ ਬੰਧਨਾ ਕਰਾਂ ਜਿਸ ਨਾਲ ਮੈਂ ਆਪ ਜੀ ਦਾ ਦਿਲ ਰਿਝਾ ਸਕਾਂ?

ਸ੍ਰੀ ਗੁਰੂ ਅਰਜਨ ਦੇਵ ਜੀ ਇਸ ਸ਼ਬਦ ਦੇ ਸੰਦਰਭ ਵਿੱਚ ਗੁਰਬਾਣੀ ਉਚਾਰਦੇ ਹਨ ।

ਸਿਮ੍ਰਿਤਿ ਸਾਸਤ੍ਰ ਬੇਦ ਪੁਰਾਣ ॥ ਪਾਰਬ੍ਰਹਮ ਕਾ ਕਰਹਿ ਵਖਿਆਣ ॥ ਜੋਗੀ ਜਤੀ ਬੈਸਨੋ ਰਾਮ ਦਾਸ ॥ ਮਿਤਿ ਨਾਹੀ ਬ੍ਰਹਮ ਅਬਿਨਾਸ ॥੨॥ ਕਰਣ ਪਲਾਹ ਕਰਹਿ ਸਿਵ ਦੇਵ ॥ ਤਿਲ ਨਹੀ ਬੂਝਹਿ ਅਲਖ ਅਭੇਵ ॥

(ਗੌਂਡ ਮਹੱਲਾ 5 ਪੰਨਾ 867)

□

ਰਾਗ ਬਿਲਾਵਲੁ

(ਸ਼ਬਦ ਦੂਸਰਾ)

ਬਿਲਾਵਲੁ

ਜਿਹ ਕੁਲ ਸਾਧੁ ਬੈਸਨੌ ਹੋਇ ॥ ਬਰਨ ਅਬਰਨ ਰੰਕੁ ਨਹੀ ਈਸੁਰੁ ਬਿਮਲ ਬਾਸੁ ਜਾਨੀਐ ਜਗਿ ਸੋਇ ॥੧॥ਰਹਾਉ॥ ਬ੍ਰਹਮਨ ਬੈਸ ਸੂਦ ਅਰੁ ਖ੍ਯ੍ਤ੍ਰੀ ਡੋਮ ਚੰਡਾਰ ਮਲੇਛ ਮਨ ਸੋਇ ॥ ਹੋਇ ਪੁਨੀਤ ਭਗਵੰਤ ਭਜਨ ਤੇ ਆਪੁ ਤਾਰਿ ਤਾਰੇ ਕੁਲ ਦੋਇ ॥੧॥ ਧੰਨਿ ਸੁ ਗਾਉ ਧੰਨਿ ਸੁ ਠਾਉ ਧੰਨਿ ਪੁਨੀਤ ਕਟੁੰਬ ਸਭ ਲੋਇ ॥ ਜਿਨਿ ਪੀਆ ਸਾਰ ਰਸੁ ਤਜੇ ਆਨ ਰਸ ਹੋਇ ਰਸ ਮਗਨ ਡਾਰੇ ਬਿਖੁ ਖੋਇ ॥੨॥ ਪੰਡਿਤ ਸੂਰ ਛਤ੍ਰਪਤਿ ਰਾਜਾ ਭਗਤ ਬਰਾਬਰਿ ਅਉਰੁ ਨ ਕੋਇ ॥ ਜੈਸੇ ਪੁਰੈਨ ਪਾਤ ਰਹੈ ਜਲ ਸਮੀਪ ਭਨਿ ਰਵਿਦਾਸ ਜਨਮੇ ਜਗਿ ਓਇ ॥੩॥੨॥

ਸ੍ਰੀ ਗੁਰੂ ਰਵਿਦਾਸ ਜੀ ਬਿਲਾਵਲ ਰਾਗ ਵਿੱਚ ਉਚਾਰੇ ਇਸ ਸ਼ਬਦ ਰਾਹੀ ਇਨਸਾਨ ਨੂੰ ਸਮਝਾਉਦੇ ਹਨ ਕਿ ਜਿਸ ਕੁਲ ਵਿੱਚ ਕੋਈ ਆਦਮੀ ਵਿਸ਼ਨੂੰ ਦਾ ਉਪਾਸ਼ਕ ਹੋ ਜਾਵੇ ਚਾਹੇ ਉਹ ਚੋਹ ਵਰਨਾ ਵਿੱਚੋਂ ਹੋਵੇ ਜਾਂ ਉਹ ਅਵਰਨਾ (ਨੀਵੀਂ ਜਾਤ) ਵਿੱਚੋਂ ਹੀ ਹੋਵੇ, ਉਸਨੂੰ ਕੰਗਾਲ ਨਹੀਂ ਕਿਹਾ ਜਾ ਸਕਦਾ, ਕਿਉਂਕਿ ਉਹ ਈਸ਼ਵਰ ਸਰੂਪ ਹੋ ਜਾਂਦਾ ਹੈ । ਬਰਨ ਸ਼ਬਦ ਦਾ ਭਾਵ ਅਰਥ ਰੂਪ,ਸ਼ਕਲ ਜਾਂ ਰੰਗ ਹੁੰਦਾ ਹੈ । ਏਥੇ ਬਰਨ ਸ਼ਬਦ ਅਬਰਨ ਸ਼ਬਦ ਨਾਲ ਆਉਣ ਕਰਕੇ ਬਰਨ ਸ਼ਬਦ ਦਾ ਭਾਵ ਉੱਤਮ ਬਣ ਜਾਂਦਾ ਹੈ । ਸ੍ਰੀ ਗੁਰੂ ਰਵਿਦਾਸ ਜੀ ਦੇ ਸਮੇਂ ਬ੍ਰਹਮਣ ਲੋਕਾਂ ਨੂੰ ਉੱਤਮ ਜਾਤ ਗਿਣਿਆ ਜਾਂਦਾ ਸੀ । ਸ੍ਰੀ ਗੁਰੂ ਰਵਿਦਾਸ ਜੀ ਉਚਾਰਦੇ ਹਨ ਜੇ ਕੋਈ ਨੀਵੀ ਜਾਤ ਵਾਲਾ ਵੀ ਪ੍ਰਭੂ ਦੀ ਉਪਾਸ਼ਨਾ ਕਰਨ ਲਗ ਪਵੇ ਤਾਂ ਉਸਦਾ ਵੀ ਉਸੇ ਤਰ੍ਹਾਂ ਸਤਿਕਾਰ ਹੋਣ ਲਗਦਾ ਹੈ ਜਿਵੇਂ ਬ੍ਰਾਹਮਣ ਦਾ ਹੁੰਦਾ ਹੈ । ਇਹੀ ਕਾਰਨ ਸੀ ਕਿ ਪੁਰਾਤਨ ਸਮੇਂ ਵਿੱਚ ਬ੍ਰਾਹਮਣ ਲੋਕੀ ਕਿਸੇ ਹੋਰ ਜਾਤ ਵਾਲੇ ਨੂੰ ਨਾ ਵੇਦ ਪੜ੍ਹਨ ਦਿੰਦੇ ਸਨ ਅਤੇ ਨਾ ਹੀ ਸੁਣਨ ਦਿੰਦੇ ਸਨ । ਵਰਤਮਾਨ ਵਿੱਚ ਨੀਵੀਂ ਜਾਤ ਵਾਲੇ ਪੜ੍ਹ ਲਿਖਕੇ ਵਜੀਰੀਆਂ ਪਰਾਪਤ ਕਰਕੇ ਸਤਿਕਾਰੇ ਜਾਂਦੇ ਹਨ । ਪਰੰਤੂ ਇਸ ਸ਼ਬਦ ਵਿੱਚ ਗਰਿਸਵਾਦੀ ਵਿਦਿਆ ਵਲ ਸੰਕੇਤ ਹੈ। ਪ੍ਰਭੂ ਦੀ ਭਗਤੀ ਕਰਨ ਵਾਲੇ ਦੀ ਸੰਸਾਰ ਵਿੱਚ ਨਿਰਮਲ ਕੀਰਤੀ

ਰੂਪੀ ਵਾਸ਼ਨਾ ਸੰਸਾਰ ਨੂੰ ਪਰਾਪਤ ਹੁੰਦੀ ਹੈ । ਬ੍ਰਾਹਮਣ ਵੈਸ਼ ਸ਼ੂਦਰ ਅਤੇ ਖੱਤਰੀ ਚੰਡਾਲ ਜਾਂ ਮਲੇਛਾ ਦਾ ਵੀ ਪ੍ਰਮਾਤਮਾ ਦਾ ਨਾਮ ਜਪਣ ਕਾਰਨ ਜੀਵਨ ਦਾ ਸੁਧਾਰ ਇਕੋ ਤਰ੍ਹਾਂ ਅਤੇ ਬਰਾਬਰ ਬਰਾਬਰ ਹੁੰਦਾ ਹੈ । ਨਾਮ ਜਪਣ ਵਾਲੇ ਭਾਵੇਂ ਉੱਚੀ ਜਾਤ ਨਾਲ ਸੰਬੰਧਤ ਹਨ ਜਾਂ ਨੀਵੀਂ ਜਾਤ ਨਾਲ ਸੰਬੰਧਤ ਹਨ ਪਰ ਪ੍ਰਮਾਤਮਾ ਦੇ ਘਰ ਵਿਚੋਂ ਸਭ ਨੂੰ ਫਲ ਇਕੋ ਜਿਹਾ ਹੀ ਮਿਲਦਾ ਹੈ । ਭਗਵਾਨ ਦੇ ਸਿਮਰਨ ਕਰਨ ਨਾਲ ਸਾਰੇ ਪਵਿੱਤਰ ਹੋ ਜਾਂਦੇ ਹਨ । ਰੱਬ ਦਾ ਨਾਮ ਜਪਣ ਵਾਲੇ ਲੋਕ ਆਪਣੇ ਆਪ ਨੂੰ ਤਾਰ ਕੇ ਉਹ ਆਪਣੀ ਕੁਲ ਨੂੰ ਵੀ ਤਾਰ ਦਿੰਦੇ ਹਨ । ਨਾਮ ਜਪਣ ਵਾਲਾ ਪ੍ਰਭੂਮੁਖ ਜਿਥੇ ਰਹਿੰਦਾ ਹੈ ਉਹ ਪਿੰਡ ਜਾਂ ਅਸਥਾਨ ਸਤਿਕਾਰਨ ਯੋਗ ਹੋ ਜਾਂਦਾ ਹੈ । ਉਹ ਆਪ ਵੀ ਧੰਨ, ਉਹ ਥਾਂ ਵੀ ਧੰਨ ਅਤੇ ਉਸਦਾ ਸਾਰਾ ਕਟੁੰਬ ਵੀ ਧੰਨਤਾ ਯੋਗ ਹੋ ਜਾਂਦਾ ਹੈ । ਉਹ ਆਪਣੇ ਵਾਂਗ ਹੋਰ ਲੋਕਾਂ ਨੂੰ ਵੀ ਪਵਿੱਤਰ ਕਰ ਦਿੰਦਾ ਹੈ । ਜਿਸ ਪ੍ਰਾਣੀ ਨੇ ਅਜੇਹਾ ਸ੍ਰੇਸ਼ਟ ਆਤਮ ਰਸ ਪੀਤਾ ਹੋਇਆ ਹੁੰਦਾ ਹੈ ਉਸਨੇ ਹੋਰ ਦੁਨੀਆਵੀ ਰਸ ਤਿਆਗ ਦਿਤੇ ਹੁੰਦੇ ਹਨ । ਰਾਮ ਨਾਮ ਦੇ ਰਸ ਵਿੱਚ ਮਸਤ ਹੋਕੇ ਉਸਨੇ ਵਿਸ਼ਿਆਂ ਅਤੇ ਵਿਕਾਰਾਂ ਨੂੰ ਨਾਸ਼ ਕਰ ਲਿਆ ਹੁੰਦਾ ਹੈ । ਭਾਵੇ ਕੋਈ ਬੜਾ ਵੱਡਾ ਵਿਦਵਾਨ ਜਾਂ ਪੰਡਤ ਹੈ, ਭਾਵੇ ਉਹ ਸੂਰਵੀਰ ਹੈ, ਜਾਂ ਚਕਰਵਤੀ ਬਾਦਸ਼ਾਹ ਹੈ,ਪਰੰਤੂ ਨਾਮ ਜਪਣ ਵਾਲੇ ਭਗਤ ਦੇ ਸਮਾਨ ਹੋਰ ਕੋਈ ਵੀ ਨਹੀਂ ਹੈ । ਸ੍ਰੀ ਗੁਰੂ ਰਵਿਦਾਸ ਜੀ ਸਮੇਂ ਰਾਜੇ ਬੜੇ ਹੰਕਾਰੀ ਹੁੰਦੇ ਸਨ ਅਤੇ ਉਹ ਪੰਡਤਾਂ ਅਤੇ ਬ੍ਰਾਹਮਣਾ ਦੇ ਕਹੇ ਵਿੱਚ ਹੁੰਦੇ ਸਨ ਪਰ ਸ੍ਰੀ ਗੁਰੂ ਰਵਿਦਾਸ ਜੀ ਨੇ ਨੀਵੀਂ ਜਾਤ ਵਿੱਚ ਜਨਮ ਧਾਰਨ ਕਰਕੇ ਅਤੇ ਪ੍ਰਭੂ ਦਾ ਨਾਮ ਸਿਮਰਨ ਕਰਕੇ ਇੱਕ ਉਹ ਉੱਚੀ ਪਦਵੀ ਹਾਸਲ ਕਰ ਲਈ ਸੀ ਕਿ ਉਹਨਾਂ ਨੇ ਰਾਜਿਆਂ ਮਹਾਰਾਜਿਆਂ ਨੂੰ ਵੰਗਾਰ ਕੇ ਆਖਿਆ ਕਿ ਇੱਕ ਪ੍ਰਭੂ ਨੂੰ ਪ੍ਰੇਮ ਕਰਨ ਵਾਲੇ ਦੇ, ਨਾ ਕੋਈ ਰਾਜਾ ਬਰਾਬਰ ਹੁੰਦਾ ਹੈ ਅਤੇ ਨਾ ਹੀ ਕੋਈ ਹੋਰ ਪੰਡਤ ਜਾਂ ਬ੍ਰਾਹਮਣ ਹੀ ਹੋ ਸਕਦਾ ਹੈ । ਸ੍ਰੀ ਗੁਰੂ ਰਵਿਦਾਸ ਜੀ ਉਚਾਰਦੇ ਹਨ ਕਿ ਉਨ੍ਹਾਂ ਪ੍ਰਭੂ ਨੂੰ ਮੰਨਣ ਵਾਲੇ ਲੋਕਾਂ ਦਾ ਇਸ ਜਗਤ ਅੰਦਰ ਜੀਣਾ ਇਸ ਤਰ੍ਹਾਂ ਅਸੰਗ ਹੈ ਜਿਵੇ ਜਲ ਦੇ ਨੇੜੇ ਕੌਲ ਫੁੱਲ ਦਾ ਪੱਤਾ ਨਿਰਲੇਪ ਰਹਿੰਦਾ ਹੈ ।

ਏਸੇ ਸੰਦਰਭ ਵਿੱਚ ਹੋਰ ਗੁਰਬਾਣੀ ਨਿਮਨ ਲਿਖਤ ਅੰਕਿਤ ਹੈ ।

ਗਿਰਹਾ ਸੇਤੀ ਮਾਲ ਧਨੁ ॥ ਕੀੜੀ ਤੁਲਿ ਨ ਹੋਵਨੀ ਜੇ ਤਿਸੁ ਮਨਹੁ ਨ ਵੀਸਰਹਿ ॥(ਜਪ ਜੀ ਸਾਹਿਬ ਪੰਨਾ 5)

ਜੈਸੇ ਜਲ ਮਹਿ ਕਮਲੁ ਨਿਰਾਲਮ ਮੁਰਗਾਈ ਨੈਸਾਣੇ ॥

(ਰਾਮਕਲੀ ਸਿਧ ਗੋਸ਼ਟ ਪੰਨਾ 938)

ਗੁਰਮੁਖਿ ਸਭ ਪਵਿਤੁ ਹੈ ਧਨੁ ਸੰਪੈ ਮਾਇਆ ॥ ਹਰਿ ਅਰਥਿ ਜੋ ਖਰਚਦੇ ਦੇਂਦੇ ਸੁਖੁ ਪਾਇਆ ॥ ਜੋ ਹਰਿ ਨਾਮੁ ਧਿਆਇਦੇ ਤਿਨ ਤੋਟਿ ਨ ਆਇਆ ॥ ਗੁਰਮੁਖਾ ਨਦਰੀ ਆਵਦਾ ਮਾਇਆ ਸੁਟਿ ਪਾਇਆ ॥ ਨਾਨਕ ਭਗਤਾਂ ਹੋਰੁ ਚਿਤਿ ਨ ਆਵਈ ਹਰਿ ਨਾਮਿ ਸਮਾਇਆ ॥੨੨॥

(ਸਾਰੰਗ ਵਾਰ ਪੰਨਾ 1246)

□

ਰਾਗ ਗੌਂਡ

ਇਸ ਅਧਿਆਏ ਵਿੱਚ ਸ੍ਰੀ ਗੁਰੂ ਰਵਿਦਾਸ ਜੀ ਦੇ ਰਾਗ ਗੌਂਡ ਵਿੱਚ ਉਚਾਰੇ ਗਏ ਸ਼ਬਦਾ ਨੂੰ ਲਿਖਣ ਤੋਂ ਪਹਿਲਾ ਇਹ ਸਮਝਣਾ ਵੀ ਜਰੂਰੀ ਹੈ ਕਿ ਗੌਂਡ ਸ਼ਬਦ ਦੇ ਅਰਥ ਕੀ ਹਨ ਅਤੇ ਗੌਂਡ ਰਾਗ ਕੀ ਹੈ? ਇਹ ਹਿੰਦੋਸਤਾਨ ਵਿੱਚ ਮਧ ਪ੍ਰਦੇਸ ਵਿੱਚ ਰਹਿੰਦੀ ਇੱਕ ਜਾਤ ਦਾ ਵੀ ਨਾਮ ਹੈ? ਪੂਰਬੀ ਬੰਗਾਲ ਅਤੇ ਉੜੀਸੇ ਦੇ ਇਲਾਕੇ ਨੂੰ ਵੀ ਪੁਰਾਤਨ ਸਮਿਆਂ ਵਿੱਚ ਗੌਂਡ ਆਖਿਆ ਜਾਂਦਾ ਸੀ। ਗੌਂਡ ਬ੍ਰਾਹਮਣਾ ਦੀ ਵੀ ਇੱਕ ਪ੍ਰਸਿਧ ਜਾਤ ਹੈ। ਜਿਵੇਂ ਆਖਿਆ ਜਾਂਦਾ ਰਿਹਾ ਹੈ ਕਿ ਗੌਂਡ ਬ੍ਰਾਹਮਣ ਆਦਿ। ਇਸ ਨਾਮ ਦੀ ਰਾਜਪੂਤਾਂ ਦੀ ਵੀ ਇੱਕ ਪ੍ਰਸਿਧ ਜਾਤ ਹੈ। ਗੌਂਡ ਸ਼ਬਦ ਦਾ ਭਾਵ ਅਰਥ ਹੈ ਕਿ ਉਹ ਪਦਾਰਥ ਜੋ ਗੁੜ ਤੋਂ ਬਣਿਆ ਹੋਇਆ ਹੋਵੇ। ਇਹ ਇੱਕ ਰਾਗ ਵੀ ਹੈ ਜੋ ਸੰਪੂਰਣ ਜਾਤ ਦਾ ਰਾਗ ਹੈ। ਇਸ ਵਿੱਚ ਸ਼ੜਜ ਰਿਸਭ ਮੱਧਮ ਪੰਚਮ ਨਿਸ਼ਾਦ ਸ਼ੁੱਧ ਗਾਂਧਾਰ ਅਤੇ ਧੈਵਤ ਕੋਮਲ ਸੁਰ ਲਗਦੇ ਹਨ। ਗ੍ਰਹਸੁਰ ਗਾਂਧਾਰ ਵਾਦੀ ਪੰਚਮ ਅਤੇ ਸੰਵਾਦੀ ਮੱਧਮ ਹੈ।

ਉੱਤਰੀ ਹਿੰਦੋਸਤਾਨੀ ਸੰਗੀਤ ਪੱਧਤੀ ਨੇ ਗੌਂਡ ਨੂੰ ਕਲਿਆਣ ਠਾਟ ਦਾ ਜਨਮਿਆਂ ਰਾਗ ਮੰਨਿਆ ਹੈ। ਇਸ ਰਾਗ ਵਿੱਚ ਦੋਵੇਂ ਮੱਧਿਅਮ ਵਰਤੇ ਜਾਂਦੇ ਹਨ ਪਰ ਤੀਵਰ ਮੱਧਿਅਮ ਦੇ ਟਾਕਰੇ ਸ਼ੁੱਧ ਮੱਧਿਅਮ ਦੀ ਵਰਤੋਂ ਵਧੇਰੇ ਹੁੰਦੀ ਹੈ। ਗੌਂਡ ਰਾਗ ਦੀ ਜਾਤੀ ਵਿਦਵਾਨਾ ਨੇ ਸੰਪੂਰਣ-ਸੰਪੂਰਣ ਮੰਨੀ ਹੈ ਪਰੰਤੂ ਇਸ ਦਾ ਆਰੋਹ-ਅਵਰੋਹ ਸਰਲ ਢੰਗ ਤੋਂ ਕਦੇ ਵੀ ਨਹੀਂ ਕੀਤਾ ਜਾ ਸਕਦਾ। ਸਗੋਂ ਇਸ ਰਾਗ ਦੀ ਸਾਰੀ ਰੂਪ ਰੇਖਾ ਵਕਰ ਗਤੀ ਉੱਪਰ ਆਧਾਰਿਤ ਰਹਿੰਦੀ ਹੈ, ਇਸ ਕਰਕੇ ਗੌਂਡ ਦੀ ਜਾਤੀ ਵਕਰ-ਸੰਪੂਰਣ ਮੰਨਣੀ ਹੀ ਠੀਕ ਹੈ। ਗੌਂਡ ਰਾਗ ਨਾਲ ਮਿਲਦੇ ਜੁਲਦੇ ਹੋਰ ਰਾਗ, ਹਮੀਰ, ਕੇਦਾਰ, ਕਾਮੋਦ, ਅਤੇ ਛਾਇਆਨਟ ਆਦਿ ਰਾਗ ਵੀ ਹਨ। ਉਨ੍ਹਾਂ ਰਾਗਾਂ ਤੋਂ ਇਸ ਨੂੰ ਨਿਖੇੜਨ ਲਈ ਗੌਂਡ ਦੇ ਮੁਖ ਨਿਯਮਾਂ ਵਲ ਪੂਰਾ ਧਿਆਨ ਦੇਣਾ ਅਤੀ ਲੋੜੀਦਾ ਹੈ। ਕਈ ਸਥਾਨਾ ਉੱਪਰ ਉਨ੍ਹਾਂ ਰਾਗਾਂ ਦੇ ਮੁਹਾਂਦਰੇ ਇਸ ਰਾਗ ਨਾਲ ਮਿਲ ਜਾਂਦੇ ਹਨ। ਗੌਂਡ ਰਾਗ ਬਾਰੇ ਕੁਝ ਹੋਰ ਵਿਸ਼ੇਸ਼ਤਾਈਆਂ ਹੇਠਾਂ ਦਰਜ ਕੀਤੀਆਂ ਜਾਂਦੀਆਂ ਹਨ।

ਮੱਧਕਾਲ ਦੇ ਗਰੰਥਕਾਰ ਗੌਂਡ ਨੂੰ ਬਿਲਾਵਲ ਠਾਟ ਦਾ ਰਾਗ ਮੰਨਦੇ ਹਨ। ਉਨ੍ਹਾਂ ਅਨੁਸਾਰ ਇਸ ਰਾਗ ਵਿੱਚ ਤੀਵਰ ਮੱਧਿਅਮ ਦਾ ਪ੍ਰਯੋਗ ਨਹੀਂ ਹੁੰਦਾ· ਪਰੰਤੂ ਗੌਂਡ ਦਾ ਅਜੋਕਾ ਪਰਚਲਿਤ ਰੂਪ ਕਲਿਆਣ ਠਾਟ ਦਾ ਰਾਗ ਹੀ ਮੰਨਿਆ ਜਾਂਦਾ ਹੈ। ਗੌਂਡ ਅਤਿਅੰਤ ਵਕਰ ਰਾਗਾਂ ਦੀ ਸ਼੍ਰੇਣੀ ਵਿਚੋਂ ਇੱਕ ਪ੍ਰਸਿੱਧ ਰਾਗ ਹੈ। ਕੁਝ ਮਹਾਨ ਵਿਦਵਾਨ ਗੌਡ ਦਾ ਵਾਦੀ ਸੁਰ ਧੈਵਤ ਅਤੇ ਸੰਵਾਦੀ ਸੁਰ ਗਾਂਧਾਰ ਮੰਨਣ ਦੇ ਹੱਕ ਵਿੱਚ ਹਨ। ਉਨ੍ਹਾਂ ਦਾ ਝੁਕਾਉ ਇਸ ਰਾਗ ਨੂੰ ਉਤਰਅੰਗ ਵਾਦੀ

ਬਨਾਉਣ ਵਲ ਹੀ । ਇਥੋਂ ਤੱਕ ਕਿ ਉਹ ਇਸਦੇ ਰੂਪ ਵਿੱਚ ਗਾਂਧਾਰ ਸੁਰ ਦੀ ਪਰਬੱਲਤਾ ਦੇਖਕੇ ਵੀ ਇਸਨੂੰ ਪੂਰਵਅੰਗ ਵਾਦੀ ਰਾਗ ਆਖਣ ਤੋਂ ਝਿਜਕਦੇ ਹਨ । ਵਾਸਤਵ ਵਿੱਚ ਗਾਂਧਾਰ ਹੀ ਇਸ ਦਾ ਮੁਖ ਸੁਰ, ਜੀਵ ਜਾਂ ਵਾਦੀ ਸੁਰ ਹੈ ।
ਇਸ ਰਾਗ ਵਿੱਚ ਤੀਵਰ ਮੱਧਿਅਮ ਦੀ ਵਰਤੋਂ ਪੰਚਮ ਸੁਰ ਦੇ ਜੋੜ ਨਾਲ ਕੀਤੀ ਜਾਂਦੀ ਹੈ ।
ਕਈ ਵਿਦਵਾਨ ਇਸ ਰਾਗ ਦੇ ਪੂਰਵਅੰਗ ਵਿਚ ਗ ਮ ਰੇ ਮ ਗ, ਨੀ ਰੇ ਸਾ ਅੰਗ ਨੂੰ ਵਧੇਰੇ ਮਹੱਤਤਾ ਦਿੰਦੇ ਹਨ ਜੋ ਅਤੀ ਸੁੰਦਰ ਵੀ ਲਗਦਾ ਹੈ ।
ਇਸ ਰਾਗ ਦੇ ਉੱਤਰਅੰਗ ਬਾਰੇ ਕਈ ਵਿਸ਼ੇਸ਼ੱਗਾਂ ਦਾ ਵਿਚਾਰ ਹੈ ਕਿ ਪ ਮ ਧ ਪ ਸਾਂ ਨੀ ਰੇਂ ਸਾ ਪਰਕਾਰ ਪ੍ਰਾਚੀਨਤਾ ਦੇ ਵਧੇਰੇ ਨੇੜੇ ਹੈ ਅਤੇ ਕਈ ਸੰਗੀਤੱਗ ਪ ਮੇ ਧ ਪ ਨੀ ਧ ਸਾਂ ਸੁਰ ਲੈਣਾ ਬਹੁਤ ਪਸੰਦ ਕਰਦੇ ਹਨ । ਅਧੁਨਿਕ ਸਮੇਂ ਗੌਂਡ ਵਿੱਚ ਦੋਵੇਂ ਅੰਗ ਪਰਚਲਿਤ ਹਨ ।
ਇਸ ਰਾਗ ਦੇ ਆਲਾਪ ਅਤੇ ਤਾਨਾਂ ਦਾ ਆਰੰਭ ਵਧੇਰੇ ਕਰਕੇ ਗਾਂਧਾਰ ਸੁਰ ਤੋਂ ਹੁੰਦਾ ਹੈ ਇਸੇ ਲਈ ਗਾਂਧਾਰ ਸੁਰ ਗੌਂਡ ਵਿੱਚ ਆਧਾਰ ਸੁਰ ਮੰਨਿਆ ਜਾਂਦਾ ਹੈ।
ਕੁਝ ਗਰੰਥਕਾਰ ਇਸ ਰਾਗ ਵਿੱਚ ਵਿਵਾਦੀ ਸੁਰ ਦੇ ਨਾਤੇ ਕੋਮਲ ਨਿਸ਼ਾਦ ਦਾ ਪਰਯੋਗ ਕਰਨ ਦੀ ਪ੍ਰਵਾਨਗੀ ਦਿੰਦੇ ਹਨ ਪਰੰਤੂ ਕਈ ਅਨੁਭਵੀ ਅਤੇ ਵਿਸ਼ੇਸ਼ੱਗਾਂ ਦੀ ਰਾਏ ਇਸਦੇ ਉਲਟ ਹੈ । ਉਹ ਕੋਮਲ ਨਿਸ਼ਾਦ ਨੂੰ ਇਸ ਰਾਗ ਵਿੱਚ ਕਣਦੇ ਰੂਪ ਵਿੱਚ ਵੀ ਸਹਿਣ ਨਹੀਂ ਕਰਦੇ ।
ਕੁਝ ਵਿਦਵਾਨ ਗੌਂਡ ਰਾਗ ਨੂੰ ਦਿਨ ਦਾ ਬਿਹਾਗ ਵੀ ਕਹਿੰਦੇ ਹਨ ।
ਰਾਗ ਗੌਂਡ ਸ਼ਾਸ਼ਤਰੀ ਸੰਗੀਤ ਦੀਆਂ ਪ੍ਰਸਿਧ ਸ਼ੈਲੀਆਂ ਜਿਵੇਂ ਧੁਰਪਦ, ਧਮਾਰ, ਖਿਆਲ, ਤਰਾਨਾ ਆਦਿ ਦੇ ਬਹੁਤ ਅਨੁਕੂਲ ਹੈ ।
ਗੌਂਡ ਰਾਗ ਨੂੰ ਗਾਉਣ ਦਾ ਵੇਲਾ ਟਿਕਿਆ ਦੁਪਹਿਰਾ ਹੈ ਭਾਵ ਦਿਨ ਦਾ ਦੂਜਾ ਪਹਿਰ ਹੁੰਦਾ ਹੈ । ਸ੍ਰੀ ਗੁਰੂ ਗਰੰਥ ਸਾਹਿਬ ਜੀ ਵਿੱਚ ਗੌਂਡ ਰਾਗ ਦਾ ਸਤਾਰਵਾਂ ਨੰਬਰ ਹੈ । ਸ੍ਰੀ ਗੁਰੂ ਰਵਿਦਾਸ ਜੀ ਨੇ ਗੌਂਡ ਰਾਗ ਵਿੱਚ ਦੋ ਸ਼ਬਦ ਉਚਾਰੇ ਹਨ ਜਿਹੜੇ ਸ੍ਰੀ ਗੁਰੂ ਗਰੰਥ ਸਾਹਿਬ ਜੀ ਵਿੱਚ ਦਰਜ ਹਨ। ਅਗੇ ਸ੍ਰੀ ਗੁਰੂ ਰਵਿਦਾਸ ਜੀ ਦੇ ਦੋਹਾਂ ਸ਼ਬਦਾਂ ਦੇ ਪਰਮਾਰਥ ਲਿਖਾਂਗਾ ਕਿ ਸ੍ਰੀ ਗੁਰੂ ਰਵਿਦਾਸ ਜੀ ਨੇ ਇਹ ਸ਼ਬਦ ਕਿਉਂ ਅਤੇ ਕਿਵੇਂ ਉਚਾਰੇ ਹਨ? ਪ੍ਰਾਣੀ ਦੇ ਮਨ ਤੇ ਇਨ੍ਹਾਂ ਸ਼ਬਦਾ ਦਾ ਕੀ ਪ੍ਰਭਾਵ ਪੈਂਦਾ ਹੈ?ਹੋਰ ਗੁਰੂਆਂ ਨੇ ਏਸੇ ਸਿਧਾਂਤ ਨੂੰ ਆਪਣੀ ਗੁਰਬਾਣੀ ਦਾ ਆਧਾਰ ਕਿਵੇਂ ਬਣਾਇਆ ਹੈ ?
□

(ਸ਼ਬਦ ਪਹਿਲਾ)

ੴਸਤਿਗੁਰ ਪ੍ਰਸਾਦਿ ॥

ਰਾਗ ਗੋਂਡ ਬਾਣੀ ਰਵਿਦਾਸ ਜੀਉ ਕੀ ਘਰ ੨ ॥

ਮੁਕੰਦ ਮੁਕੰਦ ਜਪਹੁ ਸੰਸਾਰ ॥ ਬਿਨੁ ਮੁਕੰਦ ਤਨੁ ਹੋਇ ਅਉਹਾਰ ॥ ਸੋਈ ਮੁਕੰਦ ਮੁਕਤਿ ਕਾ ਦਾਤਾ ॥ ਸੋਈ ਮੁਕੰਦ ਹਮਰਾ ਪਿਤ ਮਾਤਾ ॥੧॥ ਜੀਵਤ ਮੁਕੰਦੇ ਮਰਤ ਮੁਕੰਦੇ ॥ ਤਾ ਕੇ ਸੇਵਕ ਕਉ ਸਦਾ ਅਨੰਦੇ ॥੧॥ਰਹਾਉ॥ ਮੁਕੰਦ ਮੁਕੰਦ ਹਮਾਰੇ ਪ੍ਰਾਨੰ ॥ ਜਪਿ ਮੁਕੰਦ ਮਸਤਕਿ ਨੀਸਾਨੰ ॥ ਸੇਵ ਮੁਕੰਦ ਕਰੈ ਬੈਰਾਗੀ ॥ ਸੋਈ ਮੁਕੰਦ ਦੁਰਬਲ ਧਨੁ ਲਾਧੀ ॥੨॥ ਏਕੁ ਮੁਕੰਦੁ ਕਰੈ ਉਪਕਾਰੁ ॥ ਹਮਾਰਾ ਕਹਾ ਕਰੈ ਸੰਸਾਰੁ॥ ਮੇਟੀ ਜਾਤਿ ਹੂਏ ਦਰਬਾਰਿ ॥ ਤੁਹੀ ਮੁਕੰਦ ਜੋਗ ਜੁਗ ਤਾਰਿ ॥੩॥ ਉਪਜਿਓ ਗਿਆਨੁ ਹੂਆ ਪਰਗਾਸ ॥ ਕਰਿ ਕਿਰਪਾ ਲੀਨੇ ਕੀਟ ਦਾਸ ॥ ਕਹੁ ਰਵਿਦਾਸ ਅਬ ਤ੍ਰਿਸਨਾ ਚੂਕੀ ॥ ਜਪਿ ਮੁਕੰਦ ਸੇਵਾ ਤਾਹੂ ਕੀ ॥੪॥੧॥

ਸ੍ਰੀ ਗੁਰੂ ਰਵਿਦਾਸ ਜੀ ਦੇ ਇਸ ਅਤੇ ਹੋਰ ਕਈ ਸ਼ਬਦਾਂ ਦੀ ਸੰਰਚਨਾ ਵਾਂਗ ਗੁਰਬਾਣੀ ਵਿੱਚ ਵੀ ਰਹਾਉ ਸ਼ਬਦ ਵਰਤਿਆ ਜਾਂਦਾ ਹੈ । ਗੁਰਬਾਣੀ ਦੇ ਸ਼ਬਦਾਂ ਵਿੱਚ ਰਹਾਉ ਸ਼ਬਦ ਕਿਉਂ ਵਰਤਿਆ ਜਾਂਦਾ ਹੈ ਇਸ ਦਾ ਨਿਰਣਾ ਪਹਿਲੇ ਅਧਿਆਵਾਂ ਵਿੱਚ ਹੋਣਾ ਚਾਹੀਦਾ ਸੀ ਪਰ ਇਨਸਾਨ ਭੁਲਣਹਾਰ ਹੋਣ ਕਰਕੇ ਅਜੇਹੀ ਤਕਨੀਕੀ ਗਲਤੀ ਸਹਿਜ ਸੁਭਾ ਹੀ ਹੋ ਗਈ ਹੈ । ਇਸ ਅਧਿਆਏ ਵਿੱਚ ਰਹਾਉ ਸ਼ਬਦ ਦੇ ਮੂਲ ਭਾਵ ਸਮਝ ਕੇ ਆਸ ਕਰਦਾ ਹਾਂ ਕਿ ਪਾਠਕ ਜਨ ਮੇਰੇ ਕੋਲੋਂ ਹੋਈ ਇਹ ਤਰਤੀਬੀ ਭੁੱਲ ਨੂੰ ਮੁਆਫ ਕਰ ਦੇਣਗੇ ।

ਰਹਾਉ ਸ਼ਬਦ ਦਾ ਭਾਵ ਅਰਥ,ਰਹਿਣਾ,ਇਸਥਿੱਤ ਜਾਂ ਵਿਸ਼ਰਾਮ ਹੁੰਦਾ ਹੈ ।

ਭਾਈ ਰੇ ! ਗੁਰਮਤਿ ਸਾਚਿ ਰਹਾਉ ॥ (ਸ੍ਰੀ ਮਹੱਲਾ 3)

ਇਸ ਸ਼ਬਦ ਦਾ ਭਾਵ ਪਾਠ ਦੀ ਧਾਰਨਾ ਵੀ ਹੁੰਦਾ ਹੈ । ਸੰਗੀਤਕਾਰ ਧਾਰਨਾ ਦੇ

ਭਾਵ ਤੋਂ ਭਲੀ ਭਾਂਤ ਜਾਣੂ ਹੁੰਦੇ ਹਨ ਜਿਵੇ ਟੇਕ, ਸਥਾਈ, ਉਹ ਪਦ, ਜੋ ਗਾਉਣ ਵੇਲੇ ਵਾਰ ਵਾਰ ਅੰਤਰੇ ਪਿਛੋਂ ਵਰਤਿਆ ਜਾਵੇ । ਸ੍ਰੀ ਗੁਰੂ ਗਰੰਥ ਸਾਹਿਬ ਜੀ ਵਿੱਚ ਜੋ ਰਹਾਉ ਸ਼ਬਦ ਆਉਂਦਾ ਹੈ ਉਸ ਸ਼ਬਦ ਦਾ ਇਹੀ ਹੀ ਭਾਵ ਹੁੰਦਾ ਹੈ । ਸੰਪਰਦਾਇ ਗਿਆਨੀਆਂ ਦੀ ਸੰਗਤ ਕਰਨ ਉਪ੍ਰੰਤ ਇਸ ਸ਼ਬਦ ਬਾਰੇ ਇਹ ਵੀ ਗਿਆਨ ਪਰਾਪਤ ਹੋਇਆ ਹੈ ਕਿ ਸਾਰੇ ਸ਼ਬਦ ਦਾ ਸਿਧਾਂਤ ਅਤੇ ਕੇਂਦਰੀ ਖਿਆਲ ਵੀ ਰਹਾਉ ਦੀ ਸਤਰ ਵਿੱਚ ਹੀ ਹੁੰਦਾ ਹੈ ।

ਸ੍ਰੀ ਗੁਰੂ ਰਵਿਦਾਸ ਜੀ ਦੇ ਉਚਾਰੇ ਹੋਏ ਉਪ੍ਰੋਕਤ ਸ਼ਬਦ ਵਿੱਚ ਦੋ ਸਥਾਈਆਂ ਹਨਜਿਨ੍ਹਾਂ ਉੱਪਰ ਭਲੀ ਭਾਂਤ ਨੰਬਰ ਇੱਕ ਲੱਗਾ ਹੋਇਆ ਹੈ ।

ਅਗਲੀਆਂ ਸਤਰਾਂ ਦੇ ਅੰਤ ਵਿੱਚ ਇਸ ਸ਼ਬਦ ਵਿੱਚ ਨੰਬਰ ੨, ੩ਅਤੇ ੪ ਵੀ ਲੱਗਾ ਹੋਇਆ ਹੈ । ਪਹਿਲੀਆਂ ਦੋ ਤੁਕਾਂਤਕ ਸਤਰਾਂ ਦੇ ਅੰਤ ਵਿੱਚ ਨੰਬਰ ਇੱਕ ਹੀ ਲੱਗਾ ਹੋਇਆ ਹੈ । ਇਸ ਦਾ ਭਾਵ ਇਹ ਹੈ ਕਿ ਰਾਗੀ ਜਨ ਦੋਹਾਂ ਸਤਰਾਂ ਵਿਚੋਂ ਕੋਈ ਇੱਕ ਸਤਰ ਨੂੰ ਸਥਾਈ ਮੰਨ ਕੇ ਸ਼ਬਦ ਨੂੰ ਗਾ ਸਕਦਾ ਹੈ । ਇਸ ਸ਼ਬਦ ਦੇ ਅਖੀਰਲੇ ਅੰਤਰੇ ਦੇ ਅੰਤ ਵਿੱਚ ਨੰਬਰ ੪ ਅਤੇ ਨੰਬਰ ੧ ਲੱਗਾ ਹੋਇਆ ਹੈ । ਇਸ ਦਾ ਭਾਵ ਇਹ ਹੈ ਕਿ ਰਾਗੀ ਚੋਥੇ ਅੰਤਰੇ ਦੇ ਮਗਰੋਂ ਸਿਰਫ ਪਹਿਲੀ ਸਤਰ ਵਾਲੀ ਸਥਾਈ ਨੂੰ ਹੀ ਦੁਹਰਾਵੇ । ਸ਼ਬਦਾ ਵਿੱਚ ਇਸ ਰਹਾਉ ਸ਼ਬਦ ਦਾ ਪ੍ਰਯੋਗ ਸਭ ਤੋਂ ਪਹਿਲਾ ਸ੍ਰੀ ਗੁਰੂ ਰਵਿਦਾਸ ਜੀ ਨੇ ਹੀ ਕੀਤਾ ਸੀ ।

ਇਸ ਦੁਨੀਆਂ ਉੱਪਰ ਆਏ ਸਾਰੇ ਅਧਿਆਤਮਕ ਅਵਤਾਰਾਂ ਨੇ ਪਰਮਾਤਮਾ ਦੇ ਨਾਮ ਆਪੋ ਆਪਣੇ ਵਿਚਾਰਾਂ ਅਨੁਸਾਰ ਰੱਖੇ ਹਨ । ਏਸੇ ਸੰਬੰਧ ਵਿੱਚ ਸ੍ਰੀ ਗੁਰੂ ਰਵਿਦਾਸ ਜੀ ਆਪਣੀ ਬਾਣੀ ਵਿੱਚ ਪਰਮਾਤਮਾ ਨੂੰ ਕਈ ਨਾਵਾਂ ਨਾਲ ਪੁਕਾਰਦੇ ਹਨ ਜਿਹੜੇ ਹੇਠ ਲਿਖ ਦਿਤੇ ਗਏ ਹਨ ।

1) ਪ੍ਰਭੂ ਅਤੇ ਸੁਆਮੀ;- ਜਿਵੇਂ ਸਿਰੀ ਰਾਗ ਵਿੱਚ ਵਿਆਪਕ ਹੈ ।

ਪ੍ਰਭ ਤੇ ਜਨ ਜਾਨੀਜੈ ਜਨ ਤੇ ਸੁਆਮੀ ॥

2) ਰਾਮ;- ਰਾਗ ਗਾਉੜੀ ਦੇ ਸ਼ਬਦ ਵਿੱਚ ਉਚਾਰਦੇ ਹਨ ।

ਰਾਮ ਗੁਸਾਈਆਂ ਜੀਅ ਕੇ ਜੀਵਨਾ ॥

ਉਪ੍ਰੋਕਤ ਰਾਮ ਸ਼ਬਦ ਹਿੰਦੂਆਂ ਦਾ ਭਗਵਾਨ ਰਾਮ ਨਹੀਂ ਹੈ । ਸ੍ਰੀ ਗੁਰੂ ਰਵਿਦਾਸ ਜੀ ਨੇ ਵਿਸਰਾਮ ਵਾਲੀ ਅਵੱਸਥਾ ਨੂੰ ਪਰਮਾਤਮਾ ਦਾ ਨਾਮ ਰਾਮ ਕਰਕੇ ਉਚਾਰਿਆ ਹੈ ।

3) ਮੁਰਾਰਿਃ-ਮੁਰਾਰਿ ਸ਼ਬਦ ਤੋਂ ਭਾਵ ਕ੍ਰਿਸ਼ਨ ਭਗਵਾਨ ਨਹੀਂ ਹੈ। ਮੁਰ ਨਾਮੀ ਇੱਕ ਦੈਂਤ ਹੋਇਆ ਹੈ । ਉਸ ਦੈਂਤ ਨੂੰ ਉਸ ਵਲੋਂ ਘੋਰ ਉਪੱਦਰਾਂ ਕਾਰਨ ਪਰਮਾਤਮਾ

ਨੇ ਆਪ ਉਸ ਉੱਪਰ ਆਪਣੀ ਅਪਾਰ ਨਜ਼ਰ ਕਰਕੇ ਉਸਦਾ ਸੁਧਾਰ ਕੀਤਾ ਸੀ । ਜਿਸ ਕਰਕੇ ਉਹ ਮੁਰ ਦੈਂਤ ਪਰਮਾਤਮਾ ਦਾ ਹੀ ਰੂਪ ਹੋ ਗਿਆ ਸੀ। ਏਥੇ ਸ੍ਰੀ ਗੁਰੂ ਰਵਿਦਾਸ ਜੀ ਨੇ ਮੁਰਾਰਿ ਦਾ ਪਰਤੀਕ ਵਰਤ ਕੇ ਪਰਮਾਤਮਾ ਨੂੰ ਚਿਤਵਿਆ ਹੈ ।

4) ਮਾਧਵ;–ਸ੍ਰੀ ਗੁਰੂ ਰਵਿਦਾਸ ਜੀ ਨੇ ਪਰਮਾਤਮਾ ਦਾ ਨਾਮ ਮਾਧਵ ਸ਼ਬਦ ਨਾਲ ਵੀ ਜੋੜਿਆ ਹੈ ਕਿਉਂਕਿ ਭਗਵਾਨ ਆਪ ਮਾਇਆ ਦੀਆਂ ਇਛਾਵਾਂ ਤੋਂ ਰਹਿਤ ਹੈ ।

ਮਲਿਨ ਭਈ ਮਤਿ ਮਾਧਵਾ ਤੇਰੀ ਗਤਿ ਲਖੀ ਨਾ ਜਾਇ॥

5) ਗੋਬਿੰਦ;–ਸ੍ਰੀ ਗੁਰੂ ਰਵਿਦਾਸ ਜੀ ਨੇ ਪ੍ਰਭੂ ਦਾ ਨਾਮ ਗੋਬਿੰਦ ਵੀ ਕਥਨ ਕੀਤਾ ਹੈ ਪਰ ਉਨ੍ਹਾਂ ਦਾ ਭਾਵ ਸ੍ਰੀ ਗੁਰੂ ਗੋਬਿੰਦ ਸਿੰਘ ਜੀ ਤੋਂ ਨਹੀਂ ਸੀ ।

ਮਾਈ ਗੋਬਿੰਦ ਪੂਜਾ ਕਹਾ ਲੈ ਚਰਾਵਉ ॥ ਅਵਰੁ ਨਾ ਫੂਲੁ ਅਨੂਪੁ ਨ ਪਾਵਉ ॥ਰਹਾਉ॥

6) ਹਰਿ ਰਾਜਾ;–ਰਾਜਾ ਸ਼ਬਦ ਦਾ ਭਾਵ ਪ੍ਰਕਾਸ਼ ਕਰਨ ਵਾਲਾ ਹੁੰਦਾ ਹੈ । ਸ੍ਰੀ ਗੁਰੂ ਰਵਿਦਾਸ ਜੀ ਨੇ ਪਰਮਾਤਮਾ ਨੂੰ ਹਰਿ ਰਾਜਾ ਅਤੇ ਰਾਮ ਰਾਜਾ ਸ਼ਬਦਾਂ ਨਾਲ ਵੀ ਸੰਬੋਧਨ ਕੀਤਾ ਹੈ ।

ਆਪਨ ਬਾਪੈ ਨਾਹੀ ਕਿਸੀ ਕੋ ਭਾਵਨ ਕੋ ਹਰਿ ਰਾਜਾ ॥

ਅਤੇ

ਕਹੈ ਰਵਿਦਾਸੁ ਇਕ ਬੇਨਤੀ ਹਰਿ ਸਿਉ ਪੈਜ ਰਾਖਹੁ ਰਾਜਾ ਰਾਮ ਮੇਰੀ ॥੨॥੨॥

7) ਦੇਵ, ਸਤਿਗੁਰ;– ਰਾਗ ਆਸਾ ਵਿੱਚ ਸ੍ਰੀ ਗੁਰੂ ਰਵਿਦਾਸ ਜੀ ਪਰਮਾਤਮਾ ਨੂੰ ਸਤਿਗੁਰ ਵੀ ਉਚਾਰਦੇ ਹਨ ।

ਸੰਤ ਤੁਝੀ ਤਨੁ ਸੰਗਤਿ ਪ੍ਰਾਨ ॥ ਸਤਿਗੁਰ ਗਿਆਨ ਜਾਨੈ ਸੰਤ ਦੇਵਾ ਦੇਵ ॥

8) ਸਹ;–ਸ੍ਰੀ ਗੁਰੂ ਰਵਿਦਾਸ ਜੀ ਨੇ ਪਰਮਾਤਮਾ ਨੂੰ ਸਹ ਸ਼ਬਦ ਨਾਲ ਵੀ ਪੁਕਾਰਿਆ ਹੈ ।

ਸਹ ਕੀ ਸਾਰ ਸੁਹਾਗਨਿ ਜਾਨੈ ॥

9) ਭਗਵੰਤ;–ਸ੍ਰੀ ਗੁਰੂ ਰਵਿਦਾਸ ਜੀਨੇ ਪਰਮਾਤਮਾ ਨੂੰ ਭਗਵੰਤ ਸ਼ਬਦ ਨਾਲ

ਵੀ ਯਾਦ ਕੀਤਾ ਹੈ ।

ਹੋਇ ਪੁਨੀਤ ਭਗਵੰਤ ਭਜਨ ਤੇ ਆਪੁ ਤਾਰਿ ਤਾਰੇ ਕੁਲ ਦੋਇ ॥੧॥

ਰਘੂਨਾਥ,ਹਰਿ,ਅਨੰਤ,ਕਰਤਾ,ਨਿਰੰਜਨ,ਨਾਰਾਇਨ ਆਦਿ ਸ਼ਬਦ ਵੀ ਪ੍ਰਮਾਤਮਾ ਦੇ ਨਾਮ ਵਾਸਤੇ ਵਰਤੇ ਹਨ ।

10) ਮੁਕੰਦ;- ਸ੍ਰੀ ਗੁਰੂ ਰਵਿਦਾਸ ਜੀ ਨੇ ਪਰਮਾਤਮਾ ਨੂੰ ਰਾਗ ਗੋਂਡ ਦੇ ਉਪ੍ਰੋਕਤ ਸ਼ਬਦ ਵਿੱਚ ਜਿਸ ਦੇ ਵਿਚਾਰਾਂ ਨੂੰ ਇਸ ਅਧਿਆਏ ਵਿੱਚ ਆਪਣੇ ਮਨਾ ਅੰਦਰ ਵਸਾਉਣਾ ਹੈ,ਮੁਕੰਦ ਸ਼ਬਦ ਨਾਲ ਵੀ ਸੰਬੋਧਨ ਕੀਤਾ ਹੈ । ਮੁਕੰਦ ਸ਼ਬਦ ਦਾ ਭਾਵ ਅਰਥ ਮੁਕਤੀ ਦੇਣ ਵਾਲਾ ਪੁਰਸ਼ ਹੁੰਦਾ ਹੈ ।

ਸ੍ਰੀ ਗੁਰੂ ਰਵਿਦਾਸ ਜੀ ਉਚਾਰਦੇ ਹਨ ਕਿ ਤੁਹਾਡੀ ਮੁਕਤੀ ਮੁਕੰਦ ਮੁਕੰਦ ਜਪਣ ਨਾਲ ਹੀ ਹੋਵੇਗੀ । ਜੇਕਰ ਤੁਸੀਂ ਮੁਕੰਦ ਦਾ ਨਾਮ ਨਹੀਂ ਜਪੋਗੇ ਤਾਂ ਇਸ ਸੰਸਾਰ ਵਿੱਚ ਵਾਰ ਵਾਰ ਜਨਮ ਧਾਰਕੇ ਚੁਰਾਸੀ ਲੱਖ ਜੂਨਾਂ ਵਿੱਚ ਭਟਕੋਗੇ। ਉਹੀ ਇੱਕ ਮੁਕੰਦ ਹੈ ਜਿਹੜਾ ਜੀਵਾਂ ਨੂੰ ਮੁਕਤੀ ਦੇ ਸਕਦਾ ਹੈ । ਉਹੀ ਮੁਕੰਦ ਮੇਰਾ ਪਿਤਾ ਹੈ ਅਤੇ ਉਹੀ ਮੇਰੀ ਮਾਤਾ ਹੈ । ਜੀਉਂਦਿਆਂ ਵੀ ਮੁਕੰਦ ਨੂੰ ਜਪਣਾ ਕਰੋ ਅਤੇ ਮਰਨ ਲੱਗਿਆਂ ਵੀ ਮੁਕੰਦ ਨੂੰ ਹੀ ਚਿਤਵਣਾ ਹੈ । ਉਸ ਮੁਕੰਦ ਦੇ ਸੇਵਕ ਨੂੰ ਹਮੇਸ਼ਾ ਅਨੰਦ ਬਣਿਆ ਰਹਿੰਦਾ ਹੈ । ਮੁਕੰਦ ਦਾ ਨਾਮ ਮੈਨੂੰ ਆਪਣੇ ਪ੍ਰਾਣਾ ਨਾਲੋਂ ਵੀ ਪਿਆਰਾ ਹੈ । ਮੈਂ ਆਪਣੇ ਮੱਥੇ ਦੇ ਲੇਖਾਂ ਮੁਤਾਬਕ ਮੁਕੰਦ ਨੂੰ ਜਪਦਾ ਹਾਂ । ਸੰਸਾਰ ਨੂੰ ਛੱਡਕੇ (ਵੈਰਾਗਮਾਨ) ਮੈਂ ਮੁਕੰਦ ਦੀ ਸੇਵਾ ਕਰਦਾ ਹਾਂ । ਉਸ ਮੁਕੰਦ ਦਾ ਨਾਮ ਵੀ ਮੇਰੇ ਵਰਗੇ ਨਿਰਬਲ ਪੁਰਸ਼ ਨੂੰ ਕਿਸੇ ਧਨ ਦੀ ਖਾਣ ਲੱਭੀ ਹੈ । ਜੇਕਰ ਇੱਕ ਪਰਮਾਤਮਾ ਮੇਰੇ ਉੱਪਰ ਪਰਉਪਕਾਰ ਕਰੇ ਤਾਂ ਸੰਸਾਰ ਵਿਚਲੇ ਨਿੰਦਕ ਜੀਵ ਮੇਰਾ ਕੀ ਵਿਗਾੜ ਸਕਦੇ ਹਨ । ਮੇਰੀ ਜਾਤੀ ਦੀ ਹੰਗਤਾ ਦੂਰ ਕਰਕੇ ਰੱਬ ਦੇ ਸਰੂਪ ਦੀ ਪਰਾਪਤੀ ਵਾਲੇ ਹੋ ਗਏ ਹਾਂ । ਹੇ ਮੁਕੰਦ ! ਤੂੰ ਸਭ ਜੁਗਾਂ ਵਿੱਚ ਭਗਤੀ-ਗਿਆਨ ਜੋਗ ਦੁਆਰਾ ਜੀਵਾਂ ਨੂੰ ਤਾਰਨਹਾਰ ਏਂ । ਜਿਸ ਮੁਕੰਦ ਦਾ ਸਾਰੇ ਪ੍ਰਕਾਸ਼ ਹੋ ਰਿਹਾ ਹੈ,ਉਸਦਾ ਬ੍ਰਹਮ ਗਿਆਨ ਜਦੋਂ ਪ੍ਰਾਪਤ ਹੋਇਆ ਤਾਂ ਆਪਾਰ ਕਿਰਪਾ ਦੁਆਰਾ ਉਸਨੇ ਮੈਨੂੰ ਆਪ ਆਪਣਾ ਅਨਿਨ ਦਾਸ ਬਣਾ ਲਿਆ ਹੈ । ਸ੍ਰੀ ਗੁਰੂ ਰਵਿਦਾਸ ਜੀ ਕਥਨ ਕਰਦੇ ਹਨ ਕਿ ਹੁਣ ਗੁਰਾਂ ਦੀ ਕਿਰਪਾ ਦੁਆਰਾ ਮਾਇਆ ਦੀ ਤ੍ਰਿਸ਼ਨਾ ਦੂਰ ਹੋ ਗਈ ਹੈ । ਏਸੇ ਲਈ ਮੈਂ ਆਪਣੇ ਤਨ ਮਨ ਨਾਲ ਮੁਕੰਦ ਦਾ ਨਾਮ ਜਪਦਾ ਹਾਂ । ਇੱਕ ਉਸਦੀ ਹੀ ਸੇਵ ਕਮਾਉਂਦਾ ਹਾਂ ।

□

ਰਾਗ ਗੋਂਡ

(ਸ਼ਬਦ ਦੂਸਰਾ)

ਗੋਂਡ ॥

ਜੇ ਓਹੁ ਅਠਸਠਿ ਤੀਰਥ ਨਾਵੈ ॥ ਜੇ ਓਹੁ ਦੁਆਦਸ ਸਿਲਾ ਪੂਜਾਵੈ ॥ ਜੇ ਓਹੁ ਕੂਪ ਤਟਾ ਦੇਵਾਵੈ ॥ ਕਰੈ ਨਿੰਦ ਸਭ ਬਿਰਥਾ ਜਾਵੈ॥੧॥ਸਾਧ ਕਾ ਨਿੰਦਕ ਕੈਸੇ ਤਰੈ ॥ ਸਰਪਰ ਜਾਨਹੁ ਨਰਕ ਹੀ ਪਰੈ ॥੧॥ਰਹਾਉ॥ ਜੇ ਓਹੁ ਗ੍ਰਹਨ ਕਰੈ ਕੁਲਖੇਤਿ ॥ ਅਰਪੈ ਨਾਰਿ ਸੀਗਾਰ ਸਮੇਤਿ ॥ ਸਗਲੀ ਸਿੰਮ੍ਰਿਤਿ ਸ੍ਰਵਨੀ ਸੁਨੈ ॥ ਕਰੈ ਨਿੰਦ ਕਵਨੈ ਨਹੀ ਗੁਨੈ ॥੨॥ ਜੇ ਓਹੁ ਅਨਿਕ ਪ੍ਰਸਾਦ ਕਰਾਵੈ ॥ ਭੂਮਿ ਦਾਨ ਸੋਭਾ ਮੰਡਪਿ ਪਾਵੈ ॥ ਅਪਨਾ ਬਿਗਾਰਿ ਬਿਰਾਨਾ ਸਾਂਢੈ ॥ ਕਰੈ ਨਿੰਦ ਬਹੁ ਜੋਨੀ ਹਾਂਢੈ ॥੩॥ ਨਿੰਦਾ ਕਹਾ ਕਰਹੁ ਸੰਸਾਰਾ ॥ ਨਿੰਦਕੁ ਕਾ ਪਰਗਟਿ ਪਾਹਾਰਾ ॥ ਨਿੰਦਕੁ ਸੋਧਿ ਸਾਧਿ ਬੀਚਾਰਿਆ ॥ ਕਹੁ ਰਵਿਦਾਸ ਪਾਪੀ ਨਰਕਿ ਸਿਧਾਰਿਆ ॥੪॥੨॥

ਸ੍ਰੀ ਗੁਰੂ ਰਵਿਦਾਸ ਜੀ ਸ੍ਰੀ ਗੁਰੂ ਅਰਜਨ ਦੇਵ ਜੀ ਨਾਲੋਂ ਚਾਰ ਪੀੜ੍ਹੀਆਂ ਵੱਡੇ ਸਨ । ਉਪ੍ਰੋਕਤ ਸ਼ਬਦ ਦਾ ਅੰਤਰੀਵ ਭਾਵ ਉਨ੍ਹਾਂ ਨੇ ਵੀ ਹੂ-ਬਹੂ ਆਪਣੀ ਬਾਣੀ ਵਿੱਚ ਉਚਾਰਿਆ ਹੈ । ਸ੍ਰੀ ਗੁਰੂ ਰਵਿਦਾਸ ਜੀ ਉਚਾਰਦੇ ਹਨ ਕਿ ਸੰਤਾਂ ਦੀ ਨਿੰਦਿਆ ਕਰਨ ਵਾਲਾ ਪੁਰਸ਼ ਭਾਵੇਂ ਕਿੰਨੇ ਸਾਧਨ ਸਾਧ ਲਵੇ ਉਸਦੀ ਕਦੇ ਮੁਕਤੀ ਨਹੀਂ ਹੁੰਦੀ । ਉਪ੍ਰੋਕਤ ਸ਼ਬਦ ਦੁਆਰਾ ਸ੍ਰੀ ਗੁਰੂ ਰਵਿਦਾਸ ਜੀ ਕਥਨ ਕਰਦੇ ਹਨ ਜੇਕਰ ਉਹ (ਅਠਿਸਠਿ) ਭਾਵ ਅਠਾਹਠ ਤੀਰਥਾਂ ਉੱਪਰ ਜਾਕੇ ਇਸ਼ਨਾਨ ਕਰ ਲਵੇ । ਜੇ ਉਹ (ਦੁਆ+ਦੀਸ) ਭਾਵ ਬਾਰਾਂ (ਸਿਲਾਂ) ਜੋਤੀਆਂ ਨੂੰ ਪੂਜ ਲਵੇ,ਉਸਦੀ ਫਿਰ ਵੀ ਕਦੇ ਮੁਕਤੀ ਨਹੀਂ ਹੁੰਦੀ ਜੇਕਰ ਉਹ ਸਾਧਾਂ ਸੰਤਾਂ ਦੀ ਨਿੰਦਿਆ ਕਰਦਾ ਹੈ । (ਬਾਰਾਂ ਸਿਲਾਂ ਵਿੱਚ ਦਸ ਪਾਰਖਦ ਮੂਰਤੀਆਂ ਅਤੇ ਇੱਕ ਵਿਸ਼ਨੂੰ ਅਤੇ ਇੱਕ ਲਛਮੀ ਦੀ ਮੂਰਤੀ ਨਾਲ ਪੂਰੀਆਂ ਹੁੰਦੀਆਂ ਹਨ ।) ਭਾਵੇਂ ਉਹ ਜਲ ਦਾਨ ਕਰਨ ਵਾਸਤੇ (ਕੂਪ) ਖੂਹ ਜਾਂ (ਤਟਾ) ਤਲਾ ਲਗਾ ਦੇਵੇ ਪਰ ਸਾਧੂ ਦੀ ਨਿੰਦਿਆ ਕਰਨ ਵਾਲਾ ਫਿਰ ਵੀ ਨਹੀਂ ਤਰ ਸਕਦਾ । ਉਸਦੀ ਕੀਤੀ ਹੋਈ

ਨਿੰਦਿਆ ਦੇ ਪਾਪਾ ਦਾ ਭਾਰ ਉਸਦੇ ਸਿਰ ਉੱਪਰ ਫਿਰ ਭੀ ਰਹਿੰਦਾ ਹੈ । ਭਾਵੇ ਉਹ ਕੁਰੂਕੁਸ਼ੇਤਰ ਜਾਕੇ ਸੂਰਜ ਗ੍ਰਹਿਣ ਵੇਲੇ ਇਸ਼ਨਾਨ ਵੀ ਕਰ ਲਵੇ । ਸੋਨੇ ਦੇ ਭੂਸ਼ਣਾ ਜਾਂ ਸੋਲਾਂ ਸ਼ਿੰਗਾਰਾਂ ਭਰਪੂਰ ਆਪਣੀ ਇਸਤਰੀ ਵੀ ਦਾਨ ਕਰ ਦੇਵੇ। ਭਾਵੇਂ ਸਾਰੀਆਂ ਸਤਾਈ ਦੀਆਂ ਸਤਾਈ ਸਿਮਰਤੀਆਂ ਨੂੰ ਆਪਣੇ ਕੰਨੀ ਸੁਣ ਲਵੇ ਪਰ ਅਜੇਹਾ ਪੁਰਸ਼ ਵੀ ਇਸ ਭਵ-ਸਾਗਰ ਨੂੰ ਪਾਰ ਨਹੀਂ ਕਰ ਸਕਦਾ ਜੇਕਰ ਉਹ ਸੰਤਾ ਦੀ ਨਿੰਦਿਆ ਕਰਦਾ ਹੈ । ਉੱਪਰ ਦੱਸੇ ਵਾਂਗ ਉਸਦਾ ਸਭ ਕੀਤਾ ਕਰਾਇਆ ਨਿਸਫਲ ਹੋ ਜਾਂਦਾ ਹੈ । ਭਾਵੇਂ ਕੋਈ ਬਹੁਤ ਤਰ੍ਹਾਂ ਦੇ ਪ੍ਰਸਾਦ ਕਰਵਾ ਕੇ ਲੋਕਾਂ ਨੂੰ ਭੋਜਨ ਕਰਾਵੇ । ਪ੍ਰਿਥਵੀ ਦਾਨ ਕਰਕੇ ਸਾਰੇ ਸੰਸਾਰ ਵਿੱਚ ਭਾਵੇਂ ਆਪ ਸ਼ੋਭਾ ਖੱਟ ਲਵੇ । ਜਾਂ ਫਿਰ ਆਪਣੀ ਸ਼ੋਭਾ ਵਾਸਤੇ ਆਪਣਾ ਸਾਰਾ ਕੰਮ ਵਿਗਾੜੇ ਅਤੇ ਹੋਰਨਾ ਦਾ ਕੰਮ ਸੁਆਰ ਦੇਵੇ । ਪਰ ਫਿਰ ਵੀ ਜੇਕਰ ਉਹ ਸੰਤਾਂ ਦੀ ਨਿੰਦਿਆ ਕਰਦਾ ਹੈ ਤਾਂ ਉਹ ਚੁਰਾਸੀ ਲੱਖ ਜੂਨੀਆਂ ਵਿੱਚ ਭਾਉਂਦਾ ਰਹਿੰਦਾ ਹੈ । ਹੇ ਸੰਸਾਰੀ ਜੀਵੋ! ਤੁਸੀਂ ਸੰਤਾਂ ਦੀ ਨਿੰਦਿਆ ਕਿਉਂ ਕਰਦੇ ਹੋ? ਸਾਰੇ ਸੰਸਾਰ ਵਿੱਚ ਨਿੰਦਕ ਦਾ ਅਪਜੱਸ ਹੀ ਪ੍ਰਗਟ ਹੈ । ਭਾਵ ਨਿੰਦਕ ਨੂੰ ਜੱਗ ਵਿੱਚੋਂ ਫਿਟਕਾਰਾਂ ਹੀ ਫਿਟਕਾਰਾਂ ਮਿਲਦੀਆਂ ਹਨ । ਵਿਦਵਾਨ ਅਤੇ ਉੱਚੇ ਦਿਮਾਗ ਵਾਲੇ ਪੁਰਸ਼ਾਂ ਨੇ ਨਿੰਦਕੀ ਪ੍ਰਾਣੀਆਂ ਦੇ ਕਰਮਾਂ ਦਾ ਫਲ ਚੰਗੀ ਤਰ੍ਹਾਂ ਨਿਰਣਾ ਕਰਕੇ ਵਿਚਾਰਨਾ ਕੀਤਾ ਹੈ । ਸਭ ਵਿਚਾਰਾਂ ਨੂੰ ਵਿਚਾਰ ਕੇ ਦੱਸਿਆ ਹੈ ਕਿ ਨਿੰਦਕ ਭਾਵੇਂ ਕਿੰਨੇ ਵੀ ਸਾਧਨ ਕਰ ਲਵੇ ਪਰ ਨਿੰਦਕ ਪੁਰਸ਼ ਦੀ ਕਲਿਆਣ ਕਦੇ ਨਹੀਂ ਹੁੰਦੀ । ਸ੍ਰੀ ਗੁਰੂ ਰਵਿਦਾਸ ਜੀ ਕਥਨ ਕਰਦੇ ਹਨ ਕਿ ਨਿੰਦਿਆ ਕਰਨ ਵਾਲਾ ਪਾਪੀ ਪੁਰਸ਼ ਸਿਰਫ ਨਰਕਾਂ ਵਿੱਚ ਹੀ ਜਾਂਦਾ ਹੈ ।

ਰਾਗ ਗੋਂਡ ਦੇ ਉਪ੍ਰੋਕਤ ਸ਼ਬਦ ਦੇ ਸੰਦਰਭ ਵਿੱਚ ਹੂ-ਬਹੂ ਵਿਚਾਰਾਂ ਨਾਲ ਉਚਾਰੀ ਹੋਰ ਗੁਰਬਾਣੀ ਨੂੰ ਵੀ ਅਗੇ ਵਿਚਾਰਦੇ ਹਾਂ ।

ਸਾਧੂ ਜਨ ਕੀ ਨਿੰਦਾ ਵਿਆਪੀ ਜਾਸਨਿ ਜਨਮੁ ਗਵਾਈ ॥

(ਸੋਰਠਿ ਮਹੱਲਾ 3 ਪੰਨਾ 601)

ਮਾਝ ਮਹਲਾ ੩

ਸੰਤਾਂ ਨਾਲਿ ਵੈਰੁ ਕਮਾਵਦੇ ਦੁਸਟਾ ਨਾਲਿ ਮੋਹਿ ਪਿਆਰ ॥

ਅਗੈ ਪਿਛੈ ਸੁਖੁ ਨਹੀ ਮਰਿ ਜੰਮਹਿ ਵਾਰੋ ਵਾਰ ॥

ਤ੍ਰਿਸਨਾ ਕਦੇ ਨ ਬੁਝਈ ਦੁਬਿਧਾ ਹੋਇ ਖੁਆਰੁ ॥ ਮੁਹ ਕਾਲੇ ਤਿਨਾ ਨਿੰਦਕਾ ਤਿਤੁ ਸਚੈ ਦਰਬਾਰਿ॥ ਨਾਨਕ ਨਾਮ ਵਿਹੂਣਿਆ ਨ ਉਰਵਾਰਿ ਨ ਪਾਰ ॥੨॥ (ਸੋਰਠਿ ਵਾਰ ਪੰਨਾਂ 649)

ਨਿੰਦਾ ਕਰਿ ਕਰਿ ਨਰਕ ਨਿਵਾਸੀ ਅੰਤਰਿ ਆਤਮ ਜਾਪੈ ॥
(ਮਾਰੂ ਮਹੱਲਾ 9 ਪੰਨਾਂ 1013)

ਸਲੋਕ

ਸੰਤ ਸਰਨਿ ਜੋ ਜਨੁ ਪਰੈ ਸੋ ਜਨੁ ਉਧਰਨ ਹਾਰ ॥ ਸੰਤ ਕੀ ਨਿੰਦਾ ਨਾਨਕਾ ਬਹੁਰਿ ਬਹੁਰਿ ਅਵਤਾਰ ॥੧॥

ਅਸਟਪਦੀ

ਸੰਤ ਕੈ ਦੂਖਨਿ ਆਰਜਾ ਘਟੈ ॥ ਸੰਤ ਕੈ ਦੂਖਨਿ ਜਮ ਤੇ ਨਹੀ ਛੂਟੈ ॥ ਸੰਤ ਕੈ ਦੂਖਨਿ ਸੁਖੁ ਸਭ ਜਾਇ ॥ ਸੰਤ ਕੈ ਦੂਖਨਿ ਨਰਕ ਮਹਿ ਪਾਇ ॥ (ਪੰਨਾ 279)

ਸੰਤ ਕਾ ਨਿੰਦਕੁ ਮਹਾ ਅਤਤਾਈ ॥ ਸੰਤ ਕਾ ਨਿੰਦਕੁ ਖਿਨੁ ਟਿਕਨੁ ਨ ਪਾਈ ॥ ਸੰਤ ਕਾ ਨਿੰਦਕੁ ਮਹਾ ਹਤਿਆਰਾ ॥ ਸੰਤ ਕਾ ਨਿੰਦਕੁ ਪ੍ਰਮੇਸੁਰਿ ਮਾਰਾ ॥ ਸੰਤ ਕਾ ਨਿੰਦਕੁ ਰਾਜ ਤੇ ਹੀਨ ॥ ਸੰਤ ਕਾ ਨਿੰਦਕ ਦੁਖੀਆ ਅਰਦੀਨ ॥ ਸੰਤ ਕੇ ਨਿੰਦਕੁ ਕਉ ਸਰਬ ਰੋਗ ॥ ਸੰਤ ਕੇ ਨਿੰਦਕੁ ਕਉ ਸਦਾ ਵਿਜੋਗ ॥ (ਗਾਉੜੀ ਸੁਖਮਨੀ ਪੰਨਾ 280)

ਅਸਾਧ ਰੋਗ ਉਜਿਆ ਸੰਤ ਦੂਖਨਿ ਦੇਹ ਬਿਨਾਸੀ ਮਹਾ ਖਇਆ ॥੩॥ (ਰਾਮਕਲੀ ਮਹੱਲਾ 5 ਪੰਨਾ 900)

ਸੰਤ ਕੀ ਨਿੰਦਾ ਕਰਹੁ ਨ ਕੋਇ ॥ ਜੋ ਨਿੰਦੈ ਤਿਸਕਾ ਪਤਨੁ ਹੋਇ ॥ ਗੌਂਡ ਮਹੱਲਾ 5 ਪੰਨਾ 867)

ਨਿੰਦਕ ਕਉ ਫਿਟਕੈ ਸੰਸਾਰੁ ॥ ਨਿੰਦਕ ਕਾ ਝੂਠਾ ਬਿਉਹਾਰ ॥ ਨਿੰਦਕ ਕਾ ਮੈਲਾ ਆਹਾਰੁ ॥ ਦਾਸ ਅਪੁਨੇ ਕਉ ਰਾਖਨ ਹਾਰੁ ॥੧॥ ਨਿੰਦਕ ਮੁਆ ਨਿੰਦਕ ਕੈ ਨਾਲਿ ॥ ਪਾਰਬ੍ਰਹਮ ਪਰਮੇਸਰਿ ਜਨ ਰਾਖੇ ਨਿੰਦਕ ਕੈ ਸਿਰਿ ਕੜਕਿਓ ਕਾਲੁ ॥੧॥ਰਹਾਉ॥

ਨਿੰਦਕ ਕਾ ਕਹਿਆ ਕੋਇ ਨ ਮਾਨੈ ॥ ਨਿੰਦਕ ਝੂਠ ਬੋਲਿ ਪਛੁਤਾਨੈ ॥ ਹਾਥ ਪਛੋਰਹਿ ਸਿਰੁ ਧਰਨਿ ਲਗਾਹਿ ॥ ਨਿੰਦਕ ਕਉ ਦਈ ਛੋਡੈ ਨਾਹਿ ॥੨॥ (ਭੈਰਉ ਮਹੱਲਾ 5 ਪੰਨਾ 1157)

ਏਸੇ ਸੰਦਰਭ ਵਿੱਚ ਸ੍ਰੀ ਗੁਰੂ ਅਰਜਨ ਦੇਵ ਜੀ ਦੇ ਹੋਰ ਸ਼ਬਦ ਸ੍ਰੀ ਗੁਰੂ ਗਰੰਥ ਸਾਹਿਬ ਜੀ ਵਿੱਚ ਹੇਠ ਲਿਖੇ ਦੀ ਤਰ੍ਹਾਂ ਦਰਜ ਹਨ ।

੧) ਗੋਂਡ ਅਸਟਪਦੀਆਂ ਪੰਨਾ ੮੬੯
੨) ਆਸਾ ਮਹੱਲਾ ਪੰਨਾ ੩੭੩
੩) ਭੈਰਉ ਪੰਨਾ ੩੭੩
੪) ਰਾਮਕਲੀ ਪੰਨਾ ੯੦੦
੫) ਸਾਰੰਗ ਪੰਨਾ ੧੨੩੫
੬) ਧਨਾਸਰੀ ਪੰਨਾ ੬੭੪
੭) ਧਨਾਸਰੀ ਪੰਨਾ ੬੭੫
੮) ਮਲ੍ਹਾਰ ਪੰਨਾ ੧੨੭੦

ਰਾਗ ਰਾਮਕਲੀ

ਰਾਮਕਲੀ ਭੈਰਵ ਠਾਟ ਦਾ ਅਤਿਅੰਤ ਮਧੁਰ ਰਾਗ ਹੈ । ਕਈ ਸੰਗੀਤ ਗਰੰਥਕਾਰਾਂ ਨੇ ਇਸ ਰਾਗ ਨੂੰ ਮਾਲਵ ਗੌਡ ਠਾਟ ਵਿੱਚ ਰਖਿਆ ਹੈ । ਪਰਾਚੀਨ ਸੰਸਕ੍ਰਿਤ ਗਰੰਥਾਂ ਵਿੱਚ ਇਸ ਰਾਗ ਦੇ ਕਈ ਨਾਮ ਪੜ੍ਹਨ ਵਿੱਚ ਆਏ ਹਨ ਜਿਵੇਂ ਰਾਮਕਲੀ, ਰਾਮਕੇਲੀ, ਰਾਮਕ੍ਰਿਤ, ਰਾਮਕ੍ਰਿਆ ਅਤੇ ਰਾਮਕਿਰੀ ਆਦਿ । ਇਨ੍ਹਾਂ ਨਾਵਾਂ ਨੂੰ ਕੇਵਲ ਉਚਾਰਣ ਦੇ ਹੀ ਭਿੰਨ ਭਿੰਨ ਭੇਦ ਮੰਨੇ ਜਾ ਸਕਦੇ ਹਨ, ਵਾਸਤਵ ਵਿੱਚ ਇਹ ਸਭ ਰਾਮਕਲੀ ਰਾਗ ਦੇ ਹੀ ਭਿੰਨ ਭਿੰਨ ਨਾਮ ਹਨ । ਰਾਗਅੰਗ ਪੱਧਤੀ ਮੰਨਣ ਵਾਲੇ ਵਿਦਵਾਨਾ ਨੇ ਰਾਮਕਲੀ ਨੂੰ ਭੈਰਵ ਅੰਗ ਦਾ ਹੀ ਰਾਗ ਮੰਨਿਆ ਹੈ । ਰਾਮਕਲੀ ਰਾਗ ਦਾ ਸਾਧਾਰਣ ਪ੍ਰਕ੍ਰਿਤੀ ਭੈਰਵ ਦੇ ਸਮਾਨ ਹੀ ਦਿਖਾਈ ਦਿੰਦੀ ਹੈ ਕਿਉਂਕਿ ਇਸ ਦੇ ਰਿਸ਼ਭ ਅਤੇ ਧੈਵਤ ਸਾਧਾਰਨ ਤੌਰ ਉਤੇ ਭੈਰਵ ਅੰਗ ਦੇ ਹੀ ਹਨ । ਰਾਮਕਲੀ ਵਿੱਚ ਭੈਰਵ ਜਿੰਨੀ ਗੰਭੀਰਤਾ ਨਹੀਂ ਹੈ । ਭੈਰਵ ਰਾਗ ਵਿੱਚ ਮਧਿਅਮ ਸੁਰ ਪਰਬੱਲ ਹੈ ਅਤੇ ਰਾਮਕਲੀ ਵਿੱਚ ਪੰਚਮ ਸੁਰ ਪਰਬੱਲ ਹੈ । ਇਸ ਰਾਗ ਦੇ ਤਿੰਨ ਚਾਰ ਰੂਪ ਪਰਚਾਰ ਵਿੱਚ ਆਏ ਹਨ । ਰਾਮਕਲੀ ਦਾ ਇੱਕ ਰੂਪ ਸੰਪੂਰਣ ਰਾਮਕਲੀ ਹੈ ਅਰਥਾਤ ਆਰੋਹ ਵਿੱਚ ਸੱਤ ਸੁਰ ਹਨ । ਰੇ ਧੁ ਕੋਮਲ ਅਤੇ ਬਾਕੀ ਸਭ ਸੁਰ ਸ਼ੁੱਧ ਪ੍ਰਯੋਗ ਕੀਤੇ ਜਾਂਦੇ ਹਨ । ਇਸ ਰੂਪ ਨੂੰ ਭੈਰਵ ਰਾਗ ਤੋਂ ਭਿੰਨ ਕਰਨਾ ਕਠਿਨ ਹੋ ਜਾਂਦਾ ਹੈ ਕਿਉਂਕਿ ਭੈਰਵ ਰਾਗ ਵਿੱਚ ਵੀ ਇਹੋ ਹੀ ਸੁਰ ਲਗਦੇ ਹਨ । ਵਿਦਵਾਨਾ ਨੇ ਰਾਮਕਲੀ ਦੇ ਉੱਪਰ ਕਹੇ ਰੂਪ ਨੂੰ ਭੈਰਵ ਤੋਂ ਨਿਆਰਾ ਕਰਨ ਲਈ ਸ਼ੜਜ ਮਧਿਅਮ ਅਤੇ ਪੰਚਮ ਸੁਰ ਜੋਰਦਾਰ (ਤੀਵਰ) ਰੱਖੇ ਹਨ । ਇਨ੍ਹਾਂ ਵਿੱਚੋਂ ਵੀ ਪੰਚਮ ਸੁਰ ਬਹੁਤ ਮਹੱਤਵ ਦਾ ਸੁਰ ਹੈ, ਜੋ ਭੈਰਵ ਤੋਂ ਰਾਮਕਲੀ ਦੇ ਇਸ ਰੂਪ ਨੂੰ ਵੱਖ ਕਰਨ ਲਈ ਵਧੇਰੇ ਸਹਾਇਤਾ ਦਿੰਦਾ ਹੈ ।

ਰਾਮਕਲੀ ਦਾ ਇੱਕ ਪਰਕਾਰ ਔੜਵ-ਸੰਪੂਰਣ ਵੀ ਪਰਚਾਰ ਵਿੱਚ ਰਿਹਾ ਹੈ। ਇਸ ਦੇ ਆਰੋਹ ਵਿੱਚ ਮੱਧਮ ਅਤੇ ਨਿਸ਼ਾਦ ਦੋਵੇਂ ਸੁਰ ਵਰਜਿਤ ਸਨ ਅਤੇ ਅਵਰੋਹ ਸੰਪੂਰਣ ਸੀ, ਜੋ ਅਜਕਲ ਘੱਟ ਸੁਣਨ ਵਿੱਚ ਆਉਂਦਾ ਹੈ । ਅਸੀਂ ਅਗੇ ਲਿਖਿਆ ਹੈ ਕਿ ਸ੍ਰੀ ਗੁਰੂ ਰਵਿਦਾਸ ਜੀ ਨੇ ਆਪਣੇ ਰਾਮਕਲੀ ਸ਼ਬਦ ਦੀਆਂ ਧੁਨਾਂ ਲਈ ਏਸੇ ਪਰਕਾਰ ਦੇ ਹੀ ਸੁਰਾਂ ਨੂੰ ਅਪਣਾਇਆ ਹੈ। ਇਸ ਰਾਗ ਦਾ ਇੱਕ ਪਰਕਾਰ ਅਜੇਹਾ ਵੀ ਹੈ ਜਿਸ ਵਿੱਚ ਦੋਵੇਂ ਗਾਂਧਾਰ ਸੁਰ ਲਏ ਜਾਂਦੇ ਹਨ । ਰਾਮਕਲੀ ਦੇ ਦੋ ਗਾਂਧਾਰ ਵਾਲੇ ਰੂਪ ਦਾ ਪਰਚਾਰ ਬਹੁਤ ਹੀ ਘੱਟ ਹੈ ।

ਰਾਮਕਲੀ ਦਾ ਅਧੁਨਿਕ ਰੂਪ ਜਿਸਨੂੰ ਖਿਆਲ ਗਾਇਕਾਂ ਨੇ ਵਧੇਰੇ ਪਰਚਾਰ ਵਿੱਚ ਲਿਆਂਦਾ ਹੈ। ਭੈਰਵ ਠਾਟ ਤੋਂ ਉਤਪੰਨ ਹੁੰਦਾ ਹੈ। ਇਸ ਵਿੱਚ ਰਿਸ਼ਭ, ਧੈਵਤ

ਕੋਮਲ,ਦੋਵੇ ਮੱਧਮ ਅਤੇ ਦੋਵੇ ਨਿਸ਼ਾਦ ਅਤੇ ਬਾਕੀ ਸੁਰ ਸ਼ੁੱਧ ਲਗਦੇ ਰਨਾ ਇਸ ਰਾਗ ਦੀ ਜਾਤ ਸ਼ੜਵ-ਵਕਰ-ਸੰਪੂਰਣ ਹੈ ਅਰਥਾਤ ਇਸ ਦੇ ਆਰੋਹ ਵਿੱਚ ਰਿਸਭ ਸੁਰ ਦਾ ਤਿਆਗ ਕੀਤਾ ਜਾਂਦਾ ਹੈ । ਇਸ ਦੇ ਗਾਉਣ ਅਤੇ ਵਜਾਉਣ ਦਾ ਸਮਾਂ ਪ੍ਰਾਤਾਕਾਲ ਹੈ । ਇਸਦਾ ਵਾਦੀ ਸੁਰ ਧੈਵਤ ਅਤੇ ਸੰਵਾਦੀ ਸੁਰ ਰਿਸਭ ਹੈ । ਕਈ ਵਿਦਵਾਨ ਇਸ ਰਾਗ ਦਾ ਵਾਦੀ ਸੁਰ ਪੰਚਮ ਮੰਨਦੇ ਹਨ ਪਰੰਤੂ ਸੰਗੀਤ ਸ਼ਾਸ਼ਤਰਾਂ ਦੀ ਦ੍ਰਿਸ਼ਟੀ ਤੋਂ ਜੋ ਭਾਵ ਵਾਦੀ ਅਤੇ ਸੰਵਾਦੀ ਸੁਰ ਵਿੱਚ ਹੋਣਾ ਚਾਹੀਦਾ ਹੈ ਉਹ ਪੰਚਮ ਅਤੇ ਰਿਸਭ ਕੋਮਲ ਵਿੱਚ ਨਹੀਂ ਹੈ । ਇਸ ਲਈ ਧੈਵਤ ਵਾਦੀ ਮੰਨਣਾ ਵਧੇਰੇ ਠੀਕ ਹੈ । ਕੁਝ ਸੰਗੀਤਵੇਤਾ ਪੰਚਮ ਵਾਦੀ ਅਤੇ ਸ਼ੜਜ ਸੰਵਾਦੀ ਵੀ ਮੰਨਦੇ ਹਨ । ਰਾਮਕਲੀ ਰਾਗ ਨੂੰ ਸੰਗੀਤ ਵਿਦਵਾਨਾ ਨੇ ਉੱਤਰਅੰਗਵਾਦੀ ਰਾਗਾਂ ਦੀ ਸ਼੍ਰੇਣੀ ਵਿੱਚ ਰੱਖਿਆ ਹੈ । ਰਾਮਕਲੀ ਚੰਚਲ ਪ੍ਰਕ੍ਰਿਤੀ ਦਾ ਰਾਗ ਹੈ । ਇਸ ਰਾਗ ਵਿੱਚ ਰੇ ਧ ਕੋਮਲ ਅਤੇ ਰਾ ਨੀ ਤੀਵਰ ਹੋਣ ਦੇ ਕਾਰਨ ਪ੍ਰਭਾਤ ਕਾਲ ਦਾ ਸੰਧੀ-ਪ੍ਰਕਾਸ਼ ਰਾਗ ਮੰਨਿਆ ਜਾਂਦਾ ਹੈ ।ਰਾਮਕਲੀ ਵਿੱਚ ਪੰਚਮ ਸੁਰ ਬਹੁਤ ਮਹਤੱਵ ਦਾ ਸੁਰ ਹੈ । ਜਿਸ ਉੱਤੇ ਸੰਗੀਤ ਵਿਦਵਾਨਾਂ ਨੇ ਬਹੁਤ ਨਿਆਜ ਕਰਨਾ ਅਤੀ ਅਵੱਸ਼ਕ ਦੱਸਿਆ ਹੈ । ਇਸ ਰਾਗ ਵਿੱਚ ਮੁਕਤ ਮਧਿਅਮ ਸੁਰ ਲਾਉਣਾ ਵੀ ਬਹੁਤ ਮਨੋਰੰਜਕ ਪਰਤੀਤ ਹੁੰਦਾ ਹੈ । ਰਾਮਕਲੀ ਵਿੱਚ ਮ ਰਾ ਰੇ ਸਾ ਦੇ ਪ੍ਰਯੋਗ ਸਮੇਂ ਭੈਰਵ ਵਾਂਗ ਮੀਂਡ ਨਹੀਂ ਲੈਣੀ ਚਾਹੀਦੀ । ਰਾਮਕਲੀ ਦੇ ਰਿਸਭ ਅਤੇ ਧੈਵਤ ਅਤੀ ਕੋਮਲ ਨਹੀਂ ਹੁੰਦੇ, ਅਤੇ ਨਾ ਹੀ ਇਨ੍ਹਾਂ ਦੋਹਾਂ ਸੁਰਾਂ ਨੂੰ ਭੈਰਵ ਵਾਂਗ ਅੰਦੋਲਿਤ ਹੀ ਰੱਖਿਆ ਜਾਂਦਾ ਹੈ । ਰਾਮਕਲੀ ਦੇ ਕਈ ਪਰਾਚੀਨ ਧੁਰਪਦਾ ਵਿੱਚ ਤੀਵਰ ਮਧਿਅਮ ਅਤੇ ਕੋਮਲ ਨਿਸ਼ਾਦ ਨਹੀਂ ਦਿਖਾਈ ਦਿੰਦੇ । ਸੰਗੀਤ ਵਿਦਵਾਨਾਂ ਦਾ ਵਿਚਾਰ ਹੈ ਕਿ ਇਹ ਦੋਵੇਂ ਸੁਰ ਰਾਮਕਲੀ ਵਿੱਚ ਵਿਵਾਦੀ ਸੁਰ ਦੇ ਨਾਤੇ ਪਰਵੇਸ਼ ਹੋਏ ਸਨ ਪਰੰਤੂ ਆਧੁਨਿਕ ਖਿਆਲ ਗਾਇਕੀ ਵਿੱਚ ਤੀਵਰ ਮੱਧਮ ਅਤੇ ਕੋਮਲ ਨਿਸ਼ਾਦ ਨੇ ਰਾਮਕਲੀ ਵਿੱਚ ਅਨੁਵਾਦੀ ਸੁਰਾਂ ਦਾ ਸਥਾਨ ਪਰਾਪਤ ਕਰ ਲਿਆ ਹੈ । ਕਈ ਵਿਸ਼ੇਸੱਗਾਂ ਦਾ ਵਿਚਾਰ ਹੈ ਕਿ ਤੀਵਰ ਮੱਧਮ ਵਾਲਾ ਸੁਰ-ਸਮੂਹ ਕਿਸੇ ਹੋਰ ਰਾਗ ਤੋਂ ਲਿਆ ਗਿਆ ਹੈ ਜੋ ਰਾਮਕਲੀ ਨੂੰ ਭੈਰਵ ਰਾਗ ਤੋਂ ਨਿਖੇੜਨ ਲਈ ਬਹੁਤ ਸਹਾਇਤਾ ਕਰਦਾ ਹੈ। ਤੀਵਰ ਮੱਧਮ ਅਤੇ ਕੋਮਲ ਨਿਸ਼ਾਦ ਦਾ ਪ੍ਰਯੋਗ ਇੱਕ ਵਿਸ਼ੇਸ਼ ਢੰਗ ਨਾਲ ਹੁੰਦਾ ਹੈ । ਸਾਧਾਰਨ ਤੌਰ ਉੱਪਰ ਰਾਮਕਲੀ ਦਾ ਵਿਸਠਾਟ ਮੰਦਰ ਸਪਤਕ ਵਿੱਚ ਘੱਟ ਕੀਤਾ ਜਾਂਦਾ ਹੈ । ਰਾਮਕਲੀ ਵਿੱਚ ਸ਼ੁੱਧ ਮੱਧਮ ਠਾਟ ਵਾਚਕ ਅਤੇ ਤੀਵਰ ਮੱਧਮ ਕਾਲ ਵਾਚਕ ਅਤੇ ਤੀਵਰ-ਮੱਧਮ, ਸ਼ੁੱਧ- ਮੱਧਮ ਦੇ ਟਾਕਰੇ ਘੱਟ ਲਗਦਾ ਹੈ । ਇਸ ਕਾਰਨ ਰਾਮਕਲੀ ਦੀ ਸੁੰਦਰਤਾ ਸ਼ੁੱਧ ਮੱਧਮ ਉੱਪਰ ਵਧੇਰੇ ਨਿਰਭਰ ਹੈ । ਇਸ ਰਾਗ ਦਾ ਨਾਮ ਪ੍ਰਕ੍ਰਿਤੀ,ਤਰਲਤਾ,ਮਧੁਰਤਾ ਅਤੇ ਕੋਮਲਤਾ ਨੂੰ

ਵੇਖਕੇ ਕਈ ਗਾਇਕ ਰਾਮਕਲੀ ਨੂੰ ਭੈਰਵ ਰਾਗ ਦੀ ਰਾਗਿਨੀ ਮੰਨਦੇ ਹਨ। ਭਾਵੇਂ ਰਾਗ-ਰਾਗਿਨੀ ਪੱਧਤੀ ਅਜ ਕਲ ਪ੍ਰਚਾਰ ਵਿੱਚ ਨਹੀਂ ਹੈ ਪਰੰਤੂ ਇਸ ਮਾਨਤਾ ਵਿੱਚ ਅਜੇ ਵੀ ਕਈ ਰਾਗਾਂ ਨਾਲ ਗੂਹੜਾ ਸੰਬੰਧ ਦਿਖਾਈ ਦਿੰਦਾ ਹੈ। ਰਾਮਕਲੀ ਰਾਗ ਵਿੱਚ ਤਿੰਨ ਤਾਲ,ਤਿਲਵਾੜਾ, ਝੂਮਰਾ ਅਤੇ ਧਮਾਰ ਤਾਲ ਆਉਂਦੇ ਹਨ। ਧਮਾਰ ਤਾਲ ਹਿੰਦੋਸਤਾਨੀ ਸੰਗੀਤ ਪੱਧਤੀ ਦਾ ਇੱਕ ਅਜੇਹਾ ਪ੍ਰਸਿੱਧ ਅਤੇ ਮਹਤੱਵ ਪੂਰਨ ਤਾਲ ਹੈ ਜਿਸਦੇ ਨਾਮ ਉੱਤੇ ਇੱਕ ਵਿਸ਼ੇਸ਼ ਗਾਇਕ ਸ਼ੈਲੀ ਜਿਸਨੂੰ ਧਮਾਰ ਕਿਹਾ ਜਾਂਦਾ ਹੈ ਦਾ ਨਾਮਕਰਣ ਕੀਤਾ ਗਿਆ ਹੈ। ਝੂਮਰਾ ਸੰਗੀਤ ਨੂੰ ਇਹ ਤਾਲ ਮੁਸਲਮ ਸੰਗੀਤ-ਕਾਲ ਦੀ ਦੇਣ ਹੈ। ਕਿਹਾ ਜਾਂਦਾ ਹੈ ਕਿ ਝੂਮਰਾ ਤਾਲ ਦਾ ਆਵਿਸ਼ਕਾਰ ਅਮੀਰ ਖੁਸਰੋਂ ਨੇ ਕੀਤਾ ਸੀ।

ਸ੍ਰੀ ਗੁਰੂ ਰਵਿਦਾਸ ਜੀ ਨੇ ਰਾਗ ਰਾਮਕਲੀ ਵਿੱਚ ਵੀ ਇੱਕ ਸ਼ਬਦ ਉਚਾਰਿਆ ਹੈ। ਇਹ ਰਾਗ ਭੈਰਵ ਠਾਟ ਦੀ ਔੜਵ ਸੰਪੂਰਣ ਜਾਤ ਦਾ ਰਾਗ ਹੈ। ਇਸ ਰਾਗ ਦੇ ਆਰੋਹੀ ਵਿੱਚ ਮੱਧਮ ਅਤੇ ਨਿਸ਼ਾਦ ਵਰਜਿਤ ਹਨ। ਰਿਸਭ ਅਤੇ ਧੈਵਤ ਕੋਮਲ, ਬਾਕੀ ਸੁਰ ਸ਼ੁੱਧ ਲਗਦੇ ਹਨ। ਧੈਵਤ ਵਾਦੀ ਅਤੇ ਰਿਸਭ ਸੰਵਾਦੀ ਹੈ। ਆਰੋਹੀ ਵਿੱਚ ਇਸ ਦੀਆਂ ਅੱਠ ਮਾਤਰਾ ਹਨ ਅਤੇ ਅਵਰੋਹੀ ਵਿੱਚ ਇਸ ਰਾਗ ਦੀਆਂ ਨੌਂ ਮਾਤਰਾ ਹਨ। ਇਸ ਰਾਗ ਨੂੰ ਗਾਉਣ ਦਾ ਸਮਾਂ ਸੂਰਜ ਨਿਕਲਣ ਤੋਂ ਲੈਕੇ ਇੱਕ ਪਹਿਰ ਦਿਨ ਚੜ੍ਹੇ ਤੱਕ ਹੈ। ਸ੍ਰੀ ਗੁਰੂ ਗਰੰਥ ਸਾਹਿਬ ਜੀ ਵਿੱਚ ਇਸ ਰਾਗ ਦਾ ਅਠਾਰਵਾਂ ਨੰਬਰ ਹੈ।

ੴਸਤਿਗੁਰ ਪ੍ਰਸਾਦਿ ॥

ਰਾਮਕਲੀ ਬਾਨੀ ਰਵਿਦਾਸ ਜੀ ਕੀ

ਪੜੀਐ ਗੁਨੀਐ ਨਾਮੁ ਸਭੁ ਸੁਨੀਐ ਅਨਭਉ ਭਾਉ ਨ ਦਰਸੈ ॥ ਲੋਹਾ ਕੰਚਨੁ ਹਿਰਨ ਹੋਇ ਕੈਸੇ ਜਉ ਪਾਰਸਹਿ ਨ ਪਰਸੈ ॥੧॥ ਦੇਵ ਸੰਸੈ ਗਾਂਠਿ ਨ ਛੂਟੈ ॥ ਕਾਮ ਕ੍ਰੋਧ ਮਾਇਆ ਮਦ ਮਤਸਰ ਇਨ ਪੰਚਹੁ ਮਿਲਿ ਲੂਟੈ ॥੧॥ ਰਹਾਉ॥ ਹਮ ਬਡ ਕਬਿ ਕੁਲੀਨ ਹਮ ਪੰਡਿਤ ਹਮ ਜੋਗੀ

ਸਨਿਆਸੀ ॥ ਗਿਆਨੀ ਗੁਨੀ ਸੂਰ ਹਮ ਦਾਤੇ ਇਹ

ਬੁਧਿ ਕਬਹਿ ਨ ਨਾਸੀ ॥੨॥ ਕਹੁ ਰਵਿਦਾਸ ਸਭੈ ਨਹੀ

ਸਮਝਸਿ ਭੂਲਿ ਪਰੇ ਜੈਸੇ ਬਉਰੇ ॥ ਮੋਹਿ ਅਧਾਰੁ ਨਾਮੁ ਨਾਰਾਇਨ ਜੀਵਨ ਪ੍ਰਾਨ ਧਨ ਮੋਰੇ ॥੩॥੧॥

ਇਸ ਸ਼ਬਦ ਵਿੱਚ ਸ੍ਰੀ ਗੁਰੂ ਰਵਿਦਾਸ ਜੀ ਉਚਾਰਦੇ ਹਨ ਕਿ ਆਪ ਭਾਵੇ ਸੋ ਪੁਸਤਕਾਂ ਪੜ ਲਉ ਫਿਰ ਵੀ ਪ੍ਰਮਾਤਮਾ ਦੇ ਭੇਦ ਨੂੰ ਇਨਸਾਨ ਕਦੇ ਵੀ ਪਾ ਨਹੀਂ ਸਕਦਾ । ਉਨ੍ਹਾਂ ਕਥਨ ਕੀਤਾ ਹੈ ਕਿ ਗੁਰੂ ਉਪਦੇਸ਼ ਬਿਨ੍ਹਾਂ ਆਪਣੇ ਆਪ ਸ਼ਾਸ਼ਤਰ ਪੁਰਾਨ ਪੜ੍ਹਨ ਕਰਕੇ ਅਤੇ ਵਿਚਾਰਨ ਕਰਕੇ ਜਾਂ ਫਿਰ ਪ੍ਰਮਾਤਮਾ ਦੇ ਸਾਰੇ ਨਾਮ ਸੁਣਨ ਕਰਕੇ ਵੀ (ਅਨਭਉ ਭਾਉ) ਗਿਆਨ ਸਰੂਪ ਪ੍ਰਮਾਤਮਾ ਨੂੰ ਇਹ ਦੁਨੀਆਵੀ ਇਨਸਾਨ ਵੇਖ ਨਹੀਂ ਸਕਦਾ । ਸ੍ਰੀ ਗੁਰੂ ਰਵਿਦਾਸ ਜੀ ਇਸ ਸਿਧਾਂਤ ਦੀ ਪੁਸ਼ਟੀ ਕਰਨ ਲਈ ਦ੍ਰਿਸ਼ਟਾਂਤ ਦਿੰਦੇ ਹਨ ਕਿ ਜਿਵੇਂ ਲੋਹਾ ਜਾਂ ਹੋਰ ਧਾਤ (ਕੰਚਨ ਹਿਰਨ) ਸ਼ੁੱਧ ਸੋਨਾ ਕਿਵੇਂ ਹੋ ਸਕਦਾ ਹੈ ? ਜਦ ਤੱਕ ਪਾਰਸ ਨਾਲ ਨਾ ਛੂਹਵੇ । ਇਸੇ ਤਰ੍ਹਾਂ ਇਨਸਾਨ ਪ੍ਰਭੂ ਸਰੂਪ ਕਿਵੇਂ ਹੋ ਸਕਦਾ ਹੈ ਜਦ ਤੱਕ ਉਹ ਗੁਰੂ ਰੂਪ ਪਾਰਸ ਤਾਈਂ ਨਾ ਛੂਹਣ ਕਰੇ । ਗੁਰੂ ਜੀ ਨੇ ਕਥਨ ਕੀਤਾ ਹੈ (ਹੇ ਦੇਵ) ਹੇ ਜੀਵ ਗੁਰੂ ਤੋਂ ਬਿਨ੍ਹਾਂ ਗਤ ਨਹੀਂ ਹੋ ਸਕਦੀ, ਜਾਂ ਇਸ ਸਤਰ ਦਾ ਅਰਥ ਇਸ ਤਰ੍ਹਾਂ ਵੀ ਲਿਖਣਾ ਕਰ ਸਕਦੇ ਹਾਂ ਕਿ ਪ੍ਰਕਾਸ਼ ਰੂਪ ਜੋ ਪ੍ਰਮਾਤਮਾ ਹੈ ਅਤੇ ਕਰਤਾ ਭੁਗਤਾ ਜੋ ਜੀਵ ਹੈ, ਇਨ੍ਹਾਂ ਦੋਹਾਂ ਵਿੱਚ ਜੋ ਮਿਲਣ ਦਾ ਪਾੜਾ ਹੈ, ਉਹ ਗੁਰੂ ਤੋਂ ਬਿਨ੍ਹਾਂ ਨਹੀਂ ਮਿਟਾਇਆ ਜਾ ਸਕਦਾ । ਗੁਰੂ ਉਪਦੇਸ਼ ਨਾ ਹੋਣ ਕਰਕੇ ਆਦਮੀ ਨੂੰ ਕਾਮ, ਕ੍ਰੋਧ, ਲੋਭ, ਮੋਹ, ਹੰਕਾਰ ਅਤੇ (ਮਤਸਰ) ਈਰਖਾ ਆਦਿ ਇਨ੍ਹਾਂ ਸ਼ਤਰੂਆਂ ਨੇ ਉਸਦੇ ਸਭ ਗੁਣਾ ਨੂੰ,ਸਭ ਚੰਗੇ ਵਿਚਾਰਾਂ ਨੂੰ ਲੁੱਟ ਲਿਆ ਹੈ । ਅਸੀਂ ਵਡੇ (ਕਬਿ) ਕਵੀ ਹਾਂ ਅਤੇ (ਕੁਲੀਨ) ਸ੍ਰੇਸ਼ਟ ਹਾਂ ਉੱਚੀ ਕੁਲ ਵਾਲੇ ਹਾਂ ਅਸੀਂ ਵਢੇ ਵਿਦਵਾਨ ਪੰਡਿਤ ਹਾਂ ਅਸੀਂ ਜੋਗੀ ਹਾਂ । ਅਸੀਂ ਸੰਨਿਆਸੀ ਹਾਂ ਅਸੀਂ ਗਿਆਨੀ ਹਾਂਅਸੀਂ (ਗੁਨੀ) ਰਾਗੀ ਹਾਂ । ਅਸੀਂ (ਸੂਰ) ਸੂਰਵੀਰ ਹਾਂ । ਅਸੀਂ ਦਾਤੇ ਹਾਂ । ਇਸ ਤਰ੍ਹਾਂ ਆਖਣ ਵਾਲੇ ਆਦਮੀਆਂ ਦੀ ਹੰਗਤਾ ਵਾਲੀ ਬੁੱਧੀ ਕਦੇ ਨਾਸ਼ ਨਹੀਂ ਹੁੰਦੀ ਤਦ ਸੰਸੇ ਕਿਵੇਂ ਦੂਰ ਹੋਣ ? ਸ੍ਰੀ ਗੁਰੂ ਰਵਿਦਾਸ ਜੀ ਕਥਨ ਕਰਦੇ ਹਨ, ਜੇਕਰ ਉੱਪਰ ਲਿਖੇ ਹੋਏ ਵਿਅਕਤੀਆਂ ਨੂੰ ਸਮਝਾਈਏ ਤਾਂ ਉਹ ਨਹੀਂ ਸਮਝਦੇ ਕਿਉਂਕਿ ਉਹ ਪਰਮਾਤਮਾ ਦੇ ਸਰੂਪ ਵਲੋਂ ਇਸ ਤਰ੍ਹਾਂ ਭੁੱਲੇ ਹੋਏ ਹਨ ਜਿਵੇਂ ਉਹ ਝੱਲੇ ਲੋਕ ਹੁੰਦੇ ਹਨ । ਸ੍ਰੀ ਗੁਰੂ ਰਵਿਦਾਸ ਜੀ ਉਚਾਰਦੇ ਹਨ ਕਿ ਮੈਨੂੰ ਸਿਰਫ ਇੱਕ ਨਾਰਾਇਣ ਦੇ ਨਾਮ ਦਾ ਹੀ ਆਸਰਾ ਹੈ ।

ਉਪ੍ਰੋਕਤ ਸ਼ਬਦ ਦੀ ਪੁਸ਼ਟੀ ਕਰਦੀ ਹੋਈ ਹੋਰ ਗੁਰਬਾਣੀ ਨੂੰ ਹੇਠ ਦੀ ਤਰ੍ਹਾਂ ਲਿਖਣਾ ਕੀਤਾ ਹੈ ।

ਭਾਈ ਰੇ ਗੁਰ ਬਿਨੁ ਗਿਆਨੁ ਨ ਹੋਇ ॥ ਪੂਛਹੁ ਬ੍ਰਹਮੇ ਨਾਰਦੈ ਬੇਦ ਬਿਆਸੈ ਕੋਇ ॥੧॥ਰਹਾਉ॥

(ਸਿਰੀ ਰਾਗੁ ਮਹੱਲਾ 1 ਪੰਨਾ 59)

ਗੁਰ ਬਿਨੁ ਘੋਰੁ ਅੰਧਾਰੁ ਗੁਰੂ ਬਿਨੁ ਸਮਝ ਨਾ ਆਵੈ ॥ ਗੁਰ ਬਿਨੁ ਸੁਰਤਿ ਨ ਸਿਧਿ ਗੁਰੂ ਬਿਨੁ ਮੁਕਤਿ ਨ ਪਾਵੈ ॥ ਗੁਰੁ ਕਰੁ ਸਚੁ ਬੀਚਾਰੁ ਗੁਰੂ ਕਰ ਕੇ ਮਨ ਮੇਰੇ ॥ ਗੁਰੁ ਕਰੁ ਸ਼ਬਦ ਸਪੁੰਨ ਅਘਨ ਕਟਹਿ ਸਭ ਤੇਰੇ ॥ ਗੁਰੁ ਨਯਣਿ ਬਯਣਿ ਗੁਰੁ ਗੁਰੁ ਕਰਹੁ ਗੁਰੂ ਸਤਿ ਕਵਿ ਨਲ੍ਯ ਕਹਿ ॥ ਜਿਨਿ ਗੁਰੂ ਨ ਦੇਖਿਅਉ ਨਹੁ ਕੀਅਉ ਤੇ ਅਕਯਥ ਸੰਸਾਰਿ ਮਹਿ ॥੪॥੮॥

(ਸਵੈਯੇ ਮਹੱਲਾ 4 ਕੇ ਪੰਨਾ 1399)

ਨਾਨਕ ਮਨਮੁਖਿ ਅੰਧੁ ਪਿਆਰੁ ॥ ਬਾਝ ਗੁਰੂ ਡੁਬਾ ਸੰਸਾਰੁ ॥੨॥ *(ਮਾਝ ਵਾਰ ਪੰਨਾ 138)*

ਜੇ ਸਉ ਚੰਦਾ ਉਗਵਹਿ ਸੂਰਜ ਚੜਹਿ ਹਜਾਰ ॥ ਏਤੇ ਚਾਨਣ ਹੋਦਿਆਂ ਗੁਰ ਬਿਨੁ ਘੋਰ ਅੰਧਾਰ ॥੨॥

(ਆਸਾ ਦੀ ਵਾਰ ਮਹੱਲਾ 2)

□

ਰਾਗ ਮਾਰੂ

ਗੁਰਬਾਣੀ ਅਨੁਸਾਰ ਮਾਰੂ ਸ਼ਬਦ ਦੇ ਅਰਥ ਕਈ ਤਰ੍ਹਾਂ ਕੀਤੇ ਜਾਂਦੇ ਹਨ । ਜਿਵੇ ਮਾਰ, ਕਾਮ, ਅਤੇ ਅਨੰਗ ਹੇਠ ਲਿਖੀ ਸਤਰ ਤੋਂ ਜਾਹਰ ਹੈ ।

ਸੁਰੂਪ ਸੁਭੈ ਸਮ ਮਾਰੂ ॥

ਮੋਹ ਭਰਮ ਜਾਂ ਰੇਗਿਸਤਾਨ ਜਾਂ ਮ੍ਰਿਗ ਤ੍ਰਿਸ਼ਨਾ ਆਦਿ ਭਾਵ ਹੇਠ ਲਿਖਿਆ ਮਹੱਲਾ ੧ ਵਾਰ ਮਾਝ ੩ ਤੇ ਗਿਆਨ ਪਰਾਪਤ ਹੁੰਦਾ ਹੈ ।

ਮਾਰੂ ਮੀਹਿ ਨ ਤ੍ਰਿਪਤਿਆ ॥

ਇਸ ਸ਼ਬਦ ਦਾ ਅਰਥ ਗੁਰਬਾਣੀ ਅਨੁਸਾਰ ਮਹੱਲਾ ੩ ਵਾਰ ਮਾਰੂ ੧ ਵਿੱਚ ਨਿਰਜਨ ਬਨ, ਮਾਰੂਥੱਲ ਜਾਂ ਸੁੰਨਾ ਜੰਗਲ ਵੀ ਉਚਾਰਿਆ ਹੈ । ਜਿਵੇਂ;–

ਮਾਰੂ ਮਾਰਣ ਜੋ ਗਏ ॥

ਮਾਰੂ ਸ਼ਬਦ ਇੱਕ ਸਾੜਵ ਜਾਤ ਦਾ ਰਾਗ ਵੀ ਹੈ । ਜਿਸਨੂੰ ਰਾਗ ਮਾਰੂ ਆਖਿਆ ਜਾਂਦਾ ਹੈ । ਇਸ ਰਾਗ ਵਿੱਚ ਪੰਚਮ ਵਰਜਿਤ ਹੈ । ਮਾਰੂ ਨੂੰ ਸੜਜ ਗਾਂਧਾਰ ਧੈਵਤ ਅਤੇ ਨਿਸ਼ਾਦ ਸ਼ੁੱਧ ਰਿਸਭ ਕੋਮਲ ਅਤੇ ਮੱਧਮ ਤੀਵਰ ਸੁਰ ਲਗਦੇ ਹਨ । ਗਾਂਧਾਰ ਵਾਦੀ ਅਤੇ ਧੈਵਤ ਸੰਵਾਦੀ ਹੈ । ਕਈ ਸੰਗੀਤ ਗ੍ਰੰਥਾਂ ਨੇ ਇਸ ਰਾਗ ਨੂੰ ਸੰਪੂਰਣ ਜਾਤ ਦਾ ਰਾਗ ਲਿਖਿਆ ਹੈ ਅਤੇ ਸਾਰੇ ਸੁਰ ਸ਼ੁੱਧ ਲਗਾਏ ਹਨ । ਸ੍ਰੀ ਗੁਰੂ ਗਰੰਥ ਸਾਹਿਬ ਜੀ ਵਿੱਚ ਮਾਰੂ ਰਾਗ ਦਾ ਇੱਕੀਵਾਂ ਨੰਬਰ ਹੈ । ਇਸ ਰਾਗ ਨੂੰ ਲੜਾਈਆਂ ਸਮੇਂ ਗਾਇਆ ਜਾਂਦਾ ਹੈ ਅਤੇ ਇਸ ਰਾਗ ਨੂੰ ਜਦ ਆਦਮੀ ਚਲਾਣਾ ਕਰ ਜਾਂਦਾ ਹੈ ਉਸ ਸਮੇਂ ਵੀ ਗਾਇਆ ਜਾਣਾ ਬਣਦਾ ਹੈ ਕਿਉਂਕਿ ਇਸਦੇ ਸੁਰਾਂ ਵਿੱਚ ਕਰੁਣਾ ਹੈ । ਇਸ ਰਾਗ ਨੂੰ ਦਿਨ ਦੇ ਤੀਜੇ ਪਹਿਰ ਵੇਲੇ ਆਮ ਸਾਧਾਰਨ ਰੀਤ ਅਨੁਸਾਰ ਗਾਇਆ ਜਾਂਦਾ ਹੈ । ਜਿਵੇਂ ਹੇਠ ਲਿਖੀ ਬਾਣੀ ਦੇ ਸ਼ਬਦਾਂ ਦੀਆਂ ਆਰੰਭਿਕ ਸਤਰਾਂ ਹੇਠਾਂ ਦਰਜ ਹਨ ।

ਆਗੇ ਚਲਤ ਸੁ ਮਾਰੂ ਗਾਵਤ॥ਚੰਦਨ ਚਿਤਾ ਬਿਸਾਲ ਬਨਾਈ ॥

ਇਸ ਰਾਗ ਵਿੱਚ ਜੰਗੀ ਨਗਾਰਾ ਜਾਂ ਉੱਚੀ ਧੁਨ ਵਾਲਾ ਧੌਸਾ ਵੀ ਵਜਾਇਆ ਜਾਂਦਾ ਹੈ । ਜਿਵੇਂ

ਉਮੱਲ ਲਥੇ ਜੋਧੇ ਮਾਰੂ ਵੱਜਿਆ ॥ (ਚੰਡੀ 3)

ਹੋਰ ਮਾਰੂ ਸ਼ਬਦ ਦਾ ਭਾਵ ਜੋ ਕੋਈ ਕਿਸੇ ਨੂੰ ਮਾਰਨ ਵਾਲਾ ਹੋਵੇ । ਜਿਵੇਂ ਗੁਰਬਾਣੀ ਵਿੱਚ ਆਇਆ ਹੈ ।

ਮਾਰੂ ਰਿਪੂਨ ਕੋ ਸੇਵਕ ਤਾਰਕ ॥

ਇਸ ਮਾਰੂ ਰਾਗ ਵਿੱਚ ਸ੍ਰੀ ਗੁਰੂ ਰਵਿਦਾਸ ਜੀ ਨੇ ਦੋ ਸ਼ਬਦ ਉਚਾਰੇ ਹਨ ਜਿਨ੍ਹਾਂ ਦੇ ਵਿਚਾਰਾਂ ਨੂੰ ਹੇਠਾਂ ਲਿਖੇ ਦੀ ਤਰ੍ਹਾਂ ਵਿਚਾਰਨਾ ਹੈ ।

(ਸ਼ਬਦ ਪਹਿਲਾ)

ੴਸਤਿਗੁਰ ਪ੍ਰਸਾਦਿ ॥

ਰਾਗ ਮਾਰੂ ਬਾਣੀ ਰਵਿਦਾਸ ਜੀਉ ਕੀ ॥

ਐਸੀ ਲਾਲ ਤੁਝ ਬਿਨੁ ਕਉਨੁ ਕਰੈ ॥ ਗਰੀਬ ਨਿਵਾਜੁ ਗੁਸਈਆ ਮੇਰਾ ਮਾਥੈ ਛਤ੍ਰੁ ਧਰੈ ॥੧॥ਰਹਾਉ॥ ਜਾਕੀ ਛੋਤਿ ਜਗਤ ਕਉ ਲਾਗੈ ਤਾ ਪਰ ਤੁਹੀ ਢਰੈ ॥ ਨੀਚਹ ਊਚ ਕਰੈ ਮੇਰਾ ਗੋਬਿੰਦੁ ਕਾਹੂ ਤੇ ਨ ਡਰੈ ॥੧॥ ਨਾਮਦੇਵ ਕਬੀਰੁ ਤਿਲੋਚਨੁ ਸਧਨਾ ਸੈਨੁ ਤਰੈ ॥ ਕਹਿ ਰਵਿਦਾਸੁ ਸੁਨਹੁ ਰੇ ਸੰਤਹੁ ਹਰਿ ਜੀਉ ਤੇ ਸਭੈ ਸਰੈ ॥੨॥੧॥

ਸ੍ਰੀ ਗੁਰੂ ਰਵਿਦਾਸ ਜੀ ਉਚਾਰਦੇ ਹਨ ਕਿ ਹੇ ਪਰਮਾਤਮਾ ਤੇਰੇ ਬਿਨ੍ਹਾਂ ਸਾਡੇ ਵਲ ਕੌਣ ਮਿਹਰ ਦੀ ਨਜ਼ਰ ਕਰੇ । ਇੱਕ ਤੂੰ ਹੀ ਗਰੀਬ ਨਿਵਾਜ ਹੈ । ਇੱਕ ਤੂੰ ਹੀ ਮੇਰਾ (ਗੁਸਈਆ) ਮਾਲਕ ਹੈ । ਤੁਸੀਂ ਹੀ ਮੇਰੇ ਸਿਰ ਉੱਪਰ ਜਸ ਰੂਪੀ ਛਤਰ ਝੁਲਾਇਆ ਹੋਇਆ ਹੈ । ਜਿਹਨਾਂ ਨੀਚ ਕਰਮਾਂ ਦੀ ਛੋਹਤ ਸਾਰੇ ਜਗ ਨੂੰ ਲੱਗੀ ਹੋਈ ਹੈ । ਉਨ੍ਹਾਂ ਇਨਸਾਨਾ ਉੱਪਰ ਤੂੰ ਆਪ ਹੀ (ਢਰੈ) ਕਿਰਪਾਲੂ ਹੁੰਦਾ ਏਂ । ਇੱਕ ਤੂੰ ਹੀ ਮੇਰਾ ਗੋਬਿੰਦ (ਪਰਮਾਤਮਾ ਹੈ ਜਿਸਨੇ ਨੀਚ ਕਰਮਾਂ ਦਾ ਨਾਸ਼ ਕਰਕੇ ਮਨ ਨੂੰ ਸ਼ੁੱਧ ਕੀਤਾ ਹੋਇਆ ਹੈ। ਪ੍ਰਭੂ ਜੀ ਆਪ ਅਜੇਹਾ ਕਰਨ ਲੱਗੇ ਕਿਸੇ ਕੋਲੋਂ ਡਰਦੇ ਨਹੀਂ ਹੋ । ਆਪ ਜੀ ਦੀ ਹੀ ਰਹਿਮਤ ਨਾਲ ਨਾਮਦੇਵ ਕਬੀਰ ਤ੍ਰਿਲੋਚਨ ਸਧਨਾ ਅਤੇ ਸੈਣ ਜੀ ਤਰ ਗਏ ਹਨ । ਸ੍ਰੀ ਗੁਰੂ ਰਵਿਦਾਸ ਜੀ ਉਚਾਰਦੇ ਹਨ ,ਹੇ ਸੰਤ ਜਨੋ ਮੇਰੀ ਗੱਲ ਨੂੰ ਸੁਣਨਾ ਕਰੋ ਕਿ ਪਰਮਾਤਮਾ ਕੋਲੋਂ ਸਭ ਕੁਝ ਮਿਲ (ਸਰੈ) ਸਕਦਾ ਹੈ ।

ਸ੍ਰੀ ਗੁਰੂ ਰਵਿਦਾਸ ਜੀ ਦੇ ਇਸ ਮਾਰੂ ਸ਼ਬਦ ਦੇ ਸੰਦਰਭ ਵਿੱਚ ਹੋਰ ਬਾਣੀ ਸ੍ਰੀ ਕਬੀਰ ਜੀ ਦੀ ਗੁਰੂ ਗਰੰਥ ਸਾਹਿਬ ਜੀ ਵਿੱਚ ਹੇਠ ਲਿਖੇ ਦੀ ਤਰ੍ਹਾਂ ਦਰਜ ਹੈ । ਯਾਦ ਰਹੇ ਸ੍ਰੀ ਕਬੀਰ ਜੀ ਸ੍ਰੀ ਗੁਰੂ ਰਵਿਦਾਸ ਜੀ ਦੇ ਸਮਕਾਲੀ ਸਨ ।

ਕਬੀਰ ਸਤਿਗੁਰ ਸੂਰਮੇ ਬਾਹਿਆ ਬਾਨੁ ਜੁ ਏਕੁ ॥ ਲਾਗਤ ਹੀ ਭੁਇ ਗਿਰਿ ਪਰਿਆ ਪਰਾ ਕਰੇ ਜੇ ਛੇਕੁ ॥੯੪॥

(ਸਲੋਕ ਕਬੀਰ ਜੀ ਪੰਨਾ 1374)

ਸ੍ਰੀ ਧੰਨਾ ਜੀ ਸ੍ਰੀ ਗੁਰੂ ਰਵਿਦਾਸ ਜੀ ਤੋਂ ਉਮਰ ਵਿੱਚ ਸੋਲਾਂ ਸਾਲ ਛੋਟੇ ਸਨ। ਆਪ ਜੀ ਦੀ ਹੇਠ ਲਿਖੀ ਬਾਣੀ ਜੋ ਸ੍ਰੀ ਗੁਰੂ ਰਵਿਦਾਸ ਜੀ ਦੇ ਰਾਗ ਮਾਰੂ ਦੇ ਸ਼ਬਦ ਦੀ ਪੁਸ਼ਟੀ ਕਰਦੀ ਹੈ, ਉਹ ਸ੍ਰੀ ਗੁਰੂ ਗਰੰਥ ਸਾਹਿਬ ਜੀ ਵਿੱਚ ਦਰਜ ਹੈ।

ਗੋਬਿੰਦ ਗੋਬਿੰਦ ਗੋਬਿੰਦ ਸੰਗਿ ਨਾਮਦੇਉ ਮਨੁ ਲੀਣਾ ॥ ਆਢ ਦਾਮ ਕੋ ਛੀਪਰੋ ਹੋਇਓ ਲਾਖੀਣਾ ॥੧॥ਰਹਾਉ॥ ਬੁਨਨਾ ਤਨਨਾ ਤਿਆਗਿਕੈ ਪ੍ਰੀਤਿ ਚਰਨ ਕਬੀਰਾ ॥ ਨੀਚ ਕੁਲਾ ਜੋਲਾਹਰਾ ਭਇਓ ਗੁਨੀਯ ਗਹੀਰਾ ॥੧॥ ਰਵਿਦਾਸੁ ਢੁਵੰਤਾ ਢੋਰ ਨੀਤਿ ਤਿਨਿ ਤਿਆਗੀ ਮਾਇਆ ॥ ਪਰਗਟੁ ਹੋਆ ਸਾਧਸੰਗਿ ਹਰਿ ਦਰਸਨੁ ਪਾਇਆ ॥੨॥ ਸੈਨੁ ਨਾਈ ਬੁਤਕਾਰੀਆ ਓਹੁ ਘਰਿ ਘਰਿ ਸੁਨਿਆ ॥ਹਿਰਦੇ ਵਸਿਆ ਪਾਰਬ੍ਰਹਮੁ ਭਗਤਾ ਮਹਿ ਗਨਿਆ ॥੩॥

(ਆਸਾ ਬਾਣੀ ਧੰਨੇ ਕੀ ਪੰਨਾ 487)

□

ਰਾਗ ਮਾਰੂ

(ਸ਼ਬਦ ਦੂਸਰਾ)

ਸ੍ਰੀ ਗੁਰੂ ਰਵਿਦਾਸ ਜੀ ਦਾ ਰਾਗ ਮਾਰੂ ਵਿੱਚ ਉਚਾਰਿਆ ਦੂਸਰਾ ਸ਼ਬਦ ਹੇਠ ਲਿਖੇ ਦੀ ਤਰ੍ਹਾਂ ਸ੍ਰੀ ਗੁਰੂ ਗਰੰਥ ਸਾਹਿਬ ਜੀ ਵਿੱਚ ਦਰਜ ਹੈ ।

ਸੁਖ ਸਾਗਰ ਸੁਰਿਤਰੁ ਚਿੰਤਾਮਨਿ ਕਾਮਧੇਨ ਬਸਿ ਜਾ ਕੇ ਰੇ ॥ਚਾਰਿ ਪਦਾਰਥ ਅਸਟ ਮਹਾ ਸਿਧਿ ਨਵਨਿਧਿ ਕਰਤਲ ਤਾ ਕੇ ॥੧॥ ਹਰਿ ਹਰਿ ਹਰਿ ਨ ਜਪਸਿ ਰਸਨਾ ॥ ਅਵਰ ਸਭ ਛਾਡਿ ਬਚਨ ਰਚਨਾ ॥੧॥ ਰਹਾਉ॥ ਨਾਨਾ ਖਿਆਨ ਪੁਰਾਨ ਬੇਦ ਬਿਧਿ ਚਉਤੀਸ ਅਛਰ ਮਾਹੀ ॥ ਬਿਆਸ ਬੀਚਾਰਿ ਕਹਿਓ ਪਰਮਾਰਥੁ ਰਾਮਨਾਮ ਸਰਿ ਨਾਹੀ ॥੨॥ ਸਹਜ ਸਮਾਧਿ ਉਪਾਧਿ ਰਹਤ ਹੋਇ ਬਡੇ ਭਾਗਿ ਲਿਵ ਲਾਗੀ॥ ਕਹਿ ਰਵਿਦਾਸ ਉਦਾਸ ਦਾਸ ਮਤਿ ਜਨਮ ਮਰਨ ਭੈ ਭਾਗੀ ॥੩॥੨॥

ਉਪ੍ਰੋਕਤ ਰਾਗ ਮਾਰੂ ਦੇ ਸ਼ਬਦ ਨੂੰ ਰਾਗ ਸੋਰਠਿ ਦੀਆਂ ਸੁਰਾਂ ਨਾਲ ਵੀ ਗਾਇਆ ਜਾ ਸਕਦਾ ਹੈ । ਇਸ ਕਰਕੇ ਹੀ ਪਹਿਲਾ ਰਾਗ ਸੋਰਠਿ ਦੇ ਸਿਰਲੇਖ ਹੇਠ ਪੰਨਾ ਨੰਬਰ ੯੩ ਉੱਤੇ ਇਸ ਸ਼ਬਦ ਦੇ ਵਿਚਾਰਾਂ ਨੂੰ ਸਮਝਿਆ ਗਿਆ ਹੈ । ਸੋ ਪਾਠਕ ਜੀ ਇਸ ਸ਼ਬਦ ਦੇ ਵਿਚਾਰਾਂ ਦਾ ਦੁਆਰਾ ਅਨੰਦ ਲੈਣ ਵਾਸਤੇ ਇਸ ਹੀ ਪੁਸਤਕ ਦਾ ਪੰਨਾ ਨੰਬਰ ੬੫ ਨੂੰ ਪੜ੍ਹੋ । ਸ੍ਰੀ ਗੁਰੂ ਰਵਿਦਾਸ ਜੀ ਦੇ ਉਪ੍ਰੋਕਤ ਇਸ ਮਾਰੂ ਰਾਗ ਦੇ ਸ਼ਬਦ ਪ੍ਰਥਾਇ ਹੋਰ ਗੁਰਬਾਣੀ ਦੀਆਂ ਪੰਗਤੀਆਂ ਹੇਠਾਂ ਦਰਜ ਕਰਦਾ ਹਾਂ ਜੋ ਸ੍ਰੀ ਗੁਰੂ ਗਰੰਥ ਸਾਹਿਬ ਜੀ ਵਿੱਚੋਂ ਪਰਾਪਤ ਕੀਤੀਆਂ ਹਨ ।

ਬੇਦ ਪੁਰਾਨ ਸਿੰਮ੍ਰਿਤਿ ਸੁਧਾਖਰ ॥ ਕੀਨੇ ਰਾਮ ਨਾਮ ਇਕ ਆਖਰ ॥ *(ਗਉੜੀ ਸੁਖਮਨੀ ਮਹੱਲਾ 5 ਪੰਨਾ 262)*

ਨਾਮ ਤੁਲਿ ਕਛੁ ਅਵਰੁ ਨ ਹੋਇ ॥ ਨਾਨਕ ਗੁਰਮੁਖਿ ਨਾਮੁ ਪਾਵੈ ਜਨੁ ਕੋਇ ॥੮॥੨॥ *(ਗਉੜੀ ਸੁਖਮਨੀ ਮਹੱਲਾ 5 ਪੰਨਾ 265)*

□

ਰਾਗ ਕੇਦਾਰਾ

ਕੇਦਾਰਾ ਸ਼ਬਦ ਦੇ ਅਰਥ ਹਨ ਖੇਤ, ਜਾਂ ਉਹ ਕਿਆਰਾ ਜਿਸ ਵਿੱਚ (ਜਲ) ਪਾਣੀ ਨੂੰ ਨੱਕਾ ਵੱਡਕੇ ਛੱਡਿਆ ਜਾਂਦਾ ਹੈ । ਇਸ ਨਾਮ ਦਾ ਇੱਕ ਤੀਰਥ ਵੀ ਹੈ ਜਿਹੜਾ ਰਿਆਸਤ ਗੜ੍ਹਵਾਲ (ਯੂਪੀ) ਵਿੱਚ ਰੁਦਰਹਿਮਾਲੇ ਦੀ ਬਰਫਾਨੀ ਧਾਰਾ ਵਿੱਚ ਮਹਾਪੰਥ ਦੀ ਚੋਟੀ ਥੱਲੇ ਇੱਕ ਟਿੱਲੇ ਉੱਤੇ ਸਥਾਪਿਤ ਹੈ । ਇਸ ਦੀ ਬਲੰਦੀ ਸਮੁੰਦਰ ਦੇ ਕਿਨਾਰੇ ਤੋਂ ੧੧੭੫੩ ਫੁੱਟ ਉੱਚੀ ਹੈ । ਏਥੇ ਸਦਸ਼ਿਵ ਮੰਦਰ ਵੀ ਹੈ । ਜਿਸ ਵਿੱਚ ਝੋਟੇ ਦੀ ਸ਼ਕਲ ਦਾ ਇੱਕ ਮਹਾਦੇਵ ਹੈ । ਦੱਸਿਆ ਜਾਂਦਾ ਹੈ ਕਿ ਪਾਡਵਾਂ ਤੋਂ ਹਾਰ ਖਾਕੇ ਸਦਸ਼ਿਵ ਜੀ ਇਸ ਥਾਂ ਝੋਟਾ ਬਣਕੇ ਆਏ ਸਨ । ਅਰਜਨ ਤੋਂ ਹਾਰ ਖਾਕੇ ਸਦਸ਼ਿਵ ਜੀ ਨੇ ਝੋਟੇ ਦੀ ਸ਼ਕਲ ਵਿੱਚ ਏਥੇ ਪਨਾਹ ਲਈ ਸੀ । ਉਸਦਾ ਧੜ ਪਹਾੜ ਵਿੱਚ ਧੱਸ ਗਿਆ ਸੀ, ਹੁਣ ਸਿਰਫ ਉਸਦੀ ਪਿੱਠ ਹੀ ਦਿਖਾਈ ਦਿੰਦੀ ਹੈ । ਲੋਕੀ ਇਸ ਪਿੱਠ ਦੀ ਹੀ ਪੂਜਾ ਕਰਦੇ ਹਨ। ਝੋਟੇ ਦੇ ਬਾਕੀ ਹਿਸਿਆਂ ਦੀ ਪੂਜਾ ਚਾਰ ਹੋਰ ਵਖਰੀਆਂ ਥਾਵਾਂ ਉੱਪਰ ਕੀਤੀ ਜਾਂਦੀ ਦੱਸਿਆ ਜਾਂਦਾ ਹੈ । ਜਿਵੇਂ ਬਾਹਾਂ ਦੀ ਪੂਜਾ ਲੋਕੀ ਤੁੰਗਨਾਥ ਉੱਪਰ ਕਰਦੇ ਹਨ । ਮੂੰਹ ਦੀ ਪੂਜਾ ਰੁਦਰਨਾਥ ਵਿਖੇ ਹੁੰਦੀ ਹੈ । ਉਸਦੀ ਨਾਭੀ ਦੀ ਪੂਜਾ ਮਧਵੇਸਵਰ ਦੇ ਸਥਾਨ ਵਿਖੇ ਕੀਤੀ ਜਾਂਦੀ ਹੈ । ਉਸਦੇ ਸਿਰ ਅਤੇ ਜਟਾਂ ਦੀ ਪੂਜਾ ਕਲਪੇਸ਼ਵਰ ਦੇ ਅਸਥਾਨ ਉੱਪਰ ਕੀਤੀ ਜਾਂਦੀ ਹੈ । ਇਹ ਪੰਜ ਅਸਥਾਨ ਪੰਜ ਕੇਦਾਰਾ ਸਦਾਉਂਦੇ ਹਨ । ਬਾਣੀ ਵਿੱਚ ਇਸ ਤਰ੍ਹਾਂ ਆਉਂਦਾ ਹੈ ।

ਕੁੰਭਿ ਜਉ ਕੇਦਾਰ ਨਾਈਐ ॥ *(ਸ੍ਰੀ ਨਾਮਦੇਵ)*

ਕਪੜ ਕੈਦਾਰੈ ਜਾਈ ॥ *(ਸ੍ਰੀ ਕਬੀਰ ਜੀ)*

ਗੰਗਾ ਜਮਨਾ ਕੇਲ ਕੇਦਾਰਾ ॥ *(ਮਾਰੂ ਸੋਹਲੇ ਮਹੱਲਾ 1)*

ਕੇਦਾਰਾ ਇੱਕ ਪਰਾਚੀਨ ਰਾਗ ਹੈ । ਇਹ ਰਾਗ ਕਲਿਆਣ ਠਾਟ ਦਾ ਇੱਕ ਸੰਪੂਰਣ ਜਾਤ ਦਾ ਰਾਗ ਹੈ । ਕਲਿਆਣ ਠਾਟ ਤੋਂ ਉਤਪੰਨ ਹੋਣ ਵਾਲੇ ਰਾਗਾਂ ਵਿੱਚੋਂ ਇਹ ਰਾਗ ਇੱਕ ਮਧੁਰ ਅਤੇ ਸਰਲ ਰਾਗ ਹੈ । ਕੁਝ ਗਰੰਥਕਾਰ ਇਸ ਰਾਗ ਦਾ ਠਾਟ ਸੰਕਰਾਭਰਣ ਭਾਵ ਆਧੁਨਿਕ ਬਿਲਾਵਲ ਵੀ ਦੱਸਦੇ ਹਨ ਪਰ ਇਸ ਰਾਗ ਵਿੱਚ ਤੀਵਰ ਮ ਦਾ ਪ੍ਰਯੋਗ ਨਹੀਂ ਕਰਦੇ। ਜੇਕਰ ਧਿਆਨ ਨਾਲ ਵੇਖਿਆ ਜਾਏ ਤਾਂ ਇਹ ਮਤ ਠੀਕ ਨਹੀਂ ਲਗਦਾ ਕਿਉਂਕਿ ਪ੍ਰਚਾਰ ਵਿੱਚ ਦੋਵੇਂ ਮੱਧਮ ਪ੍ਰਯੋਗ ਹੁੰਦੇ ਹਨ । ਤੀਵਰ ਮੱਧਮ ਦੇ ਪ੍ਰਯੋਗ ਤੋਂ ਰਾਗ ਨੂੰ ਕੋਈ ਹਾਨੀ ਨਹੀਂ ਹੁੰਦੀ ਸਗੋਂ ਰਾਗ ਦੀ ਸੁੰਦਰਤਾ ਵਧਦੀ ਹੈਇਹ ਵੀ ਕਿ ਤੀਵਰ ਮੱਧਮ ਕਲਿਆਣ ਠਾਟ ਦਾ ਮੁਖ ਸੁਰ ਹੈ।

ਇਸ ਰਾਗ ਵਿੱਚ ਅਤੇ ਹੋਰ ਦੋਵੇਂ ਸੁਰ ਲੈਣ ਵਾਲੇ ਰਾਗਾਂ ਵਿੱਚ ਵੀ ਜਿਵੇਂ ਹਮੀਰ ਰਾਗ,ਕਾਮੋਦ ਰਾਗ ਅਤੇ ਛਾਇਆਨਾਟ ਰਾਗ ਆਦਿ ਵਿੱਚ ਕਲਿਆਣ ਰਾਗ ਦਾ ਅੰਗ ਹੈ । ਤੀਵਰ ਮੱਧਮ ਸੁਰ ਦੇ ਪ੍ਰਯੋਗ ਕਰਕੇ ਇਹ ਰਾਗ ਕਲਿਆਣ ਠਾਟ ਦਾ ਹੀ ਰਾਗ ਮੰਨਿਆ ਜਾਂਦਾ ਹੈ । ਵਾਸਤਵ ਵਿੱਚ ਇਹ ਕਲਿਆਣ ਠਾਟ ਦਾ ਹੀ ਰਾਗ ਹੈ । ਇਹ ਬਿਲਕੁਲ ਠੀਕ ਵੀ ਹੈ । ਇਸ ਵਿੱਚ ਕਲਿਆਣ ਰਾਗ ਦੇ ਸਾਰੇ ਸੁਰ ਲਗਦੇ ਹਨ ਅਤੇ ਕੋਮਲ ਮ ਦਾ ਵੀ ਪ੍ਰਯੋਗ ਹੁੰਦਾ ਹੈ । ਇਸ ਵਿੱਚ ਦੋਵੇਂ ਮੱਧਮ ਪ੍ਰਯੋਗ ਕੀਤੇ ਜਾਂਦੇ ਹਨ । ਜਿਸ ਕਰਕੇ ਰਾਗ ਦੀ ਸੁੰਦਰਤਾ ਹੋਰ ਵੀ ਵਧਦੀ ਹੈ । ਵਾਸਤਵ ਵਿੱਚ ਇਸ ਰਾਗ ਦੀ ਸਾਰੀ ਸੁੰਦਰਤਾ ਦੋਹਾਂ ਮੱਧਮ ਸੁਰਾਂ ਉੱਪਰ ਹੀ ਨਿਰਭਰ ਹੈ । ਕੇਦਾਰਾ ਔੜਵ-ਸ਼ਾੜਵ ਜਾਤੀ ਦਾ ਇੱਕ ਰਾਗ ਹੈ । ਭਾਵ ਇਸਦੇ ਆਰੋਹ ਵਿੱਚ ਪੰਜ ਸੁਰ ਅਤੇ ਅਵਰੋਹ ਵਿੱਚ ਛੇ ਸੁਰਾਂ ਦਾ ਪ੍ਰਯੋਗ ਹੁੰਦਾ ਹੈ। ਕੇਦਾਰਾ ਰਾਗ ਦੇ ਆਰੋਹ ਵਿੱਚ ਰੇ ਅਤੇ ਗਾ ਵਰਜਿਤ ਹੈ ਅਤੇ ਗਾ ਮੱਧਮ ਦੇ ਉਚਾਰਨ ਵਿੱਚ ਗੁਪਤ ਰਹਿੰਦਾ ਹੈ । ਕੇਦਾਰਾ ਰਾਗ ਵਿੱਚ ਦੋਹਾਂ ਮੱਧਮ ਸੁਰਾਂ ਦਾ ਪ੍ਰਯੋਗ ਇਕੱਠਾ ਵੀ ਕਰ ਲਿਆ ਜਾਂਦਾ ਹੈ । ਅਜੇਹਾ ਕੀਤਾ ਹੋਇਆ ਪ੍ਰਯੋਗ ਸਗੋਂ ਇਸ ਰਾਗ ਦੀ ਵਿਸ਼ੇਸ਼ਤਾ ਹੈ ਅਤੇ ਇਸ ਤਰ੍ਹਾਂ ਖੂਬ ਸੁੰਦਰ ਲਗਦਾ ਹੈ । ਇਸ ਰਾਗ ਵਿੱਚ ਮੱਧਮ ਸ਼ੁੱਧ ਅਤੇ ਤੀਵਰ ਦੋਵੇਂ ਸੁਰ ਲਗਦੇ ਹਨ । ਨਿਸ਼ਾਦ ਵੀ ਦੋਵੇ ਵਰਤੇ ਜਾਂਦੇ ਹਨ । ਸ਼ੁੱਧ ਮੱਧਮ ਵਾਦੀ ਅਤੇ ਸ਼ੜਜ ਸੰਵਾਦੀ ਹੈ । ਤੀਵਰ ਮੱਧਮ ਅਤੇ ਗਾਂਧਾਰ ਦੁਰਬਲ ਹਨ । ਇਸ ਰਾਗ ਨੂੰ ਗਾਉਣ ਦਾ ਵੇਲਾ ਰਾਤ ਦਾ ਦੂਜਾ ਪਹਿਰ ਹੈ । ਸ੍ਰੀ ਗੁਰੂ ਗਰੰਥ ਸਾਹਿਬ ਜੀ ਵਿੱਚ ਕੇਦਾਰਾ ਰਾਗ ਦਾ ਤੇਈਵਾਂ ਨੰਬਰ ਹੈ । ਸ੍ਰੀ ਗੁਰੂ ਰਵਿਦਾਸ ਜੀ ਨੇ ਇਸ ਕੇਦਾਰਾ ਰਾਗ ਵਿੱਚ ਇੱਕ ਸ਼ਬਦ ਉਚਾਰਿਆ ਹੈ ਜਿਹੜਾ ਸ੍ਰੀ ਗੁਰੂ ਗਰੰਥ ਸਾਹਿਬ ਜੀ ਵਿੱਚ ਹੇਠ ਲਿਖੇ ਦੀ ਤਰ੍ਹਾਂ ਦਰਜ ਹੈ।

ੴਸਤਿਗੁਰ ਪ੍ਰਸਾਦਿ ॥

ਰਾਗੁ ਕੇਦਾਰਾ ਬਾਣੀ ਭਗਤ ਰਵਿਦਾਸ ਜੀਉ ਕੀ ॥

ਖਟੁ ਕਰਮ ਕੁਲ ਸੰਜੁਗਤੁ ਹੈ ਹਰਿ ਭਗਤਿ ਹਿਰਦੈ ਨਾਹਿ ॥ ਚਰਨਾਰ ਬਿੰਦ ਨ ਕਥਾ ਭਾਵੈ ਸੁਪਚ ਤੁਲਿ ਸਮਾਨਿ ॥੧॥ ਰੇ ਚਿਤ ਚੇਤਿ ਚੇਤ ਅਚੇਤ ॥ ਕਾਹੇ ਨ ਬਾਲਮੀਕਹਿ ਦੇਖ ॥ ਕਿਸੁ ਜਾਤਿ ਤੇ ਕਿਹ ਪਦਹਿ ਅਮਰਿਓ ਰਾਮ ਭਗਤਿ ਬਿਸੇਖ ॥੧॥ਰਹਾਉ॥ ਸੁਆਨ ਸਤ੍ਰੁ ਅਜਾਤੁ ਸਭ ਤੇ ਕ੍ਰਿਸਨ ਲਾਵੈ ਹੇਤੁ ॥ ਲੋਗੁ ਬਪੁਰਾ ਕਿਆ ਸਰਾਹੈ ਤੀਨਿ

ਲੋਕ ਪ੍ਰਵੇਸ ॥੨॥ ਅਜਾਮਲੁ ਪਿੰਗੁਲਾ ਲੁਭਤੁ ਕੁੰਚਰੁ ਗਏ ਹਰਿ ਕੈ ਪਾਸ ॥ ਐਸੇ ਦੁਰਮਤਿ ਨਿਸਤਰੇ ਤੂ ਕਿਉਂ ਨ ਤਰਹਿ ਰਵਿਦਾਸ ॥੩॥੧॥

ਬ੍ਰਾਹਮਣਾ ਅਨੁਸਾਰ ਖਟ-ਕਰਮ ਵਿਦਿਆ ਪੜ੍ਹਨੀ-ਪੜ੍ਹਾਉਣੀ, ਜੱਗ ਕਰਨਾ-ਕਰਉਣਾ ਅਤੇ ਦਾਨ ਦੇਣਾ 'ਤੇ ਲੈਣਾ ਹੁੰਦਾ ਹੈ । ਉਪ੍ਰੋਕਤ ਸ਼ਬਦ ਵਿੱਚ ਸ੍ਰੀ ਗੁਰੂ ਰਵਿਦਾਸ ਜੀ ਪ੍ਰਮੇਸ਼ਰ ਦੀ ਭਗਤੀ ਦੀ ਵਿਸ਼ੇਸ਼ਤਾ ਦਰਸਾਉਂਦੇ ਹੋਏ ਉਚਾਰਦੇ ਹਨ ਕਿ ਇਨਸਾਨ ਭਾਵੇਂ ਛੇ ਕਰਮਾਂ ਦਾ ਬਲੀ ਜਿਵੇਂ ਸੰਧਿਆਂ,ਜਪ, ਹੋਮ, ਇਸ਼ਨਾਨ, ਦੇਵਚਰਚਾ ਅਤੇ ਪੂਜਾ ਕਰਨ ਵਾਲਾ ਉੱਚੀ ਕੁਲ ਦਾ ਇਨਸਾਨ ਹੈ ਪਰ ਜੇ ਹਿਰਦੇ ਅੰਦਰ ਹਰੀ ਦੀ ਭਗਤੀ ਨਹੀਂ ਹੈ ਤਦ ਪ੍ਰਭੂ ਦੇ ਚਰਨਾ ਦੀ ਭਗਤੀ ਉਸ ਪ੍ਰਾਣੀ ਨੂੰ ਚੰਗੀ ਨਹੀਂ ਲਗਦੀ । ਇਸ ਕਰਕੇ ਅਸੀਂ ਉਹਨੂੰ (ਸੁਪਚ ਤੁਲਿ) ਚੰਡਾਲ ਦੇ ਸਦਰਸ ਸਮਝਣਾ ਹੈ । ਐ ਮੇਰੇ ਅਚੇਤ ਚਿਤ, ਮੈਂ ਤੈਨੂੰ ਚੇਤਾ ਕਰਾਉਂਦਾ ਹਾਂ ਕਿ ਪ੍ਰਭੂ ਨੂੰ ਚੇਤਨਾ ਕਰ । ਅਜਕਲ ਦੇ ਮਨੋਵਿਗਿਆਨੀ ਦਸਦੇ ਹਨ ਕਿ ਇਨਸਾਨ ਦੇ ਦਿਮਾਗ ਵਿੱਚ ਦੋ ਚਿੱਤ ਹਨ । ਉਨ੍ਹਾਂ ਵਿੱਚੋਂ ਇਕ ਸੁਚੇਤ ਚਿੱਤ ਹੁੰਦਾ ਹੈ ਅਤੇ ਇੱਕ ਅਚੇਤ ਚਿਤ ਹੁੰਦਾ ਹੈ । ਸੁਚੇਤ ਚਿਤ ਹਮੇਸ਼ਾ ਦੁਨੀਆਂ ਨਾਲ ਘੁਲਿਆ ਮਿਲਿਆ ਹੋਇਆ ਹੁੰਦਾ ਹੈ ਪਰ ਇਨਸਾਨ ਦਾ ਅਚੇਤ ਚਿਤ ਹਮੇਸ਼ਾ ਚੰਗੀ ਗੱਲ ਨੂੰ ਹੀ ਆਪਣੇ ਵਿੱਚ ਸਮੋਕੇ ਰਖਦਾ ਹੈ । ਇਸ ਗੱਲ ਦੀ ਦ੍ਰਿਸ਼ਟੀ ਛੇ ਸਦੀਆਂ ਪਹਿਲਾ ਸ੍ਰੀ ਗੁਰੂ ਰਵਿਦਾਸ ਜੀ ਇਸ ਸ਼ਬਦ ਵਿੱਚ ਦੱਸ ਗਏ ਹਨ । ਸ਼ਬਦ ਵਿੱਚ ਅਗੇ ਕਥਨ ਕਰਦੇ ਹਨ ਕਿ ਹੇ ਮਨ ਬਾਲਮੀਕ ਦੀ ਅਵਸਥਾ ਵਲ ਨੂੰ ਕਿਉਂ ਨਹੀਂ ਤੱਕਦਾ ਜਿਸ ਨੇ ਪਾਡਵਾਂ ਦਾ ਜੱਗ ਸੰਪੂਰਣ ਕੀਤਾ ਸੀ । ਉਹ ਕਿਸ ਤਰ੍ਹਾਂ ਨੀਚ ਜਾਤ ਵਿੱਚ ਪੈਦਾ ਹੋਕੇ ਅਮਰ ਪਦਵੀ ਪਾਗਿਆ ਹੈ ।(ਸੁਆਨ) ਕੁੱਤਾ (ਸਤ੍ਰ) ਵੈਰੀ ਭਾਵ ਕੁਤਿਆਂ ਨੂੰ ਮਾਰਨ ਵਾਲਾ ਬਾਲਮੀਕ ਸੀ ਪਰ ਕ੍ਰਿਸ਼ਨ ਭਗਵਾਨ ਨੇ ਹੋਰ ਸਭ ਨੂੰ ਛੱਡਕੇ ਉਸ ਨਾਲ ਹੀ ਪ੍ਰੇਮ ਕੀਤਾ ਸੀ । ਇਹ ਸਭ ਭਗਤੀ ਦਾ ਹੀ ਪ੍ਰਤਾਪ ਹੈ । ਲੋਕਾਂ ਵਿਚਾਰਿਆਂ ਨੇ ਉਸਨੂੰ ਕਦ ਸੁਲਾਹਉਣਾ ਸੀ । ਇਹ ਤਾਂ ਪ੍ਰਮੇਸ਼ਰ ਦੀ ਕ੍ਰਿਪਾ ਨਾਲ ਉਹ ਤਿੰਨਾਂ ਲੋਕਾਂ ਵਿੱਚ ਸਤਿਕਾਰਿਆ ਜਾਣ ਲੱਗਾ ਹੈ । ਸਭ ਤੋਂ ਵੱਡਾ ਪਾਪੀ ਅਜਾਮਲ ਅਤੇ ਪਿੰਗਲਾ ਨਾਮ ਵਾਲੀ ਵੇਸਵਾ ਸੀ ਜੁ ਜਨਕਪੁਰੀ ਵਿੱਚ ਰਹਿੰਦੀ ਸੀ । ਇੱਕ ਵਾਰੀ ਉਹ ਨਾਰ ਸਾਰੀ ਰਾਤ ਹਾਰ ਸ਼ਿੰਗਾਰ ਕਰਕੇ ਬੈਠੀ ਰਹੀ । ਉਸਨੂੰ ਚਾਹੁਣ ਵਾਲਾ ਉਸਦੇ ਅੱਡੇ ਉੱਪਰ ਕੋਈ ਪੁਰਸ਼ ਨਾ ਆਇਆ । ਤਦ ਉਸਨੇ ਆਪਣੇ ਮਨ ਨੂੰ ਫਿਟਕਾਰਾਂ ਪਾਈਆਂ ਕਿ ਜੇ ਮੈਂ ਪ੍ਰਮਾਤਮਾ ਵਲ ਆਪਣੀ ਬਿਰਤੀ ਜੋੜਦੀ ਅਤੇ ਏਹਾ ਸਮਾਂ ਸਿਮਰਨ ਕਰਨ ਵਿੱਚ ਗੁਜਾਰਦੀ ਤਾਂ ਮੈਨੂੰ ਪ੍ਰਮਾਤਮਾ ਨੇ ਮਿਲ ਜਾਣਾ

ਸੀ । ਇਸ ਸਭ ਨੂੰ ਜਾਣਕੇ ਉਸਨੇ ਆਪਣੀ ਬਿਰਤੀ ਸੰਸਾਰ ਵਲੋਂ ਤੋੜ ਕੇ ਆਪਣੇ ਮਨ ਨੂੰ ਰਾਮ ਨਾਮ ਨਾਲ ਜੋੜ ਲਿਆ । ਕਹਿੰਦੇ ਹਨ ਜਿਸ ਨਾਲ ਉਸਦਾ ਕਲਿਆਣ ਹੋ ਗਿਆ । ਸ੍ਰੀ ਗੁਰੂ ਰਵਿਦਾਸ ਜੀ ਕਥਨ ਕਰਦੇ ਹਨ ਕਿ ਪਾਪੀ ਅਜਾਮਲ, ਪਿੰਗਲਾ ਵੇਸਵਾ ਵਰਗੇ ਲੋਕ ਨਾਮ ਵਲ (ਲੁਭਤੁ) ਫੰਧਕ ਅਤੇ (ਹਾਥੀ) ਕੁੰਚਰੁ ਇਹ ਸਭ ਨਾਮ ਜਪ ਕੇ ਹੀ ਪ੍ਰਮਾਤਮਾ ਪਾਸ ਗਏ ਹਨ । ਸ੍ਰੀ ਗੁਰੂ ਰਵਿਦਾਸ ਜੀ ਉਚਾਰਦੇ ਹਨ ਕਿ ਏਨੀ ਖੋਟੀ ਬੁੱਧੀ ਵਾਲੇ ਲੋਕ ਪ੍ਰਮਾਤਮਾ ਦਾ ਨਾਮ ਜਪਣ ਨਾਲ ਤਰ ਗਏ ਹਨ । ਤੂੰ ਵੀ ਇਕਾਗਰ ਮਨ ਹੋਕੇ ਪ੍ਰਭੂ ਦੀ ਭਗਤੀ ਕਰੇਗਾ ਤਾਂ ਤੂੰ ਵੀ ਭਲਾ ਫਿਰ ਕਿਉਂ ਨਹੀਂ ਤਰੇਗਾ ?

ਸ੍ਰੀ ਗੁਰੂ ਰਵਿਦਾਸ ਜੀ ਦੇ ਕੇਦਾਰਾ ਰਾਗ ਵਿੱਚ ਉਚਾਰੇ ਸ਼ਬਦ ਦੇ ਵਿਚਾਰਾਂ ਦੀ ਪੁਸ਼ਟੀ ਕਰਦੀ ਹੋਰ ਗੁਰਬਾਣੀ ਜੋ ਸ੍ਰੀ ਗੁਰੂ ਗਰੰਥ ਸਾਹਿਬ ਵਿੱਚ ਦਰਜ ਹੈ ਹੇਠ ਲਿਖੇ ਦੀ ਤਰ੍ਹਾਂ ਲਿਖਣੀ ਕੀਤੀ ਹੈ ।

ਭਗਤਿ ਨਾਰਦੀ ਰਿਦੈ ਨ ਆਈ ਕਾਛਿ ਕੂਛਿ ਤਨ ਦੀਨਾ ॥ ਰਾਗ ਰਾਗਨੀ ਡਿੰਭ ਹੋਇ ਬੈਠਾ ਉਨਿ ਹਰਿ ਪਹਿ ਕਿਆ ਲੀਨਾ ॥ (ਸੋਰਠਿ ਕਬੀਰ ਜੀ ਪੰਨਾ 654)

ਅਤਿ ਸੁੰਦਰ ਕੁਲੀਨ ਚਤੁਰ ਮੁਖਿ ਗਿਆਨੀ ਧਨਵੰਤ ॥
ਮਿਰਤਕ ਕਹੀਅਹਿ ਨਾਨਕਾ ਜਿਹ ਪ੍ਰੀਤਿ ਨਹੀ ਭਗਵੰਤ ॥੧॥
(ਗਉੜੀ ਬਾਵਨ ਅਖਰੀ ਪੰਨਾ 253)

ਚੇਤਾਈ ਤਾ ਚੇਤਿ ਸਾਹਿਬ ਸਚਾ ਸੋ ਧਣੀ ॥ ਨਾਨਕ ਸਤਿਗੁਰ ਸੇਵਿ ਚੜਿ ਬੋਹਿਥਿ ਭਉਜਲੁ ਪਾਰਿ ਪਉ ॥੧॥ (ਗਉੜੀ ਵਾਰ ਮਹੱਲਾ 5 ਪੰਨਾ 318)

ਬਾਲਮੀਕੁ ਸੁਪਚਾਰੋ ਤਰਿਓ ਬਧਿਕ ਤਰੇ ਬਿਚਾਰੇ ॥ ਏਕ ਨਿਮਖ ਮਨ ਮਾਹਿ ਅਰਾਧਿਓ ਗਜਪਤਿ ਪਾਰਿ ਉਤਾਰੇ ॥੨॥
(ਮਾਰੂ ਮਹੱਲਾ 5 ਪੰਨਾ 999)

ਙੰਙਾ ਖਟੁ ਸਾਸਤਰ ਹੋਇ ਙਿਆਤਾ ॥ ਪੂਰਕੁ ਕੁੰਭਕ ਰੇਚਕ ਕਰਮਾਤਾ ॥ ਙਿਆਨ ਧਿਆਨ ਤੀਰਥ ਇਸਨਾਨੀ ॥

ਸੋਮਪਾਕ ਅਪਰਸ ਉਦਿਆਨੀ ॥ ਰਾਮ ਨਾਮ ਸੰਗਿ ਮਨਿ ਨਹੀ ਹੇਤਾ ॥ ਜੋ ਕਛੁ ਕੀਨੋ ਸੋਊ ਅਨੇਤਾ ॥ ਉਆ ਤੇ ਊਤਮੁ

ਗਨਉ ਚੰਡਾਲਾ ॥ ਨਾਨਕ ਜਿਹ ਮਨਿ ਬਸਹਿ ਗੁਪਾਲਾ ॥੧੬॥
(ਆਸਾ ਮਹੱਲਾ 5 ਪੰਨਾ 386)

ਜਿਸੁ ਨੀਚ ਕਉ ਕੋਈ ਨਾ ਜਾਨੈ ॥ ਨਾਮੁ ਜਪਤ ਉਹੁ ਚਹੁ ਕੂੰਟ ਮਾਨੈ ॥੧॥ ਦਰਸਨੁ ਮਾਗਉ ਦੇਹਿ ਪਿਆਰੇ ॥ ਤੁਮਰੀ ਸੇਵਾ ਕਉਨ ਕਉਨ ਨ ਤਾਰੇ ॥੧॥ਰਹਉ॥ ਜਾਕੈ ਨਿਕਟਿ ਨ ਆਵੈ ਕੋਈ ॥ ਸਗਲ ਸ੍ਰਿਸਟਿ ਉਆਕੇ ਚਰਨ ਮਲਿ ਧੋਈ ॥੨॥ (ਆਸਾ ਮਹੱਲਾ 5 ਪੰਨਾ 386)

ਨੀਚ ਜਾਤਿ ਹਰਿ ਜਪਤਿਆ ਉਤਮ ਪਦਵੀ ਪਾਇ ॥ ਪੂਛਹੁ ਬਿਦਰ ਦਾਸੀ ਸੁਤੈ ਕਿਸਨੁ ਉਤਰਿਆ ਘਰਿ ਜਿਸ ਜਾਇ ॥੧॥ ਹਰਿ ਕੀ ਅਕਥ ਕਥਾ ਸੁਨਹੁ ਜਨ ਭਾਈ ਜਿਤੁ ਸਹਸਾ ਦੂਖ ਭੂਖ ਸਭ ਲਹਿ ਜਾਇ ॥੧॥ਰਹਾਉ॥ ਰਵਿਦਾਸ ਚਮਾਰੁ ਉਸਤਤਿ ਕਰੇ ਹਰਿ ਕੀਰਤਿ ਨਿਮਖ ਇਕ ਗਾਇ ॥ ਪਤਿਤ ਜਾਤਿ ਉਤਮੁ ਭਇਆ ਚਾਰਿ ਵਰਨ ਪਏ ਪਗ ਆਇ ॥੨॥ ਨਾਮਦੇਵ ਪ੍ਰੀਤਿ ਲਗੀ ਹਰਿ ਸੇਤੀ ਲੋਕੁ ਛੀਪਾ ਕੈ ਬੁਲਾਇ ॥ ਖਤ੍ਰੀ ਬ੍ਰਾਹਮਣ ਪਿਠਿ ਦੇ ਛੋਡੇ ਹਰਿ ਨਾਮਦੇਉ ਲੀਆ ਮੁਖਿ ਲਾਇ ॥੩॥ (ਸੂਹੀ ਮਹੱਲਾ 4 ਪੰਨਾ 733)

ਪਰਿਓ ਕਾਲੁ ਸਭੈ ਜਗ ਊਪਰ ਮਾਹਿ ਲਿਖੇ ਬ੍ਰਹਮ ਗਿਆਨੀ ॥ ਕਹੁ ਕਬੀਰ ਜਨ ਭਏ ਖਾਲਸੇ ਪ੍ਰੇਮ ਭਗਤਿ ਜਿਹ ਜਾਨੀ ॥੪॥੩॥ (ਸੋਰਠਿ ਕਬੀਰ ਜੀ ਪੰਨਾ 654)

□

ਰਾਗ ਭੈਰਉ

ਸ੍ਰੀ ਗੁਰੂ ਰਵਿਦਾਸ ਜੀ ਦੇ ਸਮੇਂ ਤੋਂ ਪਹਿਲਾ ਰਾਗ ਭੈਰਉ ਅਤੇ ਰਾਗ ਭੈਰਵੀ ਦੋਵੇਂ ਆਪੋ ਆਪਣੀ ਕਿਸਮ ਦੀਆਂ ਦੋ ਰਾਗਿਣੀਆ ਸਨ ਪਰ ਸ੍ਰੀ ਗੁਰੂ ਰਵਿਦਾਸ ਜੀ ਨੇ ਇਸ ਰਾਗਿਣੀ ਨੂੰ ਆਪਣੇ ਸ਼ਬਦ ਦੀਆਂ ਮਾਤਰਾਂ ਅਨੁਸਾਰ ਸੁਰਾਂ ਨੂੰ ਬਦਲ ਕੇ ਰਾਗ ਬਣਾ ਦਿਤਾ ਸੀ । ਪਾਠਕਾ ਦੀ ਵਾਕਫੀਅਤ ਵਾਸਤੇ ਏਥੇ ਸਿਰਫ ਰਾਗ ਭੈਰਉ ਦੀ ਵਿਸ਼ੇਸ਼ਤਾ ਅਤੇ ਹੋਰ ਵਿਵਰਣ ਕਰਦਾ ਹਾਂ ।

ਰਾਗ ਭੈਰਉ ਜਾਂ ਭੈਰਵ ਇਹ ਰਾਗ ਦੋਨਾ ਨਾਵਾਂ ਨਾਲ ਹੀ ਜਾਣਿਆ ਜਾਂਦਾ ਹੈ । ਭੈਰਉ ਸ਼ਬਦ ਦਾ ਭਾਵ-ਅਰਥ ਡਰਾਉਣਾ ਜਾਂ ਭੈਦਾਇਕ ਹੁੰਦਾ ਹੈ । ਜਿਵੇਂ ਗੁਰਬਾਣੀ ਵਿੱਚ ਆਇਆ ਹੈ ।

ਰਨ ਭੈਰਵ ਭੇਰਿ ਬਜਾਇ ਨਗਾਰੇ ॥

ਵੇਦਾਂ ਅਨੁਸਾਰ ਇਸ ਰਾਗ ਨੂੰ ਸ਼ਿਵ ਅਤੇ ਰੁਦਰ ਦਾ ਨਾਮ ਵੀ ਦਿਤਾ ਹੈ।

ਭੈਰਵ ਕਹੂੰ ਠਾਢ ਭੁੰਕਾਰੈ ॥

ਰੁਦਰ ਦਾ ਹੀ ਇੱਕ ਭੇਦ ਜੋ ਕੁੱਤੇ ਦੀ ਸਵਾਰੀ ਕਰਦਾ ਸੀ ।

ਭੈਰਉ ਭੂਤ ਸੀਤਲਾ ਧਾਵੈ ॥

ਪੁਰਾਣਾ ਵਿੱਚ ਭੈਰਵ ਦੇ ਅੱਠ ਰੂਪ ਲਿਖੇ ਹਨ । ਜਿਵੇਂ ਅਸਿਤਾਂਗ, ਸੰਹਾਰ, ਹੁਰੁ, ਕਾਲ, ਕ੍ਰੋਧ, ਤਾਮਰਚੂੜ, ਅਤੇ ਮਹਾਨ ਆਦਿ ।

'ਰਾਗ ਚੰਦ੍ਰਿਕਾ' ਇੱਕ ਪੁਰਾਤਨ ਸੰਗੀਤ ਗਰੰਥ ਵਿੱਚ ਭੈਰਉ ਰਾਗ ਦੀ ਬਣਤਰ ਬਾਰੇ ਹੇਠ ਦੀ ਤਰ੍ਹਾਂ ਅੰਕਿਤ ਹੈ ।

ਪ੍ਰਥਮੋ ਭੈਰਵੋ ਰਾਗੋ ਮ੍ਰਿਦੁਮਸੁਭ ਧੈਵਤ ॥

ਵਾਦੀ ਧੈਵਤ ਏ ਵਾਤਰ ਸੰਵਾਦੀ ਰਰਸ਼ਭੋਤਮ ॥

ਭੈਰਉ ਰਾਗ ਉਸ ਰਾਗ ਨੂੰ ਕਹਿੰਦੇ ਹਨ ਜਿਸ ਵਿੱਚ ਰੇ ਮ ਅਤੇ ਧ ਕੋਮਲ ਅਤੇ ਰਾ ਅਤੇ ਨੀ ਤੀਵਰ ਸੁਰ ਹੁੰਦੇ ਹਨ । ਜਿਸ ਵਿੱਚ ਧ ਵਾਦੀ ਅਤੇ ਰੇ ਸੰਵਾਦੀ ਸੁਰ ਹੁੰਦਾ ਹੈ । ਭੈਰਉ ਰਾਗ ਭੈਰਵ ਠਾਟ ਤੋਂ ਹੀ ਪੈਦਾ ਹੁੰਦਾ ਹੈ। ਇਹ ਸੰਪੂਰਣ ਜਾਤ ਦਾ ਰਾਗ ਹੈ । ਇਸ ਵਿੱਚ ਰੇ ਅਤੇ ਧ ਕੋਮਲ ਅਤੇ ਬਾਕੀ ਸਾਰੇ ਸੁਰ ਸ਼ੁੱਧ ਹੁੰਦੇ ਹਨ । ਇਸ ਵਿੱਚ ਧ ਵਾਦੀ ਅਤੇ ਰੇ ਸੰਵਾਦੀ ਸੁਰ ਹੁੰਦਾ ਹੈ । ਇਸ ਦੇ ਗਾਉਣ ਅਤੇ ਵਜਾਉਣ ਦਾ ਸਮਾਂ ਸਵੇਰ ਦਾ ਹੈ ਅਰਥਾਤ ਸੂਰਜ ਨਿਕਲਣ ਦਾ ਸਮਾਂ ਹੁੰਦਾ ਹੈ । ਇਹ ਇੱਕ ਉਤਰਾਂਗਵਾਦੀ ਰਾਗ ਹੈ ਕਿਉਂਕਿ ਇਸ ਵਿੱਚ ਧ ਵਾਦੀ ਸੁਰ ਹੈ । ਜਿਨ੍ਹਾਂ ਰਾਗਾਂ ਦਾ ਵਾਦੀ

ਸੁਰ ਸਪਤਕ ਦੇ ਉਤਰਾਂਗ ਜਾਂ ਅਖੀਰ ਦੇ ਭਾਗ ਵਿੱਚ ਅਰਥਾਤ ਮ ਪ ਧ ਨੀ ਸਾ ਸਪਤਕ ਦੇ ਇਨ੍ਹਾਂ ਪੰਜਾਂ ਸੁਰਾਂ ਵਿਚੋਂ ਕੋਈ ਵੀ ਸੁਰ ਹੁੰਦਾ ਹੈ । ਉਹ ਰਾਗ ਉਤਰਾਂਗਵਾਦੀ ਰਾਗ ਅਖਵਾਉਦੇ ਹਨ, ਕਿਉਕਿ ਭੈਰਵ ਰਾਗ ਵਿਚ ਧ ਵਾਦੀ ਹੈ ਜੋ ਸੁਰ ਸਪਤਕ ਦੇ ਉਤਰਾਂਗ ਦੇ ਸੁਰਾਂ ਵਿਚੋਂ ਹੈ ਇਸ ਲਈ ਹੀ ਇਹ ਰਾਗ ਉਤਰਾਂਗ ਰਾਗ ਵੀ ਅਖਵਾਉਦਾ ਹੈ । ਇਨਾਂ ਸੁਰਾਂ ਨੂੰ ਸਾਵਧਾਨੀ ਨਾਲ ਵਜਾਉਣ ਨਾਲ ਭੈਰਵ ਰਾਗ ਸਪੱਸ਼ਟ ਹੁੰਦਾ ਹੈ । ਭੈਰਵ ਰਾਗ ਦੇ ਸੁਰ ਹਨ ਜਿਵੇਂ ਰਿਸ਼ਭ ਕੋਮਲਤਰ ਅਰ-ਸ਼ੜਜ ਗਾਂਧਾਰ ਮੱਧਮ ਪੰਚਮ ਨਿਸ਼ਾਦ ਸ਼ੁੱਧ ਹੈ । ਇਸ ਵਿੱਚ ਵਾਦੀ ਸੁਰ ਧੈਵਤ ਅਤੇ ਸੰਵਾਦੀ ਰਿਸ਼ਭ ਹੈ । ਇਹ ਰਾਗ ਆਰੋਹੀ ਵਿੱਚ ਅੱਠਾ ਸੁਰਾਂ ਵਾਲਾ ਰਾਗ ਹੈ । ਹਨੂੰਮਤ ਮਤ ਅਨੁਸਾਰ ਇਹ ਪੰਜ ਸੁਰ ਦਾ ਰਾਗ ਹੈ ਜਿਵੇਂ ਧੈਵਤ ਨਿਸ਼ਾਦ ਸ਼ੜਜ ਗਾਂਧਾਰ ਅਤੇ ਮੱਧਮ । ਸ੍ਰੀ ਗੁਰੂ ਗਰੰਥ ਸਾਹਿਬ ਜੀ ਦੇ ਰਾਗਾਂ ਵਿੱਚ ਭੈਰਉ ਰਾਗ ਦਾ ਚੋਬੀਹਵਾਂ ਨੰਬਰ ਹੈ । ਜਿਵੇਂ ਉੱਪਰ ਦਸਿਆ ਗਿਆ ਹੈ ਕਿ ਇਸ ਦੇ ਆਲਾਪ ਕਰਨ ਦਾ ਸਮਾਂ ਪ੍ਰਾਤਾਕਾਲ ਦਾ ਵੇਲਾ ਹੈ । ਸ੍ਰੀ ਗੁਰੂ ਰਵਿਦਾਸ ਜੀ ਨੇ ਇਸ ਰਾਗ ਵਿੱਚ ਇੱਕ ਸ਼ਬਦ ਉਚਾਰਿਆ ਹੈ ਜਿਹੜਾ ਸ੍ਰੀ ਗੁਰੂ ਗਰੰਥ ਸਾਹਿਬ ਜੀ ਵਿੱਚ ਹੇਠ ਲਿਖੇ ਦੀ ਤਰ੍ਹਾਂ ਦਰਜ ਹੈ।

ੴਸਤਿਗੁਰ ਪ੍ਰਸਾਦਿ ॥

ਭੈਰਉ ਬਾਣੀ ਰਵਿਦਾਸ ਜੀਉਕੀ ਘਰ ੨ ॥

ਬਿਨੁ ਦੇਖੇ ਉਪਜੈ ਨਹੀ ਆਸਾ ॥ ਜੋ ਦੀਸੈ ਸੋ ਹੋਇ ਬਿਨਾਸਾ ॥ ਬਰਨ ਸਹਿਤ ਜੋ ਜਾਪੈ ਨਾਮੁ ॥ ਸੋ ਜੋਗੀ ਕੇਵਲ ਨਿਹਕਾਮੁ ॥੧॥ ਪਰਚੈ ਰਾਮੁ ਰਵੈ ਜਉ ਕੋਈ ॥ ਪਾਰਸੁ ਪਰਸੈ ਦੁਬਿਧਾ ਨ ਹੋਈ ॥੧॥ਰਹਾਉ॥ ਸੋ ਮੁਨਿ ਮਨ ਕੀ ਦੁਬਿਧਾ ਖਾਇ ॥ ਬਿਨੁ ਦੁਆਰੇ ਤ੍ਰੈ ਲੋਕ ਸਮਾਇ ॥ ਮਨ ਕਾ ਸੁਭਾਉ ਸਭੁ ਕੋਈ ਕਰੈ ॥ ਕਰਤਾ ਹੋਇ ਸੁ ਅਨਭੈ ਰਹੈ ॥੨॥ ਫਲ ਕਾਰਨ ਫੂਲੀ ਬਨਰਾਇ ॥ ਫਲੁ ਲਾਗਾ ਤਬ ਫੂਲੁ ਬਿਲਾਇ ॥ ਗਿਆਨੈ ਕਾਰਨ ਕਰਮ ਅਭਿਆਸੁ ॥ ਗਿਆਨੁ ਭਇਆ ਤਹ ਕਰਮਹ ਨਾਸੁ ॥੩॥ ਘ੍ਰਿਤ ਕਾਰਨ ਦਧਿ ਮਥੈ ਸਇਆਨ॥ ਜੀਵਤ ਮੁਕਤ ਸਦਾ

ਨਿਰਬਾਨ ॥ ਕਹਿ ਰਵਿਦਾਸ ਪਰਮ ਬੈਰਾਗ ॥ ਰਿਦੈ ਰਾਮੁ

ਕੀ ਨ ਜਪਸਿ ਅਭਾਗ ॥੪॥੧॥

ਸ੍ਰੀ ਗੁਰੂ ਰਵਿਦਾਸ ਜੀ ਉਚਾਰਦੇ ਹਨ ਕਿ ਕਿਸੇ ਚੀਜ ਨੂੰ ਦੇਖਿਆ ਬਿਨ੍ਹਾਂ ਉਸਦੀ ਆਸਾ ਨਹੀਂ ਹੁੰਦੀ । ਇਸ ਤਰ੍ਹਾਂ ਕਿਉਂਕਿ ਪ੍ਰਭੂ ਦਿਸਦਾ ਨਹੀਂ ਹੈ ਤਾਂ ਇਨਸਾਨ ਨੂੰ ਪ੍ਰਭੂ ਦੀ ਹੋਂਦ ਦੀ ਕੋਈ ਆਸਾ ਨਹੀਂ ਹੈ । ਜਿਹੜੀ ਚੀਜ ਤੁਹਾਨੂੰ ਪ੍ਰਤੱਖ ਦਿਸਦੀ ਹੈ ਭਾਵ ਜੋ ਸੰਸਾਰ ਤੁਹਾਨੂੰ ਦਿਸਦਾ ਹੈ,ਇਹ ਸੰਸਾਰ ਨਾਸ਼ਵਾਨ ਹੈ । ਆਪੋ ਆਪਣੇ (ਬਰਨ ਆਸ਼ਰਮ) ਧਰਮ ਦੇ ਸਾਹਿਤ ਤੱਕੋ ਜੋ ਇਨਸਾਨ ਨਾਮ ਜਪਦਾ ਹੈ, ਉਹ ਜੀਵ ਸ਼ੁੱਧ ਅਤੇ ਨਿਸ਼ਕਾਮ ਹੁੰਦਾ ਹੈ । ਜਿਹੜਾ ਕੋਈ ਇਨਸਾਨ ਗੁਰਾਂ ਦੇ ਉਪਦੇਸ਼ ਦੁਆਰਾ ਪ੍ਰੇਮਾ ਭਗਤੀ ਕਰਕੇ ਰਾਮ ਨਾਮ ਨੂੰ ਉਚਾਰਦਾ ਹੈ,ਜਿਸ ਤਰ੍ਹਾਂ ਲੋਹਾ ਪਾਰਸ ਨਾਲ ਛੋਹਕੇ ਸੋਨਾ ਬਣ ਜਾਂਦਾ ਹੈ ,ਠੀਕ ਉਸੇ ਤਰ੍ਹਾਂ ਉਸ ਇਨਸਾਨ ਦੇ ਮਨ ਵਿੱਚੋਂ ਗੁਰੂ ਦੀ ਮਿਹਰ ਸਦਕੇ (ਦੁਬਿਧਾ) ਦੂਈ ਦਵੈਤ ਨਿਕਲਕੇ ਉਹ ਪੂਰਨ ਮਨੁਖ ਬਣ ਜਾਂਦਾ ਹੈ । ਅਸਲ ਮੁਨੀ ਉਹੀ ਹੈ ਜੋ ਆਪਣੇ ਮਨ ਵਿੱਚੋਂ ਦੂਈ ਦਵੈਤ ਨੂੰ ਅਭਾਵ ਕਰ ਲਵੇ । ਪ੍ਰਮਾਤਮਾ (ਦੁਆਰੇ) ਧਾਰਮਕ ਅਸਥਾਨਾ ਤੋਂ ਬਿਨ੍ਹਾਂ ਹੋਰ ਤਿੰਨ ਲੋਕਾਂ ਵਿੱਚ ਸਮਾਇਆ ਹੋਇਆ ਹੈ । ਜਿਸ ਤਰ੍ਹਾਂ ਵੀ ਕਿਸੇ ਦੇ ਮਨ ਦਾ ਸੁਭਾਅ ਹੁੰਦਾ ਹੈ, ਭਾਵੇ ਚੰਗਾ ਹੋਵੇ ਜਾਂ ਮਾੜਾ ਹੋਵੇ ਹਰ ਇਨਸਾਨ ਆਪਣੇ ਸੁਭਾਅ ਅਨੁਸਾਰ ਹੀ ਸਭ ਕੰਮ ਕਰਦਾ ਹੈ । ਪਰ ਜਿਹੜਾ ਮਨੁਖ ਆਪਣੇ ਮਨ ਨੂੰ ਵਸੀਕਾਰ ਕਰਨ ਵਾਲਾ ਹੁੰਦਾ ਹੈ ਉਹ ਸੱਚਾ ਪੁਰਸ਼ (ਅਨਭੈ) ਨਿਰਖੌਫ ਹੋਕੇ ਰਹਿੰਦਾ ਹੈ । ਜਿਸ ਤਰ੍ਹਾਂ ਫਲਾਂ ਦੀ ਪਰਾਪਤੀ ਵਾਸਤੇ ਸਾਰੀ ਬਨਾਸਪਤੀ ਪ੍ਰਫੁਲਤ ਹੁੰਦੀ ਹੈ ਪਰ ਜਦ ਫਲ ਲੱਗ ਜਾਂਦਾ ਹੈ ਤਾਂ ਫੁਲ ਝੜ (ਬਿਲਾਇ) ਜਾਂਦੇ ਹਨ । ਏਸੇ ਤਰ੍ਹਾਂ ਜਗਿਆਸੂ ਗਿਆਨ ਵਾਸਤੇ ਕਰਮਾਂ ਦਾ ਅਭਿਆਸ ਕਰਦਾ ਹੈ । ਜਿਸ ਵੇਲੇ ਬ੍ਰਹਮ ਗਿਆਨ ਪ੍ਰਾਪਤ ਹੋ ਜਾਂਦਾ ਹੈ ਤਾਂ ਫੁਲ ਅਤੇ ਫਲ ਵਾਂਗ ਕਰਮਾਂ ਦਾ ਨਾਸ਼ ਹੀ ਹੋ ਜਾਂਦਾ ਹੈ । ਜਿਸ ਤਰ੍ਹਾਂ ਸਵਾਣੀ ਦੁੱਧ ਵਿੱਚੋਂ ਘਿਉ ਕੱਢਣ ਵਾਸਤੇ ਦਹੀ ਨੂੰ ਰਿੜਕਦੀ ਹੈ ਜਦ ਮੱਖਣ ਨਿਕਲ ਆਉਂਦਾ ਹੈ ਤਾਂ ਫਿਰ ਦਹੀ ਰਿੜਕਣ ਤੋਂ ਹਟ ਜਾਂਦੀ ਹੈ । ਠੀਕ ਏਸੇ ਤਰ੍ਹਾਂ ਬ੍ਰਹਮ ਗਿਆਨ ਦੀ ਪਰਾਪਤੀ ਵਾਸਤੇ ਜਗਿਆਸੂ ਕਰਮ ਕਰਦਾ ਹੈ ਜਦ ਬ੍ਰਹਮ ਗਿਆਨ ਹੋ ਜਾਵੇ ਤਾਂ ਫਿਰ ਉਹ ਕਰਮ ਨਹੀਂ ਕਰਦਾ । ਜੀਵਨ ਮੁਕਤ ਅਵਸਥਾ ਨੂੰ ਪਾਕੇ ਜਗਿਆਸੂ ਸਦਾ ਹੀ ਬੰਧਨਾ ਤੋਂ ਰਹਿਤ ਰਹਿੰਦਾ ਹੈ । ਸ੍ਰੀ ਗੁਰੂ ਰਵਿਦਾਸ ਜੀ ਉਚਾਰਦੇ ਹਨ ਕਿ ਹੇ ਖੋਟੇ ਭਾਗਾ ਵਾਲੇ ਪੁਰਸ਼ ਪਰਮ ਵੈਰਾਗ ਨੂੰ ਧਾਰਕੇ ਤੂੰ ਹਿਰਦੇ ਵਿੱਚ ਰਾਮ ਨਾਮ ਨੂੰ ਕਿਉਂ ਨਹੀਂ ਜਪਦਾ ?

ਸ੍ਰੀ ਗੁਰੂ ਰਵਿਦਾਸ ਜੀ ਦੇ ਭੈਰਉ ਰਾਗ ਦੇ ਇਸ ਸ਼ਬਦ ਦੇ ਸੰਦਰਭ ਵਿੱਚ ਉਚਾਰੀ ਗਈ ਹੋਰ ਗੁਰਬਾਣੀ ਦੀਆਂ ਸਤਰਾ ਜੋ ਸ੍ਰੀ ਗੁਰੂ ਰਵਿਦਾਸ ਜੀ ਦੀ ਬਾਣੀ ਦੀ ਛਾਇਆ ਹਨ ਉਨ੍ਹਾਂ ਸਤਰਾ ਦਾ ਹੇਠ ਲਿਖਣਾ ਕੀਤਾ ਹੈ ।

ਸੋ ਹਰਿ ਪੁਰਖੁ ਅਗੰਮੁ ਹੈ ਕਹੁ ਕਿਤੁ ਬਿਧਿ ਪਾਈਐ ॥ ਤਿਸੁ ਰੂਪੁ ਨ ਰੇਖ ਅਦ੍ਰਿਸਟ ਕਹੁ ਜਨ ਕਿਉਂ ਧਿਆਈਐ ॥
(ਸੋਰਠਿ ਵਾਰ ਪੰਨਾ 644)

ਗੁਣ ਗੋਬਿੰਦ ਨ ਜਾਣੀਅਹਿ ਮਾਇ ॥ ਅਣਡੀਠਾ ਕਿਛੁ ਕਹਣੁ ਨ ਜਾਇ ॥ ਕਿਆ ਕਰਿ ਆਖਿ ਵਖਾਣੀਐ ਮਾਇ ॥੧॥
(ਮਲ੍ਹਾਰ ਮਹੱਲਾ 1 ਪੰਨਾ 1256)

ਦ੍ਰਿਸਟਿ ਮਾਨ ਹੈ ਮਿਥੇਨਾ ॥ (ਮਾਰੂ ਸੋਲਹੇ ਮਹੱਲਾ 5 ਪੰਨਾ 1083)

ਦ੍ਰਿਸਟਿ ਮਾਨ ਹੈ ਸਗਲ ਬਿਨਾਸੀ ਇਕਿ ਸਾਧ ਬਚਨ ਆਗਾਧਾ ॥੩॥ (ਸਾਰੰਗ ਮਹੱਲਾ 5 ਪੰਨਾ 1204)

ਜੋ ਦੀਸੇ ਸੋ ਸਗਲ ਬਿਨਾਸੈ ਜਿਉ ਬਾਦਰ ਦੀ ਛਾਹੀ ॥੧॥
(ਸਾਰੰਗ ਮਹੱਲਾ 9 ਪੰਨਾ 1231)

ਜੋ ਦੀਸੈ ਸੋ ਸਗਲ ਬਿਨਾਸੈ ਜਿਉ ਬਾਦਰ ਕੀ ਛਾਈ ॥ (ਗਉੜੀ ਮਹੱਲਾ 9 ਪੰਨਾ 219)

ਸਤ ਸੰਗਤਿ ਮਿਲਿ ਬਿਬੇਕ ਬੁਧਿ ਹੋਈ ਪਾਰਸੁ ਪਰਸਿ ਲੋਹਾ ਕੰਚਨ ਸੋਈ ॥(ਆਸਾ ਕਬੀਰ ਜੀ ਪੰਨਾ 481)

ਭਇਆ ਮਨੂਰੁ ਕੰਚਨੁ ਫਿਰਿ ਹੋਵੈ ਜੇ ਗੁਰੁ ਮਿਲੈ ਤਿਨੇਹਾ ॥ ਏਕ ਨਾਮੁ ਅੰਮ੍ਰਿਤੁ ਓਹੁ ਦੇਵੈ ਤਉ ਨਾਨਕ ਤ੍ਰਿਸਟਸਿ ਦੇਹਾ ॥੪॥੩॥ (ਮਾਰੂ ਮਹੱਲਾ 1 ਪੰਨਾ 990)

ਪਾਰਸੁ ਭੇਟਿ ਕੰਚਨੁ ਧਾਤਿ ਹੋਈ ਹੈ ਸਤ ਸੰਗਤਿ ਕੀ ਵਡਿਆਈ ॥੬॥ (ਗੂਜਰੀ ਮਹੱਲਾ 1 ਪੰਨਾ 505)

ਪਾਰਸੁ ਮਾਨੋ ਤਾਬੋ ਛੂਏ ਕਨਕ ਹੋਤ ਨਹੀਂ ਬਾਰ ॥
(ਗਉੜੀ ਬੈਰਾਗਣਿ ਪੰਨਾ 346)

ਸੋ ਮੁਨਿ ਜਿ ਮਨ ਕੀ ਦੁਬਿਧਾ ਮਾਰੇ ॥ ਦੁਬਿਧਾ ਮਾਰਿ

ਬ੍ਰਹਮੁ ਬੀਚਾਰੇ ॥੧॥ ਕਰਮੁ ਹੋਵੈ ਗੁਰੁ ਕਿਰਪਾ ਕਰੈ ॥
ਇਹੁ ਮਨੁ ਜਾਗੈ ਇਸੁ ਮਨ ਕੀ ਦੁਬਿਧਾ ਮਰੈ ॥੪॥
(ਭੈਰਉ ਮਹੱਲਾ 3 ਪੰਨਾ 1128)

□

ਰਾਗ ਬਸੰਤ

ਗੁਰਬਾਣੀ ਅਨੁਸਾਰ ਬਸੰਤ ਸ਼ਬਦ ਦਾ ਭਾਵ ਅਰਥ ਹੈ, ਵਾਸ ਕਰੰਤ ਜਾਂ ਵਸਦਾ ਆਦਿ ।

ਫੁਨਿ ਗਰਭ ਨਾਹੀ ਬਸੰਤ ॥ (ਰਾਮਕਲੀ ਮਹਲਾ 5)

ਇਸ ਸ਼ਬਦ ਦੇ ਅਰਥ ਵਸਣ ਵਾਲਾ ਜਾਂ ਬਸ਼ਿੰਦਾ ਵੀ ਬਣ ਜਾਂਦਾ ਹੈ ਜਿਵੇਂ ਗੁਰਬਾਣੀ ਵਿੱਚ ਉਚਾਰਿਆ ਗਿਆ ਹੈ ।

ਧੰਨੁ ਸੁ ਥਾਨੁ ਬਸੰਤ ਧੰਨੁ ਜਹ ਜਪੀਐ ਨਾਮੁ ॥

(ਬਿਲਾਵਲ ਮਹੱਲਾ 5)

ਬਸੰਤ ਇੱਕ ਰੁੱਤ ਦਾ ਵੀ ਨਾਮ ਹੈ । ਇਹ ਰੁੱਤ ਪ੍ਰਿਥਵੀ ਨੂੰ ਪੱਤਿਆਂ ਅਤੇ ਫੁਲਾਂ ਨਾਲ ਢੱਕ ਲੈਂਦੀ ਹੈ । ਇਸ ਰੁੱਤ ਨੂੰ ਚੇਤ ਵਿਸਾਖ ਦੀ ਰੁੱਤ ਬਹਾਰ ਦਾ ਵੀ ਨਾਮ ਦਿੱਤਾ ਗਿਆ ਹੈ ।

ਰੁਤਿ ਸਰਸ ਬਸੰਤ ਮਾਹ ਚੇਤੁ ਵੈਸਾਖ ਸੁਖ ਮਾਸ ਜੀਉ ॥

(ਰਾਮਕਲੀ ਮਹਲਾ 5)

ਬਸੰਤ ਇੱਕ ਰਾਗ ਵੀ ਹੈ । ਇਹ ਰਾਗ ਪੂਰਬੀ ਠਾਟ ਦਾ ਸੰਪੂਰਣ ਰਾਗ ਹੈ । ਬਸੰਤ ਰੁੱਤ ਦਾ ਇੱਕ ਅਤੀ ਪ੍ਰਸਿਧ ਅਤੇ ਹਰਮਨ ਪਿਆਰਾ ਰਾਗ ਹੈ। ਬਸੰਤ ਇੱਕ ਯਾਵਨਿਕ ਨਾਮ ਹੈ । ਇਸ ਰਾਗ ਦਾ ਵਿਸ਼ੇਸ਼ ਪਰਚਾਰ ਮੁਸਲਿਮ ਸੰਗੀਤ ਕਾਲ ਵਿੱਚ ਹੀ ਹੋਇਆ ਹੈ । ਇਸ ਕਰਕੇ ਹੀ ਪ੍ਰਾਚੀਨ ਸੰਸਕ੍ਰਿਤ ਗਰੰਥਾਂ ਵਿੱਚ ਇਸ ਰਾਗ ਦਾ ਉਲੇਖ ਨਹੀਂ ਮਿਲਦਾ । ਹੋ ਸਕਦਾ ਹੈ ਕਿ ਮੁਸਲਮਾਨਾ ਦੇ ਸਮੇਂ ਇਸ ਰਾਗ ਨੇ ਧੁੰਨ ਦੇ ਰੂਪ ਵਿੱਚ ਭਾਰਤੀ ਸੰਗੀਤ ਵਿੱਚ ਪ੍ਰਵੇਸ਼ ਕੀਤਾ ਹੋਵੇ ਅਤੇ ਸੰਸਕ੍ਰਿਤ ਗਰੰਥਕਾਰਾਂ ਨੇ ਇਸ ਰਾਗ ਨੂੰ ਕਿਸੇ ਵਿਸ਼ੇਸ ਰਾਗ ਦੇ ਰੂਪ ਵਿੱਚ ਸਵੀਕਾਰ ਨਾ ਕੀਤਾ ਹੋਵੇਗਾ । ਕੁਝ ਪੱਛਮੀ ਵਿਦਵਾਨਾ ਨੇ ਜਿਨ੍ਹਾਂ ਪਰਸ਼ੀਅਨ ਰਾਗਾ ਦੀ ਸੂਚੀ ਲਿਖੀ ਹੈ, ਉਸ ਵਿੱਚ ਵੀ ਇਸ ਰਾਗ ਦਾ ਨਾਮ ਦਰਜ ਨਹੀਂ ਹੈ । ਇਸ ਲਈ ਬਸੰਤ ਰਾਗ ਨੂੰ ਵਿਦਵਾਨ ਅਧੁਨਿਕ ਰਾਗ ਮੰਨਦੇ ਹਨ । ਖਿਆਲ ਗਾਇਕਾਂ ਦਾ ਇਹ ਮਨ ਭਾਉਦਾ ਰਾਗ ਹੈ । ਆਮ ਲੋਕ ਵੀ ਇਸ ਰਾਗ ਦੀਆਂ ਮਿਠੀਆਂ ਧੁੰਨਾਂ ਨੂੰ ਸੁਣਨ ਦੇ ਚਾਹਵਾਨ ਰਹਿੰਦੇ ਹਨ । ਅਧੁਨਿਕ ਸਮੇਂ ਬਸੰਤ ਰਾਗ ਨੇ ਸ਼ਾਸ਼ਤਰੀ ਸੰਗੀਤ ਵਿੱਚ ਇੱਕ ਵਿਸ਼ੇਸ਼ ਸਥਾਨ ਪਰਾਪਤ ਕਰ ਲਿਆ ਹੈ । ਵਰਤਮਾਨ ਕਾਲ ਵਿੱਚ ਬਸੰਤ ਰਾਗ ਨੂੰ ਧੁੰਨ ਦੇ ਰੂਪ ਵਿੱਚ ਨਹੀਂ ਸਗੋਂ ਸ਼ਾਸ਼ਤਰੀ ਸੰਗੀਤ ਦੇ ਪ੍ਰਸਿਧ ਰਾਗਾਂ ਦੀ ਸ਼੍ਰੇਣੀ ਵਿੱਚੋਂ ਮੰਨਦੇ ਹਨ । ਇਸ ਰਾਗ ਵਿੱਚ ਗਾਂਧਾਰ ਸੁਰ ਕੋਮਲ ਨਿਸ਼ਾਦ ਦੋਵੇਂ ਅਤੇ ਬਾਕੀ ਸਭ ਸੁਰ ਸ਼ੁੱਧ ਲਗਦੇ ਹਨ ।

ਆਰੋਹ ਵਿੱਚ ਨਿਸ਼ਾਦ-ਸ਼ੁੱਧ ਅਤੇ ਅਵਰੋਹ ਵਿੱਚ ਨਿਸ਼ਾਦ ਕੋਮਲ ਲਗਦਾ ਹੈ । ਇਸ ਰਾਗ ਦਾ ਵਾਦੀ ਸੁਰ ਮੱਧਮ ਅਤੇ ਸੰਵਾਦੀ ਸ਼ੜਜ ਸੁਰ ਹੈ । ਇਸ ਰਾਗ ਦੇ ਆਰੋਹ ਵਿੱਚ ਰਿਸਭ ਸੁਰ ਵਰਜਿਤ ਹੈ । ਰਾਗ ਬਸੰਤ ਦੇ ਗਾਉਣ ਅਤੇ ਵਜਾਉਣ ਦਾ ਸਮਾਂ ਬਸੰਤ ਰੁੱਤ ਵਿੱਚ ਤਾਂ ਹਰ ਵੇਲੇ ਹੈ ਪਰੰਤੂ ਬਾਕੀ ਰੁੱਤਾਂ ਵਿੱਚ ਅੱਧੀ-ਰਾਤ ਨੂੰ ਇਸ ਰਾਗ ਨੂੰ ਗਾਉਣ ਅਤੇ ਵਜਾਉਣ ਦਾ ਵੇਲਾ ਹੈ । ਇਸ ਰਾਗ ਦੀਆਂ ਰਚਨਾਵਾਂ ਭਾਵ ਗੀਤ ਜਾਂ ਸ਼ਬਦਾਂ ਵਿੱਚ ਵੀ ਜ਼ਿਆਦਾ ਕਰਕੇ ਬਸੰਤ ਰੁੱਤ ਦਾ ਹੀ ਵਰਨਣ ਹੁੰਦਾ ਹੈ । ਸ੍ਰੀ ਗੁਰੂ ਰਵਿਦਾਸ ਜੀ ਨੇ ਬਸੰਤ ਰਾਗ ਦੀਆਂ ਧੁੰਨਾਂ ਅਨੁਸਾਰ ਆਪਣੇ ਇਸ ਸ਼ਬਦ ਵਿੱਚ ਹੇਠ ਲਿਖੇ ਸੁਰ ਲਗਾਏ ਹਨ । ਇਸ ਰਾਗ ਵਿੱਚ ਦੋਵੇ ਮੱਧਮ ਸੁਰ ਲਾਏ ਹਨ । ਸ਼ੜਜ ਗਾਂਧਾਰ ਮੱਧਮ ਪੰਚਮ ਧੈਵਤ ਅਤੇ ਨਿਸ਼ਾਦ ਸ਼ੁੱਧ ਰਿਸਭ ਕੋਮਲ ਅਤੇ ਮੱਧਮ ਤੀਵਰ ਲਾਇਆ ਹੈ । ਇਸ ਵਿੱਚ ਆਰੋਹੀ ਵਿੱਚ ਛੇ ਸੁਰ ਲਗਾਏ ਹਨ ਅਤੇ ਅਵਰੋਹੀ ਵਿੱਚ ਦੱਸ ਸੁਰ ਲਗਾਏ ਹਨ । ਸ੍ਰੀ ਗੁਰੂ ਗਰੰਥ ਸਾਹਿਬ ਜੀ ਅਨੁਸਾਰ ਇਸ ਬਸੰਤ ਰਾਗ ਦਾ ਪੱਚੀਹਵਾਂ ਨੰਬਰ ਹੈ ।

ਬਸੰਤ ਰਾਗ ਵਿੱਚ ਸ੍ਰੀ ਗੁਰੂ ਰਵਿਦਾਸ ਜੀ ਨੇ ਇੱਕ ਸ਼ਬਦ ਉਚਾਰਿਆ ਹੈ ਜਿਸਦੇ ਵਿਚਾਰਾਂ ਨੂੰ ਅਗਲੇ ਪੰਨਿਆਂ ਉੱਪਰ ਲਿਖਣਾ ਕਰਾਂਗਾ । ਜਿਵੇਂ ਇਤਿਹਾਸ ਵਿੱਚ ਲਿਖਿਆ ਪੜੀਦਾ ਹੈ ਕਿ ਸ੍ਰੀ ਰਾਮਾ ਨੰਦ ਜੀ ਸ੍ਰੀ ਗੁਰੂ ਰਵਿਦਾਸ ਜੀ ਦੇ ਗੁਰੂ ਸਨ । (ਸ੍ਰੀ ਗੁਰੂ ਰਵਿਦਾਸ ਜੀ ਆਪ ਰੱਬੀ ਜੋਤ ਸਨ । ਸੋ ਪਾਠਕ ਜੀ ਏਥੇ ਇਸ ਗੱਲ ਨੂੰ ਸਮਝਣ ਦੀ ਜਰੂਰਤ ਹੈ ਕਿ ਰੱਬ ਦਾ ਵੀ ਕਦੇ ਕੋਈ ਗੁਰੂ ਹੋਇਆ ਹੈ) ਸ੍ਰੀ ਰਾਮਾ ਨੰਦ ਜੀ ਦਾ ਬਸੰਤ ਰਾਗ ਵਿੱਚ ਉਚਾਰਿਆ ਇੱਕੋ ਹੀ ਸ਼ਬਦ ਹੈ ਜੋ ਸ੍ਰੀ ਗੁਰੂ ਗਰੰਥ ਸਾਹਿਬ ਜੀ ਵਿੱਚ ਪੰਨਾ ਨੰਬਰ ੧੧੯੫ ਉੱਪਰ ਦਰਜ ਹੈ । ਪਾਠਕਾਂ ਦੀ ਵਾਕਫੀਅਤ ਵਾਸਤੇ ਪਹਿਲਾ ਏਥੇ ਉਸ ਸ਼ਬਦ ਦੇ ਉਸਥਾਪਨ ਸਾਹਿਤ ਲਿਖਣਾ ਕੀਤਾ ਹੈ ।

ੴਸਤਿਗੁਰ ਪ੍ਰਸਾਦਿ ॥

ਰਾਮਾ ਨੰਦ ਜੀ ਘਰ ੧ ॥

ਕਤ ਜਾਈਐ ਰੇ ਘਰਿ ਲਾਗੋ ਰੰਗੁ ॥ ਮੇਰਾ ਚਿਤੁ ਨ ਚਲੈ ਮਨ ਭਇਓ ਪੰਗੁ ॥੧॥ ਰਹਾਉ॥ ਏਕ ਦਿਵਸ ਮਨ ਭਈ ਉਮੰਗ ॥ ਘਸਿ ਚੰਦਨ ਚੋਆ ਬਹੁ ਸੁਗੰਧ॥ ਪੂਜਨ ਚਾਲੀਬ੍ਰਹਮ ਠਾਇ॥ ਸੋ ਬ੍ਰਹਮ ਬਤਾਇਓ ਗੁਰ ਮਨ ਹੀ ਮਾਹਿ ॥੧॥ ਜਹਾ ਜਾਈਐ ਤਹ ਜਲ ਪਖਾਨ ॥ ਤੂ ਪੂਰਿ ਰਹਿਓ ਹੈ ਸਭ ਸਮਾਨ

॥ ਬੇਦ ਪੁਰਾਨ ਸਭ ਦੇਖੇ ਜੋਇ ॥ ਊਹਾਂ ਤਉ ਜਾਈਐ ਜਉ ਈਹਾਂ ਨ ਹੋਇ ॥2॥ ਸਤਿਗੁਰ ਮੈ ਬਲਿਹਾਰੀ ਤੋਰ ॥ ਜਿਨਿ ਸਕਲ ਬਿਕਲ ਭ੍ਰਮ ਕਾਟੇ ਮੋਰ ॥ ਰਾਮਾ ਨੰਦ ਸੁਆਮੀ ਰਮਤ ਬ੍ਰਹਮ ॥ ਗੁਰ ਕਾ ਸ਼ਬਦ ਕਾਟੈ ਕੋਟਿ ਕਰਮ ॥3॥1॥

ਇਸ ਸ਼ਬਦ ਵਿੱਚ ਸ੍ਰੀ ਰਾਮਾ ਨੰਦ ਜੀ ਉਚਾਰਦੇ ਹਨ ਕਿ ਰੱਬ ਤਾਂ ਮੇਰੇ ਆਪਣੇ ਹੀ ਮਨ ਵਿੱਚ ਹੈ ਮੈਂ ਕਿਉਂ ਫਿਰ ਐਵੇਂ ਬ੍ਰਹਮ ਠਾਇ ਦੇ ਅਸਥਾਨਾਂ ਉੱਪਰ ਜਾਵਾਂ ? ਜਿਥੇ ਕਿਥੇ ਵੀ ਜਾਂਦਾ ਹਾਂ ਉਥੇ ਮੂਰਤੀ ਅਤੇ ਜਲ ਦੀ ਪੂਜਾ ਹੁੰਦੀ ਹੈ ਪਰ ਰੱਬ ਤਾਂ ਸੰਸਾਰ ਦੀਆਂ ਸਾਰੀਆਂ ਵਸਤੂਆਂ ਵਿੱਚ ਹਾਜਰ ਨਾਜਰ ਹੈ ਤਾਂ ਫਿਰ ਮੈਂ ਦੂਰ ਦੁਰਾਡੇ ਰੱਬ ਦੀ ਪਰਾਪਤੀ ਵਾਸਤੇ ਨੱਠ ਭੱਜ ਕਿਓਂ ਕਰਾਂ ? ਹੁਣ ਮੈਨੂੰ ਰੱਬ ਦੇ ਭੇਦ ਵਾਲੀ ਗੱਲ ਦੀ ਸੂਝ ਆ ਗਈ ਹੈ । ਅਗੇ ਜਦ ਪਤਾ ਨਹੀਂ ਸੀ ਤਾਂ ਮੇਰਾ ਦਿਲ ਬ੍ਰਹਮ ਠਾਇ ਦੇ ਅਸਥਾਨ ਦੇ ਦਰਸ਼ਨਾ ਨੂੰ ਕਰਦਾ ਸੀ ਪਰ ਹੁਣ ਉਹ ਬ੍ਰਹਮ ਠਾਇ ਦਾ ਅਸਥਾਨ ਅਤੇ ਹੋਰ ਅਜੇਹੇ ਅਸਥਾਨ ਸਭ ਮੇਰੇ ਮਨ ਵਿੱਚ ਹੀ ਹਨ ।

ਪਾਠਕ ਜੀ ਸ੍ਰੀ ਗੁਰੂ ਰਵਿਦਾਸ ਜੀ ਵੀ ਪ੍ਰਭੂ ਦੇ ਭੇਦ ਨੂੰ ਉੱਪਰ ਲਿਖੇ ਦੀ ਤਰ੍ਹਾਂ ਹੀ ਦਰਸਾਉਂਦੇ ਹਨ । ਸ੍ਰੀ ਗੁਰੂ ਰਵਿਦਾਸ ਜੀ ਕੋਲੋਂ ਜਦ ਸ੍ਰੀ ਰਾਮਾਨੰਦ ਜੀ ਨੇ ਪ੍ਰਭੂ ਦੇ ਭੇਦ ਨੂੰ ਜਾਣ ਲਿਆ ਸੀ ਤਾਂ ਉਸਨੂੰ ਉੱਚੀ ਨੀਵੀਂ ਜਾਤ ਵਿੱਚ ਕੋਈ ਭਿੰਨ ਭੇਤ ਨਹੀਂ ਸੀ ਦਿਸਦਾ । ਇਹ ਗੱਲ ਮੰਨਣ ਵਿੱਚ ਆਉਂਦੀ ਹੈ ਕਿ ਸੁਆਮੀ ਰਾਮਾਨੰਦ ਨੂੰ ਪ੍ਰਮਾਤਮਾ ਦੇ ਭੇਦ ਬਾਰੇ ਸਮਝਾਉਣ ਵਾਲੇ ਸ੍ਰੀ ਗੁਰੂ ਰਵਿਦਾਸ ਜੀ ਹੀ ਸਨ । ਪਾਠਕ ਜੀ ਇਸ ਬਾਰੇ ਹੇਠ ਲਿਖੇ ਕੁਝ ਕੁ ਤੱਥਾਂ ਨੂੰ ਵਿਚਾਰਨਾ ਕਰੋ ।

1) ਸ੍ਰੀ ਗੁਰੂ ਰਵਿਦਾਸ ਜੀ ਰੱਬੀ ਜੋਤ ਆਪ ਸਨ । ਇਸ ਗੱਲ ਨੂੰ ਸ੍ਰੀ ਗੁਰੂ ਅਰਜਨ ਦੇਵ ਜੀ ਨੇ ਵੀ ਆਪਣੀ ਬਾਣੀ ਵਿੱਚ ਉਚਾਰਿਆ ਹੈ ।

ਊਚ ਤੇ ਊਚ ਨਾਮਦੇਉ ਸਮਦਰਸੀ ਰਵਿਦਾਸ ਠਾਕੁਰ ਬਣਿ ਆਈ ॥2॥ (ਸਾਰੰਗ ਮਹੱਲਾ 5 ਪੰਨਾ 1208)

ਪਾਠਕ ਜੀ ਇਸ ਗੱਲ ਨੂੰ ਯਾਦ ਰੱਖਣਾ ਕਿ ਪ੍ਰਮਾਤਮਾ ਦਾ ਕਦੇ ਕੋਈਗੁਰੂ ਨਹੀਂ ਹੁੰਦਾ । ਇਸ ਕਰਕੇ ਸ੍ਰੀ ਰਾਮਾਨੰਦ ਜੀ ਨੂੰ ਸ੍ਰੀ ਗੁਰੂ ਰਵਿਦਾਸ ਜੀ ਨੇ ਹੀ ਸਮਝਾਇਆ ਸੀ ਕਿ ਰੱਬ ਤੇਰੇ ਅੰਦਰ ਹੀ ਹੈ । ਸ੍ਰੀ ਗੁਰੂ ਰਵਿਦਾਸ ਜੀ ਆਪਣੀ ਬਾਣੀ ਗਉੜੀ ਬੈਰਾਗਣਿ ਵਿੱਚ ਉਚਾਰਦੇ ਹਨ ।

ਪਰਮ ਪੁਰਸ ਗੁਰੂ ਭੇਟੀਏ ਪੂਰਬ ਲਿਖਤ ਲਿਲਾਟ॥ ਉਨਮਨ

ਮਨ ਹੀ ਮਿਲੈ ਛੂਟਕਤ ਬਜਰ ਕੈਪਾਟ ॥

2) ਸ੍ਰੀ ਰਾਮਾਨੰਦ ਜੀ ਦਾ ਸਿਰਫ ਇੱਕੋ ਸ਼ਬਦ ਹੀ ਸ੍ਰੀ ਗੁਰੂ ਗਰੰਥ ਸਾਹਿਬ ਜੀ ਵਿੱਚ ਅੰਕਿਤ ਹੈ ਕਿਉਂਕਿ ਉਨ੍ਹਾਂ ਦੀ ਹੋਰ ਬਾਣੀ ਦੁਨੀਆਬੀ ਹੀ ਸੀ, ਪਰ ਸ੍ਰੀ ਗੁਰੂ ਰਵਿਦਾਸ ਜੀ ਦੇ ਚਾਲੀ ਸ਼ਬਦ ਸ੍ਰੀ ਗੁਰੂ ਗਰੰਥ ਸਾਹਿਬ ਜੀ ਵਿੱਚ ਦਰਜ ਹਨ ਜਿਨ੍ਹਾਂ ਦੇ ਪਾਠ ਕਰਨ ਉਪ੍ਰੰਤ ਇਸ ਗੱਲ ਦੀ ਵੀ ਸੋਝੀ ਮਿਲਦੀ ਹੈ ਕਿ ਸ੍ਰੀ ਗੁਰੂ ਰਵਿਦਾਸ ਜੀ ਮੂਰਤੀ ਪੂਜਾ ਦੇ ਵੀ ਖਿਲਾਫ ਸਨ । ਸ੍ਰੀ ਰਾਮਾਨੰਦ ਜੀ ਨੇ ਇਹ ਵਿਚਾਰ ਸ੍ਰੀ ਗੁਰੂ ਰਵਿਦਾਸ ਜੀ ਕੋਲੋਂ ਹੀ ਗ੍ਰਹਿਣ ਕੀਤੇ ਸਨ ।

3) ਸ੍ਰੀ ਰਾਮਾਨੰਦ ਜੀ ਦੁਨੀਆਵੀ ਹੱਸਤੀ ਸਨ ਜਦ ਕਿ ਸ੍ਰੀ ਗੁਰੂ ਰਵਿਦਾਸ ਜੀ ਆਪ ਰੱਬੀ ਰੂਪ ਸਨ ।

4) ਪਾਠਕ ਜੀ ਜਿਸ ਆਦਮੀ ਨੂੰ ਪਿਆਸ ਲੱਗਦੀ ਹੈ, ਉਹ ਹੀ ਖੂਹ ਦੀ ਭਾਲ ਕਰਦਾ ਹੈ । ਖੂਹ ਕਦੇ ਵੀ ਪਿਆਸੇ ਆਦਮੀ ਕੋਲ ਚਲ ਕੇ ਨਹੀਂ ਜਾਂਦਾ । ਇਤਹਾਸ ਵਿੱਚ ਪੜ੍ਹਨ ਨੂੰ ਆਉਂਦਾ ਹੈ ਕਿ ਸ੍ਰੀ ਰਾਮਾਨੰਦ ਜੀ ਸ੍ਰੀ ਗੁਰੂ ਰਵਿਦਾਸ ਜੀ ਦੇ ਗ੍ਰਹਿ ਵਿਖੇ ਕਈ ਵਾਰ ਗਏ ਸਨ । ਉਨ੍ਹਾਂ ਨੂੰ ਸ੍ਰੀ ਗੁਰੂ ਰਵਿਦਾਸ ਜੀ ਕੋਲੋਂ ਉਸ ਪ੍ਰਮਾਤਮਾ ਦੀ ਸੋਝੀ ਪਰਾਪਤ ਹੋਈ ਸੀ ਤਦ ਹੀ ਉਹ ਸ੍ਰੀ ਗੁਰੂ ਰਵਿਦਾਸ ਜੀ ਦੀ ਸੰਗਤ ਕਰਦੇ ਸਨ । ਉਨ੍ਹਾਂ ਆਪਣੀ ਬਾਣੀ ਵਿੱਚ ਵੀ ਉਚਾਰਿਆ ਹੈ ਕਿ ਉਹ ਪਹਿਲਾ ਬ੍ਰਹਮ ਠਾਇ ਜਾਂਦੇ ਹੁੰਦੇ ਸਨ ਪਰ ਹੁਣ ਉਨ੍ਹਾਂ ਨੂੰ ਗੁਰੂ ਦੀ ਕਿਰਪਾ ਦੁਆਰਾ ਪਤਾ ਲੱਗ ਗਿਆ ਹੈ ਕਿ ਪ੍ਰਭੂ ਆਦਮੀ ਦੇ ਦਿਲ ਅੰਦਰ ਹੀ ਵਸਦਾ ਹੈ । ਉਹ ਏਸੇ ਕਰਕੇ ਹੀ ਸ੍ਰੀ ਗੁਰੂ ਰਵਿਦਾਸ ਜੀ ਦੀ ਸੰਗਤ ਕਰਦੇ ਸਨ ਨਹੀਂ ਤਾਂ ਉਨ੍ਹਾਂ ਸਮਿਆਂ ਵੇਲੇ ਨੀਚ ਜਾਤੀ ਵਾਲਿਆ ਦੀ ਵਸਤੀ ਦੇ ਕੋਲੋਂ ਵੀ ਕੋਈ ਨਹੀਂ ਸੀ ਲੰਘਦਾ । ਨੀਚ ਜਾਤੀਆਂ ਵਾਲੇ ਦੇ ਪ੍ਰਛਾਵੇਂ ਤੋਂ ਲੋਕ ਡਰਦੇ ਹੁੰਦੇ ਸਨ ਪਰ ਰਾਮਾਨੰਦ ਜੀ ਬੜੀ ਸ਼ਰਧਾ ਨਾਲ ਸ੍ਰੀ ਗੁਰੂ ਰਵਿਦਾਸ ਜੀ ਨੂੰ ਮਿਲਦੇ ਹੁੰਦੇ ਸਨ ।

ਉਪ੍ਰੋਕਤ ਵਿਚਾਰਾਂ ਤੋਂ ਪਤਾ ਲਗਦਾ ਹੈ ਕਿ ਸ੍ਰੀ ਰਾਮਾਨੰਦ ਜੀ ਦੇ ਉਚਾਰੇ ਸ਼ਬਦ ਵਾਲੇ ਸਤਿਗੁਰੂ ਸ੍ਰੀ ਗੁਰੂ ਰਵਿਦਾਸ ਜੀ ਹੀ ਸਨ । ਪਰ ਸ੍ਰੀ ਗੁਰੂ ਰਵਿਦਾਸ ਜੀ ਦੀ ਪਿਛਲੇ ਜਨਮ ਵਾਲੀ ਬ੍ਰਾਹਮਣ ਵਾਲੀ ਕਥਾ ਸਰਾਸਰ ਝੂਠ ਹੈ । ਇਸ ਗੱਲ ਦੀ ਸ੍ਰੀ ਗੁਰੂ ਰਵਿਦਾਸ ਜੀ ਵੀ ਪੁਸ਼ਟੀ ਕਰਦੇ ਹਨ ਕਿ ਪ੍ਰਮਾਤਮਾ ਦੇ ਭੇਦ ਨੂੰ ਲੱਖ ਪੁਰਾਨ ਜਾਂ ਵੇਦਾਂ ਦੇ ਪੜ੍ਹਨ ਨਾਲ ਨਹੀਂ ਸਮਝਿਆ ਜਾ ਸਕਦਾ । ਸਿਰਫ ਇੱਕ ਗੁਰੂ ਹੀ ਪ੍ਰਭੂ ਦੇ ਭੇਦਾਂ ਨੂੰ ਸਮਝਾ ਸਕਦਾ ਹੈ ।

ਰਾਗ ਬਸੰਤ ਵਿੱਚ ਸ੍ਰੀ ਗੁਰੂ ਰਵਿਦਾਸ ਜੀ ਦਾ ਇੱਕ ਸ਼ਬਦ ਜੋ ਸ੍ਰੀ ਗੁਰੂ ਗਰੰਥ ਸਾਹਿਬ ਜੀ ਵਿੱਚ ਦਰਜ ਹੈ, ਹੇਠਾਂ ਉਸ ਸ਼ਬਦ ਦੇ ਵਿਚਾਰਾਂ ਨੂੰ ਪ੍ਰਗਟਾਉਣ ਦਾ ਯਤਨ ਕੀਤਾ ਹੈ ਅਤੇ ਇਹ ਵੀ ਲਿਖਣਾ ਕੀਤਾ ਹੈ ਉਸ ਸ਼ਬਦ ਦੇ ਆਧਾਰਤ

ਹੋਰ ਕਿਹੜੀ ਗੁਰਬਾਣੀ ਸ੍ਰੀ ਗੁਰੂ ਗਰੰਥ ਸਾਹਿਬ ਜੀ ਵਿੱਚ ਦਰਜ ਹੈ ?

ੴਸਤਿਗੁਰ ਪ੍ਰਸਾਦਿ ॥

ਬਸੰਤ ਬਾਣੀ ਰਵਿਦਾਸ ਜੀ ਕੀ ॥

ਤੁਝਹਿ ਸੁਝੰਤਾ ਕਛੂ ਨਾਹਿ ॥ ਪਹਿਰਾਵਾ ਦੇਖੇ ਊਭਿ ਜਾਹਿ ॥ ਗਰਬਵਤੀ ਕਾ ਨਾਹੀ ਠਾਉ ॥ ਤੇਰੀ ਗਰਦਨਿ ਊਪਰਿ ਲਵੈ ਕਾਉ॥੧॥ ਤੂ ਕਾਂਇ ਗਰਬਹਿ ਬਾਵਲੀ ॥ ਜੈਸੇ ਭਾਦਉ ਖੂੰਬ ਰਾਜੁ ਤੂ ਤਿਸਤੇ ਖਰੀ ਉਤਾਵਲੀ ॥੧॥ਰਹਾਉ॥ ਜੈਸੇ ਕੁਰੰਕ ਨਹੀਂ ਪਾਇਓ ਭੇਦੁ ॥ ਤਨਿ ਸੁਗੰਧ ਢੂਢੈ ਪ੍ਰਦੇਸੁ ॥ ਅਪਤਨ ਕਾ ਜੋ ਕਰੇ ਬੀਚਾਰੁ ॥ ਤਿਸੁ ਨਹੀ ਜਮ ਕੰਕਰੁ ਕਰੇ ਖੁਆਰੁ ॥੨॥ ਪੁਤ੍ਰ ਕਲਤ੍ਰ ਕਾ ਕਰਹਿ ਅਹੰਕਾਰੁ ॥ ਠਾਕੁਰੁ ਲੇਖਾ ਮਗਨਹਾਰੁ ॥ ਫੇੜੇ ਕਾ ਦੁਖੁ ਸਹੈ ਜੀਉ ॥ ਪਾਛੈ ਕਿਸਹਿ ਪੁਕਾਰਹਿ ਪੀਉ ਪੀਉ ॥੩॥ ਸਾਧੂ ਕੀ ਜਉ ਲੇਹਿ ਓਟ ॥ ਤੇਰੇ ਮਿਟਹਿ ਪਾਪ ਸਭ ਕੋਟਿ ਕੋਟਿ ॥ ਕਹਿ ਰਵਿਦਾਸ ਜੁ ਜਪੈ ਨਾਮੁ ॥ ਤਿਸੁ ਜਾਤਿ ਨ ਜਨਮੁ ਨ ਜੋਨਿ ਕਾਮੁ ॥੪॥੧॥

ਬਸੰਤ ਰਾਗ ਦੇ ਇਸ ਸ਼ਬਦ ਵਿੱਚ ਸ੍ਰੀ ਗੁਰੂ ਰਵਿਦਾਸ ਜੀ ਉਚਾਰਦੇ ਹਨ ਕਿ ਪ੍ਰਾਣੀ ਤੈਨੂੰ ਪ੍ਰਭੂ ਦੇ ਭੇਦ ਦੀ ਤਾਂ ਕੋਈ ਸਮਝ ਨਹੀਂ ਹੈ। ਪਰੰਤੂ ਤੂੰ ਆਪਣੇ ਪਹਿਨੇ ਹੋਏ ਚੰਗੇ ਪਹਿਰਾਵੇ ਨੂੰ ਵੇਖ ਵੇਖ (ਊਭਿ) ਉਚਾ ਜਾਂ ਚੌੜਾ ਹੋਈ ਜਾਂਦਾ ਏਂ । ਭਾਵ ਆਪਣੇ ਮਨ ਵਿੱਚ ਹੰਕਾਰ ਕਰਦਾ ਏਂ । ਇਸ ਤਰ੍ਹਾਂ ਹੰਕਾਰੀ ਇਨਸਾਨ ਲਈ ਰੱਬ ਦੇ ਘਰ ਵਿੱਚ ਕੋਈ ਥਾਂ ਨਹੀਂ ਹੈ । ਤੇਰੀ ਗਰਦਨ ਉੱਪਰ ਕਾਲ ਰੂਪੀ ਕਾਂ (ਲਵੈ) ਬੋਲ ਰਿਹਾ ਹੈ । ਹੇ ਝਲਿਆ ਪੁਰਸ਼ਾ ਤੂੰ ਏਨਾਂ (ਗਰਬਹਿ) ਹੰਕਾਰ ਕਿਸ ਲਈ ਕਰਦਾ ਏਂ? ਜਿਸ ਤਰ੍ਹਾਂ ਭਾਦੋਂ ਦੇ ਮਹੀਨੇ ਵਿੱਚ ਖੁੰਬਾਂ ਦਾ (ਖੂੰਬ ਰਾਜ) ਉਗਣਾ ਹੁੰਦਾ ਹੈ । ਉਹ ਖੁੰਬਾ ਤਾਂ ਫਿਰ ਵੀ ਥੋੜਾ ਚਿਰ ਹੀ ਰਹਿੰਦੀਆਂ ਹਨ ਪਰ ਤੇਰਾ ਹੰਕਾਰ ਤਾਂ ਕਦੇ ਮਰਦਾ ਹੀ ਨਹੀਂ ਹੈ । ਜਿਵੇਂ ਇੱਕ ਅਖਾਣ ਹੈ ਕਿ ਖੁੰਬਾ ਤਾਂ ਢਾਈ ਦਿਨ ਹੀ ਰਹਿੰਦੀਆਂ ਹਨ । ਹੇ ਇਨਸਾਨ ਤੇਰੀ ਜਿੰਦ ਤਾਂ ਉਸ ਨਾਲੋਂ ਵੀ ਇਸ ਦੁਨੀਆਂ ਉੱਪਰੋ ਜਾਣ ਲਈ ਕਾਹਲੀ (ਉਤਾਵਲੀ) ਹੈ । ਜਿਸ ਤਰ੍ਹਾਂ ਹਰਨ (ਕੁਰੰਕ ਨੇ ਆਪਣੀ ਧੁੰਨੀ ਵਿੱਚ ਕਸਤੂਰੀ ਨੂੰ ਨਹੀਂ ਜਾਣਿਆ ਹੈ । ਭਾਵ ਕਸਤੂਰੀ ਦੀ ਸੁਗੰਧ ਉਸੇ ਦੇ ਹੀ ਅੰਦਰੋ ਆਉਂਦੀ ਹੈ

ਪਰ ਹਰਨ ਜੰਗਲਾਂ ਅਤੇ ਝਾੜੀਆਂ ਵਿੱਚੋਂ ਇਹ ਸੁਗੰਧ ਲੱਭਦਾ ਫਿਰਦਾ ਹੈ । ਏਸੇ ਤਰ੍ਹਾਂ ਤੇਰੀ ਆਤਮਾ (ਰੱਬ) ਹੈ ਤਾਂ ਤੇਰੇ ਅੰਤਰਕਰਨ ਵਿੱਚ ਹੀ ਪਰ ਹੇ ਇਨਸਾਨ ਤੂੰ ਉਸਨੂੰ ਜੰਗਲ ਬੇਲਿਆਂ ਵਿੱਚ ਲੱਭਦਾ ਫਿਰਦਾ ਏਂ । ਜਿਹੜਾ ਆਦਮੀ ਆਪਣੇ ਸਰੀਰ ਦਾ ਵਿਚਾਰ ਕਰਦਾ ਹੈ ਕਿ ਇਹ ਸਰੀਰ ਦੁਖਾਂ ਦਾ ਘਰ ਹੈ, ਉਸ ਪੁਰਸ਼ ਨੂੰ ਜੰਮ ਕਾਲ ਕਦੇ ਵੀ ਤੰਗ ਨਹੀਂ ਕਰਦਾ । ਜੋ ਪੁਰਸ਼ ਆਪਣੇ ਪ੍ਰਵਾਰ ਦਾ ਭਾਵ ਧੀਆਂ ਪੁੱਤਰਾਂ ਅਤੇ (ਕਲਤ੍ਰ) ਆਪਣੀ ਤੀਵੀ ਦਾ
ਹੰਕਾਰ ਕਰਦਾ ਹੈ ਉਸ ਆਦਮੀ ਪਾਸੋਂ ਪਰਮਾਤਮਾ ਉਸਦੇ ਕਰਮਾਂ ਦਾ ਲੇਖਾ ਮੰਗਣ ਵਾਲਾ ਹੁੰਦਾ ਹੈ । ਜਿਸ ਵਕਤ ਹੇ ਪ੍ਰਾਣੀ ਤੂੰ ਆਪਣੇ (ਫੇੜੇ) ਕੀਤੇ ਹੋਏ ਕਰਮਾਂ ਦਾ ਫਲ ਭਾਵ ਦੁਖ ਸਹਾਰੇਗਾ ਤਾਂ ਫਿਰ ਤੂੰ ਕਿਹੜੀ ਮਾਂ ਨੂੰ ਮਾਸੀ ਆਖੇਗਾ ਉਸ ਸਮੇਂ ਤੇਰੀ ਸਹਾਇਤਾ ਕਿਸੇ ਨੇ ਵੀ ਨਹੀਂ ਕਰਨੀ ਹੈ। ਸ੍ਰੀ ਗੁਰੂ ਰਵਿਦਾਸ ਜੀ ਉਚਾਰਦੇ ਹਨ ਕਿ ਜਿਹੜਾ ਪੁਰਸ਼ ਰੱਬ ਦਾ ਨਾਮ ਜਪਦਾ ਹੈ ਉਸ ਆਦਮੀ ਦਾ ਨਾ ਤਾਂ ਅਗੇ ਨੂੰ ਕੋਈ ਹੋਰ ਜਨਮ ਹੁੰਦਾ ਹੈ ਅਤੇ ਨਾ ਹੀ ਮੁੜਕੇ ਉਹ ਇਸ ਦੁਨੀਆਂ ਅੰਦਰ ਆਉਂਦਾ ਹੈ । ਉਹ ਪ੍ਰਮਾਤਮਾ ਦੀ ਜੋਤ ਵਿੱਚ ਸਮਾ ਜਾਂਦਾ ਹੈ ਅਤੇ ਫਿਰ ਉਸਦਾ ਕਿਸੇ ਜਾਤ ਪਾਤ ਨਾਲ ਕੋਈ ਸੰਬੰਧ ਨਹੀਂ ਰਹਿੰਦਾ। ਸ੍ਰੀ ਗੁਰੂ ਰਵਿਦਾਸ ਜੀ ਦੇ ਉਪ੍ਰੋਕਤ ਰਾਗ ਬਸੰਤ ਵਿੱਚ ਉਚਾਰੇ ਸ਼ਬਦ ਦੇ ਪ੍ਰਥਾਇ ਹੇਠ ਲਿਖੀ ਹੋਰ ਗੁਰਬਾਣੀ ਨੂੰ ਵੀ ਜਾਚਣਾ ਕਰੋ ।

ਅੰਤਰਿ ਵਾਸੁ ਬਹੁਤੁ ਮੁਸਕਾਈ ਭ੍ਰਮਿ ਭੂਲਾ ਮਿਰਗੁ ਸਿੰਙ੍ਹਾਰੇ ॥ ਬਨੁ ਬਨੁ ਢੂਢਿ ਢੂਢਿ ਫਿਰਿ ਥਾਕੀ ਗੁਰਿ ਪੂਰੈ ਘਰਿ ਨਿਸਤਾਰੇ

॥4॥ (ਨਟ ਸੋਹਲਾ 4 ਪੰਨਾ 982)

ਸੁਖਮਨੀ ਸੁਖ ਅੰਮ੍ਰਿਤ ਪ੍ਰਭ ਨਾਮ ॥ ਭਗਤ ਜਨਾ ਕੈ ਮਨਿ ਬਿਸ੍ਰਾਮ ॥ਰਹਾਉ॥ ਪ੍ਰਭ ਕੈ ਸਿਮਰਨਿ ਗਰਭਿ ਨ ਬਸੈ ॥ ਪ੍ਰਭ ਕੈ ਸਿਮਰਨ ਦੂਖੁ ਜਮੁ ਨਸੈ ॥ ਪ੍ਰਭ ਕੈ ਸਿਮਰਨਿ ਕਾਲੁ ਪਰਹਰੈ ॥ ਪ੍ਰਭ ਕੈ ਸਿਮਰਨਿ ਦੁਸਮਨ ਟਰੈ ॥ ਪ੍ਰਭ ਸਿਮਰਤ ਕਛੁ ਬਿਘਨੁ ਨ ਲਾਗੈ ॥ ਪ੍ਰਭ ਕੈ ਸਿਮਰਨਿ ਅਨ ਦਿਨੁ ਜਾਗੈ ॥ ਪ੍ਰਭ ਕੈ ਸਿਮਰਨਿ ਭਉ ਨ ਬਿਆਪੈ ॥ਪ੍ਰਭ ਸਿਮਰਨਿ ਦੁਖੁ ਨਾ ਸੰਤਾਪੈ ॥ ਪ੍ਰਭ ਕਾ ਸਿਮਰਨੁ ਸਾਧ ਕੈ ਸੰਗਿ ॥ ਸਰਬ ਨਿਧਾਨ ਨਾਨਕ ਹਰਿ ਰੰਗਿ ॥

□

ਰਾਗ ਮਲ੍ਹਾਰੁ

ਗੁਰਬਾਣੀ ਅਨੁਸਾਰ ਮਲਾਰੁ ਸ਼ਬਦ ਦੇ ਭਾਵ-ਅਰਥ ਹਨ ਜਿਵੇਂ ਮਲਾਹ, ਕੇਵਰਤ ਅਤੇ ਖੇਵਟ ਆਦਿ ॥

ਨਾ ਤਿਸੁ ਵੰਞੁ ਮਲਾਰੁ ॥ (ਸ੍ਰੀ ਆਸਾ ਮਹਲਾ 1)

ਗੁਰਬਾਣੀ ਵਿੱਚ ਆਇਆ ਹੈ ਕਿ ਮਲਾਰੁ ਇੱਕ ਸੀਤਲ ਰਾਗ ਹੈ ।

ਗੁਰ ਮੁਖਿ ਮਲਾਰੁ ਰਾਗੁ ਜੋ ਕਰਹਿ ਤਿਨ ਮਨੁ ਤਨੁ ਸੀਤਲੁ ਹੋਇ ॥ (ਮਹਲਾ 3 ਵਾਰ ਮਾਲਾ)

ਮਲਾਰ ਰਾਗ ਦੇ ਕਈ ਭੇਦ ਹਨ ਜੋ ਸੰਪੂਰਣ ਰਾਗ ਨਾਲ ਸੰਬੰਧਤ ਹਨ । ਅਗੇ ਸਿਰਫ ਸ਼ੁੱਧ ਮਲਾਰ ਦਾ ਲਿਖਣਾ ਕੀਤਾ ਹੈ ਅਤੇ ਇਸ ਰਾਗ ਦੇ ਹੋਰ ਭੇਦ ਅਗਲੇਰੇ ਪੰਨਿਆਂ ਉੱਪਰ ਲਿਖੇ ਹਨ । ਇਹ ਕਮਾਚ ਠਾਟ ਦਾ ਔੜਵ ਰਾਗ ਹੈ । ਗਾਂਧਾਰ ਅਤੇ ਨਿਸ਼ਾਦ ਵਰਜਿਤ ਹਨ । ਸ਼ੜਜ ਰਿਸਭ ਮੱਧਮ ਪੰਚਮ ਅਤੇ ਧੈਵਤ ਸ਼ੁੱਧ ਸੁਰ ਹਨ । ਗ੍ਰਹ ਸੁਰ ਅਤੇ ਵਾਦੀ ਸ਼ੁੱਧ ਮੱਧਮ ਅਤੇ ਸੰਵਾਦੀ ਸ਼ੜਜ ਹੈ । ਇਸ ਰਾਗ ਨੂੰ ਗਾਉਣ ਦਾ ਸਮਾਂ ਬਰਸਾਤ ਦੇ ਦਿਨ ਜਾਂ ਸਾਉਣ ਦਾ ਮਹੀਨਾ ਅਤੇ ਜਾਂ ਫਿਰ ਰਾਤ ਵੇਲੇ ਦਾ ਹੁੰਦਾ ਹੈ । ਆਰੋਹੀ ਵਿੱਚ ਸੱਤ ਸ਼ੁੱਧ ਸੁਰ ਹੁੰਦੇ ਹਨ ਅਤੇ ਅਵਰੋਹੀ ਵਿੱਚ ਚਾਰ ਸ਼ੁੱਧ ਸੁਰ ਲਗਾਏ ਜਾਂਦੇ ਹਨ । ਸ੍ਰੀ ਗੁਰੂ ਗਰੰਥ ਸਾਹਿਬ ਜੀ ਵਿੱਚ ਮਲਾਰ ਰਾਗ ਦਾ ਨੰਬਰ ਸਤਾਈਵਾਂ ਹੈ । ਜਿਵੇਂ ਉੱਪਰ ਦਸਿਆ ਗਿਆ ਹੈ ਕਿ ਰਾਗ ਮਲਾਰ ਵਰਖਾ ਰੁੱਤ ਦਾ ਅਤੀ ਪ੍ਰਸਿੱਧ ਅਤੇ ਲੋਕ ਪ੍ਰਿਆ ਰਾਗ ਹੈ । ਇਹ ਰਾਗ ਕਠਿਨ ਤੇ ਉਤਮ ਰਾਗਾਂ ਦੀ ਸ਼੍ਰੇਣੀ ਵਿੱਚੋਂ ਮੰਨਿਆ ਜਾਂਦਾ ਹੈ,ਜੋ ਕਿਸੇ ਕਿਸ,ਮਹਾਨ ਕਲਾਕਾਰ ਦੇ ਗਾਉਣ ਤੇ ਵਜਾਉਣ ਯੋਗ ਸਮਝਿਆ ਜਾਂਦਾ ਹੈ।

ਮਲਾਰ ਰਾਗ ਦੇ ਅਨੇਕ ਪਰਕਾਰ ਪ੍ਰਚਲਤ ਹਨ ਜਿਵੇਂ ਸ਼ੁੱਧ ਮਲਾਰ, ਮੇਘ ਮਲਾਰ, ਮੀਰਾ ਕਾ ਮਲਾਰ, ਰਾਮਦਾਸੀ ਮਲਾਰ, ਸੂਰਦਾਸੀ ਮਲਾਰ, ਨਟ ਮਲਾਰ ਅਤੇ ਜੈਅੰਤ ਮਲਾਰ ਆਦਿ ਪਰੰਤੂ ਮੀਆਂ ਮਲਾਰ ਪਰਚਾਰ ਵਿੱਚ ਵਧੇਰੇ ਆਇਆ ਹੈ ਅਤੇ ਇਹ ਅਤੀ ਮਨੋਰੰਜਕ ਰਾਗ ਵੀ ਹੈ । ਸੰਗੀਤ ਦੀ ਦੁਨੀਆਂ ਵਿੱਚ ਕਈ ਕਿਤ-ਦੰਤੀਆਂ ਭਾਵ ਕਈ ਦੰਦ ਕਥਾਵਾਂ ਇਸ ਰਾਗ ਬਾਰੇ ਪ੍ਰਚਲਤ ਹਨ । ਇਹੋ ਹੀ ਨਹੀਂ ਸਗੋਂ ਭਾਰਤੀ ਸਾਹਿਤ ਉੱਤੇ ਵੀ ਇਸ ਰਾਗ ਦਾ ਕਾਫੀ ਡੂਘਾ ਪ੍ਰਭਾਵ ਹੈ । ਸੰਗੀਤ ਦੀਆਂ ਆਮ ਲਿਖਤਾਂ ਵਿੱਚ ਕਿਸੇ ਨਾ ਕਿਸੇ ਲਿਖਤ ਵਿੱਚ ਮਲਾਰ ਰਾਗ ਦਾ ਕੀਤਾ ਹੋਇਆ ਵਰਨਣ ਲਗ ਪਗ ਮਿਲ ਹੀ ਜਾਂਦਾ ਹੈ । ਸੰਗੀਤਕਾਰ ਇਸ ਰਾਗ ਨੂੰ ਅਧੁਨਿਕ ਸਮੇਂ ਮੀਆਂ ਮਲਾਰ ਦੇ ਨਾਮ ਤੋਂ ਸੰਬੋਧਨ ਕਰਦੇ ਹਨ।

ਮੀਆਂ ਸ਼ਬਦ ਕਾਰਨ ਇਸ ਰਾਗ ਦਾ ਸੰਬੰਧ ਸੰਗੀਤ ਸ਼ਾਸ਼ਤਰੀ ਤਾਨਸੇਨ ਨਾਲ ਜੋੜਿਆ ਜਾਂਦਾ ਹੈ ਜਿਹੜਾ ਸੋਲਵੀਂ ਸਦੀ ਵਿੱਚ ਅਕਬਰ ਦਾ ਦਰਬਾਰੀ ਰਾਗੀ ਸੀ । 'ਆਈਨੇ ਅਕਬਰੀ' ਵਿੱਚ ਲਿਖਿਆ ਹੋਇਆ ਹੈ ਕਿ ਅਕਬਰ ਦੇ ਸਮੇਂ ਤੋਂ ਪਿਛਲੇ ਹਜ਼ਾਰ ਸਾਲ ਤੱਕ ਭਾਰਤ ਵਿੱਚ ਤਾਨਸੇਨ ਜਿਹਾ ਕੋਈ ਹੋਰ ਗਾਇਕ ਅਤੇ ਵਾਦਕ ਨਹੀਂ ਹੋਇਆ ਹੈ । ਇਸਨੇ ਕਈ ਰਾਗਾਂ ਦਾ ਅਵਿਸ਼ਕਾਰ ਵੀ ਕੀਤਾ ਸੀ ਜਿਵੇਂ ਮੀਆਂ ਕੀ ਤੋੜੀ, ਮੀਆਂ ਕੀ ਸਾਰੰਗ, ਮੀਆਂ ਕੀ ਮਲਾਰ ਅਤੇ ਦਰਬਾਰੀ ਕਾਨੜਾ ਆਦਿ ।

ਇਹ ਵੀ ਇੱਕ ਅਤਿਅੰਤ ਰੋਚਕ ਵਿਸ਼ਾ ਹੈ ਕਿ ਮੀਆਂ ਮਲਾਰ ਬਾਰੇ ਸੰਸਕ੍ਰਿਤ ਗਰੰਥਕਾਰ ਲਗ ਪਗ ਸਭ ਚੁੱਪ ਹੀ ਹਨ । ਇਸ ਰਾਗ ਤੋਂ ਬਿਨ੍ਹਾਂ ਜੋ ਚਾਰ ਰਾਗ ਹੋਰ ਵੀ ਮੀਆਂ ਦੇ ਨਾਮ ਤੋਂ ਪ੍ਰਚਲਤ ਹਨ ਉਨ੍ਹਾਂ ਸੰਬੰਧੀ ਵੀ ਕਿਸੇ ਸੰਸਕ੍ਰਿਤ ਲੇਖਕ ਨੇ ਕੋਈ ਜਿਕਰ ਨਹੀਂ ਕੀਤਾ ਪਰ ਉਹ ਰਾਗ ਏਨੇ ਲੋਕ ਪ੍ਰਿਆ ਹਨ ਕਿ ਅਜੇ ਤੱਕ ਉਸਦੀ ਰਚਿਤ ਕਾਰਨ ਅਤੇ ਆਪਣੇ ਗੁਣਾ ਕਾਰਨ ਮੂੰਹੋ ਮੂੰਹ ਆਪਣੇ ਨਾਵਾਂ ਨਾਲ ਚਲੇ ਆਉਂਦੇ ਹਨ । ਇਥੋਂ ਤੱਕ ਕਿ ਤਾਨਸੇਨ ਦੇ ਸਮਕਾਲੀ ਲੇਖਕਾਂ ਨੇ ਵੀ ਤਾਨਸੇਨ ਰਚਿਤ ਰਾਗਾਂ ਬਾਰੇ ਇੱਕ ਸ਼ਬਦ ਵੀ ਨਹੀਂ ਲਿਖਿਆ । ਹੁਣ ਇਸ ਗੱਲ ਵਿੱਚ ਬਹੁਤਾ ਸੰਦੇਹ ਨਹੀਂ ਹੈ ਕਿ ਤਕਰੀਬਨ ਸਾਰੇ ਗਾਇਕ ਅਤੇ ਵਾਦਕ ਇਹ ਸਵੀਕਾਰ ਕਰਦੇ ਹਨ ਕਿ ਮੀਆਂ ਮਲਾਰ ਦਾ ਸਿਰਜਣਹਾਰਾ ਤਾਨਸੇਨ ਹੀ ਸੀ ।

ਕਈ ਗੁਣਵਾਨ ਲੋਕਾਂ ਦਾ ਵਿਚਾਰ ਹੈ ਕਿ ਪ੍ਰਾਚੀਨ ਛੇ ਰਾਗਾਂ ਵਿੱਚ ਜੋ ਮੇਘ ਰਾਗ ਸੀ । ਉਸ ਰਾਗ ਦੇ ਨਿਯਮਾਂ ਵਿੱਚ ਕੁਝ ਪ੍ਰੀਵਰਤਨ ਕਰਕੇ ਮੀਆਂ ਮਲਾਰ ਦਾ ਨਿਰਮਾਣ ਕੀਤਾ ਗਿਆ ਹੈ । ਕੁਝ ਕੁ ਹੋਰ ਲੇਖਕਾਂ ਦਾ ਵਿਚਾਰ ਹੈ ਕਿ ਮਲਾਰ ਰਾਗ ਉੱਪਰ ਕਾਨ੍ਹੜਾ ਅੰਗ ਦਾ ਮਿਸ਼ਰਣ ਕਰਕੇ ਮੀਆਂ ਮਲਾਰ ਦੀ ਰਚਨਾ ਕੀਤੀ ਗਈ ਹੈ । ਮੀਆਂ ਸ਼ਬਦ ਦਾ ਸੰਬੰਧ ਇਸ ਰਾਗ ਨਾਲ ਕਿਵੇਂ ਜੁੜਿਆ?ਇਸ ਗੱਲ ਦਾ ਉੱਪਰ ਦਸੇ ਹੋਏ ਤੋਂ ਬਿਨ੍ਹਾਂ ਹੋਰ ਕੋਈ ਠੋਸ ਪ੍ਰਮਾਣ ਨਹੀਂ ਮਿਲਦਾ । ਕਈ ਪੰਡਿਤ ਸੰਗੀਤੱਗਾਂ ਦੀ ਰਾਇ ਹੈ ਕਿ ਇਸ ਰਾਗ ਨੂੰ ਕੇਵਲ ਮਲਾਰ ਰਾਗ ਹੀ ਕਹਿਣਾ ਉਚਿਤ ਹੈ। ਪਰੰਤੂ ਇਸ ਰਾਗ ਨੂੰ ਸਭ ਲੋਕੀ ਮੀਆਂ ਮਲਾਰ ਦੇ ਨਾਮ ਤੋਂ ਹੀ ਜਾਣਦੇ ਹਨ । ਇਸ ਰਾਗ ਵਾਸਤੇ ਰਚੇ ਗੀਤਾਂ ਅਤੇ ਸ਼ਬਦਾਂ ਵਿੱਚ ਸਿਰਫ ਵਰਖਾ ਰੁੱਤ ਦਾ ਹੀ ਵਰਨਣ ਲਿਖਿਆ ਹੁੰਦਾ ਹੈ । ਇਹ ਰਾਗ ਇੱਕ ਗੰਭੀਰ ਪ੍ਰਕ੍ਰਿਤੀ ਦਾ ਆਲਾਪ ਯੋਗ ਰਾਗ ਹੈ । ਇਸ ਰਾਗ ਦੇ ਰਸ ਬਾਰੇ ਵਿਦਵਾਨਾ ਦੇ ਵੱਖ ਵੱਖ ਦ੍ਰਿਸ਼ਟੀ ਕੋਣ ਹਨਾ ਕਿਸੇ ਨੂੰ ਇਸ ਰਾਗ ਵਿੱਚ ਭਗਤੀ ਅਤੇ ਅਦਭੁਤ ਰਸ ਪ੍ਰਤੀਤ ਹੁੰਦਾ ਹੈ ਅਤੇ ਕਿਸੇ ਹੋਰ ਕਲਾਕਾਰ ਨੂੰ ਇਸ

ਰਾਗ ਵਿੱਚੋਂ ਕਰੁਣਾ ਅਤੇ ਵਿਯੋਗ ਰਸ ਝਲਕਦਾ ਦਿਖਾਈ ਦਿੰਦਾ ਹੈ । ਰਾਗ ਮਲਾਰ ਵਿੱਚ ਸ਼ਾਸ਼ਤਰੀ ਸੰਗੀਤ ਦੀਆਂ ਵੀ ਪ੍ਰਸਿਧ ਸ਼ੈਲੀਆਂ ਜਿਵੇਂ ਧ੍ਰੁਰਪਦ, ਧਮਾਰ, ਖਿਆਲ ਅਤੇ ਤਰਾਨਾ ਆਦਿ ਸਭ ਹੀ ਗਾਈਆਂ ਜਾਂਦੀਆ ਹਨ । ਪਰੰਤੂ ਵਿਲੰਬਿਤ ਖਿਆਲ ਦੇ ਇਹ ਵਿਸ਼ੇਸ਼ ਅਨੁਕੂਲ ਰਾਗ ਹੈ । ਇਸ ਤੋਂ ਬਿਨ੍ਹਾਂ ਅਧੁਨਿਕ ਸੁਗਮ ਸੰਗੀਤ ਦੇ ਵਾਦਕਾਂ ਨੇ ਵੀ ਇਸ ਦੀਆਂ ਸੁਰਾਂ ਨੂੰ ਖੂਬ ਦਬਾਇਆ ਹੈ । ਸੁਗਮ ਸੰਗੀਤ ਦੇ ਕਈ ਗੀਤ ਮਲਾਰ ਰਾਗ ਉੱਪਰ ਆਧਾਰਿਤ ਹਨ ਜੋ ਕਾਫੀ ਪ੍ਰਸਿਧ ਹੋ ਚੁਕੇ ਹਨ।

ਰਾਗ ਮਲਾਰ ਵਿੱਚ ਸ੍ਰੀ ਗੁਰੂ ਰਵਿਦਾਸ ਜੀ ਨੇ ਤਿੰਨ ਸ਼ਬਦ ਉਚਾਰੇ ਹਨ। ਹੇਠ ਲਿਖੀ ਸ੍ਰੀ ਗੁਰੂ ਰਵਿਦਾਸ ਜੀ ਦੀ ਮਲਾਰ ਬਾਣੀ ਨੂੰ ਸੌਖਿਆ ਕਰਕੇ ਲਿਖਣ ਦਾ ਯਤਨ ਕੀਤਾ ਹੈ । ਇਹ ਬਾਣੀ ਸ੍ਰੀ ਗੁਰੂ ਗਰੰਥ ਸਾਹਿਬ ਜੀ ਵਿੱਚ ਪੰਨਾ ਨੰਬਰ 1293 ਉੱਪਰ ਹੇਠ ਲਿਖੇ ਦੀ ਤਰ੍ਹਾਂ ਸ਼ੁਸ਼ੋਭਿਤ ਹੈ ।

(ਸ਼ਬਦ ਪਹਿਲਾ)

ੴਸਤਿਗੁਰ ਪ੍ਰਸਾਦਿ ॥

ਮਲ੍ਹਾਰ ਬਾਣੀ ਭਗਤ ਰਵਿਦਾਸ ਜੀ ਕੀ ॥

ਨਾਗਰ ਜਨਾਂ ਮੇਰੀ ਜਾਤਿ ਬਿਖਿਆਤ ਚੰਮਾਰੰ ॥ ਰਿਦੈ ਰਾਮ ਗੋਬਿੰਦ ਗੁਨ ਸਾਰੰ॥੧॥ਰਹਾਉ॥ਸੁਰਸਰੀ ਸਲਲ ਕ੍ਰਿਤ ਬਾਰੁਨੀ ਰੇ ਸੰਤ ਜਨ ਕਰਤ ਨਹੀ ਪਾਨੰ॥ਸੁਰਾ ਅਪਵਿਤ੍ਰ ਨਤ ਅਵਰ ਜਲ ਰੇ ਸੁਰਸਰੀ ਮਿਲਤ ਨਹਿ ਹੋਇ ਆਨੰ॥੧॥ਤਰ ਤਾਰਿ ਅਪਵਿਤ੍ਰ ਕਰਿ ਮਾਨੀਐ ਰੇ ਜੈਸੇ ਕਾਗਰਾ ਕਰਤ ਬੀਚਾਰੰ ॥ ਭਗਤਿ ਭਾਗਉਤੁ ਲਿਖੀਐ ਤਿਹ ਊਪਰੇ ਪੂਜੀਐ ਕਰਿ ਨਮਸਕਾਰੰ॥੨॥ਮੇਰੀ ਜਾਤਿ ਕੁਟਬਾਂਡਲਾ ਢੋਰ ਢੋਵੰਤਾ ਨਿਤਹਿ ਬਾਨਾਰਸੀ ਆਸ ਪਾਸਾ॥ਅਬ ਬਿਪ੍ਰ ਪਰਧਾਨ ਤਿਹਿ ਕਰਹਿ ਡੰਡਉਤਿ ਤੇਰੇ ਨਾਮ ਸਰਣਾਇ ਰਵਿਦਾਸ ਦਾਸਾ ॥੩॥੧॥

ਵਿਦਵਾਨ ਲੋਕ ਨਾਗਰ ਸ਼ਬਦ ਦੇ ਤਿੰਨ ਅਰਥ ਇਸ ਤਰ੍ਹਾਂ ਕਰਦੇ ਹਨ । ਪਹਿਲਾ ਇਹ ਕਿ ਇਹ ਇੱਕ ਨਗਰ ਹੈ । ਦੂਜਾ ਇਸ ਦਾ ਭਾਵ ਚਤੁਰ ਮਨੁਖ ਹੁੰਦਾ ਹੈ ਅਤੇ ਤੀਸਰਾ ਭਾਵ ਵਿਦਵਾਨ ਇਸ ਸ਼ਬਦ ਦੇ ਸੰਬੰਧ ਨੂੰ ਇੱਕ ਨਾਗਰ ਜਾਤ ਨਾਲ ਜੋੜਦੇ ਹਨ । ਸ੍ਰੀ ਗੁਰੂ ਰਵਿਦਾਸ ਜੀ ਚਤੁਰ ਮਨੁਖਾਂ ਜਾਂ ਨਾਗਰ ਪਿੰਡ (ਜਨਾਂ) ਦੇ ਲੋਕਾਂ ਨੂੰ ਜਾਂ ਨਾਗਰ ਜਾਤ ਦੇ ਉਚੇ ਬ੍ਰਾਹਮਣ ਲੋਕਾਂ ਨੂੰ ਕਥਨ ਕਰਦੇ ਹਨ ਕਿ ਮੈਂ ਚਮਾਰ ਜਾਤ ਵਿੱਚ ਪ੍ਰਗਟ ਹੋਇਆ ਹਾਂ ਪਰ ਹਿਰਦੇ ਵਿੱਚ ਪਰਮਾਤਮਾ ਦੇ ਸਾਰੇ ਗੁਣਾ ਨੂੰ ਸਮਾਇਆ ਹੋਇਆ ਹੈ । ਜਿਸ ਤਰ੍ਹਾਂ (ਸੁਰਸਰੀ)

ਗੰਗਾ ਦੇ ਜਲ ਦੀ ਬਨਾਈ (ਬਾਰੁਨੀ) ਸ਼ਰਾਬ (ਏਥੇ ਸ਼ਰਾਬ ਤੋਂ ਭਾਵ ਹੈ ਕਿ ਮਾੜੇ ਕਰਮ ਕਰਨ ਵਾਲਾ ਮਨ) ਨੂੰ ਸੰਤ ਲੋਕ ਨਹੀਂ (ਪਾਨੰ) ਪੀਂਦੇ ਹਨ । ਹੇ ਭਾਈ ਇਹ ਜੋ ਅਪਵਿਤ੍ਰ (ਸੁਰਾ) ਸ਼ਰਾਬ ਹੈ ਜਾਂ ਇਹ ਹੋਰ ਗਲੀਆਂ ਨਾਲਿਆਂ ਦਾ ਗੰਦਾ ਗੰਗਾ ਜਲ ਹੈ ਜਦ ਉਹੀ ਜਲ ਫਿਰ ਗੰਗਾ ਦੇ ਪ੍ਰਵਾਹ ਵਿੱਚ ਜਾ ਮਿਲਦਾ ਹੈ ਤਾਂ ਉਸ ਗੰਦੇ ਜਲ ਅਤੇ ਗੰਗਾ ਜਲ ਵਿੱਚ ਕੋਈ ਭੇਦ ਨਹੀਂ ਰਹਿੰਦਾ । ਅਤੇ ਇਸੇ ਤਰ੍ਹਾਂ ਪ੍ਰਭੂ ਦੇ ਪਵਿਤਰ ਨਾਮ ਨੂੰ ਜਪਣ ਨਾਲ ਆਦਮੀ ਦੇ ਗੰਦੇ ਖਿਆਲਾਂ ਦਾ ਸਫਾਇਆ ਹੋ ਜਾਂਦਾ ਹੈ । ਜਿਸ ਤਰ੍ਹਾਂ ਹੇ ਮਨੁਖ, ਤਾੜ ਦਾ ਰੁਖ ਬੜਾ ਪਵਿਤ੍ਰ ਕਰਕੇ ਜਾਣਿਆ ਜਾਂਦਾ ਹੈ ਅਤੇ ਸਮਝ ਵਾਲੇ ਲੋਕ ਉਸਨੂੰ ਅਪਵਿਤ੍ਰ ਕਰਕੇ ਸਮਝਦੇ ਹਨ ਕਿਉਂਕਿ ਉਸ ਵਿੱਚ ਨਸ਼ੇ ਆਦਿ ਵਰਗਾ 'ਜਲ ਹੁੰਦਾ ਹੈ । ਜੇਕਰ ਉਸ ਰੁੱਖ ਦੇ ਪੱਤਿਆਂ ਉੱਪਰ ਪ੍ਰਭੂ ਦੀ ਭਗਤੀ ਬਾਰੇ ਵਿਚਾਰ ਲਿਖੀਏ ਤਾਂ ਉਹ ਪੱਤੇ (ਨਮਸਕਾਰੰ) ਨਮਸਕਾਰ ਕਰਨ ਯੋਗ ਹੋ ਜਾਂਦੇ ਹਨ। ਇਸ ਤਰ੍ਹਾਂ ਪ੍ਰਭੂ ਦਾ ਨਾਮ ਜਪਣ ਵਾਲਾ ਪ੍ਰਾਣੀ ਵੀ ਸਤਿਕਾਰਿਆ ਜਾਂਦਾ ਹੈ । ਜਿਵੇਂ ਮੇਰੀ ਜਾਤ ਚੰਮ ਦੇ ਕੁਟ (ਬਾਂਢਲਾ) ਕੱਟਣ ਵੱਢਣ ਵਾਲੀ ਜਿਹੜੀ ਕਾਂਸ਼ੀ ਦੇ ਆਲੇ ਦੁਆਲੇ ਨਿਤਾ ਪ੍ਰਤੀ ਮਰੇ ਹੋਏ ਡੰਗਰਾਂ ਨੂੰ ਖਿਚਣ ਧੂਹਣ ਵਾਲੀ ਹੈ ਪਰ ਮੇਰਾ ਪ੍ਰਭੂ ਵਿੱਚ ਲੀਨ ਹੋਣ ਕਾਰਨ ਹੁਣ ਬ੍ਰਾਹਮਣ ਜਾਤ ਦੇ ਮੁਖੀ ਲੋਕ ਵੀ ਮੈਨੂੰ ਆਣ ਕੇ ਪ੍ਰਣਾਮ ਕਰਦੇ ਹਨ । ਸ੍ਰੀ ਗੁਰੂ ਰਵਿਦਾਸ ਜੀ ਉਚਾਰਦੇ ਹਨ ਕਿ ਹੇ ਪ੍ਰਭੂ ! ਇੱਕ ਤੇਰੇ ਨਾਮ ਦੀ ਸ਼ਰਣ ਗ੍ਰਹਿਣ ਕਰਨ ਕਾਰਨ ਹੀ ਮੇਰੇ ਨਾਲ ਅਜੇਹਾ ਸਭ ਕੁਝ ਵਾਪਰ ਰਿਹਾ ਹੈ। ਉਂਝ ਮੇਰੇ ਵਿੱਚ ਹੋਰ ਤਾਂ ਕੋਈ ਸ਼ਕਤੀ ਨਹੀਂ ਹੈ ।

ਉਪ੍ਰੋਕਤ ਸ਼ਬਦ ਦੇ ਸੰਦਰਭ ਵਿੱਚ ਉਚਾਰੀ ਗਈ ਹੋਰ ਗੁਰਬਾਣੀ ਵੀ ਆਪ ਜੀ ਦੀ ਦ੍ਰਿਸ਼ਟੀ ਗੋਚਰ ਕਰਦਾ ਹਾਂ ।

ਜਿਉ ਮੀਹਿ ਵੂਠੈ ਗਲੀਆ ਨਾਲਿਆ ਟੋਭਿਆ ਕਾ ਜਲੁ ਜਾਇ
ਪਵੈ ਵਿਚਿ ਸੁਰਸਰੀ ਮਿਲਤ ਪਵਿਤਰ ਪਾਵਨ ਹੋਇ ਜਾਵੈ ॥

(ਬਿਲਾਵਲ ਵਾਰ ਮਹੱਲਾ 4 ਪੰਨਾ 855)

ਅਤੇ ਤੁਲਸੀ ਰਮਾਇਣ ਵਿੱਚ ਹੇਠ ਦੀ ਤਰ੍ਹਾਂ ਪੜ੍ਹਨ ਵਿੱਚ ਆਉਂਦਾ ਹੈ ।

ਸੁਰਸਰਿ ਜਲ ਕ੍ਰਿਤ ਵਾਰੁਣਿ ਜਾਨਾ ॥ ਕਬਹੂ ਨ ਸੰਤ
ਕਰਹਿ ਤਿਹਿ ਪਾਨਾ॥ ਅਤੇ
ਸੁਰਸਰਿ ਮਿਲੇ ਸੋ ਪਾਵਨ ਜੈਸੇ ॥ ਈਸ ਅਨੀਸਹਿ ਅੰਤਰ ਤੈਸੇ ॥

ਰਾਗ ਮਲਾਰ

(ਸ਼ਬਦ ਦੂਸਰਾ)

ਮਲਾਰ ॥

ਹਰਿ ਜਪਤ ਤੇਊ ਜਨਾ ਪਦਮ ਕਵਲਾਸਪਤਿ ਤਾਸ ਸਮਤੁਲਿ ਨਹੀ ਆਨ ਕੋਊ ॥ ਏਕ ਹੀ ਏਕ ਅਨੇਕ ਹੋਇ ਬਿਸਥਰਿਓ ਆਨ ਰੇ ਆਨ ਭਰਪੂਰਿ ਸੋਊ ॥ਰਹਾਉ॥ ਜਾਕੈ ਭਾਗਵਤੁ ਲੇਖੀਐ ਅਵਰੁ ਨਹੀ ਪੇਖੀਐ ਤਾਸ ਕੀ ਜਾਤਿ ਆਛੋਪ ਛੀਪਾ ॥ ਬਿਆਸ ਮਹਿ ਲੇਖੀਐ ਸਨਕ ਮਹਿ ਪੇਖੀਐ ਨਾਮ ਕੀ ਨਾਮਨਾ ਸਪਤ ਦੀਪਾ ॥੧॥ ਜਾਕੈ ਈਦਿ ਬਕਰੀਦਿ ਕੁਲ ਗਊ ਰੇ ਬਧੁ ਕਰਹਿ ਮਾਨੀਅਹਿ ਸੇਖ ਸਹੀਦ ਪੀਰਾ ॥ ਜਾਕੈ ਬਾਪ ਵੈਸੀ ਕਰੀ ਪੂਤ ਐਸੀ ਸਰੀ ਤਿਹੂ ਰੇ ਲੋਕ ਪਰਸਿਧ ਕਬੀਰਾ ॥੨॥ ਜਾਕੇ ਕੁਟੰਬ ਕੇ ਢੇਢ ਸਭ ਢੋਰ ਢੋਵੰਤ ਫਿਰਹਿ ਅਜਹੁ ਬੰਨਾਰਸੀ ਆਸ ਪਾਸਾ ॥ ਆਚਾਰ ਸਹਿਤ ਬਿਪ੍ਰ ਕਰਹਿ ਡੰਡਉਤਿ ਤਿਨ ਤਨੈ ਰਵਿਦਾਸ ਦਾਸਾਨ ਦਾਸਾ ॥੩॥੨॥

ਇਸ ਰਾਗ ਮਲਾਰ ਦੇ ਸ਼ਬਦ ਵਿੱਚ ਸ੍ਰੀ ਗੁਰੂ ਰਵਿਦਾਸ ਜੀ ਉਚਾਰਨ ਕਰਦੇ ਹਨ ਕਿ ਜਿਹੜੇ ਲੋਕ ਮਾਇਆ ਦੇ ਤਿਆਗੀ ਹਨ ਉਹ ਵਡੇ (ਪਦਮ) ਹਨ ਅਤੇ ਉਹੀ ਲੋਕ ਜਦ ਹਰੀ ਦਾ ਨਾਮ ਜਪਦੇ ਹਨ ਤਾਂ ਵਿਚਾਰਿਆ ਗਿਆ ਹੈ ਕਿ ਉਨ੍ਹਾਂ ਦੇ ਸਮਾਨ ਕੋਈ ਹੋਰ ਪੁਰਸ਼ ਨਹੀਂ ਹੈ। ਜੋ ਪ੍ਰਮਾਤਮਾ ਇੱਕ ਹੈ ਅਤੇ ਉਹੀ ਹਰ ਇੱਕ ਆਦਮੀ ਦੇ ਵਿੱਚ ਪਸਰਿਆ ਹੋਇਆ ਹੈ। ਹੇ ਮਹਾ ਪੁਰਖਾ ਤੂੰ ਆਪਣੇ ਆਪ ਨੂੰ ਉਸ ਪ੍ਰਭੂ ਦੇ ਨਾਮ ਵਲ ਨੂੰ ਲਿਜਾਣਾ ਹੀ ਲਿਜਾਣਾ ਹੈ। ਜਿਸ ਛੀਬੇਂ ਨਾਮਦੇਵ ਦੇ ਘਰ ਪ੍ਰਮੇਸ਼ਰ ਸੰਬੰਧੀ ਗਿਆਨ ਧਿਆਨ ਲੱਗਾ ਰਹਿੰਦਾ ਸੀ ਅਤੇ ਨਾਮ ਜਪਣ ਤੋਂ ਬਿਨ੍ਹਾਂ ਹੋਰ ਕੋਈ ਗੱਲ ਨਹੀਂ ਕੀਤੀ ਜਾਂਦੀ ਸੀ ਉਸ ਨਾਮਦੇਵ ਦੀ ਜਾਤ ਅਛੋਹ ਛੀਬਾ ਸੀ। ਕੋਈ ਵੀ ਕਰਮ ਕਾਂਡੀ ਉਸ ਛੀਬੇਂ ਦੇ ਨਾਲ ਆਪਣੇ ਬਸਤ੍ਰ ਨਹੀਂ ਸੀ ਛੁਹਾਂਦਾ ਪਰ ਹਰੀ ਦੇ ਨਾਮ ਜਪਣ ਦੇ ਪ੍ਰਤਾਪ ਕਾਰਨ ਸ੍ਰੇਸ਼ਟ ਜਾਤੀ ਵਾਲੇ ਬ੍ਰਾਹਮਣਾ ਤੋਂ ਨਾਮਦੇਵ ਨਾਮ ਜਪ ਕੇ ਉਚਾ ਹੋ ਗਿਆ ਸੀ।

ਬਿਆਸ ਰਚਿਤ ਗਰੰਥਾਂ ਵਿੱਚ ਵੀ ਨਾਮ ਦੀ ਵਡਿਆਈ ਲਿਖੀ ਗਈ ਹੈ । ਸਨਕ ਦੇ ਰਚੇ ਹੋਏ ਸੰਘਤਾ ਆਦਿ ਗਰੰਥਾਂ ਵਿੱਚ ਵੀ ਨਾਮ ਦੀ ਹੀ ਸਿਫਤ ਲਖੀ ਗਈ ਹੈ । ਹੇ ਮਨੁਖ ਜਿਸ ਕਬੀਰ ਜੀ ਦੀ ਕੁਲ ਦੇ ਆਦਮੀ ਈਦ ਅਤੇ ਬਕਰੀਦ ਦੇ ਦਿਨਾ ਵਿੱਚ ਗਊ ਦਾ ਨਾਸ਼ ਕਰਦੇ ਸਨ ਅਤੇ ਆਪਣੇ ਮਜ਼੍ਹਬ ਦੇ ਜੋ ਸ਼ੇਖ ਸ਼ਹੀਦ ਪੀਰ ਹੋਏ ਸਨ ਉਨ੍ਹਾਂ ਨੂੰ ਖੁਸ਼ ਕਰਨ ਲਈ ਗਊ ਦਾ ਮਾਸ ਰਿੰਨ੍ਹਦੇ ਸਨ । ਦਸਿਆ ਜਾਂਦਾ ਹੈ ਕਿ ਕਬੀਰ ਦੇ ਪਿਤਾ ਨੀਰੂ ਨੇ ਤਾਂ ਉੱਪਰ ਲਿਖੇ ਦੀ ਤਰ੍ਹਾਂ ਆਪਣੇ ਮਜ਼੍ਹਬ ਮੁਤਾਬਿਕ ਗਊ ਨੂੰ ਵਢਿਆ ਸੀ ਪਰ ਉਸਦੇ ਪੁੱਤਰ ਕਬੀਰ ਜੀ ਨੇ ਇਸ ਤਰ੍ਹਾਂ ਨਹੀਂ ਕੀਤਾ ਸੀ । ਉਸਨੇ ਸਗੋਂ ਗਊਆਂ ਦਾ ਮਾਰਨਾ ਹਟਾ ਦਿਤਾ ਸੀ । ਇਸ ਤਰ੍ਹਾਂ ਦੇ ਧਰਮਾਤਮਾ ਖਿਆਲਾ ਕਾਰਨ ਅਤੇ ਨਾਮ ਜਪਣ ਦੇ ਪ੍ਰਤਾਪ ਕਾਰਨ, ਹੇ ਮਨੁਖ, ਕਬੀਰ ਜੀ ਤਿੰਨਾ ਲੋਕਾਂ ((ਤਿਹੂ ਰੇ ਲੋਕ) ਵਿੱਚ ਪ੍ਰਸਿਧ ਹੋ ਗਏ ਸਨ । ਜਿਸਦੀ ਕੁਲ ਦੇ ਸਾਰੇ ਚਮਿਆਰ (ਢੇਢ) ਮੋਏ ਹੋਏ ਪਸ਼ੂਆਂ (ਢੋਰ) ਨੂੰ ਅਜੇ ਤੱਕ ਕਾਸ਼ੀ ਦੇ ਆਸ ਪਾਸ (ਢੋਵੰਤ) ਢੋਂਦੇ ਫਿਰਦੇ ਹਨ । ਸ੍ਰੀ ਗੁਰੂ ਰਵਿਦਾਸ ਜੀ ਉਚਾਰਦੇ ਹਨ ਕਿ ਮੈਂ ਉਨ੍ਹਾਂ ਚਮਿਆਰਾਂ ਦਾ ਪੁੱਤਰ ਹਾਂ ਪਰ ਪ੍ਰਭੂ ਦੇ ਦਾਸਾ ਦਾ ਦਾਸ ਹੋਣ ਕਰਕੇ ਹੁਣ ਸ੍ਰੇਸ਼ਟ ਕਰਤੱਬਾਂ ਦੇ ਕਰਨ ਕਾਰਨ ਜੋ ਬ੍ਰਾਹਮਣ (ਬਿਪ੍ਰ ਸੋਮਪਾਕ ਅਪਰਸ ਉਦਿਆਨੀ ॥ ਰਾਮ ਨਾਮ ਸੰਗਿ ਮਨਿ) ਲੋਕ ਹਨ, ਉਹ ਮੇਰੇ ਅਗੇ ਆਕੇ ਨਮਸ਼ਕਾਰਾਂ ਕਰਦੇ ਹਨ ।

ਸ੍ਰੀ ਨਾਮਦੇਵ ਜੀ ਆਪਣੇ ਸ਼ਬਦ ਰਾਮਕਲੀ ਗਉੜੀ ਵਿੱਚ ਨਾਮ ਦੀ ਮਹੱਤਤਾ ਠੀਕ ਸ੍ਰੀ ਗੁਰੂ ਰਵਿਦਾਸ ਜੀ ਦੀ ਭਾਂਤ ਹੀ ਦਰਸਾਉਂਦੇ ਹਨ । ਯਾਦ ਰਹੇ ਸ੍ਰੀ ਨਾਮਦੇਵ ਜੀ ਸ੍ਰੀ ਗੁਰੂ ਰਵਿਦਾਸ ਜੀ ਨਾਲੋਂ ਇੱਕ ਪੀੜ੍ਹੀ ਵੱਡੇ ਹੋਏ ਹਨ ।

ਗੋਤਮ ਨਾਰਿ ਅਹਿਲਿਆ ਤਾਰੀ ਪਾਵਨ ਕੇਤਕ ਤਾਰੀਅਲੇ ॥
ਐਸਾ ਅਧਮੁ ਅਜਾਤਿ ਨਾਮਦੇਉ ॥ ਤਉ ਸਰਨਾਗਤਿ ਆਈਅਲੇ
॥੨॥੨॥

ਰਾਗ ਮਲਾਰ

(ਸ਼ਬਦ ਤੀਸਰਾ)

ਮਲਾਰ ॥

ਮਿਲਤ ਪਿਆਰੋ ਪ੍ਰਾਨ ਨਾਥੁ ਕਵਨ ਭਗਤਿ ਤੇ ॥ ਸਾਧ ਸੰਗਤਿ ਪਾਈ ਪਰਮ ਗਤੇ ॥ਰਹਾਉ॥ ਮੈਲੇ ਕਪਰੇ ਕਹਾ ਲਉ ਧੋਵਉ ॥ ਆਵੈਗੀ ਨੀਦ ਕਹਾ ਲਗੁ ਸੋਵਉ ॥੧॥ ਜੋਈ ਜੋਈ ਜੋਰਿਓ ਸੋਈ ਸੋਈ ਫਾਟਿਓ ॥ ਝੂਠੈ ਬਨਜਿ ਉਠਿ ਹੀ ਗਈ ਹਾਟਿਓ ॥੨॥ ਕਹੁ ਰਵਿਦਾਸ ਭਇਓ ਜਬ ਲੇਖੋ ॥ ਜੋਈ ਜੋਈ ਕੀਨੋ ਸੋਈ ਸੋਈ ਦੇਖਿਓ ॥੩॥੧॥੩॥

ਸ੍ਰੀ ਗੁਰੂ ਰਵਿਦਾਸ ਜੀ ਉਚਾਰਦੇ ਹਨ ਕਿ ਉਹ ਕਿਹੜੀ ਭਗਤੀ ਹੈ ਜਿਸ ਕਰਨ ਕਾਰਨ ਪ੍ਰਭੂ ਨੂੰ ਮਿਲਣਾ ਕਰ ਸਕੀਦਾ ਹੈ ? ਅਗਲੇ ਪਦ ਵਿੱਚ ਕਥਨ ਕਰਦੇ ਹਨ ਕਿ ਸਾਧ ਸੰਗਤ ਕਰਨ ਨਾਲ ਹੀ ਪਰਮ ਮੁਕਤੀ ਪਰਾਪਤ ਹੁੰਦੀ ਹੈ । ਮੈਂ ਆਪਣੇ ਮੈਲੇ (ਪਾਪਾ ਭਰੇ) ਮਨ ਨੂੰ ਕਿਥੋਂ ਜਾਕੇ ਸਾਫ ਕਰਾਂਗਾ ? ਜਦ ਮਰਨ ਕਿਨਾਰੇ (ਆਵੈਗੀ ਨੀਦ) ਪਿਆ ਹੋਵੇਂਗਾ ਤਾਂ ਕਿਥੇ ਜਾਵੇਂਗਾ ?(ਕਹਾ ਲਗ ਸੋਵਉ) ਇਸ ਇਨਸਾਨ ਨੂੰ ਸਮਝਾਉਂਦੇ ਹਨ ਕਿ ਹੇ ਪੁਰਖਾ ਤੂੰ ਜਿਹੜੇ ਜਿਹੜੇ ਕਰਮ ਕੀਤੇ ਹਨ, ਉਹੀ ਕੀਤੇ ਕਰਮ ਹੀ ਇਸ ਦੁਨੀਆਂ ਤੋਂ ਜਾਣ ਵੇਲੇ ਤੇਰੇ ਨਾਲ ਜਾਣੇ ਹਨ ਪਰ ਝੂਠੇ ਅਤੇ ਮਾੜੇ ਕਰਮ ਕਰਨ ਨਾਲ ਇਹ ਤੇਰਾ ਮਨੁਖਾ ਸਰੀਰ (ਉਠਿ ਹੀ ਗਈ ਹਾਟਿਓ) ਨਾਸ ਹੋ ਜਾਣਾ ਹੈ ਜਿਵੇਂ ਮਾੜਾ ਸਮਾਨ ਵੇਚਣ ਵਾਲੇ ਦੀ ਦੁਕਾਨ ਬੰਦ ਹੋ ਜਾਂਦੀ ਹੈ । ਸ੍ਰੀ ਗੁਰੂ ਰਵਿਦਾਸ ਜੀ ਉਚਾਰਦੇ ਹਨ ਕਿ ਜਦ ਕਰਮਾਂ ਦਾ ਲੇਖਾ ਹੋਇਆ ਤਾਂ ਉਹੀ ਕਰਮ ਵੇਖਣ ਵਿੱਚ ਆਏ ਹਨ ਜੋ ਜੋ ਵੀ ਮੈਂ ਮਨੁਖਾ ਜਨਮ ਵਿੱਚ ਰਹਿ ਕੇ ਕੀਤੇ ਸਨ ਪਰ ਰਾਮ ਨਾਮ ਜਪਣ ਵਾਲੇ ਮਨੁਖ ਦੇ ਸਾਰੇ ਕਰਮ ਅਕਰਮ ਨਸ਼ਟ ਹੋ ਜਾਂਦੇ ਹਨ ਕਿਉਂਕਿ ਉਨ੍ਹਾਂ ਦੇ ਕੀਤੇ ਸ਼ੁਭ ਕਰਮਾਂ ਦਾ ਫਲ ਉਨ੍ਹਾਂ ਦੇ ਸੇਵਕ ਲੈ ਜਾਂਦੇ ਹਨ ਅਤੇ ਅਸ਼ੁਭ ਕਰਮਾਂ ਦਾ ਫਲ ਨਿੰਦਕ ਲੈ ਜਾਂਦੇ ਹਨ । ਆਪ ਉਹ ਹਰ ਤਰ੍ਹਾਂ ਅਸੰਗ ਰਹਿੰਦੇ ਹਨ ।

ਦਸਮ ਪਿਤਾ ਸ੍ਰੀ ਗੁਰੂ ਗੋਬਿੰਦ ਸਿੰਘ ਜੀ ਵੀ ਅਜੇਹਾ ਭਾਵ ਉਚਾਰਨ ਕਰਦੇ ਹਨ।

ਹਨੈ ਕੋਟ ਬਿਪਰੰ ਨਹੀ ਪਾਪ ਤਾਕੋ॥ ਕਰੈ ਯਗ ਕੋਟੰ ਨਹੀ ਪੁੰਨ ਵਾਕੋ ॥

ਸ੍ਰੀ ਗੁਰੂ ਨਾਨਕ ਦੇਵ ਜੀ ਨੇ ਨਾਨੂੰ ਪੰਡਿਤ ਨੂੰ ਭੀ ਇਹੀ ਸੁਣਾਇਆ ਸੀ ਕਿ ਹੇ ਪੰਡਿਤ ਜੀ ਗਿਆਨਵਾਨ ਨੂੰ ਅਸ਼ੁੱਭ ਕਰਮਾਂ ਦਾ ਉਹੀ ਦੋਸ਼ ਲਗਦਾ ਹੈ ਭਾਵੇ ਉਹ ਕਿਤਨੀ ਵੀ ਭਗਤੀ ਕਿਉ ਨਾ ਕਰੀ ਜਾਵੇ ਪਰ ਜਿਸ ਪ੍ਰਾਣੀ ਦੀ ਹਤਿਆ ਕੀਤੀ ਜਾਂਦੀ ਹੈ ਉਹ ਵੀ ਇਸ ਜਗਤ ਵਿਚੋਂ ਤਰ ਜਾਂਦਾ ਹੈ ।

ਹੰਤਾ ਖੋਇ ਭਏ ਜੋ ਗਯਾਨੀ॥ਸਰਬ ਦਵੈਤ ਜੋ ਰਿਦੈ ਮਿਟਾਨੀ ॥ ਪੂਰਨ ਸੱਤਿ ਆਤਮਾ ਜਾਨਹਿ ॥ ਜਗਤ ਅਸੱਤਿ ਸਦਾ ਪਹਿਚਾਨਹਿ ॥੩੯॥ ਤੀਨ ਕਾਲ ਜਿਹ ਜਗਤ ਅਭਾਊ ॥ ਤਿਨਕੋ ਦੋਸ਼ ਨ ਲਾਗਹਿ ਕਾਊ ॥

(ਨਾਨਕ ਪ੍ਰਕਾਸ਼ ਉਤਰਾਰਥ ਅਧਿਆਇ 7)

ਇਸ ਸ਼ਬਦ ਨਾਲ ਹੀ ਸ੍ਰੀ ਗੁਰੂ ਰਵਿਦਾਸ ਜੀ ਦੇ ਜੋ ਚਾਲੀ ਸ਼ਬਦ ਸ੍ਰੀ ਗੁਰੂ ਗਰੰਥ ਸਾਹਿਬ ਜੀ ਵਿੱਚ ਦਰਜ ਹਨ ਉਨ੍ਹਾਂ ਦੀ ਇਸ ਅਧਿਆਇ ਨਾਲ ਸਮਾਪਤੀ ਹੁੰਦੀ ਹੈ । ਜਿਵੇਂ ਪ੍ਰਭੂ ਨੇ ਮੇਰੇ ਨਾਲ ਹੋਕੇ ਇਨ੍ਹਾਂ ਸ਼ਬਦਾ ਦਾ ਸੋਖਿਆ ਕਰਕੇ ਲਿਖਣਾ ਕੀਤਾ ਹੈ ਜੇਕਰ ਉਸ ਪ੍ਰਭੂ ਜੀ ਦੀ ਫਿਰ ਇਹ ਇਛਿਆ ਹੋਈ ਤਾਂ ਸ੍ਰੀ ਗੁਰੂ ਰਵਿਦਾਸ ਜੀ ਦੀ ਜਿਹੜੀ ਬਾਣੀ ਸ੍ਰੀ ਗੁਰੂ ਗਰੰਥ ਸਾਹਿਬ ਜੀ ਵਿੱਚ ਅੰਕਿਤ ਨਹੀਂ ਉਸਨੂੰ ਵੀ ਏਸੇ ਤਰ੍ਹਾਂ ਸੋਖਿਆ ਕਰਕੇ ਲਿਖਣਾ ਜਰੂਰ ਕਰਾਗਾ । ਉਸ ਪ੍ਰਭੂ ਦੇ ਹੁਕਮ ਅਨੁਸਾਰ ਮੈ ਇਹ ਲਿਖਣਾ ਕੀਤਾ ਹੈ ਕਿ ਇਸ ਪੁਸਤਕ ਦੇ ਛੱਪ ਜਾਣ ਉਪ੍ਰੰਤ ਇਸ ਕਾਰਨ ਹੋਏ ਪਰਚਾਰ ਕਾਰਨ ਸਿੱਖ ਹਲਕਿਆਂ ਵਿੱਚ ਕਾਫੀ ਹਲ-ਚਲ ਮਚੇਗੀ ਅਤੇ ਅਤਿ ਮੱਚਕੇ ਪਾਣੀ ਦੇ ਬੁਲਬੁਲੇ ਵਾਂਗ ਮਿਟ ਜਾਵੇਗੀ । ਹਲ-ਚਲ ਹੋਣੀ ਅਧੀਨ ਹੈ । ਇਸ ਪੁਸਤਕ ਦੇ ਵਿਚਾਰਾਂ ਦੇ ਭਰਪੂਰ ਪਰਚਾਰ ਦੇ ਸਿੱਟੇ ਕਾਰਨ ਪੰਜਾਬ ਵਿੱਚ ਰਾਜਨੀਤਕ ਤਬਦੀਲੀਆਂ ਹੋਣਗੀਆਂ । ਇਨ੍ਹਾਂ ਘਟਨਾਵਾਂ ਤੋਂ ਉਪ੍ਰੰਤ ਸ੍ਰੀ ਗੁਰੂ ਗਰੰਥ ਸਾਹਿਬ ਜੀ ਦਾ ਸਤਿਕਾਰ ਚੌਹ-ਕੂਟੀ ਹੋ ਜਾਵੇਗਾ । ਪ੍ਰਭੂ ਜੀ ਦਸਦੇ ਹਨ ਕਿ ਸ੍ਰੀ ਗੁਰੂ ਗਰੰਥ ਸਾਹਿਬ ਜੀ ਦਾ ਅਖੰਡ-ਪਾਠ ਕਰਨਾ ਕਦਾਚਿਤ ਗਲਤ ਨਹੀਂ ਹੈ । ਅਨਹੱਦ-ਅਨੰਦ ਪਰਾਪਤੀ ਵਾਸਤੇ ਗੁਰਬਾਣੀ ਅਤੇ ਬਾਣੀ ਦਾ ਅਖੰਡ-ਗਾਇਨ ਹੋਣਾ ਚਾਹੀਦਾ ਹੈ । ਇਸ ਤਰ੍ਹਾਂ ਸਭ ਗੁਰੂਆਂ ਨੇ ਆਪ ਕੀਤਾ ਸੀ । ਅਨਹੱਦ-ਅਨੰਦ ਦੀ ਸਥਿਰਤਾ ਕਾਰਨ ਸ੍ਰੀ ਗੁਰੂ ਗਰੰਥ ਸਾਹਿਬ ਜੀ ਦਾ ਸਤਿਕਾਰ ਜੁੱਗਾਂ-ਜੁਗਾਂਤਰਾ ਤੱਕ ਕਾਇਮ ਰਹਿ ਸਕੇਗਾ ।

ਉਪਸੰਹਾਰ ਤੋਂ ਪਹਿਲਾਂ ਭਾਵ ਅਰਥ ਕਰਦਿਆ ਕਿਸੇ ਸ਼ਬਦ ਦਾ ਮੂਲ ਭਾਵ ਲਿਖਣਾ ਰਹਿ ਗਿਆ ਹੋਵੇ ਤਾਂ ਲੇਖਕ ਨੂੰ ਚਿਤਾਰਨ ਦੀ ਕੋਸ਼ਿਸ ਜਰੂਰ ਕਰਨੀ । ਇਸ ਪੁਸਤੱਕ ਦੇ ਅਗਲੇ ਪੰਨਿਆ ਉਪਰ 'ਰੱਬ ਦਾ ਪਸਾਰਾ' ਸਿਰਲੇਖ ਉਪ੍ਰੰਤ ਇਸ ਪੁਸਤਕ ਦਾ ਉਪਸੰਹਾਰ ਲਿਖਣਾ ਕੀਤਾ ਹੈ ।

□

ਰੱਬ ਦਾ ਪਸਾਰਾ

ਕਲਜੁਗ ਵਿੱਚ ਝੂਠ, ਦਗਾ ਅਤੇ ਮਾਇਆ ਦੇ ਵਿਛਾਏ ਜਾਲ ਕਾਰਨ ਹਰ ਕੋਈ ਆਪਣੇ ਸੁੱਖ ਆਰਾਮ ਨੂੰ ਪਰਾਪਤ ਕਰਨ ਲਈ ਬਚਨਬੱਧ ਹੈ। ਜਿਵੇਂ ਜਿਵੇਂ ਨਵੀਂ ਤੋਂ ਨਵੀਂ ਵਸਤੂ ਦਾ ਗਿਆਨ ਪਰਾਪਤ ਹੁੰਦਾ ਹੈ। ਹਰ ਆਦਮੀ ਦੀ ਇਹੋ ਲਾਲਸਾ ਹੁੰਦੀ ਹੈ ਕਿ ਉਹ ਉਸ ਵਸਤੂ ਨੂੰ ਕਿਸੇ ਨਾ ਕਿਸੇ ਯਤਨ ਨਾਲ ਪਰਾਪਤ ਕਰ ਲਵੇ । ਉਸ ਵਸਤੂ ਦੀ ਪਰਾਪਤੀ ਲਈ ਆਦਮੀ ਨੂੰ ਕਈ ਗੈਰ-ਕੁਦਰਤੀ ਕਰਮ ਵੀ ਕਰਨੇ ਪੈਂਦੇ ਹਨ । ਜਿਨ੍ਹਾਂ ਦੇ ਫਲ-ਸਰੂਪ, ਆਦਮੀ ਆਪਣੀ ਸ਼ਕਤੀ ਨੂੰ ਉਸ ਰੁਝੇਵੇਂ ਵਿੱਚ ਹੀ ਲਾ ਦਿੰਦਾ ਹੈ । ਇਸ ਦੇ ਉਲਟ ਉਸ ਵਸਤੂ ਨੂੰ ਪਰਾਪਤ ਕਰਨ ਵਾਸਤੇ ਮਨੁੱਖ ਨੂੰ ਹੋਰ ਕਿਸੇ ਘਰ ਨਹੀਂ ਜਾਣਾ ਚਾਹੀਦਾ ਸਗੋਂ ਇੱਕ ਪ੍ਰਭੂ ਕੋਲ ਬੇਨਤੀ ਕਰ ਕੇ ਉਸ ਵਸਤੂ ਨੂੰ ਪਰਾਪਤ ਕਰਨ ਦਾ ਸਹੀ ਢੰਗ ਹੈ। ਕਿਉਂਕਿ ਰੱਬ ਤੁਹਾਡੇ ਮਨ ਵਿੱਚ ਹੈ । ਇਸ ਵਾਸਤੇ ਆਪਣੇ ਮਨ ਦੀ ਲਾਲਸਾ ਨੂੰ ਮਿਟਾਕੇ ਹੀ ਰੱਬ ਨੂੰ ਜਾਣ ਸਕਦੇ ਹਾਂ। ਮਨੁਖ ਦੀ ਜਦ ਲਾਲਸਾ ਮਿਟ ਜਾਂਦੀ ਹੈ ਤਦ ਰੱਬ ਸੁਭਾਵਕ ਹੀ ਮਨੁਖ ਨੂੰ ਮਨ ਇੱਛਤ ਵਸਤੂਆਂ ਦੇ ਦਿੰਦਾ ਹੈ ।

ਮਨੁਖ ਨੂੰ ਕੁਦਰਤ ਦੇ ਕਾਨੂੰਨਾਂ ਅੰਦਰ ਰਹਿਣਾ ਚਾਹੀਦਾ ਹੈ । ਜੇਕਰ ਕਿਸੇ ਮਨੁਖ ਨੂੰ ਕਿਸੇ ਆਦਮੀ ਦੇ ਬਣਾਏ ਹੋਏ ਕਾਨੂੰਨ ਗੈਰ ਕੁਦਰਤੀ ਲਗਦੇ ਹਨ ਤਾਂ ਉਨ੍ਹਾਂ ਕਾਨੂੰਨਾ ਨੂੰ ਬਦਲਣ ਵਾਸਤੇ ਮਨੁਖ ਨੂੰ ਲਾਮਬੱਧ ਹੋਣਾ ਚਾਹੀਦਾ ਹੈ । ਇਸ ਲਈ ਪਰਮਾਤਮਾ ਉਸ ਮਨੁਖ ਦੀ ਮੱਦਦ ਵੀ ਕਰਦਾ ਹੈ । ਅਜੇਹਾ ਕਰਦਾ ਮਨੁਖ ਕਸ਼ਟ ਤਾਂ ਜਰੂਰ ਝੱਲਦਾ ਹੈ ਪਰ ਉਸਦਾ ਜੀਵਨ ਮੁਕਤ ਹੋ ਜਾਂਦਾ ਹੈ ।

ਇਸ ਦੁਨੀਆ ਉੱਪਰ ਸਭ ਮਨੁਖ ਨਿਰਗੁਣ ਹਨ । ਸਿਰਫ ਇੱਕ ਪਰਮਾਤਮਾ ਹੀ ਸਰਗੁਣ ਹੈ ।

ਪਰਮਾਤਮਾ ਦਾ ਨਾਮ ਸੱਤ ਹੈ । ਜੇਕਰ ਤੁਸੀਂ ਸਦਾ ਸੱਚ ਬੋਲੋਗੇ ਤਾਂ ਤੁਸੀਂ ਵੀ ਪਰਮਾਤਮਾ ਦਾ ਰੂਪ ਹੋ ਜਾਵੋਗੇ । ਪਰਮਾਤਮਾ ਜੋ ਕਰਦਾ ਹੈ ਉਹ ਸਦਾ ਸੱਚ ਹੁੰਦਾ ਹੈ । ਫਿਰ ਜੋ ਵੀ ਤੁਸੀਂ ਕਰੋਗੇ, ਉਹ ਵੀ ਸੱਚ ਹੀ ਹੋਵੇਗਾ । ਪਰਮਾਤਮਾ ਦੇ ਸੱਚ ਉੱਪਰ ਮਨੁਖ ਨੂੰ ਕਦੇ ਸ਼ੱਕ ਨਹੀਂ ਹੋਣੀ ਚਾਹੀਦੀ । ਇਸ ਕਰਕੇ ਮਨੁਖ ਨੂੰ ਹਮੇਸ਼ਾ ਉਸਦੇ ਭਾਣੇ ਵਿੱਚ ਰਹਿਣਾ ਚਾਹੀਦਾ ਹੈ ।

ਮਨੁਖਾ ਜੂਨ ਸਭ ਜੂਨਾਂ ਤੋਂ ਮਹੱਤਵ ਪੂਰਨ ਜੂਨ ਹੈ । ਕਈ ਜੂਨਾਂ ਅਭੁੱਲ ਹੀ ਪਾਪ ਕਰਦੀਆਂ ਹਨ । ਜਿਵੇਂ ਕਿਰਲੀ, ਮੱਖੀਆਂ ਮੱਛਰਾਂ ਆਦਿ ਨੂੰ ਖਾ ਕੇ ਆਪਣਾ ਪੇਟ ਭਰਦੀ ਹੈ । ਸ਼ੇਰ ਜੰਗਲ ਦੇ ਦੂਸਰੇ ਜਾਨਵਰਾਂ ਨੂੰ ਖਾ ਕੇ ਆਪਣਾ ਗੁਜਾਰਾ ਕਰਦਾ ਹੈ । ਏਥੋਂ ਤੱਕ ਕਿ ਸੱਪਣੀ ਆਪਣੇ ਹੀ ਬੱਚੇ ਖਾ ਜਾਂਦੀ ਹੈ ।

ਜੇਕਰ ਮਨੁਖ ਵੀ ਕਿਸੇ ਦੀ ਜੀਵ ਹੱਤਿਆ ਕਰ ਕੇ ਆਪਣਾ ਪੇਟ ਭਰੇ ਤਾਂ ਮਨੁਖ ਅਤੇ ਜਾਨਵਰ ਵਿੱਚ ਕੋਈ ਫਰਕ ਨਹੀਂ ਰਹਿੰਦਾ । ਜੀਵ ਹੱਤਿਆ ਕਰਨਾ ਰੱਬ ਦੇ ਕੰਮਾਂ ਵਿੱਚ ਤੁਹਾਡਾ ਸਿੱਧਾ ਦਖਲ ਹੈ । ਪਰਮਾਤਮਾ ਆਪਣੇ ਕੰਮਾਂ ਵਿੱਚ ਕਿਸੇ ਦਾ ਵੀ ਦਖਲ ਪਸੰਦ ਨਹੀਂ ਕਰਦਾ । ਇਸ ਕਰ ਕੇ ਮਨੁਖ ਨੂੰ ਕਿਸੇ ਦੀ ਜੀਵ ਹੱਤਿਆ ਕਰ ਕੇ ਆਪਣਾ ਪੇਟ ਨਹੀਂ ਭਰਨਾ ਚਾਹੀਦਾ । ਮਨੁਖ ਨੂੰ ਇਹ ਵੀ ਸੋਚਣਾ ਚਾਹੀਦਾ ਹੈ,ਜਿਵੇਂ ਮਨੁਖ ਦੇ ਸਰੀਰ ਨੂੰ ਕਈ ਰੋਗ ਹੁੰਦੇ ਹਨ, ਇਸ ਤਰ੍ਹਾਂ ਖਾਧੇ ਜਾਣ ਵਾਲੇ ਜੀਵ ਨੂੰ ਕਈ ਰੋਗ ਲੱਗੇ ਹੋਏ ਹੋਣਗੇ, ਜਿਨ੍ਹਾਂ ਨਾਲ ਮਨੁਖ ਵੀ ਰੋਗੀ ਹੋ ਸਕਦਾ ਹੈ। ਇਸ ਕਰਕੇ ਮਨੁਖ ਨੂੰ ਸਿਰਫ ਨਿਰਜੀਵ ਵਸਤੂਆਂ ਹੀ ਖਾਣੀਆਂ ਚਾਹੀਦੀਆਂ ਹਨ । ਜਿਹੜੀਆਂ ਵਸਤੂਆਂ ਹਵਾ, ਪਾਣੀ, ਚਾਨਣ, ਅੱਗ, ਧਰਤੀ ਅਤੇ ਅਕਾਸ਼ ਦੇ ਵਿਰੁੱਧ ਹਰਕਤ ਕਰ ਸਕਣ ਉਹ ਵਸਤੂਆਂ ਜੀਵ ਰੂਪੀ ਹੁੰਦੀਆਂ ਹਨ ਅਤੇ ਇਸ ਦੁਨੀਆਂ ਦੀਆਂ ਬਾਕੀ ਸਭ ਵਸਤੂਆਂ ਨਿਰਜੀਵ ਹੁੰਦੀਆਂ ਹਨ ਜਿਨ੍ਹਾਂ ਨਾਲ ਮਨੁਖ ਨੂੰ ਆਪਣਾ ਪੇਟ ਭਰਨਾਂ ਚਾਹੀਦਾ ਹੈ ।

ਇਸ ਦੁਨੀਆ ਵਿੱਚ ਰੱਬ ਦੇ ਸੱਚ ਨੂੰ ਲਲਕਾਰਨ ਵਾਲਾ ਕੋਈ ਨਹੀਂ ਹੈ । ਰੱਬ ਦੇ ਸੱਚ ਨੂੰ ਲਲਕਾਰਨ ਵਾਲਾ ਸਿਰਫ ਇੱਕ ਸ਼ੈਤਾਨ ਹੀ ਹੈ । ਦੁਨੀਆ ਦੇ ਇਸ ਖੇਲ ਨੂੰ ਚਲਦਾ ਰੱਖਣ ਵਾਸਤੇ, ਜਿਸ ਸ਼ੈਤਾਨ ਨੂੰ ਰੱਬ ਨੇ ਹੀ ਅਜੇਹੀ ਸ਼ਕਤੀ ਬਖਸ਼ੀ ਹੋਈ ਹੈ । ਕਾਮ, ਕ੍ਰੋਧ, ਲੋਭ, ਮੋਹ ਅਤੇ ਹੰਕਾਰ ਰੱਬ ਨੇ ਆਪ ਇਸ ਦੁਨੀਆ ਦੇ ਖੇਲ ਖੇਲਣ ਵਾਸਤੇ ਸੈਤਾਨ ਨੂੰ ਸੌਂਪੇ ਹੋਏ ਹਨ । ਇਨ੍ਹਾਂ ਵਸਤੂਆਂ ਨੂੰ ਪਾ ਕੇ ਸ਼ੈਤਾਨ ਆਪ ਵੀ ਵੱਡਾ ਹੰਕਾਰੀ ਹੋ ਗਿਆ ਹੈ । ਉਸਦਾ ਇਹ ਹੰਕਾਰ ਹੀ ਇੱਕ ਦਿਨ ਉਸਦੀ ਹਾਰ ਹੋਣਾ ਹੈ । ਜਿੰਨਾਂ ਚਿਰ ਕਲਜੁਗ ਵਿੱਚ ਸੱਚ ਬੋਲਣ ਵਾਲੇ ਮਨੁਖ ਰਹਿਣਗੇ, ਉਨਾਂ ਚਿਰ ਇਹ ਦੁਨੀਆ ਏਸੇ ਤਰ੍ਹਾਂ ਵਸਦੀ ਰਸਦੀ ਰਹੇਗੀ । ਜਿਸ ਸਮੇਂ ਇਸ ਦੁਨੀਆ ਵਿੱਚੋਂ ਸ਼ੈਤਾਨ ਦੀ ਸ਼ੈਤਾਨੀ ਕਾਰਨ ਸੱਚ ਖਤਮ ਹੋ ਜਾਵੇਗਾ ਤਾਂ ਉਹ ਸਮਝੇਗਾ ਕਿ ਉਸਨੇ ਰੱਬ ਨੂੰ ਜਿੱਤ ਲਿਆ ਹੈ । ਇਸ ਤਰ੍ਹਾਂ ਉਹ ਆਪਣੀ ਜਿੱਤ ਦੇ ਹੰਕਾਰ ਵਿੱਚ ਆ ਕੇ ਇਸ ਦੁਨੀਆ ਨੂੰ ਖਤਮ ਕਰਕੇ ਆਪਣੀ ਨਵੀਂ ਦੁਨੀਆ ਵਸਾਉਣੀ ਕਰੇਗਾ । ਇਸ ਦੁਨੀਆ ਨੂੰ ਨਸ਼ਟ ਕਰਨ ਦੇ ਨਾਲ ਹੀ ਉਹ ਆਪ ਵੀ ਨਸ਼ਟ ਹੋ ਜਾਵੇਗਾ । ਕਿਉਂਕਿ ਪਰਮਾਤਮਾ ਨੇ ਉਸਨੂੰ ਇਸ ਦੁਨੀਆ ਵਾਸਤੇ ਹੀ ਸ਼ਕਤੀ ਬਖਸ਼ੀ ਸੀ । ਉਸ ਸਮੇਂ ਇਸ ਦੁਨੀਆ ਅੰਦਰ ਐਸੀ ਅਦਲਾ ਬਦਲੀ ਹੋਵੇਗੀ ਕਿ ਹੇਠਲੀ ਉੱਪਰ ਆ ਜਾਵੇਗੀ । ਜਿਸ ਕਾਰਨ ਇਸ ਧਰਤੀ ਦੀ ਥਾਂ ਪਾਣੀ ਹੋ ਜਾਵੇਗਾ ਅਤੇ ਧਰਤੀ ਉੱਪਰ ਪਾਣੀ ਦੀ ਥਾਂ ਧਰਤੀ ਬਣ ਜਾਵੇਗੀ। ਇਸ ਅਦਲਾ ਬਦਲੀ ਸਮੇਂ ਸਿਰਫ ਸੱਚ ਬੋਲਣ ਵਾਲੇ ਮਨੁਖ ਹੀ ਬਚਣਗੇ । ਜਿਸ ਨਾਲ ਉਸ ਪਰਮਾਤਮਾ ਦੀ ਉਸਾਰੀ ਇਹ ਲੀਲ੍ਹਾ (ਦੁਨੀਆ) ਮੁੜ ਸਤਿਜੁਗ ਤੋਂ ਅਰੰਭ ਹੋਵੇਗੀ । ਇਸ

ਦੁਨੀਆ ਦੇ ਨਸ਼ਟ ਕਰਨ ਦਾ ਕਾਰਨ ਸ਼ੈਤਾਨ ਦੇ ਸਿਰ ਥਾਪ ਕੇ ਪਰਮਾਤਮਾ ਆਪ ਫਿਰ ਨਿਰਵੈਰ ਰਹਿ ਕੇ ਸਰਬ ਸ਼ਕਤੀਮਾਨ ਹੀ ਰਹੇਗਾ । ਆਦਮੀ ਨੂੰ ਜਦ ਵੀ ਕੋਈ ਦੁਖ ਤਕਲੀਫ ਹੁੰਦੀ ਹੈ ਤਦ ਉਸ ਨੂੰ ਆਪਣੇ ਜੀਵਨ ਬਾਰੇ ਸੋਚਣੀ ਲੱਗਦੀ ਹੈ । ਰੱਬ ਨੂੰ ਵੀ ਆਦਮੀ ਦੁਖ ਸਮੇਂ ਹੀ ਯਾਦ ਕਰਦਾ ਹੈ । ਇਸ ਕਰਕੇ ਸੁਖਾਂ ਨਾਲੋਂ ਦੁਖ ਆਦਮੀ ਲਈ ਚੰਗੇ ਹੁੰਦੇ ਹਨ । ਜਿਨ੍ਹਾਂ ਦੀ ਹੋਂਦ ਵਿੱਚ ਮਨੁਖ ਆਪਣੀ ਹੋਂਦ ਨੂੰ ਵੀ ਪਛਾਣਦਾ ਹੈ ਅਤੇ ਪਰਮਾਤਮਾ ਨੂੰ ਵੀ ਯਾਦ ਕਰਦਾ ਹੈ । ਮਨੁਖ ਨੂੰ ਦੁਖ ਵੇਖ ਕੇ ਘਬਰਾਉਣਾ ਨਹੀਂ ਚਾਹੀਦਾ ਸਗੋਂ ਉਸ ਸਮੇਂ ਦਾ ਅਨੁਭਵ ਅਨੰਦ ਨਾਲ ਕਰਨਾ ਚਾਹੀਦਾ ਹੈ । ਸਮਾਂ ਕਦੇ ਨਹੀਂ ਖੜ੍ਹਦਾ । ਜਿਸ ਤਰ੍ਹਾਂ ਸੁਖਾਂ ਵਾਲਾ ਸਮਾਂ ਬੀਤ ਜਾਂਦਾ ਹੈ । ਇਸੇ ਤਰ੍ਹਾਂ ਦੁਖਾਂ ਦੀਆਂ ਘੜੀਆਂ ਵੀ ਲੰਘ ਜਾਂਦੀਆਂ ਹਨ ।

ਜਿਵੇਂ ਮਨੁਖ ਵਾਸਤੇ ਪਰਮਾਤਮਾ ਨੂੰ ਹਰ ਵੇਲੇ ਯਾਦ ਰੱਖਣਾ ਚਾਹੀਦਾ ਹੈ । ਠੀਕ ਇਸੇ ਤਰ੍ਹਾਂ ਮਨੁਖ ਨੂੰ ਆਪਣੀ ਮੌਤ ਨੂੰ ਵੀ ਯਾਦ ਰੱਖਣਾ ਚਾਹੀਦਾ ਹੈ ਕਿਉਂਕਿ ਉਹ ਅਟੱਲ ਹੈ । ਜੇਕਰ ਪਰਮਾਤਮਾ ਵਾਂਗ ਮਨੁਖ ਆਪਣੀ ਮੌਤ ਨੂੰ ਵੀ ਹਰ ਵੇਲੇ ਯਾਦ ਰਖੇ ਤਾਂ ਉਹ ਕਦੇ ਵੀ ਚੰਗੇ ਕਰਮ ਛੱਡਕੇ ਗਲਤ ਕਰਮ ਨਹੀਂ ਕਰੇਗਾ ਕਿਉਂਕਿ ਉਸਨੂੰ ਇਸ ਗੱਲ ਦਾ ਗਿਆਨ ਹੁੰਦਾ ਹੈ ਕਿ ਉਸਦੀ ਮੌਤ ਮਗਰੋਂ ਉਸਦਾ ਸਭ ਕੁਝ ਇਸ ਦੁਨੀਆ ਵਿੱਚ ਹੀ ਰਹਿ ਜਾਣਾ ਹੁੰਦਾ ਹੈ ।

ਜਦ ਤੋਂ ਇਸ ਦੁਨੀਆ ਦਾ ਅਰੰਭ ਹੁੰਦਾ ਹੈ । ਉਸ ਵੇਲੇ ਪਹਿਲੇ ਮਨੁਖ ਨੇ ਜਦ ਦੂਸਰੇ ਮਨੁਖ ਨਾਲ ਕੋਈ ਦਗਾ ਕਮਾਇਆ ਸੀ ਤਦ ਦੂਸਰੇ ਮਨੁਖ ਨੇ ਬਦਲਾ ਲੈਣ ਵਾਸਤੇ ਉਸ ਨੂੰ ਸਜਾ ਦੇਣ ਲਈ ਪਹਿਲੇ ਮਨੁਖ ਨਾਲ ਵੀ ਅਕਰਮ ਕਮਾਇਆ ਸੀ । ਇਸ ਤਰ੍ਹਾਂ ਇਸ ਦੁਨੀਆ ਵਿੱਚ ਅਜ ਤੱਕ ਇੱਕ ਤੋਂ ਅਨੇਕਾਂ ਅਕਰਮ ਵਧਦੇ ਗਏ ਹਨ । ਇਸ ਵਾਸਤੇ ਜੇਕਰ ਆਪ ਸੱਚੇ ਦਿਲੋਂ ਇੱਕ ਆਦਮੀ ਆਪਣੀ ਸਾਰੀ ਉਮਰ ਕਿਸੇ ਨਾਲ ਈਰਖਾ ਕਰਨੀ ਛੱਡ ਕੇ ਕੋਈ ਅਕਰਮ ਨਾ ਕਮਾਵੇ ਤਾਂ ਸਦੀਆਂ ਮਗਰੋਂ ਇੱਕ ਦਿਨ ਫਿਰ ਇਸ ਦੁਨੀਆ ਵਿੱਚ ਸਤ ਜੁੱਗ ਆ ਸਕਦਾ ਹੈ । ਸ਼ੈਤਾਨ ਨੂੰ ਹਾਰ ਦੇਣ ਵਾਸਤੇ ਤੁਹਾਡੀ ਕੁਰਬਾਨੀ ਤੋਂ ਖੁਸ਼ ਹੋ ਕੇ ਪਰਮਾਤਮਾ ਤੁਹਾਨੂੰ ਮੁਕਤੀ ਬਖਸ਼ੇਗਾ ।

□

ਉਪਸੰਹਾਰ

ਗੁਰਬਾਣੀ ਦੇ ਸੰਪਰਦਾਇਕ ਉਲਥਾਕਾਰਾਂ ਨੇ ਸ੍ਰੀ ਗੁਰੂ ਰਵਿਦਾਸ ਜੀ ਦੀ ਉੱਚੀ ਪੱਦਵੀ ਨੂੰ ਨੀਵਾਂ ਦਰਸਾਉਣ ਲਈ ਹਮੇਸ਼ਾ ਇਸ ਤਰ੍ਹਾਂ ਹੀ ਲਿਖਿਆ ਹੈ ਕਿ ਸ੍ਰੀ ਗੁਰੂ ਰਵਿਦਾਸ ਜੀ ਨੇ ਇਸ ਦੁਨੀਆਂ ਉੱਪਰ ਅਵਤਾਰ ਧਾਰਕੇ ਸਿਰਫ ਊਚ ਨੀਚ ਦੇ ਪਾੜੇ ਨੂੰ ਮੁਕਾਉਣ ਵਾਸਤੇ ਹੀ ਬਾਣੀ ਰਚੀ ਹੈ ਪਰ ਸ੍ਰੀ ਗੁਰੂ ਰਵਿਦਾਸ ਜੀ ਆਪ ਰੱਬੀ ਨੂਰ ਸਨ । ਜਿਵੇਂ ਇਸ ਪੁਸਤਕ ਦੇ ਪਾਠ ਤੋਂ ਪਤਾ ਚਲਦਾ ਹੈ ਕਿ ਉਨ੍ਹਾਂ ਨੇ ਸਮੁਚੀ ਮਾਨਵਤਾ ਦੀ ਭਲਾਈ ਵਾਸਤੇ ਅਤੇ ਪ੍ਰਭੂ ਦੇ ਭੇਦ ਨੂੰ ਆਪ ਜਾਣਕੇ ਇਸ ਦੁਨੀਆਂ ਨੂੰ ਸਮਝਾਉਣ ਹਿੱਤ ਆਪਣਾ ਸਾਰਾ ਜੀਵਨ ਲਾਇਆ ਹੈ। ਸ੍ਰੀ ਗੁਰੂ ਰਵਿਦਾਸ ਜੀ ਨੇ ਦਸਿਆ ਹੈ ਕਿ ਪ੍ਰਮਾਤਮਾ ਇੱਕ ਹੈ ਉਸਦਾ ਕੋਈ ਹੋਰ ਨਾਇਬ ਨਹੀਂ ਹੈ । ਉਸਦਾ ਨਾਮ ਸੱਚਾ ਹੈ ਅਤੇ ਉਹ ਸੱਚੇ ਪੁਰਸ਼ਾਂ ਨੂੰ ਹੀ ਪਸੰਦ ਕਰਦਾ ਹੈ । ਉਹ ਆਪ ਹੀ ਸਭ ਕੁਝ ਕਰਨ ਕਰਾਉਣ ਵਾਲਾ ਅਤੇ ਦਾਤਾਂ ਬਖਸ਼ਣ ਵਾਲਾ ਹੈ । ਜੇਕਰ ਮਨੁਖ ਸੱਚੇ ਦਿਲੋਂ ਉਸਦੀ ਭਗਤੀ ਕਰੇ ਤਾਂ ਉਸ ਕੋਲੋਂ ਸਭ ਦਾਤਾਂ ਪਰਾਪਤ ਕਰ ਸਕਦਾ ਹੈ । ਜੋ ਪੁਰਸ਼ ਉਸਦੀ ਭਗਤੀ ਕਰਦਾ ਹੈ, ਪ੍ਰਭੂ ਉਸ ਨੀਵੀ ਜਾਤ ਵਾਲੇ ਨੂੰ ਵੀ ਉੱਚੀ ਪੱਦਵੀ ਬਖਸ਼ਣਹਾਰ ਹੈ । ਉਹ ਕਿਸੇ ਕੋਲੋਂ ਡਰਦਾ ਨਹੀਂ ਹੈ । ਕਿਉਂਕਿ ਉਹ ਨਿਰਭਉ ਹੈ । ਜਿਹੜਾ ਸਚੇ ਦਿਲੋਂ ਉਸਨੂੰ ਪ੍ਰੇਮ ਕਰਦਾ ਹੈ ਉਹ ਉਸੇ ਦਾ ਹੀ ਹੋ ਜਾਂਦਾ ਹੈ ਭਾਵੇ ਉਹ ਨੀਵੀਂ ਵਰਣ ਦਾ ਇਨਸਾਨ ਭੀ ਕਿਉਂ ਨਾ ਹੋਵੇ? ਕਿਉਂਕਿ ਉਹ ਨਿਰਵੈਰ ਹੈ । ਜਿਸ ਦੁਨੀਆਂ ਵਿੱਚ ਇਨਸਾਨ ਮੋਹ ਪਾਕੇ ਬੈਠਾ ਹੈ, ਉਹ ਦੁਨੀਆਂ ਨਾਸ਼ਵਾਨ ਹੈ ਸਿਰਫ ਇੱਕ ਪ੍ਰਭੂ ਹੀ ਹੈ ਜਿਹੜਾ ਕਦੇ ਮਰਦਾ ਨਹੀਂ ਹੈ । ਕਿਉਂਕਿ ਪ੍ਰਭੂ ਅਕਾਲ ਮੂਰਤ ਹੈ । ਜਿਸ ਜਿਸ ਤਰ੍ਹਾਂ ਦੇ ਕੋਈ ਕਰਮ ਕਰਦਾ ਹੈ ਪ੍ਰਭੂ ਇਨਸਾਨ ਨੂੰ ਉਸ ਉਸ ਤਰ੍ਹਾਂ ਦੀਆਂ ਜੂਨਾਂ ਵਿੱਚ ਜਨਮ ਦਿੰਦਾ ਹੈ । ਉਹ ਆਪ ਜਨਮ ਮਰਨ ਦੇ ਚਕਰਾਂ ਤੋਂ ਰਹਿਤ ਹੈ, ਭਾਵ ਅਜੂਨੀ ਹੈ । ਪ੍ਰਭੂ ਦੇ ਨਾਮ ਨੂੰ ਇਨਸਾਨ ਸਿਰਫ ਉਸਦੀ ਹੀ ਕਿਰਪਾ ਦੁਆਰਾ ਹੀ ਜਪ ਸਕਦਾ ਹੈ ਜਿਸ ਉੱਪਰ ਉਹ ਆਪ ਦਿਆਲ ਹੁੰਦਾ ਹੈ । ਇਨਸਾਨ ਉੱਪਰ ਮਿਹਰ ਦੀ ਨਜ਼ਰ ਗੁਰਪ੍ਰਸਾਦਿ ਨਾਲ ਹੀ ਹੁੰਦੀ ਹੈ । ਉੱਪਰ ਲਿਖੀਆਂ ਸਤਰਾਂ ਦਾ ਭਾਵ ਸ੍ਰੀ ਗੁਰੂ ਰਵਿਦਾਸ ਜੀ ਦੀ ਬਾਣੀ ਦੇ ਪਾਠ ਕਰਨ ਨਾਲ ਪਰਾਪਤ ਹੁੰਦਾ ਹੈ ਅਤੇ ਇਹ ਭਾਵ ਸਿਖੀ ਸਿਧਾਂਤ ਅਤੇ ਮੂਲ ਮੰਤਰ ਵੀ ਹੈ । ਜਿਸਨੂੰ ਸ੍ਰੀ ਗੁਰੂ ਰਵਿਦਾਸ ਜੀ ਨੇ ਸਭ ਗੁਰੂਆਂ ਤੋ ਪਹਿਲਾਂ ਆਪਣੀ ਬਾਣੀ ਵਿੱਚ ਪ੍ਰਤੱਖ ਦਰਸਾਇਆ ਹੈ । ਸੋ ਗੁਰਬਾਣੀ ਦੇ ਸੰਪਰਦਾਇਕ ਉਲਥਾਕਾਰਾਂ ਅੱਗੇ ਬੇਨਤੀ ਹੈ ਕਿ ਉਹ ਸ੍ਰੀ ਗੁਰੂ ਰਵਿਦਾਸ ਜੀ ਦੀ ਬਾਣੀ ਨੂੰ ਕਿਸੇ ਅੰਧ-ਵਿਸ਼ਵਾਸ ਹੇਠ ਨਾ ਪੜ੍ਹਨ ਸਗੋਂ ਨਿਰਪੱਖ ਵਿਚਾਰਾਂ ਨਾਲ ਪੜ੍ਹਨ ਵਾਲੇ ਰਵਈਏ ਨੂੰ ਹੀ

ਇਖਤਿਆਰ ਕਰਿਆ ਕਰਨ ।

ਕਈਆਂ ਸਿੱਖ ਵਿਦਵਾਨਾਂ ਦਾ ਵਿਚਾਰ ਹੈ ਕਿ ਸ੍ਰੀ ਗੁਰੂ ਰਵਿਦਾਸ ਜੀ ਜਾਤ ਪਾਤ ਦੇ ਕਾਇਲ ਸਨ । ਤਦ ਹੀ ਆਪਣੀ ਬਾਣੀ ਵਿੱਚ ਥਾਂ ਥਾਂ ਚਮਾਰ ਕਰਕੇ ਉਚਾਰਦੇ ਹਨ । ਇਸ ਪ੍ਰਮਾਣ ਵਾਸਤੇ ਇਹ ਗੱਲ ਬਿਲਕੁਲ ਨਹੀਂ ਢੁਕਦੀ । ਇਸ ਦੁਨੀਆ ਵਿੱਚ ਅਜੇਹੇ ਪੁਰਸ਼ ਹੋਏ ਹਨ, ਜਿਹੜੇ ਆਪਣੇ ਆਪ ਨੂੰ ਉੱਚੀ ਜਾਤ ਵਾਲਾ ਲਿਖਣ ਅਤੇ ਦੱਸਣ ਵਿੱਚ ਫਖਰ ਸਮਝਦੇ ਹਨ ਪਰ ਸ੍ਰੀ ਗੁਰੂ ਰਵਿਦਾਸ ਜੀ ਆਪਣੇ ਆਪ ਨੂੰ ਨੀਵਾਂ ਕਹਿਣ ਵਾਲੇ ਹੋਏ ਹਨ । ਇਸ ਵਿਚਾਰ ਨੂੰ ਗੁਰਬਾਣੀ ਨੇ ਵੀ ਮੰਨਿਆ ਹੈ, ਜਿਵੇਂ ਆਸਾ ਜੀ ਦੀ ਵਾਰ ਵਿੱਚ ਪੜ੍ਹੀਦਾ ਹੈ:

ਧਰਿ ਤਰਾਜੂ ਤੋਲੀਐ ਨਿਵੈ ਸੁ ਗਉਰਾ ਹੋਇ ॥

(ਆਸਾ ਦੀ ਵਾਰ ਮਹੱਲਾ 1 ਪਉੜੀ 14)

ਭਾਵ ਆਪਣੇ ਆਪ ਨੂੰ ਨੀਵਾਂ ਕਹਿਣ ਅਤੇ ਅਖਵਾਉਣ ਵਾਲਾ ਪੁਰਸ਼ ਬੜਾ ਗੌਰਵਮਈ ਹੁੰਦਾ ਹੈ । ਅਜੇਹੇ ਸਿੱਖ ਵਿਦਵਾਨਾਂ ਨੂੰ ਬੇਨਤੀ ਹੈ ਕਿ ਸ਼ਰਧਾ ਨੂੰ ਇੱਕ ਪਾਸੇ ਕਰਕੇ ਗੁਰਬਾਣੀ ਨੂੰ ਸਮਝਣ ਅਤੇ ਉਸ ਉੱਪਰ ਅਮਲ ਕਰਨ ਦੀ ਕੋਸ਼ਿਸ਼ ਕਰਨ ਕਿ ਸ੍ਰੀ ਗੁਰੂ ਰਵਿਦਾਸ ਜੀ ਕਿਸੇ ਜਾਤ ਪਾਤ ਦੇ ਕਾਇਲ ਨਹੀਂ ਸਨ । ਸਗੋਂ ਉਹ ਉੱਚੀ ਜਾਤ ਕਰਕੇ ਬਣੇ ਹੰਕਾਰੀ ਲੋਕਾਂ ਨੂੰ ਸੰਬੋਧਨ ਹੋਏ ਸਨ ਕਿ ਮੈਂ ਪ੍ਰਭੂ ਨੂੰ ਇੱਕ ਨੀਵੀਂ ਜਾਤ ਵਾਲਾ ਹੋਕੇ ਵੀ ਪਾ ਲਿਆ ਹੈ ਕਿਉਂਕਿ ਮੇਰੇ ਅੰਦਰ ਤੁਹਾਡੇ ਵਾਂਗ ਕੋਈ ਘੁਮੰਡ ਨਹੀਂ ਹੈ । ਇਸ ਕਰਕੇ ਜੇਕਰ ਤੁਸੀਂ ਵੀ ਆਪਣੀ ਉੱਚੀ ਜਾਤ ਵਾਲੇ ਘੁਮੰਡ ਨੂੰ ਗੁਆ ਲਵੋਗੇ ਤਾਂ ਉਸ ਪ੍ਰਮਾਤਮਾ ਦੇ ਦਰਸ਼ਨ ਕਰ ਸਕੋਗੇ ।

ਸ੍ਰੀ ਗੁਰੂ ਰਵਿਦਾਸ ਜੀ ਪ੍ਰਭੂ ਦੇ ਭੇਦਾ ਨੂੰ ਦਰਸਾਉਂਦੇ ਹੋਏ ਉਚਾਰਦੇ ਹਨ ਕਿ ਉਹ ਅੰਤਰਜਾਮੀ ਹੈ। ਪ੍ਰਭੂ ਜਰੇ ਜਰੇ ਵਿੱਚ ਵਸਦਾ ਹੈ । ਇਨਸਾਨ ਦੇ ਮਨ ਅੰਦਰ ਵੀ ਉਸੇ ਦਾ ਹੀ ਵਾਸਾ ਹੈ । ਦੁਨੀਆਂ ਭਰ ਦੀਆਂ ਪੁਸਤਕਾਂ ਪੜ੍ਹਨ ਨਾਲ ਵੀ ਉਸਦੇ ਭੇਦਾਂ ਨੂੰ ਪਾਇਆ ਨਹੀਂ ਜਾ ਸਕਦਾ । ਸਿਰਫ ਇੱਕ ਗੁਰੂ ਹੀ ਉਸਦੇ ਭੇਦ ਨੂੰ ਦਸ ਸਕਦਾ ਹੈ ।

ਇਨਸਾਨ ਨੂੰ ਉਸ ਪ੍ਰਮਾਤਮਾ ਦਾ ਸੇਵਕ ਬਣਕੇ ਰਹਿਣਾ ਚਾਹੀਦਾ ਹੈ । ਜਦ ਤੁਹਾਡੀ ਸੇਵਾ ਤੋਂ ਪ੍ਰਭੂ ਖੁਸ਼ ਹੋ ਜਾਂਦਾ ਹੈ ਤਾਂ ਉਹ ਆਪ ਇਨਸਾਨ ਨੂੰ ਦਰਸ਼ਨ ਦਿੰਦਾ ਹੈ । ਇਸ ਦੁਨੀਆਂ ਨੂੰ ਤਿਆਗ ਕੇ ਹੀ ਇਨਸਾਨ ਪ੍ਰਭੂ ਦੇ ਦਰਸ਼ਨ ਕਰ ਸਕਦਾ ਹੈ । ਜਦ ਇਨਸਾਨ ਨੂੰ ਪ੍ਰਭੂ ਦੇ ਦਰਸ਼ਨ ਹੋ ਜਾਂਦੇ ਹਨ ਤਾਂ ਇਨਸਾਨ ਦੇ ਸਾਰੇ ਕਰਮ ਅਕਰਮ ਧੋਤੇ ਜਾਂਦੇ ਹਨ । ਇਨਸਾਨ ਫਿਰ ਆਪ ਉਸ ਪ੍ਰਭੂ ਦਾ ਰੂਪ ਹੋ ਜਾਂਦਾ ਹੈ ਜਿਸ ਪ੍ਰਭੂ ਤੋਂ ਵਿਛੜ ਕੇ ਇਨਸਾਨ ਇਸ ਦੁਨੀਆਂ ਵਿੱਚ ਆਇਆ ਸੀ । ਪ੍ਰਭੂ ਦੇ ਦਰਸ਼ਨ ਕਰਕੇ ਫਿਰ ਇਨਸਾਨ ਨੂੰ ਕੋਈ ਦੁਖ ਸੁਖ

ਨਹੀ ਪੋਹੁੰਦਾ ਅਤੇ ਨਾ ਹੀ ਇਨਸਾਨ ਦੇ ਦਿਲ ਵਿੱਚ ਕੋਈ ਸੰਸਾ ਹੀ ਰਹਿ ਜਾਂਦਾ ਹੈ । ਪ੍ਰਭੂ ਦਾ ਨਾਮ ਜਪਣਾ ਹੀ ਕਲਜੁਗ ਵਿੱਚ ਪ੍ਰਧਾਨ ਹੈ । ਇੱਕ ਪ੍ਰਭੂ ਦਾ ਨਾਮ ਹੀ ਚੁਰਾਸੀ ਲੱਖ ਜੂਨਾਂ ਤੋਂ ਛੁਟਕਾਰਾ ਪੁਆ ਸਕਦਾ ਹੈ । ਪ੍ਰਭੂ ਦੇ ਦਰਸ਼ਨ ਕਰਨ ਵਾਸਤੇ ਇਨਸਾਨ ਨੂੰ ਆਪਣਾ ਮਨ ਵੀ ਆਪਣੇ ਵਸੀਕਾਰ ਕਰਨਾ ਪੈਂਦਾ ਹੈ । ਭਾਵ ਕਾਮ, ਕ੍ਰੋਧ, ਲੋਭ, ਮੋਹ, ਹੰਕਾਰ ਅਤੇ ਈਰਖਾ ਤੋਂ ਛੁਟਕਾਰਾ ਪਾਕੇ ਹੀ ਪ੍ਰਭੂ ਨੂੰ ਮਿਲਣ ਦੇ ਲਾਇਕ ਹੋ ਸਕਦੇ ਹਾਂ ।

ਸ੍ਰੀ ਗੁਰੂ ਰਵਿਦਾਸ ਜੀ ਨੇ ਆਪਣੀ ਬਾਣੀ ਵਿੱਚ ਸਰਗੁਣ (ਪਰਮਾਤਮਾ) ਅਤੇ ਨਿਰਗੁਣ (ਪ੍ਰਾਣੀ) ਵਾਲੇ ਸਿਧਾਂਤ ਨੂੰ ਹੀ ਆਪਣੀ ਬਾਣੀ ਵਿੱਚ ਰੂਪਮਾਨ ਕੀਤਾ ਹੈ। ਸਾਧਾਂ ਅਤੇ ਸੰਤਾ ਦੀ ਸੰਗਤ ਕਰਨੀ ਚਾਹੀਦੀ ਹੈ । ਸਾਧੂ ਸੰਤ ਦੀ ਨਿੰਦਿਆ ਕਰਨੀ ਇੱਕ ਘੋਰ ਪਾਪ ਹੈ । ਇਸ ਤੋਂ ਇਲਾਵਾ ਹਰ ਇੱਕ ਇਨਸਾਨ ਨਾਲ ਬੜੀ ਨਿਮਰਤਾ ਨਾਲ ਪੇਸ਼ ਆਉਣਾ ਚਾਹੀਦਾ ਹੈ । ਪ੍ਰਭੂ ਦਾ ਨਾਮ ਜਪਣ ਵਾਲਾ ਇਨਸਾਨ ਸਵੱਰਗਾਂ ਵਿੱਚ ਜਾਂਦਾ ਹੈ ਅਤੇ ਨਾਮ ਨੂੰ ਨਾ ਜਪਣ ਵਾਲੇ ਨਰਕਾਂ ਵਿੱਚ ਜਾਂਦੇ ਹਨ । ਇਹ ਸਰੀਰ ਪੰਜ ਤੱਤਾਂ ਦਾ ਪੁਤਲਾ ਹੈ ਅਤੇ ਇਸ ਨੂੰ ਲੁਟਣ ਵਾਲੇ ਇਸ ਦੇ ਮਗਰ ਪੰਜ ਚੋਰ ਲਗੇ ਹੋਏ ਹਨ । ਇਨ੍ਹਾਂ ਚੋਰਾਂ ਤੋਂ ਸਿਰਫ ਉਸਦਾ ਨਾਮ ਹੀ ਛੁਟਕਾਰਾ ਪੁਆ ਸਕਦਾ ਹੈ । ਇਨਸਾਨ ਉਸਦਾ ਨਾਮ ਜਪਕੇ ਹੀ ਮਨੁਖਾ ਜਨਮ ਪਾਉਂਦਾ ਹੈ । ਮਨੁਖਾ ਜਨਮ ਚੁਰਾਸੀ ਲੱਖ ਜੂਨਾਂ ਵਿੱਚੋਂ ਦੁਰਲੱਭ ਜਨਮ ਹੈ। ਇਹ ਮਨੁਖਾ ਜਨਮ ਪ੍ਰਭੂ ਦੀ ਕ੍ਰਿਪਾ ਦ੍ਰਿਸ਼ਟੀ ਨਾਲ ਹੀ ਪਾਇਆ ਜਾ ਸਕਦਾ ਹੈ । ਇਨਸਾਨ ਨੂੰ ਇਸ ਜਨਮ ਵਿੱਚ ਪੈਕੇ ਉਸ ਪ੍ਰਭੂ ਦੀ ਭਗਤੀ ਕਰਕੇ ਪ੍ਰਭੂ ਨੂੰ ਖੁਸ਼ ਕਰਨਾ ਚਾਹੀਦਾ ਹੈ ਤਾਂ ਕੇ ਉਹ ਤੁਹਾਨੂੰ ਕਿਸੇ ਐਸੀ ਜੂਨ ਵਿੱਚ ਨਾ ਪਾਵੇਂ ਜਿਸ ਜੂਨ ਵਿੱਚ ਪੈਕੇ ਇਨਸਾਨ ਕੋਲੋਂ ਅਭੁਲ ਹੀ ਪਾਪ ਕੀਤੇ ਜਾਂਦੇ ਹਨ ਜਿਵੇਂ ਸਰਪ ਅਤੇ ਕਿਰਲੀ ਆਦਿ ਜੂਨਾਂ । ਪ੍ਰਭੂ ਜਦ ਖੁਸ਼ ਹੋ ਜਾਂਦਾ ਹੈ ਤਾਂ ਇਨਸਾਨ ਨੂੰ ਚਾਰ ਪਦਾਰਥ, ਸੱਤ ਬਰਕਤਾਂ, ਨੌਂ ਨਿਧੀਆਂ ਅਤੇ ਅਠਾਰਾਂ ਸਿਧੀਆਂ ਬਖਸ਼ਦਾ ਹੈ ਅਤੇ ਇਨਸਾਨ ਦੀਆਂ ਮਨ ਚਿੰਦੀਆਂ ਇਛਾਵਾਂ ਨੂੰ ਵੀ ਪੂਰਨ ਕਰਦਾ ਹੈ ।

ਇਸ ਦੁਨੀਆਂ ਕਰਕੇ ਹੀ ਪਰਮਾਤਮਾ ਹੈ ਅਤੇ ਪਰਮਾਤਮਾ ਕਰਕੇ ਹੀ ਇਹ ਸਾਰੀ ਦੁਨੀਆਂ ਹੈ । ਰਾਮ ਨਾਮ ਦੇ ਸਦਰਸ਼ ਮਨੁਖ ਵਾਸਤੇ ਮੁਕਤੀ ਦਾ ਕੋਈ ਹੋਰ ਸਾਧਨ ਨਹੀਂ ਹੈ । ਉਸਦੇ ਨਾਮ ਨੂੰ ਜਪਣ ਵਾਲੇ ਨੂੰ ਜੰਮ-ਕਾਲ ਡਰਾ ਨਹੀਂ ਸਕਦਾ ਇਸਦੇ ਉਲਟ ਰਾਮ ਨਾਮ ਜਪਣ ਵਾਲੇ ਪ੍ਰਾਣੀ ਕੋਲੋਂ ਜੰਮ-ਕਾਲ ਆਪ ਡਰਦਾ ਉਸਦੇ ਕੋਲ ਨਹੀਂ ਆਉਂਦਾ । ਪ੍ਰਭੂ ਦਾ ਨਾਮ ਜਪਣ ਵਾਲਾ ਨੀਚ ਜਾਤੀ ਦਾ ਪੁਰਸ਼ ਵੀ ਉੱਚੀ ਪਦਵੀ ਪਾ ਜਾਂਦਾ ਹੈ ਅਤੇ ਫਿਰ ਉੱਚੀਆਂ ਤੋਂ ਉੱਚੀਆਂ ਜਾਤੀਆਂ ਵਾਲੇ ਲੋਕ ਨਾਮ ਜਪਣ ਵਾਲੇ ਇਨਸਾਨ ਦਾ ਸਤਿਕਾਰ ਕਰਦੇ ਹਨ ।

ਆਪਣੇ ਚਿੱਤ ਵਿੱਚ ਪਰਮਾਤਮਾ ਦਾ ਸਿਮਰਨ ਕਰਨਾ ਚਾਹੀਦਾ ਹੈ । ਅੱਖਾਂ ਵਿੱਚ ਦਇਆ ਰੱਖਣੀ ਚਾਹੀਦੀ ਹੈ । ਕੰਨਾਂ ਨਾਲ ਸਿਰਫ ਉਸ ਪ੍ਰਭੂ ਦਾ ਹੀ ਨਾਮ ਸੁਣਨਾ ਚਾਹੀਦਾ ਹੈ । ਹਿਰਦੇ ਵਿੱਚ ਸਿਰਫ ਆਪਣੇ ਗੁਰੂ ਦਾ ਹੀ ਧਿਆਨ ਰੱਖਣਾ ਚਾਹੀਦਾ ਹੈ ਅਤੇ ਰਸਨਾ ਉੱਪਰ ਉਸ ਪ੍ਰਭੂ ਦਾ ਹੀ ਨਾਮ ਆਉਣਾ ਚਾਹੀਦਾ ਹੈ ।

ਇਸ ਸੰਸਾਰ ਵਿੱਚ ਉੱਚੇ ਮਹਿਲ ਮਾੜੀਆਂ ਨਹੀਂ ਉਸਾਰਨੇ ਚਾਹੀਦੇ ਕਿਉਂਕਿ ਇਨਸਾਨ ਦੇ ਮਰਨ ਮਗਰੋਂ ਸਭ ਕੁਝ ਏਥੇ ਹੀ ਰਹਿ ਜਾਂਦਾ ਹੈ । ਇਨਸਾਨ ਨੂੰ ਮਾਇਆ ਦਾ ਤਿਆਗੀ ਹੋਣਾ ਚਾਹੀਦਾ ਹੈ ।

ਸਾਰੀ ਦੁਨੀਆਂ ਸਿਰਫ ਉਸਦੀ ਹੀ ਸ਼ਰਨਾਗਤ ਹੈ । ਉਸ ਪਰਮਾਤਮਾ ਤੋਂ ਵੱਧ ਨਾ ਕੋਈ ਹੋਰ ਤਾਕਤਵਰ ਹੈ ਅਤੇ ਨਾਹੀ ਕੋਈ ਹੋਰ ਵਿਦਵਾਨ ਹੈ । ਨਾ ਹੀ ਕੋਈ ਹੋਰ ਉਸਦੇ ਤੁਲ ਹੋਇਆ ਹੈ । ਨਾ ਹੀ ਕੋਈ ਉਸਦੇ ਤੁਲ ਹੁਣ ਇਸ ਦੁਨੀਆਂ ਵਿੱਚ ਹੈ ਅਤੇ ਨਾਹੀ ਅਗੇ ਤੋਂ ਕਦੇ ਕੋਈ ਉਸਦੇ ਤੁਲ ਹੋਵੇਗਾ ਵੀ ।

ਇਹ ਦੁਨੀਆਂ ਇੱਕ ਭਵ-ਸਾਗਰ ਹੈ । ਸਿਰਫ ਉਸਦਾ ਨਾਮ ਜਪਕੇ ਹੀ ਇਸ ਭਵ-ਸਾਗਰ ਨੂੰ ਤਰਿਆ ਜਾ ਸਕਦਾ ਹੈ । ਪ੍ਰਭੂ ਦਾ ਨਾਮ ਜਪਣ ਨਾਲ ਆਦਮੀ ਦੇ ਪਾਪ ਇਸ ਤਰ੍ਹਾਂ ਧੋਤੇ ਜਾਂਦੇ ਹਨ ਜਿਵੇਂ ਲੋਹਾ ਪਾਰਸ ਨਾਲ ਲੱਗ ਕੇ ਸੋਨਾ ਬਣ ਜਾਂਦਾ ਹੈ ।

ਸ੍ਰੀ ਗੁਰੂ ਰਵਿਦਾਸ ਜੀ ਦੇ ਮਾਨਵਤਾ ਦੇ ਸਿਧਾਂਤ ਅਨੁਸਾਰ ਇਨਸਾਨ ਨੂੰ ਗ੍ਰਹਿਸਥ ਵਿੱਚ ਰਹਿੰਦਿਆਂ ਕਈ ਜਿੰਮੇਵਾਰੀਆਂ ਨਿਭਾਉਣੀਆਂ ਪੈਂਦੀਆਂ ਹਨ ।

ਜਿਨਾਂ ਜਿੰਮੇਵਾਰੀਆਂ ਨੂੰ ਇਨਸਾਨ ਨੇ ਆਪਣਾ ਜੀਵਨ ਹੰਢਾਉਂਦਿਆਂ ਹੀ ਪੂਰਾ ਕਰਨਾ ਹੁੰਦਾ ਹੈ । ਇਹ ਜਿੰਮੇਵਾਰੀਆਂ ਹਨ ਮਨੁਖ ਦਾ ਧਰਮ ਅਤੇ ਨੈਤਿਕ ਜੀਵਨ ਨੂੰ ਗੁਜਾਰਨਾ । ਮਨੁਖ ਵਾਸਤੇ ਆਪਣੀਆਂ ਅਤੇ ਹੋਰ ਭਾਈਚਾਰੇ ਦੀਆਂ ਜਰੂਰਤਾਂ ਨੂੰ ਪੂਰਨ ਕਰਨ ਵਾਸਤੇ ਦੱਸਾਂ ਨੌਹਾਂ ਦੀ ਕਿਰਤ ਕਰਦੇ ਹੋਏ ਉਸ ਪ੍ਰਭੂ ਦੀ ਭਗਤੀ ਵਿੱਚ ਸਦਾ ਲੀਨ ਰਹਿਣ ਦੇ ਜੀਵਨ ਨੂੰ ਸ੍ਰੀ ਗੁਰੂ ਰਵਿਦਾਸ ਜੀ ਨੇ ਜੀਵਨ ਦਾ ਅਰਥ ਦੱਸਿਆ ਹੈ । ਇੰਦਰਆਵੀ ਆਨੰਦ ਕੁਦਰਤ ਦੇ ਨਿਯਮਾਂ ਅੰਦਰ ਰਹਿ ਕੇ ਮਾਨਣ ਨੂੰ ਜੀਵਨ ਦੀ ਸੰਤੁਸ਼ਟਾ ਉਚਾਰਿਆ ਹੈ । ਜੀਵਨ ਅਤੇ ਮੌਤ ਭਾਵ ਚੁਰਾਸੀ ਲਖ ਜੂਨਾਂ ਦੇ ਚਕਰਾਂ ਵਿੱਚੋਂ ਇਨਸਾਨ ਨੂੰ ਮੁਕਤੀ (ਜਿਸਨੂੰ ਸ੍ਰੀ ਗੁਰੂ ਰਵਿਦਾਸ ਜੀ ਨੇ ਮੋਖ ਪੱਦਵੀ ਦਰਸਾਇਆ ਹੈ) ਪਰਾਪਤ ਕਰਨ ਵਾਸਤੇ ਉਸ ਇੱਕ ਪ੍ਰਭੂ ਦੀ ਭਗਤੀ ਕਰਨੀ ਚਾਹੀਦੀ ਹੈ ਕਿਉਂਕਿ ਪ੍ਰਭੂ ਦਾ ਕੋਈ ਹੋਰ ਨਾਇਬ ਨਹੀਂ ਹੈ ਇਸ ਕਰਕੇ ਦੇਵੀ, ਦੇਵ, ਮੂਰਤੀ ਜਾਂ ਬੁੱਤ ਪੂਜਾ ਦਾ ਖੰਡਨ ਕੀਤਾ ਹੈ । ਕਹਿਣੀ ਅਤੇ ਕਰਨੀ ਦਾ ਇਨਸਾਨ ਨੂੰ ਪੂਰਾ ਹੋਣਾ ਚਾਹੀਦਾ ਹੈ । ਇਨਸਾਨ ਨੂੰ ਆਪਣੇ ਜੀਵਨ ਨੂੰ ਸੰਤੁਲਤ ਰੱਖਣ ਦੇ ਯਤਨ ਕਰਨੇ ਚਾਹੀਦੇ

ਹਨ । ਸ੍ਰੀ ਗੁਰੂ ਰਵਿਦਾਸ ਜੀ ਉਚਾਰਦੇ ਹਨ ਕਿ ਇੱਕ ਸੱਚਾ ਧਾਰਮਕ ਇਨਸਾਨ ਆਮ ਲੋਕਾਂ ਵਿੱਚ ਉਨ੍ਹਾਂ ਦੀਆਂ ਲੋੜਾਂ ਪੂਰੀਆਂ ਕਰਦਾ ਹੋਇਆ ਅਤੇ ਉਨ੍ਹਾਂ ਦੀਆਂ ਸਮੱਸਿਆਵਾਂ ਨੂੰ ਸੁਲਝਾਉਦਾ ਹੋਇਆ ਆਪਣੇ ਜੀਵਨ ਨੂੰ ਜੋ ਬਤੀਤ ਕਰਦਾ ਹੈ ਓਹ ਅਜੇਹਾ ਕਰਦਾ ਜੀਵਨ ਨੂੰ ਸੰਤੁਲਤ ਰੱਖਦਾ ਹੋਇਆ ਜੀਵਨ ਦੀ ਅਧਿਆਤਮਕ ਸੰਤੁਲਤਾ ਦੀ ਤਰੱਕੀ ਲਈ ਥੰਮ ਬਣਦਾ ਹੈ ।

ਸ੍ਰੀ ਗੁਰੂ ਰਵਿਦਾਸ ਜੀ ਨੇ ਅਧਿਆਤਮਕ ਅਤੇ ਸੰਸਾਰਕ ਕਦਰਾਂ ਕੀਮਤਾਂ ਨੂੰ ਇੱਕ ਸੰਤੁਸ਼ਟ ਮਾਨਵ ਜੀਵਨ ਲਈ ਬੁਨਿਆਦੀ ਸਹਿਹੋਂਦ ਦੱਸਿਆ ਹੈ । ਸ੍ਰੀ ਗੁਰੂ ਰਵਿਦਾਸ ਜੀ ਨੇ ਪਦਾਰਥਕ ਅਤੇ ਅਧਿਆਤਮਕ ਜੀਵਨ ਦਾ ਆਪਸ ਵਿੱਚ ਗੂਹੜਾ ਸੰਬੰਧ ਦਰਸਾਇਆ ਹੈ । ਮਨੁਖ ਆਪਣੀਆਂ ਸਰੀਰਕ ਅਤੇ ਅਧਿਆਤਮਕ ਦੋਹਾਂ ਲੋੜਾਂ ਨੂੰ ਤ੍ਰਿਪਤ ਕਰਨਾ ਚਾਹੁੰਦਾ ਹੈ । ਇਸ ਲਈ ਜਿਥੋਂ ਤੱਕ ਮਨੁਖਤਾ ਦਾ ਸੰਬੰਧ ਹੈ ਉਸ ਵਾਸਤੇ ਦੁਨੀਆਵੀ ਅਤੇ ਪਰਮਾਰਥਕ ਖੇਤਰ ਇਨਸਾਨ ਵਾਸਤੇ ਦੋਵੇ ਬਹੁਤ ਅਹਿਮ ਹਨ ।

ਗੁਰਬਾਣੀ ਦੇ ਕਈ ਉਲਥਾਕਾਰਾਂ ਦੀਆਂ ਰਚਿਤ ਪੁਸਤਕਾਂ ਵਿੱਚ ਇਹ ਪੜ੍ਹਨ ਨੂੰ ਆਉਦਾ ਹੈ ਕਿ ਜੋ ਰਾਗ ਸ੍ਰੀ ਗੁਰੂ ਗਰੰਥ ਸਾਹਿਬ ਜੀ ਵਿੱਚ ਦਰਜ ਹਨ । ਉਨ੍ਹਾਂ ਰਾਗਾਂ ਦਾ ਆਵਿਸ਼ਕਾਰ ਗੁਰੂਆਂ ਨੇ ਆਪ ਕੀਤਾ ਸੀ । ਅਜੇਹੀਆਂ ਮਨਘੜਤ ਟਿਪਣੀਆਂ ਦਾ ਲਿਖਣਾ ਵਾਜਬ ਨਹੀਂ ਲਗਦਾ । ਹੋ ਸਕਦਾ ਹੈ ਜਾਂ ਤਾਂ ਉਨ੍ਹਾਂ ਵਿਦਵਾਨਾ ਨੇ ਸੰਗੀਤ ਦੇ ਗਰੰਥਾਂ ਨੂੰ ਨਾ ਪੜ੍ਹਿਆ ਹੋਵੇਗਾ ਅਤੇ ਜਾਂ ਫਿਰ ਸੰਗੀਤ ਦਾ ਇਤਿਹਾਸ ਉਸ ਸਮੇਂ ਉਪਲਬੱਧ ਹੀ ਨਹੀਂ ਹੋਵੇਗਾ । ਇਹ ਵੀ ਹੋ ਸਕਦਾ ਹੈ ਕਿ ਉਨ੍ਹਾਂ ਵਿਦਵਾਨਾਂ ਨੇ ਗੁਰੂ ਸਾਹਿਬਾਨਾਂ ਪ੍ਰਤੀ ਆਪਣੀ ਸ਼ਰਧਾ ਵਿਖਾਈ ਹੋਵੇਗੀ । ਇਸ ਪੁਸਤਕ ਵਿੱਚ ਦਰਜ ਸੰਗੀਤ ਦੇ ਸੰਖੇਪ ਇਤਿਹਾਸ ਤੋਂ ਪਤਾ ਚਲਦਾ ਹੈ ਕਿ ਸ੍ਰੀ ਗੁਰੂ ਗਰੰਥ ਸਾਹਿਬ ਜੀ ਵਿੱਚ ਦਰਜ ਸਾਰੇ ਰਾਗ ੩੨੦੦ ਬਚ (ਪੂਰਵੀ ਈਸਵੀ) ਤੋਂ ਹੀ ਪ੍ਰਚਲਤ ਸਨ ਭਾਵ ਗੁਰੂਆਂ ਦੇ ਅਵਤਾਰ ਧਾਰਨ ਤੋਂ ਵੀ **4600** ਸੌ ਸਾਲ ਪਹਿਲਾਂ ਉਹ ਰਾਗ ਪਰਚਾਰ ਵਿਚ ਹੁੰਦੇ ਸਨ । ਏਥੇ ਇੱਕ ਗੱਲ ਦਾ ਵਰਨਣ ਕਰਨਾ ਜਰੂਰੀ ਬਣਦਾ ਹੈ ਕਿ ਕਈਆਂ ਰਾਗਾਂ ਦੀਆਂ ਸੁਰਾਂ ਦੀ ਅਦਲਾ ਬਦਲੀ ਕਰਕੇ ਗੁਰੂਆਂ ਰਾਹੀਂ ਰਾਗਾਂ ਨੂੰ ਸੁਆਰਿਆ ਸ਼ਿੰਗਾਰਿਆ ਜਰੂਰ ਗਿਆ ਹੈ ਪਰ ਉਨ੍ਹਾਂ ਰਾਗਾਂ ਦੇ ਨਾਵਾਂ ਨੂੰ ਬਿਲਕੁਲ ਨਹੀਂ ਬਦਲਿਆ ਗਿਆ ਜਿਵੇਂ ਸ੍ਰੀ ਗੁਰੂ ਰਵਿਦਾਸ ਜੀ ਨੇ ਕੀਤਾ ਸੀ ।

ਅਜ ਕਲ ਕਈ ਵਿਦਵਾਨ ਸ੍ਰੀ ਗੁਰੂ ਰਵਿਦਾਸ ਜੀ ਦੀ ਪੱਦਵੀ ਨੂੰ ਨੀਵਾਂ ਦਰਸਾਉਣ ਲਈ ਇਹ ਆਖਦੇ ਹਨ ਕਿ ਸ੍ਰੀ ਗੁਰੂ ਰਵਿਦਾਸ ਜੀ ਭਗਤ ਹੋਏ ਹਨ । ਇਸ ਤਰ੍ਹਾਂ ਲਿਖਦੇ ਉਹ ਗੁਰਬਾਣੀ ਦਾ ਆਸਰਾ ਲੈਂਦੇ ਹਨ ਕਿ ਇਵੇਂ ਗੁਰਬਾਣੀ ਵਿੱਚ ਉਚਾਰਿਆ ਗਿਆ ਹੈ । ਉਨ੍ਹਾਂ ਵਿਦਵਾਨਾ ਨੂੰ ਚਾਹੀਦਾ ਹੈ ਕਿ

ਉਹ ਗੁਰਬਾਣੀ ਨੂੰ ਇਕਾਗਰ ਮਨ ਹੋਕੇ ਦੁਆਰਾ ਪੜ੍ਹਨ । ਸਾਰੀ ਗੁਰਬਾਣੀ ਇਹ ਦੱਸਦੀ ਹੈ ਕਿ ਰੱਬ ਸਿਰਫ ਇੱਕ ਪ੍ਰੇਮ ਦਾ ਹੀ ਭੁੱਖਾ ਹੈ । ਜਿਹੜੇ ਉਸ ਨਾਲ ਪ੍ਰੇਮ ਕਰਦੇ ਹਨ ਰੱਬ ਉਨ੍ਹਾਂ ਨੂੰ ਹੀ ਦਰਸ਼ਨ ਦਿੰਦਾ ਹੈ । ਇਸ ਗੱਲ ਨੂੰ ਝੁਠਲਾਇਆ ਨਹੀਂ ਜਾ ਸਕਦਾ ਕਿ ਸਾਰੇ ਗੁਰੂ ਸਾਹਿਬਾਨਾਂ ਨੇ ਰੱਬ ਨੂੰ ਪਾਇਆ ਹੋਇਆ ਸੀ ਕਿਉਂਕਿ ਉਨ੍ਹਾਂ ਨੇ ਰੱਬ ਦੀ ਭਗਤੀ ਕੀਤੀ ਹੋਈ ਸੀ । ਇਸ ਕਰਕੇ ਉਹ ਸਾਰੇ ਗੁਰੂ ਵੀ ਰੱਬ ਦੇ ਭਗਤ ਹੀ ਸਨ । ਭਗਤੀ ਤੋਂ ਬਿਨ੍ਹਾਂ ਤਾਂ ਰੱਬ ਨੂੰ ਪਾਇਆ ਹੀ ਨਹੀਂ ਜਾ ਸਕਦਾ । ਸ੍ਰੀ ਗੁਰੂ ਗਰੰਥ ਸਾਹਿਬ ਜੀ ਦੀ ਸੰਪਾਦਨਾ ਸਮੇਂ ਸ੍ਰੀ ਗੁਰੂ ਅਰਜਨ ਦੇਵ ਜੀ ਵੀ ਸ੍ਰੀ ਗੁਰੂ ਰਵਿਦਾਸ ਜੀ ਦੀ ਪ੍ਰਤਿਭਾ ਨੂੰ ਉਨ੍ਹਾਂ ਦੀ ਬਾਣੀ ਅਗੇ ਭਗਤ ਸ਼ਬਦ ਲਗਾ ਕੇ ਲਕੋ ਗਏ ਹਨ । ਜਦ ਕਿ ਸ੍ਰੀ ਗੁਰੂ ਅਰਜਨ ਦੇਵ ਜੀ ਨੇ ਆਪਣੀ ਸਾਰੀ ਗੁਰਬਾਣੀ ਵਿੱਚ ਸ੍ਰੀ ਗੁਰੂ ਰਵਿਦਾਸ ਜੀ ਦੇ ਹੀ ਵਿਚਾਰਾਂ ਨੂੰ ਅਪਣਾਇਆ ਹੈ । ਜੇਕਰ ਅਸੀਂ ਇਹ ਮਨ ਲਈਏ ਕਿ ਸ੍ਰੀ ਗੁਰੂ ਨਾਨਕ ਦੇਵ ਜੀ ਅੰਤਰਜਾਮੀ ਸਨ । ਸਭ ਕੁਝ ਜਾਣਦੇ ਸਨ । ਜੇਕਰ ਅਜੇਹਾ ਹੁੰਦਾ ਤਾਂ ਜਦ ਉਨ੍ਹਾਂ ਨੇ ਜਪਜੀ ਸਾਹਿਬ ਜੀ ਵਿੱਚ ਉਚਾਰਿਆ ਸੀ ਕਿ ਧਰਤੀ ਬੋਲਦ ਦੇ ਸਿੰਗ ਉੱਪਰ ਨਹੀਂ ਖਲੋਤੀ ਸਗੋਂ ਧਰਤੀ ਤਾਂ ਹੋਰ ਪਰੇ ਤੋਂ ਪਰੇ ਹੈ। ਜਿੰਨਾਂ ਚਿਰ ਅਜੋਕੀ ਸਾਇੰਸ ਨੂੰ ਝੁਠਲਾਇਆ ਨਹੀਂ ਜਾਂਦਾ ਕਿ ਧਰਤੀ ਆਕਰਸ਼ਣ (ਗੁਰੂਤਾ) ਕਾਰਣ ਨਹੀਂ ਖੜੀ ਹੈ ਤਦ ਤੱਕ ਇਹ ਹੀ ਕਹਿਣਾ ਪਵੇਗਾ ਕਿ ਸ੍ਰੀ ਗੁਰੂ ਨਾਨਕ ਦੇਵ ਜੀ ਨੂੰ ਇਹ ਨਹੀਂ ਪਤਾ ਸੀ ਕਿ ਧਰਤੀ ਕਿਸ ਚੀਜ ਆਸਰੇ ਖੜੀ ਹੈ ? ਜੇ ਪਤਾ ਹੁੰਦਾ ਤਾਂ ਉਨ੍ਹਾਂ ਨੇ ਆਪਣੇ ਭਾਵ ਨੂੰ ਹੋਰ ਸਾਫ ਕਰਨ ਵਾਸਤੇ ਏਥੇ ਲਿਖ ਜਰੂਰ ਦੇਣਾ ਸੀ । ਸੋ ਜੇ ਗੁਰੂ ਅਰਜਨ ਦੇਵ ਜੀ ਨੇ ਸ੍ਰੀ ਗੁਰੂ ਗਰੰਥ ਸਾਹਿਬ ਜੀ ਵਿੱਚ ਸ੍ਰੀ ਗੁਰੂ ਰਵਿਦਾਸ ਜੀ ਨੂੰ ਭਗਤ ਲਿਖ ਦਿਤਾ ਹੈ ਤਾਂ ਇਹ ਜਰੂਰੀ ਨਹੀਂ ਕਿ ਉਹ ਭਗਤ ਹੀ ਰਹਿਣਗੇ । ਇਸ ਵਿੱਚ ਵੀ ਕੋਈ ਝੂਠ ਨਹੀਂ ਹੈ ਕਿ ਸ੍ਰੀ ਗੁਰੂ ਅਰਜਨ ਦੇਵ ਜੀ ਦੀ ਵੀ ਇੱਕ ਦੁਨੀਆਵੀ ਮਾਂ ਸੀ ਜਿਸ ਤਰ੍ਹਾਂ ਹੋਰ ਸਾਰੀ ਦੁਨੀਆਂ ਦੀਆਂ ਮਾਵਾਂ ਹਨ ।

ਇਸ ਪੁਸਤਕ ਦੇ ਪਾਠ ਕਰਨ ਤੇ ਪਤਾ ਚਲਦਾ ਹੈ ਕਿ ਸ੍ਰੀ ਗੁਰੂ ਰਵਿਦਾਸ ਜੀ ਨੇ ਸਿਖੀ ਦਾ ਰਹੱਸਵਾਦੀ ਸਰੂਪ ਸਭ ਗੁਰੂਆਂ ਤੋਂ ਪਹਿਲਾਂ ਹੀ ਸੰਪੂਰਣ ਕਰ ਦਿਤਾ ਸੀ । ਜਿਸ ਸਰੂਪ ਨੂੰ ਹੋਰ ਸਿਖ ਗੁਰੂਆਂ ਨੇ ਆਪਣਾ ਇਸ਼ਟ ਮੰਨਕੇ ਇਸ ਦੁਨੀਆਂ ਵਿੱਚ ਪਰਚਾਰਿਆ । ਇਸ ਪੁਸਤਕ ਵਿੱਚ ਲਿਖਤੀ ਰੂਪ ਵਿੱਚ ਦਰਸਾਇਆ ਗਿਆ ਹੈ ਕਿ ਜਿਨ੍ਹਾਂ ਵੀ ਗੁਰੂਆਂ ਦੀ ਗੁਰਬਾਣੀ ਸ੍ਰੀ ਗੁਰੂ ਗਰੰਥ ਸਾਹਿਬ ਜੀ ਵਿੱਚ ਦਰਜ ਹੈ ਉਨ੍ਹਾਂ ਸਭ ਗੁਰੂਆਂ ਨੇ ਸ੍ਰੀ ਗੁਰੂ ਰਵਿਦਾਸ ਜੀ ਦੇ ਸਿਧਾਂਤਾ ਨੂੰ ਹੀ ਆਪਣੀ ਧੁਰੋਂ ਆਈ ਬਾਣੀ ਵਿੱਚ ਅਪਣਾ ਕੇ ਦੁਹਾਰਿਆ ਹੈ । ਸ੍ਰੀ ਗੁਰੂ ਰਵਿਦਾਸ ਜੀ ਦੇ ਸਿਧਾਂਤਾ ਅਨੁਸਾਰ ਉਚਾਰੀ ਹੋਰ ਗੁਰਬਾਣੀ ਦੀਆਂ ਪੰਗਤੀਆਂ

ਇਸ ਪੁਸਤਕ ਵਿੱਚ ਕਈ ਵਾਰ ਹੂਬਹੂ ਵਿਚਾਰ ਅਤੇ ਸ਼ਬਦਾਵਲੀ ਨਾਲ ਸ਼ੁਸ਼ੋਬਤ ਹੋਈਆਂ ਪੜ੍ਹ ਕੇ ਜੇ ਇਹ ਗੱਲ ਨਿਰਸੰਦੇਰ ਆਖੀਏ ਕਿ ਸ੍ਰੀ ਗੁਰੂ ਰਵਿਦਾਸ ਜੀ ਗੁਰੂਆਂ ਦੇ ਗੁਰੂ ਸਨ ਤਾਂ ਇਹ ਗੱਲ ਕਹਿਣ ਵਿੱਚ ਕੋਈ ਅਤਿਕਥਨੀ ਨਹੀ ਹੋਵੇਗੀ ।

ਅੰਤ ਵਿੱਚ ਪ੍ਰਭੂ ਦੇ ਸਨਮੁੱਖ ਲਿਖਣਾ ਕੀਤਾ ਹੈ । ਅਸੀਂ ਸਭ ਇਹੋ ਹੀ ਕਹਿੰਦੇ ਹਾਂ ਕਿ ਏਕਤਾ ਹੋਣੀ ਚਾਹੀਦੀ ਹੈ । ਪਾਠਕ ਜੀ ਏਕਤਾ ਕੋਈ ਕਿਸੇ ਕਿਸਮ ਦਾ ਟੀਕਾ ਨਹੀਂ ਜਿਸ ਦੀ ਵਰਤੋਂ ਕਰਨ ਨਾਲ ਪਈ, 'ਪਾੜਿਆ' ਦੀ ਬਿਮਾਰੀ ਨੂੰ ਹਟਾਇਆ ਜਾ ਸਕਦਾ ਹੈ । ਅਜ ਕਲ ਕੋਈ ਈਸਾਈ ਮ-ਤ ਗ੍ਰਹਿਣ ਕਰ ਰਿਹਾ ਹੈ । ਕੋਈ ਰਾਧਾ ਸੁਆਮੀ ਬਣ ਰਿਹਾ ਹੈ । ਕੋਈ ਨਿਰੰਕਾਰੀ ਬਣ ਰਿਹਾ ਹੈ। ਹੋਰ ਪਤਾ ਨਹੀਂ ਲੋਕੀ ਕੀ ਕੁਝ ਬਣ ਰਹੇ ਹਨ। ਏਕਾ ਤਾਂ ਸਿਰਫ ਸ੍ਰੀ ਗੁਰੂ ਰਵਿਦਾਸ ਜੀ ਦੇ ਦਰ-ਘਰ ਬਹਿਕੇ ਉਨ੍ਹਾਂ ਦੀ ਬਾਣੀ ਪੜ੍ਹਨ ਸੁਣਨ ਨਾਲ ਹੀ ਹੋਣਾ ਹੈ ।

ਸਮਾਪਤ

ਦਸੰਬਰ 1993